'KABEER IN KORPORATES' या इंग्रजी पुस्तकाचा अनुवाद

कॉर्पोरेट कबीर

एका महान द्रष्ट्याने दिलेले कॉर्पोरेट धडे

गुरुचरण सिंग गांधी

अनुवाद
सायली गोडसे

मेहता पब्लिशिंग हाऊस

KABEER IN KORPORATES by GURUCHARAN SINGH GANDHI

First published in India in 2016 by Leadstart
A Brand of One Point Six Technologies Pvt Ltd
119-123,1st Floor, Building J2,B-Wing
Wadala Truck Terminal, Wadala East, Mumbai - 400022
Email : info@leadstartcorp.com
Websight : www.leadstartcorp.com
Phone No : +91 9699933000

Translated into Marathi Language by Sayali Godse

कॉर्पोरेट कबीर / मार्गदर्शनपर

अनुवाद : सायली गोडसे
author@mehtapublishinghouse.com

मराठी अनुवादाचे व प्रकाशनाचे हक्क मेहता पब्लिशिंग हाऊस, पुणे.

प्रकाशक : सुनील अनिल मेहता, मेहता पब्लिशिंग हाऊस,
१९४१, सदाशिव पेठ, पुणे ३०.

मुद्रक : ट्रिनिटी ॲकॅडमी फॉर कॉर्पोरेट ट्रेनिंग लिमिटेड, सर्व्हे नं. २६/५,
नऱ्हे इंडस्ट्रिअल एरिया, झील कॉलेज रोड, नऱ्हे, पुणे – ४१.

मुखपृष्ठ : सुनिल धोपावकर

प्रथमावृत्ती : जानेवारी, २०२२

किंमत : ₹ ३००

P Book ISBN 9789391151850
E Book ISBN 9789391151935
E Books available on : play.google.com/store/books
www.amazon.in
https://books.apple.com

कबीराला अर्पण,

ज्याने माझा हात नेमका तेव्हा धरला, जेव्हा आत्यंतिक गरज होती.

गुरबानी, किरत आणि अनु यांना,

ज्यांनी माझ्या समवेत न घालवलेला वेळ या पुस्तकासाठी उपकारक ठरला.

अर्जुन गांधी याला,

जो आज हे पुस्तक बघायला असायला हवा होता.

आणि सरतेशेवटी

झिंकपानी जिल्ह्यातील छोट्याशा खेड्याला—

बाबा, आई आणि तिथल्या प्रत्येकाला,

जिथे हे सगळं सुरू झालं...

प्रस्तावना

सत्य म्हणजे नेमके काय, तसेच महान व्यक्तींनी केलेल्या धार्मिक आणि आध्यात्मिक कार्याचा नक्की अर्थ काय, याचा प्रत्येक पिढी शोध घेत आली आहे. बौद्धिक आणि व्यावहारिक प्रश्नांचा पाठपुरावा करण्याच्या प्रेरणेतून काहीजण या शोधाकडे वळतात. मॅक्स वेबर यांच्या 'द प्रोटेस्टंट एथिक अँड द स्पिरीट ऑफ कॅपिटॅलिझम' या व्यवच्छेदक पुस्तकामध्ये धर्म आणि आर्थिक कारभार यांतील परस्परसंबंधांचा अतिशय उत्तमरीत्या ऊहापोह करण्यात आलेला आहे. हाच प्रवाह अधिकाधिक लोकांकडून नवनव्या पद्धतीने चालू आहे. पौराणिक कथा आणि पारंपरिक समजुती, पवित्र शास्त्र आणि आख्याने असा दोन्हींचा ऊहापोह सुरू असतो. विविध कालखंडांतील कालातीत अशा ज्ञान आणि चातुर्याच्या ठेव्यांमधून मौलिक माहिती आणि संदर्भ प्राप्त करणे हा त्यामागचा हेतू असतो.

कबीराचा कालखंड विद्रोहाचा होता; एकमेकांवरील वर्चस्वासाठी भांडणाऱ्या एतद्देशीय आणि परकीय सत्तांच्या मेहरवानीवर भारत देश जगत होता. राष्ट्रीय एकात्मता वगैरे म्हणजे निव्वळ स्वप्न. किल्ले म्हणजे केवळ दगडी अवशेष; एकेकाळी त्यांच्यावर नांदणाऱ्या कुळांची महत्ती सांगत आणि त्यांच्या आधिपत्याखालील जमिनीवर सावली धरत उभे होते. आपले वर्चस्व स्थापन करण्यासाठी आणि सत्ता काबीज करण्यासाठी वेगवेगळ्या पंथांच्या योद्ध्यांची एकमेकांशी सतत लढाई जुंपलेली होती. सत्ता आणि वर्चस्वाची अहमहमिका कधी नव्हे इतकी शिगेला पोहोचली होती आणि आपापल्या राज्यात आपापले सिद्धान्तच कसे योग्य आहेत ते ठसविण्यासाठी तुंबळ झगडा सुरू होता. मानवी संबंधांचा वारसा जो या देशाचा मूळ गाभा मानला जात असे, तोच दाव्याला लागला होता.

या सगळ्या गोंधळात एक अत्यंत अनोखं व्यक्तिमत्त्व उदयाला आलं – संत

कबीर! त्या काळात त्याने केलेली कृती, मांडलेले विचार आजही आदर्श मानले जातात. सर्व पंथांच्या लोकांकडून ते अनुसरले जातात आणि त्यांचा प्रसार केला जातो. सुमारे पाचशे वर्षांपूर्वी कबीराचे बोल, कृती आणि विचार यांना त्याच्या अनुयायांकडून जेवढी निष्ठा लाभली, तेवढ्याच प्रमाणात त्याच्या कट्टर विरोधकांकडून शत्रुत्वसुद्धा सहन करावं लागलं. कबीराचा जन्म आणि मृत्यू यांचा नेमका तपशील आजही अज्ञात आहे. त्याचे सारे आयुष्य एक गूढ होते; पण त्याने दिलेले संदेश आणि आजच्या काळातही चपखलपणे लागू पडणारी त्यांची समर्पकता अगदी स्पष्ट आणि वंदनीय आहे.

व्यावहारिक तत्त्वज्ञान, एकात्मता, शांतता आणि समानता, मनुष्य आणि दानव एकसमान हे अगदी साधे पण परस्परविरोधी संदेश कबीराच्या काळात समाजात प्रसृत होते. कबीराने अनुसरलेले दुर्बोध मार्ग, त्याचे दोहे, प्रस्थापित सत्तेवर केलेली टीका आणि त्याच्या संदेशांमधील सोपेपणा यामुळे त्या काळात प्रकांडपंडित, तत्त्वज्ञ आणि धर्मोपदेशक यांच्यासाठी कबीर हा एक उपहासाचा विषय झाला होता. तथापि, या साऱ्या विरोधी आणि दहशतीच्या वातावरणातदेखील त्याचे संदेश साध्या सोप्या गोष्टींमधून आणि विचारांद्वारे लोकांपर्यंत पोहोचले आणि त्यांना ते आपलेसे वाटले.

आजच्या जगातील व्यावसायिक वातावरण हे ५०० वर्षांपूर्वीच्या राजकीय परिस्थितीपेक्षा फार काही वेगळे नाही. सूत्रधार, कलाकार आणि खेळले जाणारे खेळ एवढाच काय तो फरक असेल. मध्ययुगीन भारताप्रमाणेच सध्यादेखील एतद्देशीय (स्थानिक) आणि आंतरराष्ट्रीय (परदेशी) सूत्रधारांमध्ये वर्चस्वाची लढाई सुरू आहे. आर्थिक सत्तेचा मुकुट पटकाविण्यासाठी ते आपापसांत टक्कर घेत आहेत. आजच्या युगातील व्यवस्थापकासमोर केवळ व्यवसाय नव्हे तर नीतिमत्ता, स्थैर्य, सार्वजनिक आयुष्यातील सचोटी आणि सामाजिक बांधिलकी असे अनेक प्रश्न आ वासून उभे आहेत. व्यवसाय आणि त्यांचे व्यवस्थापक यांना अनेकदा टोकाच्या परिस्थितीचा सामना करावा लागतो, ज्यावर त्यांचे फार थोडे नियंत्रण असते. बाकी सगळ्या गोष्टी बदलल्या असतानाही सतत होणारा बदल (अस्थिरता) ही एकमेव स्थायी गोष्ट आजच्या राजकीय अर्थव्यवस्थेमध्ये कायम आहे.

शतकांपूर्वी कबीराच्या अनुयायांनी जसे त्याचे विचार अनुसरले, अगदी तशाच प्रकारे आजचा आधुनिक व्यवस्थापकदेखील कबीराचे विचार अंगीकारून आपल्यापुढील अनेक समस्यांचा मुकाबला करू शकतो. माझे सहकारी आणि सर्वव्यापी शिक्षणाचे पुरस्कर्ते लेखक गुरुचरण सिंग गांधी यांनी कबीराच्या संदेशातील मर्म जोखून ते नेटकेपणाने मांडण्याचे एक अतिशय उत्कृष्ट काम केले आहे. आधुनिक युगातील भारतीय व्यवस्थापकांसाठी हे एक उत्तम मार्गदर्शक ठरणार आहे. एखाद्यासाठी प्रेरक

म्हणून कसे काम करायचे, टीकेचा सामना कसा करायचा, आपल्या स्वतःच्या निर्णयातील सुस्पष्टता कशी मिळवायची या आणि अशा प्रकारच्या सगळ्या मुद्द्यांवर कबीराचे विचार आजही तेवढेच सम्‍र्पक आणि उपयुक्त आहेत, जेवढे पूर्वी होते.

कबीराचे विचार वाचून त्यातील ज्ञानमौक्तिकांचे रसग्रहण मी अधूनमधून करत असल्याने मला त्याच्या काही संदेश आणि उपदेशांमध्ये दडलेले मूल्य ठाऊक आहे. गुरुचरणच्या या लेखनामुळे मला कबीराच्या विचारांचा धांडोळा घेण्याची एक वेगळीच दृष्टी बहाल झाली. या पुस्तकातून मला स्वतःच्या वैयक्तिक आयुष्यातील समस्यांबाबत कित्येक नवे विचार आणि उपाय मिळाले आणि कोणाही विचारशील वाचकाला या पुस्तकापासून तसाच लाभ होईल यात अजिबात शंका नाही. 'कबीर इन कॉर्पोरेट्स'द्वारे सुरू होत असलेल्या तुमच्या वैयक्तिक आयुष्यातील एका नव्या प्रवासाला माझ्या मनःपूर्वक शुभेच्छा!

डॉ. संतृप्त मिश्रा

Director Group Human Resources - Aditya Birla Group &
CEO - Birla Carbon

सगळ्यांना हे ठाऊक आहे की,
पाण्याचा एक थेंब महासागरात सामावून जातो;
पण खूपच कमीजणांना हे ठाऊक आहे की,
पाण्याच्या एका थेंबातसुद्धा अख्खा महासागर सामावलेला असतो.

– कबीर (१५१८)

ऋणनिर्देश

हे पुस्तक लिहिणे म्हणजे प्रेमात पडण्यासारखेच – सुलभ आणि रोमांचक – असेल असाच विचार मी सुरुवातीला केला होता. यथावकाश माझ्या लक्षात आले की, दोन्ही बाबतींत माझा विचार पार चुकीचाच होता. पुस्तक लिहायला सुरुवात केली तसं मला जाणवलं की, माझ्या एकट्याची प्रेरणा या कामासाठी पुरेशी नाही. माझी इच्छा नसेल तेव्हासुद्धा मला लिहायला बसावंच लागत होतं. असे अनेकजण आहेत की, ज्यांना मी माझं हे स्वप्न सांगितलं आणि त्यांच्याकडून उदंड प्रोत्साहनपर प्रतिसाद मिळाला. हे पुस्तक आकारास येण्यासाठी तीन वर्षांचा कालावधी लागला आणि या दरम्यान अनेकजणांनी नानाविध प्रकारे मला बहुमोल सहकार्य केले. कुठलाही विशिष्ट प्राधान्यक्रम न ठेवता मी त्यांचा उल्लेख येथे करू इच्छितो.

माझ्या आयुष्यातील अनेक प्रेरणादायी लोकांचे मी आभार मानू इच्छितो. कबीराचा धांडोळा घेत असताना या लोकांनी दिलेली प्रेरणा, सकारात्मक विचारांची ऊर्जा सतत माझ्या सोबत होती; माझे आजोबा अर्जुन सिंग, बी-स्कूलमधील माझे अभ्यासक्रम संचालक आशुतोष भूपटकर, कमाल व्यक्तिमत्त्व असलेले हिम्मत सिंग आणि अनेक वर्षे माझे वरिष्ठ असलेले माझे बॉस सुशांतो मुखर्जी.

काही गोष्टी हातातून निसटत असतानाच्या काळात माझ्या परिवर्तन व्यवस्थापन अभ्यासक्रमातील सहयोग्यांनी मला सावरून धरले. तुम्हा सर्वांचे मनापासून आभार : वसू, अतुल, अरिंदम, हेमंत, कोमल, लेस्ली, योगी, अजय, राजेश, एस. डेव्हिड आणि कर्नल पॅट्स.

माझे बालपण झिंकपानी जिल्ह्यातील छोट्याशा खेड्यात गेले. माझे कुटुंबीय, मित्रपरिवार तिथे आहेत आणि तेथील निर्मळ, निवांत जीवनशैली ज्यामुळे मला कबीराची अनुभूती घेणे खूप सुकर झाले. खूप खूप आभार झिंकपानी!

जेव्हा कोणी पुस्तक लिहायला घेतो, त्याच्या कुटुंबीयांना खूप मोठी किंमत चुकती करावी लागते. गुरबानी, कीरत आणि अनू मी तुमचा आभारी आहे. तुम्ही केलेल्या बलिदानाच्या बदल्यात हे पुस्तक यथार्थ वाटेल अशी आशा करतो.

आणि आभाराचे शेवटचे शब्द माझे प्रकाशक लीडस्टार्ट यांच्यासाठी – स्वरूप आणि चंद्रलेखा; पुस्तकांच्या माध्यमातून हे जग एक सुंदर जागा बनविण्याची तुमची ही धडपड अशीच सुरू ठेवा! ❑

अनुक्रमणिका

आरंभ

'कबीर इन कॉर्पोरेट्स' हे पुस्तक आजच्या युगातील त्या साऱ्या कर्मचाऱ्यांसाठी आहे, ज्यांचा आपल्या कामाच्या धबडग्याशी दररोज झगडा सुरू असतो. कबीर आणि त्याचे विचार यांचा या पुस्तकात 'व्यावहारिक चातुर्याचा आदर्श ठेवा' म्हणून उपयोग करण्यात आला आहे. शेकडो वर्षांपूर्वी ज्याचा उपयोग मानवी मनाची चिंता, अस्वस्थता दूर करण्यासाठी झाला, तोच हा चातुर्याचा कालातीत ठेवा आजच्या युगात कसा लागू पडतो हे या पुस्तकात सांगण्यात आले आहे. पुढील सुमारे अडीचशे पानांत कबीराचे विचार अशा पद्धतीने मांडण्यात आले आहेत की, त्याचा उपयोग आजच्या कॉर्पोरेट जगतातील कर्मचाऱ्यांना आपली अस्ताव्यस्त झालेली जीवनशैली सुधारण्यासाठी होईल. शिवाय, यातील विचार दैनंदिन जीवनातील गोष्टी सोप्या करून एका अशा केंद्रबिंदूपाशी आणून ठेवतील, ज्यायोगे आपल्या स्वतःच्या अस्तित्वाचे नियंत्रण स्वतःकडे राखणे शक्य होईल.

आज आपल्या सभोवती असे अनेक व्यावसायिक आहेत की, ज्यांनी कठोर मेहनतीने स्वतःच्या नशिबाला आकार दिला आहे; यशाची आणि कार्यक्षमतेची एक बिनतोड पातळी गाठली आहे. तथापि, आपले सहकारी, हाताखालील कर्मचारी आणि दुसऱ्या गटातील सहयोगी यांच्यासोबत अर्थपूर्ण सौहार्दाचे नाते निर्माण व्हावे यासाठी ते झगडत आहेत. हे पुस्तक अशा साऱ्या व्यावसायिक आणि कर्मचाऱ्यांसाठी आहे. त्याचप्रमाणे आपल्याकडे नुकतेच बिझनेस स्कूलमधून बाहेर पडलेले नव्या पिढीतील व्यवस्थापक आहेत; ज्यांना व्यवसायाचे, कामकाजाचे प्रारूप आणि सिद्धान्त सांगण्यात आले आहेत; परंतु लोक, परिस्थिती आणि घडामोडी यांच्याशी

जुळवून कसे घ्यायचे ते शिकवलेलेच नाही. हे पुस्तक त्या नवथर व्यवस्थापकांसाठीदेखील उपयुक्त आहे. आयुष्याची पटकथा जेव्हा सरळसोट असते, तेव्हा पानामागून पाने उलटत जायला ते शिकलेले असतात; पण जेव्हा आयुष्य एखादा गुगली बॉल टाकते, तेव्हा त्याचा सामना कसा करायचा हे कबीर शिकवतो.

प्रत्येक कर्मचाऱ्याला यशस्वी व्हायचे असते; यश हेच आजच्या युगातील प्रचलित चलनी नाणे आहे. यश मिळाले की, प्रयत्न सार्थकी लागतात. महत्त्वाकांक्षा, सक्षमता, गुणवत्ता, वृत्ती, स्थायिभाव आणि तत्सम गुणविशेष अंगी असणे हे यश संपादनासाठी आवश्यक आणि पुरेसे असते, असा लोकांचा ठाम विश्वास दिसून येतो. आधुनिक कर्मचारी एकीकडे यशप्राप्तीच्या मागे धावत असतो, तर दुसरीकडे कामाच्या ठिकाणी असणाऱ्या ताणतणावाशी लढा देत असतो. आज कधी नव्हे इतके कर्मचारी सतत हताश होताना, अस्थैर्याच्या हिंदोळ्यावर हेलकावे घेताना दिसून येतात आणि ताणतणावामुळे उद्‌भवणाऱ्या आजारांनी ग्रस्त झालेले दिसतात.

कामाच्या ठिकाणी चातुर्याने कसे वागावे याबद्दल अनेक पुस्तके, लेख प्रकाशित झालेले आहेत. त्यांपैकी बहुतेक पाश्चिमात्य जगाच्या दृष्टिकोनावर आधारित आहेत. मात्र, अलीकडच्या काळात पौर्वात्य विचारसरणीवर आधारित साहित्य वाढीस लागलेले दिसून येते. तरीही प्रकाशित साहित्य आणि वस्तुस्थिती यामध्ये एक दरी, एक अंतर कायम आहेच. या प्रकाशित साहित्यामध्ये सांगण्यात आलेले ज्ञान हे एक तर खूप सारासार आणि तांत्रिक स्वरूपाचे, 'सगळे काही दहा पायऱ्यांमध्ये' विभागलेले असे आहे. नाही तर मग, खूप जास्त सैद्धांतिक, पाल्हाळ आणि पांडित्यपूर्ण अवजड प्रकारचे तरी आहे. तत्त्वज्ञान आणि पाल्हाळ यातील नाजूक समतोल साधणारे, एकही मार्गदर्शक पुस्तक – जे नुसते अमुक एका प्रकारे वागल्याने काय फायदा होईल हे सांगणार नाही तर त्याच वेळी अमुक एका प्रकारे वागायचे कसे हेदेखील सांगेल – आजमितीस उपलब्ध नाही. सिद्धान्त आणि प्रत्यक्ष कृती यांचे जग एका मुशीत बांधून कबीर अतिशय उत्तमरीत्या ही दरी मिटवण्याचे काम करतो.

मध्ययुगीन संत कवी असलेला कबीर हा त्याच्या सहजसोप्या दोह्यांसाठी आजही जनसामान्यांमध्ये लोकप्रिय आहे; विशेष म्हणजे तो समोरील व्यक्तीला कार्यप्रवण करतो. आपल्या जीवनकाळात त्याने अविचारी कर्मकांडावर टीका केली, प्रस्थापित व्यवस्थेविरुद्ध प्रश्न उपस्थित केले, समाजाला खडबडून जागे केले आणि समाजाच्या बौद्धिक परिवर्तनाचा मार्ग आखून दिला. कबीराचे रोखठोक बोल, मार्मिक टीका आणि जीवनविषयक गहिरे ज्ञान हे आजच्या युगातही दैनंदिन जीवनासाठी आदर्श वस्तुपाठ आहेत.

कबीराच्या विचारांचा आणि दोह्यांचा मार्ग अनुसरणारे हे पुस्तक आजच्या

काळातील कर्मचाऱ्यांसाठी एक मार्गदर्शिका आहे. आपल्या वैयक्तिक आणि व्यावसायिक जीवनातील अस्वस्थता दूर सारण्यासाठी, आव्हानांचा मुकाबला करण्यासाठी आवश्यक ज्ञान आणि उपाययोजना या पुस्तकाद्वारे मिळणार आहे. कॉर्पोरेट कर्मचाऱ्यांच्या सर्व व्यथा-वेदनांसाठी कबीर हा उत्तम वैद्य, डॉक्टर का ठरू शकतो याची विविध कारणे आहेत :

पहिले म्हणजे, एखाद्या व्यक्तीने जगाबद्दल प्रश्न उपस्थित करण्याआधी कबीर त्याला स्वतःला प्रश्न विचारतो. दुसऱ्यावर टीका-टिप्पणी करण्याआधी कबीर प्रत्येक व्यक्तीला आधी तिचे आचारविचार तपासायला सांगतो.

दुसरे म्हणजे, कबीर स्वतः कुठलेही उपाय सांगत नाही. तो तुम्हाला फक्त प्रश्न विचारतो. तो प्रत्येकाला प्रौढ आणि स्वतःची विचारशक्ती असलेल्या सुजाण व्यक्तीसारखी वागणूक देतो. तो प्रवचन झोडत नाही की आपण कोणी मोठी अधिकारी व्यक्ती असल्याच्या तोऱ्यात कानउघाडणीही करत नाही. तो फक्त असे 'विचार' मांडतो, जे विचार करायला भाग पाडतात.

तिसरे म्हणजे, कबीर अतिशय नम्र आहे. स्वतःच्या ज्ञानाचा त्याला अहंकार नाही. कुठल्याही जडबंबाळ सिद्धान्तांच्या किंवा वस्तुपाठाच्या आडोशाने तो बोलत नाही. त्याचे विचार साधे, सरळ-सोपे, उच्च अभिरुचीचे आणि वस्तुनिष्ठ आहेत.

चौथी गोष्ट, कबीर हा विविध पेचप्रसंग हाताळू शकणारा आहे. तो आयुष्यातल्या दुविधेची रूपरेषा व्यवस्थितपणे मांडतो आणि ती कोंडी दूर कशी करायची, याचे ज्ञानही आपल्याला देतो.

आणि अखेरीस सांगायचे तर, कबीराने मांडलेल्या विचारांचे विषय प्रचंड वैविध्यपूर्ण आहेत. एकाग्रता, निर्धार, प्रशिक्षक कसे बनावे, उत्तम प्रकारे ज्ञानग्रहण कसे करावे, त्याचबरोबर यश-अपयश आणि ताणतणाव या तिन्हींचे सुयोग्य व्यवस्थापन कसे करावे, असे विषय असलेले हे विचार आजच्या घडीलादेखील आधुनिक कर्मचाऱ्यांसाठी तेवढेच सयुक्तिक आहेत.

कबीराच्या दोह्यांचे भाषांतर करून त्याचा बोली भाषेतील अर्थ मी येथे मांडला आहेच; पण त्या जोडीला आजच्या जगाशी सयुक्तिक आणि आधुनिक कर्मचाऱ्यांसाठी उपयुक्त ठरेल असा गर्भितार्थ समजावून सांगण्याचे कामही या पुस्तकात केले आहे आणि त्याद्वारे कबीराच्या विचारांचा अनमोल खजिनाच वाचकांपुढे मांडण्याचा प्रयत्न मी केला आहे. एरवी ज्यांनी कधी कबीर वाचला नसता किंवा याआधी सहज कधीतरी कबीराचे विचार वरवर चाळले आहेत, त्यांच्यासमोर या पुस्तकाच्या माध्यमातून कबीर सांगोपांग उभा राहील, अशी मला आशा आहे.

१

चांगल्या नेत्याचे लक्षण

गोष्ट : किरण रावत हा ग्राहकोपयोगी उत्पादने बनविणाऱ्या एका बहुराष्ट्रीय कंपनीत विभागीय विक्रीप्रमुख या पदावर काम करत आहे. सध्या त्याच्या व्यावसायिक आयुष्यात खूप साऱ्या घडामोडी सुरू आहेत. ज्या उत्पादनावर तो काम करतोय, त्या संदर्भात शासनाने नुकताच एक नवीन नियम जाहीर केला आहे. या नियमाचा त्या उत्पादनाच्या विक्रीवर विपरीत परिणाम होण्याची चिन्हे आहेत. किरणच्या हाताखाली काम करणाऱ्या दहा व्यवस्थापकांपैकी दोघांनी आधीच राजीनामा दिला आहे. शिवाय, अशी वदंता कानावर आहे की, आणखी तीनजणांचा नवीन नोकरीचा शोध सुरू आहे. गेली काही वर्षे त्याच्या टीमचे गुणांकन सातत्याने घसरत आहे. विशेषतः स्थैर्य, दिशा, टीममधील एकोपा आणि एकंदर प्रेरणा या पातळ्यांवर किरणच्या टीमला कमी गुण मिळत आहेत. राजीनामा दिलेल्या दोन व्यवस्थापकांच्या 'एक्झिट इंटरव्ह्यू' (नोकरीतून बाहेर पडताना एचआर विभागातर्फे केली जाणारी कारणमीमांसा स्वरूपाची मुलाखत) मधून असे पुढे आले आहे की, दोघेही वैतागून बाहेर पडत आहेत. आपले काम आणि त्याबद्दलची आपली भूमिकाच त्यांना स्पष्ट नव्हती. शिवाय नवीन नियमामुळे निर्माण झालेली संभ्रमाची परिस्थितीदेखील दूर करण्याचा प्रयत्न झाला नाही.

दिवसेंदिवस कंपनीच्या अंतर्गत बैठका अधिक बिकट आणि तणावपूर्ण बनत चालल्या आहेत, कारण कर्मचारी सोडून जाण्याच्या तसेच विक्रीमध्ये घट होण्याच्या परिस्थितीवर नियंत्रण आणण्यात किरणला अपयश आल्याने आता वरिष्ठांचा थेट हल्लाबोल सुरू झाला आहे. सध्याची परिस्थिती धडक मोर्चाने काम करण्याची

नसून त्याऐवजी काही मूलभूत बदल घडवून आणण्याची आहे, असा किरणला पक्का विश्वास आहे; परंतु वरिष्ठ ऐकून घेण्याच्या मनःस्थितीत नाहीत. ते काय वाट्टेल ते करून विक्रीचे आकडे सुधारण्यासाठी किरणला वेठीस धरत आहेत. असमाधानी कनिष्ठ आणि उतावळे वरिष्ठ यांच्या कात्रीत किरण सापडला आहे. यापूर्वी त्याने काही उपाययोजना राबविल्या होत्या; पण त्यांचा एक सयुक्तिक परिणाम हातात येईपर्यंत त्या नेटाने सुरू ठेवल्या नाहीत. दर वेळी किरण वरिष्ठांच्या बैठकीला जाऊन आला की, त्याच्या टीमचा जीव टांगणीला लागलेला असतो.

अशा परिस्थितीत किरण रावतने काय करायला हवे? कबीर त्याची मदत करू शकेल का?

हीरा पाया पारखी, घन मह दिन्हा आन ।
चोट सही फुटा नही, तब पाई पहचान ।।

(हिऱ्याची पारख करण्यासाठी सोनार त्याच्यावर हातोड्याने (घण) जोरदार घाव घालतो; पण असे कितीही घाव बसले तरी जो भंग पावत नाही, तोच अस्सल हिरा असतो.)

खऱ्या नेत्याची ओळख ही बिकट परिस्थितीतच होत असते. उद्योग-व्यवसाय, राजकारण आणि सामाजिक जीवन; क्षेत्र कुठलेही असो, जे विपरीत परिस्थितीवर मात करून एक चांगला पायंडा पाडतात, त्यांनाच ओळख मिळते; मान मिळतो. विपरीत परिस्थिती आश्चर्याचे अनेक धक्के देते आणि तितकेच नेतेही जन्माला घालते.

दुसऱ्या महायुद्धाने विन्स्टन चर्चिल यांना निर्माण केले. भारतीय स्वातंत्र्य चळवळीने महात्मा गांधींना, तर वर्णभेदाने नेल्सन मंडेला यांना निर्माण केले. भारतातील आणीबाणीच्या चळवळीने तर राजकीय नेत्यांची एक पिढीच जन्माला घातली. कृष्णवर्णीयांना समान अधिकार मिळवून देण्याच्या चळवळीमुळे मार्टिन ल्युथर किंग यांचा उदय झाला. विपरीत परिस्थितीला एकच उजळ बाजू असते आणि ती म्हणजे–अशा परिस्थितीत निश्चितपणे असा नेता उदयाला येतो जो वेदना, जुलूम आणि अनागोंदी या साऱ्यावर मात करून नवी दिशा देतो. ‘संकट किंवा पेचप्रसंग कधी वृथा दवडू नये’ अशी म्हण पडली आहे ती उगीच नाही.

कंपन्यांची स्थितीही काही फार वेगळी नसते. औद्योगिक साम्राज्ये अशाच नेतृत्वाखाली उभी राहतात, ज्यांनी एकामागून एक आपत्तींना समर्थपणे तोंड देत स्वतःचे श्रेष्ठत्व सिद्ध केले आहे. आर्थिक निर्बंधांचा कालखंड पार पडल्यानंतरच अंबानी परिवार उदयाला आला; रुटूखुटू सुरू असलेल्या टाटा समूहाला रतन टाटा यांनी आंतरराष्ट्रीय ख्याती मिळवून दिली; आळसावलेल्या ‘आयसीआयसीआय’चे

रूपांतर के. व्ही. कामत यांनी आर्थिक महासत्तेमध्ये करून दाखवले, अशी आणखी कित्येक उदाहरणे आहेत. प्रत्येक उद्योग समूहापाशी स्वतःचा असा एक इतिहास असतो, एक परंपरा असते आणि एक हिरो असतो. हा हिरो म्हणजे बहुतांश वेळा ती व्यक्ती असते, जिने मार्गातील प्रत्येक अडथळ्यावर मात करण्यासाठी बाजी लावलेली असते आणि काही ना काही संकट, पेचप्रसंग कुशलतेने हाताळलेला असतो. किंबहुना खरं सांगायचं तर, बहुतेक वेळा ते कडेलोट होण्याच्या उंबरठ्यावरून परत आलेले असतात किंवा सारं संपलेलं असताना शून्यातून पुन्हा उभे राहिलेले असतात.

कंपनीमध्ये किंवा एखाद्या उद्योगसमूहामध्ये सर्वोच्च स्थानी पोहोचलेल्या आदर्श व्यक्तींच्या जीवनाचा आपण अभ्यास केला तर असे लक्षात येते की, त्यांचे जीवनचरित्र हे केवळ यश, गुणवत्ता आणि क्षमता यांनी परिपूर्ण नाही, तर अफाट चिवटपणा, खंबीरपणादेखील त्या यशोगाथेचा भाग आहे. आधुनिक कंपन्या आपल्या कर्मचाऱ्यांचा अगदी कस पाहतात. बहुतांश कर्मचारी आज ना उद्या या तणावापुढे शरण जाऊन संपतात; पण काहीजण खंबीरपणे पाय रोवतात आणि यशोगाथा कथन करायला शिल्लक राहतात, तेच खरे नेते असतात.

दैनंदिन स्वरूपाच्या किरकोळ पेचप्रसंगांसाठी कंपन्यांमध्ये सामान्यतः 'पेटलंय' किंवा 'आग लागलीय' हे रूपक वापरले जाते. नेते जणू बागेत फेरफटका मारावा तद्वत या 'आगीतून' पुढे निघून जातात. त्यांचा स्थायिभाव आगीकडे 'आग' – जिच्यापासून धोका आहे किंवा घाबरायला हवं – म्हणून पाहूच देत नाही किंबहुना अशा आगीकडे ते स्वतःचे सामर्थ्य सिद्ध करून दाखवायची संधी म्हणूनच बघतात. पाळता येण्यास अशक्य असलेली 'डेडलाइन' (काम पूर्ण करून देण्याची निर्धारित वेळ), कामाची न सुटणारी कोंडी, साऱ्यांची भंबेरी उडवणारी एखादी अनपेक्षित समस्या, हातातोंडाशी येऊन निसटलेले यश, 'कॅच ट्वेंटी टू' स्थिती (कॅच-२२ कॉर्पोरेट जगतात कुप्रसिद्ध आहे. यामध्ये अशी विचित्र परिस्थिती निर्माण होते की, नियमांच्या परस्परविरोधी असण्यामुळे त्यांच्यापासून सुटका करून घेता येत नाही. कॅच-२२ परिस्थिती विसंगत नियम किंवा कार्यावलीमुळे उद्भवते आणि ती चूक असूनही कर्मचारी ती आटोक्यात आणू शकत नाहीत, कारण त्याला विरोध करायचा म्हणजे ते मान्य करायचे असे होते.) सुटण्यास जवळपास अशक्य असा कामाचा तिढा – ही कंपन्यांमधील दैनंदिन स्वरूपाच्या 'आगी'ची उदाहरणे आहेत. ही आग जशी शमते – नवीन हिरोचा उदय झालेला असतो. कॉर्पोरेट जगत हे अशा प्रकारच्या अनेक किस्से-कहाण्यांनी ओतप्रोत भरलेले आहे.

हातोड्याचा घाव पडला की, काचेचे तुकडे होतात; पण पोलादाला आकार येतो. पेचप्रसंगांचा सामना आपण कसा करतो आणि तणावाखाली असताना कसे

वागतो यावरून नेतृत्वगुण ठरतो. नेता आणि सर्वसामान्य व्यक्ती यांच्या स्वभावातील फरक असामान्य परिस्थितीमध्ये ठळकपणे कळून येतो. पुढच्या वेळी कंपनीत जेव्हा पेचप्रसंग निर्माण होऊ लागेल, तेव्हा हे लक्षात असू द्या की, आता आपण कसे वागतोय याकडे कंपनीतील अनेकजणांचे लक्ष लागलेले आहे. वरिष्ठ, सहकारी आणि कनिष्ठ सर्वांचे आपल्याकडे लक्ष असते. त्यांना काय बघायला मिळतंय आणि काय लक्षात राहातंय यानुसार आपली ओळख - प्रतिष्ठा निर्माण होते.

अवघड परिस्थिती शांतचित्ताने आणि दिमाखात हाताळण्यासाठी आवश्यक समतोल वृत्ती हे नेतृत्वगुणाचे अविभाज्य अंग आहे आणि कंपनीचा ताळेबंद व्यवस्थित मांडण्याइतकेच या गोष्टीलाही महत्त्व आहे. जमाखर्च-ताळेबंद कसा मांडायचा, बाजारपेठेचे अहवाल कसे लिहायचे, आर्थिक गुणोत्तर कसे आखायचे हे सगळं आपल्याला बी-स्कूलमध्ये शिकवतात; पण विपरीत परिस्थितीमध्ये शांत चित्ताने आणि दिमाखात कसे पुढे जायचे हे शिकण्यासाठी आपल्याला कबीराची गरज आहे.

सुब्रतो बागची यांनी लिहिलेल्या 'द प्रोफेशनल्स' या पुस्तकातील एक उदाहरण इथे सांगावेसे वाटते – व्यवस्थापनाने कर्मचारी विकास उपक्रमाचा भाग म्हणून एक मोहीम राबवली. कंपनीतील सगळ्या कर्मचाऱ्यांना एकाच बसमध्ये बसवून दूरच्या ठिकाणी घेऊन जाऊ लागले. वाटेत एका ठिकाणी बस थांबली आणि 'चिडलेल्या' गावकऱ्यांनी बसवर 'अचानक' हल्लाबोल केला आणि मग या घटनेतून असे दिसून आले की, ज्या कर्मचाऱ्यांनी हा बिकट प्रसंग निभावून नेण्यासाठी पुढाकार घेतला, त्यांपैकी एकजणही कंपनीतील वरिष्ठ आणि जबाबदार व्यक्तींपैकी नव्हता आणि मग अर्थातच पुढे ज्यांनी त्या प्रसंगात पुढाकार घेतला त्यांना इतरांच्या तुलनेत भराभर बढती आणि पदोन्नती मिळत गेली. अनपेक्षित आणि असामान्य घटनाच खऱ्या नेत्यांना पुढे आणतात.

तोल बराबर घूघची, मोल बराबर नाहि ।
मेरा तरा पटतरा, दीजे आगी माहि ।।

(सोन्याचा तुकडा एका गोगलगायीला म्हणतो, 'आपल्या दोघांचे वजन, आकार एकसमान असेल; पण मूल्य नाही. जेव्हा आगीची कसोटी लावली जाईल त्या वेळी आपल्या दोघांमधला खरा फरक कळून येईल.' आगीमध्ये तापवल्याने सोने झळाळून उठते; पण गोगलगाय जळून खाक होते.)

जगात 'पुढारी' असतात आणि खरे नेतेही असतात. आजकाल 'नेतृत्व' या विषयावर खूप मोठा भर असल्याचे सगळीकडे दिसून येते. पूर्वी माहिती हा सामर्थ्याचा स्रोत असायचा आणि तोच नेतृत्वाचा पाया असे. अचूक आणि वेळेवर

मिळणारी माहिती ज्यांच्यापाशी असेल, ते नेतृत्वस्थानी विराजमान होणार हे सोपे समीकरण होते. पुढे यात बदल झाला. माहितीचा उपयोग ज्ञान आणि कौशल्यविकास यासाठी कसा केला जातो, याला महत्त्व प्राप्त झाले. केवळ माहिती गोळा करून उपयोग नाही, तर मिळालेल्या माहितीचा उपयोग कसा केला जातो हे अधिक महत्त्वाचे बनले. आपल्या सभोवती पाहिल्यास हे तुमच्या लगेच लक्षात येईल. शिक्षण संस्थांची वाढती संख्या, अधिकाधिक अभ्यासक्रम, पुस्तके, शिकवण्या आणि अधिकाधिक संशोधन आजमितीस उपलब्ध होत आहे. हे सगळेजण कौशल्यविकास, ज्ञान आणि वृत्तीची जडणघडण याद्वारे तुमचे रूपांतर आम्ही एका कुशल नेत्यामध्ये करू अशी आश्वासने देत आहेत. हे अभ्यासक्रम आणि अभ्याससाहित्य मुक्त असून 'फी भरण्याची क्षमता' असलेल्या प्रत्येकासाठी खुलेपणाने उपलब्ध आहे; त्यामुळे 'पुढारी' आणि 'खरे नेते' यांच्यातील फरक आक्रसत चालला आहे; परंतु या दोघांमधील दीर्घकाळ टिकणारा, उसना घेता न येण्याजोगा आणि एकमेवाद्वितीय असा फरक म्हणजे ज्ञान – एकमेव अशी गोष्ट जी पुस्तकी माहिती अपुरी पडल्यानंतरदेखील दिमाखात शिल्लक राहते.

माहितीच्या आधारे आपण दैनंदिन समस्या सोडवू शकतो; पण नव्या अनपेक्षित समस्यांचा मुकाबला करण्यासाठी अंगी ज्ञान-चातुर्य असणे गरजेचे ठरते. हे म्हणजे पुस्तक वाचून, चित्रपट अथवा पॉवर पॉइंट प्रेझेंटेशन बघून जंगलात शिरण्यासारखे आहे; पण त्याचा तिथे काही उपयोग नसतो. जंगलात वावरताना फक्त आपली अंतःप्रेरणा आणि चातुर्य यांचाच सहयोग मिळत असतो. नेतृत्वाचेदेखील तसेच असते. वाचन करणे, संकल्पना समजून घेणे आणि संशोधन करणे याचा फायदा नक्कीच होतो; पण त्यामुळे यशाची खात्री मिळत नाही. त्यासाठी तुमच्याकडे ज्ञान-चातुर्य असणे गरजेचे ठरते.

कोणत्याही कंपनीतील वरिष्ठ जागेसाठी प्रचंड स्पर्धा असते. कर्मचाऱ्यांच्या महत्त्वाकांक्षा बरेच वेळा एकमेकांना आडव्या जातात. काही प्रसंगांमध्ये केवळ परिस्थितीचे तानमान बघून अंदाजाने निर्णय घ्यावा लागतो. कित्येकदा एकाच टीममधील एकसमान शैक्षणिक गुणवत्ता आणि कार्यक्षमता असलेले, तोलामोलाचा अनुभव असलेले सहकारी एकाच वरिष्ठ पदाचे दावेदार असतात; त्यामुळे त्यांपैकी खऱ्या नेत्याची खूण पटण्यासाठी त्यांनी अग्निदिव्य पार पाडणे आवश्यक ठरते. बाकी सर्वच आघाड्यांवर एकसमान असलेल्या त्या दोन उमेदवारांना जेव्हा एखाद्या आपत्तीचा सामना करावा लागतो, तेव्हा त्यांच्यातील खरा फरक दिसून येतो. वृत्ती, स्थायिभाव, मनाचा समतोल, शांतचित्त वर्तणूक, सभ्यता आणि मुत्सद्दीपणा या गुणवैशिष्ट्यांद्वारे सच्च्या नेत्याची ओळख पटते. कोणत्याही मोजमापाद्वारे किंवा निकषांची पट्टी लावून हे गुणविशेष मोजता येत नाहीत, तर विवक्षित परिस्थितीतून

पार पडल्यानंतरच ते प्रकट होतात.

सोने आगीमध्ये टाकल्यानंतर झळाळून उठते. कबीराचे हे विचार मान्य असतील तर, पुढच्या वेळी जेव्हा एखादा पेचप्रसंग उद्‌भवेल, तेव्हा तुम्ही लोकांना सद्‌भावनापूर्वक, न्यायीपणाने आणि हळुवारपणे वागणूक द्या. विपत्ती आणि अनागोंदीला स्वतःवर कुरघोडी करू देऊ नका. त्यामधूनच तुमचे वेगळेपण आपोआप सिद्ध होईल.

एखाद्या व्यक्तीचा खरा स्थायिभाव आणि दिखाऊ स्थायिभाव यामध्ये खूप फरक असतो. प्रत्येक नेत्याला जे गुणधर्म आपल्यामध्ये असावेत असं वाटत असतं, तेच तो संभाषणात, मुलाखतीत आणि जाहीर भाषणात सांगतो आणि मग ते गुणधर्म त्याला चिकटतात. मात्र, पुढे जेव्हा एखादा आणीबाणीचा प्रसंग उद्‌भवतो, तेव्हा त्याचे हे गुण किती खरे, किती खोटे याची आपोआप पडताळणी होते. जेव्हा वातावरण बिघडते, तेव्हा नेता आपले खरे रंग दाखवू लागतो. तो किती नम्र आहे, इतरांचा आदर करणारा आहे, प्रेरणादायी आहे, कार्यप्रवण करणारा आहे; सर्वांना सोबत घेऊन पुढे जाणारा आहे – या सगळ्याचा खरा कस जेव्हा 'आग पेटते' तेव्हाच दिसून येतो.

ब्रह्मण गुरू है जगत का, संतन का गुरू नाहि ।
अरुझि परूझि के मर गये, चारो बेद माहि ।।

(ज्याच्याकडे नुसती माहिती असते तो जगाला शिकवू शकतो; पण ज्ञानी लोकांना नाही, कारण त्यांची माहिती ही केवळ पुस्तकी असते आणि त्यांचे सारे मार्ग पोथ्या-पुराणातच अडखळलेले असतात.)

क्रमिक पुस्तक किंवा पोथ्या-पुराणातील माहितीच्या पलीकडे जाणारा नेता असतो. डिजीटल तंत्रज्ञानामुळे माहितीचे संकलन कधी नव्हे इतके सुलभ झाले आहे. अशा प्रकारची संकलित माहिती, तथाकथित 'ज्ञान वाटणारी' पुस्तके, प्रारूपे आणि ती 'दहा टप्पे'वाली मार्गदर्शक गाइड्स या सगळ्याला एक कमकुवत बाजू आहे आणि ती म्हणजे, हे सगळेजण ज्ञानाला एका ठरावीक साच्यामध्ये बांधून ठेवण्याचा प्रयत्न करतात. नवीन पुस्तक, नवीन प्रारूप आपल्याला जुन्याच्या तुलनेत अधिक माहिती देते; पण म्हणजे काय करते? तर एका नव्या साच्यामध्ये बांधून ठेवते, यालाच नेतृत्वाचा सापळा असे म्हणतात.

आपण जेव्हा उपाययोजना सुचविणारे ज्ञान संकलित करतो, तेव्हा आपण त्याला चौकटीत बंदिस्त करून टाकतो. मग ते एकसुरी बनते. एखाद्या साचलेल्या पाण्याप्रमाणे, जे प्रवाही नसल्यामुळे गढूळ बनले आहे. जेव्हा वास्तव घटनांचे संकलन घडते, तेव्हा त्यामध्ये विविध अंगांची क्रिया-प्रतिक्रिया नोंदली जाते. त्याचे

सिंहावलोकन करताना ती दिसून येते आणि त्यामुळे मग नुसते घटनेचे वार्तांकन न होता आपल्याला हेदेखील कळते की, ते घडल्यानंतर पुढे काय घडलं? त्यामुळेच निर्णयप्रक्रिया शिकविणारे पुस्तक किंवा कार्यअहवाल हे वास्तवाच्या खूप जवळ जाणारे असले तरी ते वास्तव नसतात. खऱ्या जगात, विविध गोष्टींना स्वतःचा विचार असतो. ते एक ठरावीक वहिवाटच अनुसरतील असे नाही. म्हणूनच, एका धावत्या घोड्याच्या पाठीवर बसून समोरच्या हलणाऱ्या दृश्यातील वेगवान आणि सतत बदलणाऱ्या गोष्टीला अचूक लक्ष्य करणे, म्हणजे नेतृत्व होय.

वाचन आणि संशोधन अवश्य करा; पण लक्षात ठेवा की, खरे नेते हे केवळ उपलब्ध माहिती, चालू प्रक्रिया आणि प्रचलित ज्ञान यांचे गुलाम नसतात. सच्चे नेते अतिरिक्त विश्लेषणाच्या तुरुंगात बंदिस्त होत नाहीत. सर्वपरिचित सत्य, गृहीतके आणि सिद्धान्त यांच्या जाळ्यात अडकून पडत नाहीत. खरे नेते पुस्तकांच्या पलीकडे जातात. जेव्हा हातघाईची वेळ येते, तेव्हा सिद्धान्त, सूचना, साचे, प्रक्रिया आणि मार्गदर्शक तत्त्वे यांचा ऊहापोह करत बसायला अजिबात सवड नसते. खरे नेते हे माहितीच्या तुरुंगातील बंदी नसतात तर सर्जनशीलता आणि अंतःप्रेरणा यांचे व्यापारी असतात.

जाति न पूछो साधू की, पूछ लिजिए ज्ञान ।
मोल करो तलवार का, पड़ी रहन दो म्यान ।।

(साधू-संत कोणत्या जाती-कुळातील आहेत याची उठाठेव न करता, त्यांच्या जवळ जे ज्ञान आहे, त्याला महत्त्व द्यावे. तलवारीची धार किती तेज आहे ते महत्त्वाचे, ती धारण करणारे म्यान कोणत्या धातूपासून बनले आहे, याने काही फरक पडत नाही.)

नेते आपल्या हाताखालील लोकांना क्षमतेच्या निकषावर निवडत असतात. आता हे सूर्यप्रकाशाइतकं स्वच्छ असलं तरीही आपल्याला वाटतं तेवढं नेहमीच सुकर राहात नाही. कित्येक वेळा या निकर्षाची प्रत्यक्ष अंमलबजावणी राहून जाते. क्षमतेपेक्षा दुसऱ्याच कुठल्यातरी बाबींचा निर्णयप्रक्रियेवर प्रभाव पडतो. जसे की, शैक्षणिक गुणवत्ता आणि/किंवा कामाचा पूर्वानुभव इत्यादी. चांगल्या मोठ्या संस्था-कंपन्यांमधील लोकांना मोठी संधी मिळते, बहुधा योग्यच न्याय असतो तो. तथापि, आकडेवारीच्या भाषेत बोलायचं झालं तर खरोखर हुशार आणि गुणवान असणाऱ्या प्रत्येक सक्षम जेत्याच्या मागे तेवढ्याच कुवतीचे आणखी किमान एक डझन लोक असतात, ज्यांच्याकडे शिक्षण किंवा अनुभव यांची लांबलचक यादी नसते. चांगले नेते कधीही एकाच साच्याला बांधून घेत नाहीत. भरपूर शिक्षण किंवा अनुभव यांची त्यांना कदर असते; परंतु त्याचा प्रभाव हे नेते कर्मचाऱ्याची खरी गुणवत्ता आणि

क्षमता यांची पडताळणी करताना कधीही आड येऊ देत नाहीत.

त्यानंतर येतो तो म्हणजे उत्तम संभाषण कला (प्रचलित भाषेत 'बोलबच्चनगिरी') आणि झकपक पेहरावामुळे समोरच्यावर पडणारा प्रभाव. एखादी व्यक्ती संभाषणकुशल आहे किंवा उत्तम प्रकारे पेहराव करते म्हणजे तिच्याजवळ तेवढी चांगली गुणवत्ता-बुद्धिमत्ता असेलच असे नाही. एक कुशल नेता या वरकरणी दिखावा नजरेआड करून व्यक्तीच्या अंतरंगातील गुण पाहतो. हे सांगण्यामागे चांगला पेहराव कुचकामी असतो किंवा नीटनेटक्या कपड्यांना काही महत्त्व नसते असे मला अजिबात म्हणायचे नाही. संभाषणकला आणि नीटनेटका पोशाख हे नक्कीच महत्त्वाचे असतात; पण चांगली कामगिरी, कर्तृत्व हे त्यावर अवलंबून नसते, हा मुद्दा मी अधोरेखित करू इच्छितो. चांगले नेते व्यक्तीच्या बाह्यरूपाला नव्हे, तर तिच्या अंतर्गत गुणवत्तेला महत्त्व देतात.

बाह्यरूपाच्या प्रभावाखेरीज नेत्यांना आणखी एका गोष्टीपासून स्वतःला सांभाळावे लागते आणि ते म्हणजे पक्षपात. जात-धर्न-भाषा-प्रांत यापैकी कुठल्याही अथवा या पलीकडील अन्य कोणत्याही गोष्टींमुळे समोरील व्यक्तीबाबत पक्षपात होणार नाही याची दक्षता कुशल नेत्याला घ्यावीच लागते. कॉर्पोरेट जगतात 'ओल्ड बॉइज क्लब' अशी एक संज्ञा आहे. म्हणजे आपल्या आधीच्या कंपनीमधील मित्रांना किंवा एकाच गावातील, जुन्या ओळखीच्या लोकांचा स्वतःभोवती गोतावळा करून त्यांना झुकते माप देणे, संधी देणे. अशा 'ओल्ड बॉइज क्लब'च्या मोहापासून सच्चा नेता स्वतःला कटाक्षाने अलिप्त ठेवतो.

क्षमता आणि गुणवत्ता हे खूप पूर्वीपासून कोणत्याही कंपनीतील परवलीचे शब्द बनलेले आहेत. खऱ्या ज्ञानी-हुशार व्यक्तीची निवड कशी करावी हे कबीराने आपल्याला शिकवले आहे. ज्ञान हीच कोणाही शिक्षिताची खरी ओळख आहे, असा बोध कबीराने केला आहे. तलवार कशा प्रकारच्या म्यानामध्ये ठेवण्यात आली आहे, याने काहीही फरक पडत नाही. तलवारीची धार किती तेज आहे ते महत्त्वाचे! जात-धर्म-पंथ हे ज्ञानप्राप्तीच्या मार्गातील मोठे अडसर आहेत. या गोष्टींवरून एखाद्याच्या ज्ञानाचा अथवा गुणवत्तेचा अंदाज करणे म्हणजे म्यानाची अवस्था बघून आतील तलवारीची पारख करण्यासारखेच आहे.

गुणवत्तेची निवड करताना खऱ्या नेत्याने अतिशय कठोर असायला हवे आणि कुठल्याही प्रकारच्या बाह्य गोष्टींचा प्रभाव आपल्या निवड-निर्णयप्रक्रियेवर पडू देता कामा नये. पक्षपाताची काही उदाहरणे आधीच सांगितली आहेत, त्याखेरीज आणखी एक मुद्दा पक्षपाताला खतपाणी घालणारा असतो. तो म्हणजे, हांजी-हांजी करणारे – तोंडपुजे लोक. हे लोक केवळ आपल्या प्रत्येक गोष्टीला हो म्हणतात, काहीही प्रश्न न विचारता किंवा कारणमीमांसा न मागता सांगितलेले सगळे होयबा

पद्धतीने ऐकतात आणि त्यानुसार वागतात, म्हणून काही वरिष्ठ त्यांची निवड करतात, तर काही वरिष्ठ आपण स्वतः जसे आहोत तशाच प्रकारे वागणाऱ्या लोकांना निवडतात. जर नेता स्वतः सांगोपांग विचार आणि विश्लेषण करून वागणारा असेल, तर तो लोकदेखील असेच निवडतो जे स्वतःच्या 'डाव्या मेंदूच्या' सूचनेनुसार वागतात. (असे मानले जाते की, मनुष्याचा डावा मेंदू हा स्वयंप्रेरणा, विचारशक्ती यांना नियंत्रित करतो.) जर नेता स्वतः भावनिक विचार करणारा आणि सर्जनशील असेल, तर तो उजव्या मेंदूने वागणाऱ्या लोकांना जवळ करतो; पण असे केल्याने आपण आपल्यातील त्रुटी किंवा कमकुवतपणा यांचाच घेराव स्वतःभोवती वाढवून ठेवतोय ही जाणीव त्यांना होत नाही. एकमेकांचे जणू क्लोन वाटतील अशा प्रकारच्या लोकांपेक्षा जे विभिन्न, परंतु एकमेकांना पूरक असतील अशा लोकांची टीम केव्हाही अधिक चांगली ठरते.

बोध

१. नेते बिकटप्रसंग कधी वाया जाऊ देत नाहीत – त्यामध्ये दडलेली संधी हेरून तिचा उपयोग करून घेतात.
२. प्रत्येक आणीबाणीच्या परिस्थितीत एक नेता उदयाला येतो.
३. नेते हे माहितीचे बंदिवान नसतात, ते विचारशक्तीचे व्यापारी असतात.
४. नेते स्वतःला पक्षपातापासून कटाक्षाने दूर ठेवतात.

२

नेतृत्व आणि धैर्य

सूरा के मैदान में, कायर फन्दा आय ।
ना भाजै ना लड़ि सकै, मन ही मन पछिताय ।।

(शूरांच्या लढाईमध्ये भित्रा मनुष्य ओढला गेला, तर तो ना लढू शकतो ना पळून जाऊ शकतो, फक्त पश्चात्ताप करू शकतो.)

नेतृत्व हे धैर्याचे काम आहे. एका मर्यादेनंतर कौशल्य, ज्ञान आणि क्षमता याबाबतींत नेता आणि बाकीचे यांच्यात फारसा काही फरक उरत नाही. ज्ञान आणि कौशल्य यांच्यामुळे निर्माण झालेले वेगळेपण हळूहळू साचेबद्ध होऊ लागते. मग फरक करायचा कसा आणि होणार कशामुळे? इथे दोन गुण येतात : पहिला म्हणजे दिमाख, समतोलपणा, सहनशीलता, भक्कम पाया, मूल्ये हे गुण आणि दुसरा म्हणजे धैर्य.

धैर्य म्हणजे प्रसंगाला निर्भीडपणे सामोरे जाणे, एक खंबीर भूमिका स्वीकारणे आणि निर्णय घेणे. काही लोक आधी गोळी झाडून मोकळे होतात आणि मग नेम लागला का ते बघतात. काही लोक तासन्तास नेम धरून बसतात, गोळी कधी झाडतच नाहीत. धैर्य म्हणजे, लक्ष्याच्या दिशेने बाण सोडून देणे आणि मग येईल त्या प्रसंगाला सामोरे जाणे. प्रत्येक नेतृत्व हे सपक आणि कंटाळवाणे असू शकते. उपलब्ध अनेक पर्यायांमधून एक वाट निवडणे आणि एका विशिष्ट प्रकाराने अमुक एक गोष्ट करणे म्हणजे धोरणीपणा होय; पण प्रसंगी काहीच न करणे म्हणजेसुद्धा धोरणीपणा असतो. प्रसंगानुरूप योग्य पर्याय निवडणे म्हणजे धैर्य होय.

चला, एक उदाहरण बघू या. एखाद्या वस्तू किंवा उत्पादनाबाबत निर्णय घेताना धैर्य लागते, कारण ती वस्तू लोकांना आकर्षित करेल किंवा नाहीसुद्धा! एखादे उत्पादन विशिष्ट प्रकारे तयार करण्यासाठीसुद्धा धैर्य लागते; कारण उत्पादन निर्मितीचा कदाचित तो सर्वांत प्रभावी प्रकार नसूही शकतो. ते उत्पादन तयार करण्यासाठी ठरावीक लोकांची टीम नियुक्त करायला धैर्य लागतं; कारण उत्पादन आणि प्रक्रिया यांच्यापेक्षाही लोकांची निवड अनेकदा वाया जाते. काही धरून ठेवायला धैर्य लागते, तसेच काही सोडून द्यायलादेखील धैर्य लागते. एखाद्या व्यक्तीला कामावर घेताना विश्वास, भरवसा ही भावना प्रबळ असते; परंतु एखाद्याला कामावरून काढून टाकण्यासाठी धैर्य आवश्यक असते. टीममध्ये काम करताना इतरांच्या चुका, निष्क्रियता ठामपणे मांडायला धैर्य लागते. प्रतिक्रिया देण्यासाठी धैर्य लागते. प्रतिक्रिया स्वीकारण्यासाठीही धैर्य लागते. गोष्टी जशा असायला हव्यात, तशा राखण्यासाठी धैर्य लागते; पण गोष्टीत बदल घडवून आणण्यासाठीदेखील धैर्य लागते. विरोध करायला, उघड मत व्यक्त करायला, वेगळे उभे राहायला धैर्य लागते. थोडक्यात सांगायचे तर : नेतृत्वाचे दुसरे नाव धैर्य!

आणखी माहिती मिळावी किंवा सुस्पष्टता यावी यासाठी चालढकल करणे, वेळ लावणे किंवा वाट पाहणे नेत्यांना जमत नाही. संपूर्ण माहिती हाताशी येईपर्यंत काही न करता ते नेहमीच थांबून राहू शकत नाहीत. अपुऱ्या किंवा उपलब्ध माहितीच्या आधारे निर्णय घेणे आणि जसजसे पुढे जाऊ तसतसे शिकून त्यामध्ये सुधारणा करत जाणे म्हणजे व्यवस्थापन होय. घरातून बाहेर पडण्याआधीच आपण जर चौकातील सिग्नलवर हिरवा दिवा लागण्याची वाट बघत बसलो, तर आपण घराची एक पायरीसुद्धा कधीच ओलांडू शकणार नाही.

त्यामुळेच, कबीर असे म्हणतो की, नेतृत्वाच्या खेळात कमकुवत मनाच्या, चिंतातुर आणि 'जर-तर' विचार करणाऱ्यांचे काहीच काम नसते. नेता परिस्थितीला सामोरा जातो. अंगावर आलेल्या बैलाचे शिंग धरतो, शक्य तेवढी माहिती जाणून घेतो; पण निर्णय घेताना कधीही कच खात नाही.

सर्वांना वंदनीय अशा टाटा समूहाने एक लाख रुपये किमतीची कार बाजारात आणण्याचे ठरवले. छिद्रान्वेषी लोक हसले, कुचेष्टा केली; तर नकारात्मक लोकांनी उपहास केला; पण अडथळ्यांची शर्यत पार करून २००९ मध्ये 'नॅनो' आली. टाटा समूहाने घेतलेला हा एक खूप धैर्याचा निर्णय होता; जो खर्चाचे आव्हान, तंत्रज्ञान, सभोवतालची परिस्थिती आणि धारणा या सर्व अडथळ्यांना यशस्वीपणे पार करून सिद्ध झाला. आजवर पारंपरिक पद्धतीने काम करणाऱ्या टाटा समूहात या निर्णयाने प्रगती आणि बदलाचे नवे वारे आणले, ज्या आधारे या समूहाने पुढे आंतरराष्ट्रीय पातळीवरदेखील खरेदी व्यवहार केले.

महिंद्रा आणि महिंद्रा ही वाहन उद्योगातील जुळणी करणारी एक कंपनी होती आणि प्रामुख्याने शेतीशी निगडित उपकरणे आणि वाहने निर्माण करणारी कंपनी अशी तिची ओळख होती. जेव्हा या कंपनीने 'स्कॉर्पिओ' ही कार तयार करण्याचे आणि त्यायोगे प्रवासी वाहन निर्मिती क्षेत्रात उतरण्याचे मनसुबे जाहीर केले, तेव्हा अनेकांनी कंपनीच्या क्षमतेबद्दल शंका व्यक्त केली; पण शंका घेणाऱ्यांना कल्पना नसेल अशी एक गोष्ट कंपनीच्या नेत्यांकडे होती – निर्णय घेण्याचे आणि तो सार्थ ठरविण्याचे धैर्य. स्कॉर्पिओ गाडीला उदंड यश मिळाले आणि त्या जोरावर महिंद्रा आणि महिंद्रा कंपनीने गाड्यांची आणखी यशस्वी मॉडेल्स सादर केली, ज्यापैकी एक म्हणजे लोकप्रिय 'एक्सयुव्ही ५००'.

एखाद्या कंपनीमध्ये चालणाऱ्या अंतर्गत चर्चा दरवेळी अशा भव्यदिव्य योजनांबाबतच्या असतील असे नाही. अनेकदा त्या छोट्या छोट्या गोष्टींशी निगडित असतात; पण तरीही त्या मांडण्यासाठी मोठी हिंमत लागते. आपले मत समोरच्या व्यक्तीच्या विरोधातील आहे किंवा ते मांडल्याने त्याच्या हितसंबंधांना बाधा निर्माण होऊ शकते, आपल्यात आणि त्या व्यक्तीमध्ये वितुष्ट येऊ शकते या सगळ्याची कल्पना असतानाही आपण आपले मत स्पष्टपणे कसे मांडू शकतो? समोरच्या कंपूविरोधात आपले मत किंवा निर्णय जाणार आणि त्यामुळे ती चौकडी आपल्यावर डूख धरणार याची खात्री असताना एखादी व्यक्ती निःष्पक्षपाती, अराजकीय आणि सत्याची कास धरून कशी राहू शकते? समोरच्या शक्तिशाली, सामर्थ्यवान व्यक्तीला तुम्ही चुकीचे आहात, तुमचे विचार कालबाह्य आहेत हे आपण न डगमगता कसे सांगू शकतो? तुझ्या भोवती निव्वळ तोंडपुजांचा गोतावळा जमला आहे आणि त्यांना खूप पूर्वीच दूर सारायला हवे होते, हे स्पष्टपणे एखाद्या नेत्याला आपण कसे सांगू शकतो? तुम्ही उपाययोजनेचा जो शोध घेताय तो निरर्थक आहे, कारण समस्येचे मूळ तुम्ही स्वतः आहात, हे आपल्या प्रमुखाला एखादा कसे सांगू शकतो?

सूरा सोइ सराहिए, लडै धनी के हेत ।
पुरजा पुरजा है पडे, तऊ ना छाडै खेत ।।

(जो तत्त्वांसाठी लढतो, तो खरा निधड्या छातीचा असतो. मरण पत्करावे लागले तरी, तो मैदान सोडून पळून जात नाही.)

नेतृत्वातील हिंमत ही पाय रोवून, टिकून राहण्यात असते. तथापि, कॉर्पोरेट जगतातील शिडी चढताना काही अस्वस्थ करून सोडणाऱ्या वास्तवाला सामोरे जावे लागते. पहिले म्हणजे, तुम्ही जेवढे उच्चपदावर जाल तेवढा एकाकीपणा वाट्याला येतो. दुसरे म्हणजे, या ठिकाणी मित्र नसतात; असतात ती फक्त पदं आणि

हितसंबंध. तिसरे म्हणजे, तुम्ही फक्त काही ठरावीक गोष्टीच स्वतः थेटपणे करू शकता; परंतु घडणाऱ्या प्रत्येक गोष्टीला तुम्ही जबाबदार असता.

धडाडीने काम करणाऱ्या आणि आपले दैव घडविणाऱ्या व्यक्तींच्या लवकरच असे लक्षात येते की, पदोन्नतीच्या पिरॅमिडवर ते जसजसे वर चढत जातात, तसतशी कामे पार पडण्याच्या बाबतीत त्यांची स्वतःची सक्रिय भूमिका हळूहळू कमी होत जाते. धोरण स्पष्ट व्हायला वेळ लागतो. बदल रुजायला वेळ लागतो. उपक्रमांना स्वतःचे असे एक अर्धे आयुष्य असते. अत्यंत वेदनादायी अडचणी येतात, चटकन नैराश्य येते; त्याखेरीज कोणत्याही बदलाला प्रारंभी विरोधच करण्याची उपजत मानवी प्रवृत्ती असते; या सगळ्याला पार करून सच्च्या नेत्याला अढळपणे कार्यरत राहावे लागते. नेत्यांना लवकरच अशी जाणीव होते की, ते तिहेरी कैचीत सापडले आहेत : एक म्हणजे लोकांना बदल किंवा नवीन काही करायला सांगितलेले आवडत नाही; दुसरे म्हणजे जरी त्यांनी मनाविरुद्ध या नव्या मार्गावरून चालायचे ठरवले तरी त्यामधून लक्षणीय असे लाभ दिसून यायला खूप वेळ लागतो किंबहुना अनेकदा असे लाभ दिसूनच येत नाहीत. मग याच गोष्टीचे भांडवल करून टीम ते काम अथवा उपक्रम अर्ध्यावरच सोडून देऊ बघतात आणि तिसरे म्हणजे, भोवतालच्या वातावरणात अनेक आश्चर्याचे धक्के दडलेले असतात जे नेत्यावर कधीही येऊन आदळू शकतात.

धीराने आणि हिमतीने काम करणारा नेता कधीही या सगळ्याला शरण जात नाही. तत्त्वाच्या आधारावर तो या सगळ्याशी लढा देतो, मग कितीही वेळ का लागेना. कृती आणि गतीच्या पायडलवर पाय घट्ट रोवून, धरत तो चिवटपणे उभा राहतो. नैराश्य, अचानक येणाऱ्या अडचणी किंवा शेवटच्या क्षणी उद्भवणाऱ्या अडथळ्यांमुळे तो स्वतःला धक्का पोहोचू देत नाही. आपल्या मतावर आणि जागेवर ठामपणे उभे राहण्यासाठी दुसऱ्याच्या भूमिकेतून विचार करण्याची आणि तरीही नावीन्याला चालना देण्याची क्षमता अंगी असावी लागते; पण त्यापेक्षाही जास्त काय असावे लागत असेल, तर ते म्हणजे धैर्य. कल्पकता आणि समस्यांचे निराकरण यांना धैर्याच्या स्रोतामधून चालना देणारे इंधन पुरविले जाते; पण याच्या उलट प्रवास मात्र कधीच होत नसतो. समस्या सोडविण्यात तरबेज असणारे लोक निश्चितच कल्पक असतात; पण त्यापेक्षाही जास्त ते धैर्यशाली आणि हिंमतवान असतात.

१९८९ मध्ये रिलायन्सच्या बाणगंगा प्रकल्पामध्ये झालेला स्फोट आणि त्यानंतर आलेला पूर यातून सावरायला आणि प्रकल्प नव्याने सुरू करायला १०० वर्षे लागतील असे तज्ज्ञांचे मत असताना, प्रत्यक्षात घटनेनंतर फक्त २१ दिवसांच्या विक्रमी वेळात त्या प्रकल्पाचे कामकाज पुन्हा कसे सुरू झाले, ही आज एक

दंतकथा बनली आहे. तरुण आणि तडफदार मुकेश अंबानीने त्या वेळी अपरिमित धैर्य दाखवले आणि काहीही झाले तरी हार न मानण्याची वृत्ती ही आज त्याचा 'हॉलमार्क' बनली आहे.

दैनंदिन पातळीवर व्यवस्थापक आणि नेते यांना अनेकविध आव्हानांना तोंड द्यावे लागते. काही अडचणी ते करत असलेल्या प्रकल्पाशी निगडित असतात, तर काही त्यांच्या हाताखालील अथवा वरिष्ठ व्यक्तींशी संबंधित असतात. अनेकजण मान्य करतील की, व्यक्तिनिष्ठ अडचणींच्या तुलनेत प्रकल्पाशी निगडित समस्या हाताळायला अधिक सुकर असतात. अवडंबर म्हणून तयार झालेल्या व्यक्ती आणि उगाच अडून बसणारे वरिष्ठ अधिकारी यांना तोंड देणे कर्मकठीण असते. त्यांच्यासोबत काम करणे आणि जेव्हा पेचप्रसंग निर्माण होईल, तेव्हा त्यांच्या कृतीला किंवा मताला विरोध करणे हे मोठे धैर्याचे काम असते.

सूरा नाम धराय करि, अब क्यो डरपे वीर ।
मंडि रहना मैदान में, सनमुख सहना तीर ।।

(स्वतःला धैर्यशाली हे बिरुद लावलंत की, मग तुम्ही घाबरून माघार घेऊ शकत नाही; युद्ध मैदानात ठामपणे उभं राहून, समोरून येणारा बाणांचा वर्षाव झेलणं हे क्रमप्राप्त ठरतं.)

स्वर्गात जायचं असेल, तर एकच गोष्ट करायला हवी; मरायला हवं. फक्त महाभारतातील युधिष्ठिर हाच एकमेव सदेह स्वर्गारोहण करू शकला असे सांगितले जाते. कोणत्याही परिस्थितीचा ताबा स्वतःकडे घेऊन नेतेपद सिद्ध करायचे असेल, तर अंगी असीम धैर्य असायला हवं. त्याला पर्याय नाही. कुंपणावर बसून परिस्थितीच्या दोन्ही बाजूंचे नुसते अवलोकन करणारा आणि स्वतःची कातडी शाबूत ठेवू पाहणारा कोणीही कधीच यशस्वी होऊ शकत नाही. लेखक आणि भविष्यवेत्ता बॉब जोहान्सनने एक छान संज्ञा वापरली आहे. तो म्हणतो, आपण सारे 'व्हुका' – VUCA दुनियेत जगतो : Volatile (अस्थिर), Uncertain (अनिश्चित), Complex (किचकट) आणि Ambiguous (संदिग्ध). या व्हुका जगात टिकून राहायला आणि आघाडी घ्यायला ज्ञान आणि कौशल्य हे गुण निश्चितच गरजेचे असतात; पण त्यापलीकडे जाऊन एक गुण आवश्यक ठरतो तो म्हणजे धैर्य. आपण जर एक निश्चित भूमिका आणि निर्णय घेण्यास असमर्थ असू, अवघड निर्णय घ्यायला कचरणारे असू, ठाम कृती करायला मागेपुढे पाहत असू, मनाची खूप जास्त चलबिचल होणारे असू, तर आपण नेतृत्वाच्या स्थानावर अजिबात टिकून राहू शकत नाही.

धैर्यशाली व्यक्तींना कबीर आवर्जून सांगतो : जर तुम्ही स्वतःला लढवय्या म्हणवून घेत असाल तर मग कुठल्याही प्रकारची भीती किंवा कुचराई यांना वाव

राहात नाही. रणधुमाळीत खंबीर उभे राहणे आणि समोरून येणारा बाणांचा व भाल्यांचा वर्षाव झेलणे हे वीराचे प्राक्तन असते.

जर तुम्ही नेता असाल किंवा नेता बनू इच्छित असाल, तर ठाम निर्णय घेण्यात अजिबात कुचराई करू नका. अंतर्गत तसेच बाह्यपातळीवरील 'व्हुका' जगाचा सामना करावा लागणे हे प्रत्येक नेत्याचे प्राक्तन आहे. अंतर्गत दुनियेत कार्यप्रणालींचा झगडा होत असेल, स्वतःची खोटी प्रतिष्ठा जपण्यासाठी लोक सभोवती अडचणींचे खंदक खणून ठेवत असतील, केवळ जुने हितसंबंध किंवा सामाजिक मुद्द्यांना महत्त्व देऊन अकार्यक्षमतेकडे काणाडोळा केला जात असेल किंवा सर्वांत महत्त्वाचे म्हणजे समस्या सोडविण्यासाठी नियुक्त केलेला वरिष्ठ गट हा त्या समस्येचाच एक भाग असेल किंबहुना स्वतःच समस्या असेल. बाह्य दुनियेत एतद्देशीय किंवा आंतरराष्ट्रीय अर्थव्यवस्था तुम्हाला त्रासदायक ठरत असेल, नवे-जुने नियम तुमच्या योजनांवर पाणी फिरवत असतील, नफेखोरी करून बाजारपेठेतील स्पर्धा शिगेला पोहोचली असेल, नवे खेळाडू बाजारपेठेतील खेळाचे नियमच बदलण्याच्या प्रयत्नात असतील. यापैकी काहीही किंवा सारे काही वाट्याला आले तरी नेत्याला खंबीर, अविचल राहून या साऱ्या शरसंधानाचा सामना करावा लागतो.

एखाद्या नेत्याने या सर्व घटकांबद्दलचा वैताग व्यक्त करून दाखवणे काही फारसे अपवादात्मक नाही. एखाद्याला असे म्हणावेसे वाटू शकते की, : 'स्वर्गात जायची इच्छा कोणाला आहे? त्याने मरणाचा आनंद लुटायला हवा.' जर तुम्हाला संगीत सहन होत नसेल, तर ऑपेरा शोला जाऊ नका. जर तुमच्यामध्ये हिंमत नसेल, तर नेता बनायची स्वप्ने बघू नका. आता कौशल्य किती आणि कसलं हा मुद्दा राहिलेला नाही, धैर्यावरच सारं काही अवलंबून आहे.

सूरा तो सांचै मतै, सहै जु सनमुख वार ।
कायर अनी चुभाय के, पीछै झखै अपार ।।

(शूर इसम तत्त्वांना अनुसरून जगतो, समस्यांना खुलेपणाने सामोरा जातो. दुबळा इसम मात्र पाठीमागे लपून कुजबुज करतो, टोमणे मारतो.)

धैर्य अनेकविध प्रकारांनी प्रकट होत असते. अगदी वैयक्तिक पातळीवर विचार करायचा, तर धैर्य म्हणजे कुठलाही विशिष्ट हेतू न ठेवता पारदर्शक, निःष्पक्ष वर्तन करणे होय. केवळ वैयक्तिक प्रेरणा चुकीची ठरली म्हणून नेता बनण्याची आकांक्षा असलेले कित्येकजण अपयशी ठरतात. हे लोक मूलतः चांगले असतात; पण ते चुकीच्या पद्धती अंगीकारतात. टीममधील सहकाऱ्यांना त्यांच्या पाठीमागे नावे ठेवणे, सगळ्यांसमोर कनिष्ठ सहकाऱ्यांचा पाणउतारा करणे, दुसऱ्याचे श्रेय लाटणे, योग्य वेळी योग्य व्यक्तीला कामाचे श्रेय न देणे, सांघिक काम स्वतःचे

वैयक्तिक श्रेय म्हणून सादर करणे, त्यांच्या वरिष्ठांसमोर त्यांची उगाचच बढाई मारणे या आणि अशा काही चुकीच्या कार्यपद्धतीमुळे नेते अपयशी ठरतात.

दुर्दैवाने हे सगळे अजिबातच विरळा नाही. हे सारे अवतीभवती सर्रास घडून येते. नेत्याच्या प्रतिष्ठेसाठी आणखी काही अहितकारक मुद्दे म्हणजे : चहाड्या करणे, काड्या लावणे, स्वतःच्या वैयक्तिक हितसंबंधांना संस्थेच्या हिताचे दर्शविणे, वशिलेबाजी करणे, स्वतःच्या वैयक्तिक रुचीनुसार लोकांना निर्णय बदलायला भाग पाडणे, निर्णय घेताना दुटप्पीपणाने वागणे. असे वागणाऱ्या नेत्याला त्यामधील खोट जाणवण्याआधीच, त्याबद्दलच्या कंड्या सर्वत्र पिकायला सुरुवात होते आणि मग लवकरच चांगले गुणवान लोक अशा नेत्यांना टाळायला लागतात, वाळीत टाकतात. ज्यांना खोट्या प्रतिष्ठेची हाव लागलेली असते किंवा अशा नेत्यांच्या सान्निध्यामुळे ज्यांना स्वतःचे सामर्थ्य उभे करता येत असते, तेवढेच लोक मग मागे उरतात. चांगले नेते कायमच अस्सल आणि पारदर्शक वर्तणुकीच्या व्यासपीठावर मान उंचावून उभे राहतात. हे शब्द कायम लक्षात ठेवा : खरेपणा आणि पारदर्शकता हाच नेतृत्वाचा पाया असतो.

अनेक नेते अशा प्रकारच्या वर्तणुकीला बळी पडतात, त्याचे कारण म्हणजे धैर्याचा-हिमतीचा अभाव. जे धैर्यवान असतात ते तत्त्वांना खंबीरपणे हाताशी धरून लोकांना तसेच परिस्थितीला चौफेर मोकळेपणाने सामोरे जातात. दुबळे लोक दुसऱ्याच्या पाठीमागे टीका, निंदा करतात. सर्वांत वाईट म्हणजे आपल्याच सहकाऱ्यांच्या पाठीत खंजीर खुपसण्याचे काम करतात. काही चांगले नेतेसुद्धा असे वागण्यास का बरे प्रवृत्त होत असतील?

चुकीच्या मूल्यांचा अंगीकार, असुरक्षिततेची भावना आणि जागरूकतेचा अभाव ही प्रमुख कारणे असू शकतात. लक्षात घ्या, नेता बनण्याआधी तो एक मनुष्यप्राणी असतो. आपले कुटुंब, बालपण, अनुभव, पालकांचा किंवा शिक्षणाचा प्रभाव आदींमुळे आपली एक मूल्यधारणा बनलेली असते. जीवनातील पुढील प्रवासात या मूल्यांना पोहोचलेला धक्का किंवा त्यामध्ये निर्माण झालेली त्रुटी ही सहजासहजी दूर होत नाही. अगदी आपण आघाडीचा नेता बनलो तरी!

दुसरे कारण म्हणजे, असुरक्षिततेची भावना. प्रौढ परिपक्व व्यक्ती, अतिश्रीमंत, धनाढ्य किंवा अतिशय यशस्वी व्यक्ती यांनादेखील पैसा, प्रसिद्धी, सामाजिक स्थान याबाबत असुरक्षिततेची भावना भेडसावत असू शकते. कंपनी, बोर्डरूम, व्यक्तींमधील परस्परसंबंध या सगळ्या गोष्टी मिळून नेत्यासाठी असुरक्षिततेचे मैदान तयार करू शकतात. वैयक्तिक असुरक्षिततेची भावना ही आपली वर्तणूक आणि निर्णयक्षमता यावर विपरीत परिणाम करते; वय आणि बुद्धिमत्ता पुष्कळ असूनदेखील अनेक नेते याबद्दल अनभिज्ञ राहतात.

नेते विचित्र आणि स्वतःच्या पायावर कुऱ्हाड मारून घेणारे वर्तन का करतात, याबद्दलची तिसरी आणि शेवटची कारणमीमांसा म्हणजे प्रचंड क्षमता असूनही त्यांच्यात जागरूकतेचा अभाव असतो. आपला उद्देश आणि कृतीमागे असलेला कार्यकारणभाव याबद्दल नेत्यांना सखोल स्पष्टता असलीच पाहिजे. आपल्या धारणा, गृहीतके आणि मूल्ये यांची मूळ प्रेरणा कोणती याची माहिती त्यांना असायलाच हवी. आपल्या 'विचारांमागचा विचार' कोणता हे त्यांना ठाऊक असलेच पाहिजे. जेव्हा त्यांना हे माहिती नसते, तेव्हा ते योग्य कृती करण्यास असमर्थ ठरतात.

योग्य मूल्ये अंगी बाणलेली असणे, योग्य कृती करणे, असुरक्षिततेच्या भावनेवर मात करणे, आपल्या कृतीची जाणीव असणे आणि सर्वांत महत्त्वाचे म्हणजे सत्यवादी आणि पारदर्शक असणे म्हणजे अंगी धैर्य असणे होय. धैर्य आणि जागरूकता हे दोन असे गुण आहेत की, जे अंगी असतील तर ते तांत्रिक ज्ञानाला पिछाडीस टाकू शकतात. त्यांचा अभाव असलेले नेते अज्ञातात एकाकी खितपत पडतात किंवा आणखी वाईट म्हणजे, नामुष्की – बदनामीला सामोरे जातात, कारण सत्याने आणि न्यायाने वागण्याचे धैर्य त्यांच्यात नसते.

कायर का घर फूस का, भभकी चहुं पछीत ।
सूरा के कुछ डर नहीं, गज गोरी की भीत ।।

(दुबळा मनुष्य वाळलेल्या गवतासारखा असतो, चटकन जळून भस्मसात होतो. शूर इसम मात्र मदमस्त हत्तीलादेखील निडरपणे सामोरा जातो.)

विरोधाचे पहिले चिन्ह दिसता क्षणीच दुबळी व्यक्ती माघार घेते. अनेक नेते डगमगतात, कारण विरोधाला तोंड देण्यासाठी त्यांच्यापाशी भक्कम मुद्दा किंवा दृष्टिकोन नसतो. शिवाय काही नेते असेही असतात की, जरा जास्त वेळ विरोध झाला की, त्यांचा धीर सुटतो. आपल्या मुद्द्यावर ठामपणे अढळ राहण्याचे धैर्य त्यांच्यात नसते.

क्षमता, स्पर्धात्मकता आणि गुणवत्ता केवळ एवढ्याच गोष्टींवर सारे काही अवलंबून नसते. संस्थांतर्गत भुलभुलैयामधून जी व्यक्ती गेली आहे आणि कॉर्पोरेट शिडीवर उच्च स्थानी पोहोचली आहे, अशी व्यक्ती तुम्हाला या संदर्भातील अनेक किस्से सोदाहरण सांगू शकेल. आपल्या नजरेआड एक अदृश्य कंपनी कार्यरत असते. जिथे उलाढाली चालतात, वाटाघाटी होतात, परहस्ते व्यवहार होतात, प्रभाव-दबाव पडतात, पाठिंबे दिले जातात... द्यावे लागतात; त्यामुळे कंपनीत क्षमतेचे मूल्यांकन करणे जेवढे कठीण असते, तेवढेच परिणाम आणि प्रगती ठरविणे अवघड असते. तांत्रिकदृष्ट्या अव्वल असलेले लोक कदाचित वाटाघाटी करण्याच्या कामी अतिशय खराब असू शकतात. त्यांना हे काम नुसते वैतागवाणेच

नाही तर अभिरुचीहीन वाटू शकते. मग हे लोक एकतर अतिशय वाईट प्रकारे अपयशी होतात किंवा काहीतरी गंभीर धोका निर्माण करून ठेवतात.

संस्थेतील ज्ञात आणि अज्ञात वातावरणाशी जुळवून घेण्यासाठी धैर्य कामी येते. कुठलाही पूर्वग्रह मनात न ठेवतादेखील ही बाब अगदी उघड आहे की, जर आपल्याला यशस्वी व्हायचे असेल, आपण हाती घेतलेले काम पार पाडायचे असेल, तर या ज्ञात आणि अज्ञात अशा दोन्ही जगांशी सामना करण्याची हातोटी, त्यासाठीचे धैर्य आपल्या अंगी असायलाच हवे. आपण पडद्यामागे राहून सूत्रे हलवत असल्यामुळे आपला निर्णय आणि मतावर ठाम राहण्याची क्षमता आपल्यात असायलाच हवी. आपल्याला होणारा तुरळक तसेच मोठ्या प्रमाणावरील विरोध दीर्घकाळपर्यंत सोसण्याची, वाटाघाटी करण्याची आणि आपल्या हेतूला पूरक असे वातावरण निर्माण करण्याची क्षमता असायला हवी. या अशा वातावरणात टिकाव धरणे दुबळ्या लोकांना शक्य होत नाही आणि ते व्यवस्थेतून बाहेर फेकले जातात. हिंमतवान नेता हा एखाद्या बलशाली हत्तीसारखा असतो, जो विरोध आणि नकारात्मकता यांच्या भिंतीला बेधडक टक्कर देतो आणि खिंडारही पाडतो.

बोध

१. नेते धैर्यशाली असतात; ते चालढकल, दिरंगाई करत नाहीत. तसेच डगमगतदेखील नाहीत.

२. नेते हिंमतवान असतात; ते खंबीरपणे उभे राहून पारदर्शकपणे परिणामांना सामोरे जातात.

३. नेते धैर्यवान असतात; ते सोयीस्कर विचार न करता, तत्त्व आणि खात्री यांच्या आधारे निर्णय घेतात.

४. नेते हिंमतवान असतात; ते 'कसे-काय' किंवा 'जर-तर' यांचा प्रभाव कृतीवर पडू देत नाहीत.

३

नेत्याचे गुणधर्म

नेता हा नेत्यासारखा असतो. प्रतीकं त्याला नेता बनवत नाहीत. नेतृत्व या संकल्पनेशी विविध प्रकारची प्रतीकं जोडली गेली आहेत आणि दुर्दैवाची गोष्ट म्हणजे स्वतः नेत्यांकडूनच अनेकदा या प्रतीकांनाच गंभीरपणे घेतले जाते. हाताखालच्या टीमचा आकार, अधिकाराखाली असलेल्या विभागांचा आकार, स्वतःचं पद, ज्या कार्यालयात नेते जातात त्याचा आकार, कार्यालय ज्या ठिकाणी आहे ते स्थळ अशा विविध गोष्टींचा या प्रतीकांमध्ये समावेश असतो. एवढंच काय पण नेतृत्वाच्या चिन्हांमध्ये कोणत्या दर्जाच्या विमान कंपनीचा लाभ मिळणार, पार्किंगसाठी असलेले आरक्षण आणि काही काही ठिकाणी तर आरक्षण असलेले प्रसाधनगृह या गोष्टीसुद्धा असतात! अर्थात, या सगळ्या गोष्टींना निश्चितच अर्थ असतो; पण सरतेशेवटी ही सगळी चिन्हं किंवा प्रतीकं ही कार्यालयापुरती मर्यादित असतात. नेतृत्व म्हणजे केवळ या गोष्टी नाहीत; त्यामुळेच नेत्यांनीसुद्धा या बाह्य गोष्टींना फार गंभीरपणे घेता कामा नये. नेतृत्वापेक्षा या गोष्टीतून मिळणाऱ्या लाभांना अधिक महत्त्व देता कामा नये. खरे नेतृत्व हे या प्रतीकांच्या किंवा चिन्हांच्या खूप पलीकडे जाणारे असते. नेता बनण्यासाठी काही महत्त्वाचे गुणधर्म अंगी बाणवावे लागतात.

नेत्याचं उद्दिष्ट मोठं असायला हवं. विविध पातळीवरील नेत्यांना त्यांच्या उद्दिष्टाविषयी विचारून बघा. नफा, बाजारपेठेतील हिस्सा, महसुलातील वाटा अशी उत्तरं तुम्हाला ऐकायला मिळतील. त्याच्या खालच्या स्तरावरील नेत्यांकडून ध्येयं, उपक्रम, नवीन उत्पादनाची निर्मिती ही उत्तरं मिळतील. त्यापेक्षा कनिष्ठ पातळीवरील नेतृत्वाकडून विक्री, उद्दिष्ट, विकास अशी उत्तरं मिळतील. त्यांच्यावर व्यवसायाची

जबाबदारी असते, व्यावसायिक यशाचे ध्येय गाठायचे असते यात शंकाच नाही; पण ज्यांना कालातीत आणि उच्चश्रेणी नेतृत्व भूषवायचं आहे, त्यांनी केवळ आर्थिक आणि संख्यात्मक निर्देशांकाकडे बघून चालणार नाही. खऱ्या नेत्यानं त्यापलीकडे जाऊन अर्थपूर्ण आणि त्यामुळेच अधिक गुणात्मक दिशेनं वाटचाल करण्याची गरज असते.

ही गोष्ट केवळ वरिष्ठ पातळीवरील नाही, तर सुरुवातीच्या काळातील कनिष्ठ पातळीवरील आणि नेतृत्वाची मोठी शिडी चढायची इच्छा असलेल्या नेत्यांनाही तितकीच लागू पडते. वरच्या पातळीवर होणारी त्यांची पदोन्नती ही केवळ संख्यात्मक कामगिरीवरून ठरत नाही. त्यासाठी त्यांची गुणात्मक कामगिरीही मोलाची ठरते. या गुणधर्म, वैशिष्ट्यांचे कबीराने चैतन्यपूर्ण भावासह अगदी तपशीलवार वर्णन केले आहे.

तीर तुपक सों जो लड़े, सो तो सूरा नाहि ।
सूरा सोई सराहीये, बांटि बांटि धन खाई ।।

(हातात शस्त्र घेऊन लढल्यामुळे तुम्ही शूरवीर बनत नाही. आपल्याकडे असलेल्या गोष्टी इतरांबरोबर वाटून घेणाऱ्या योद्ध्याचे कौतुक करा.)

सर्वांमध्ये समान वाटप करणं हा नेतृत्वाचा महत्त्वाचा गुणधर्म असतो. असं असलं तरी प्रत्येक कॉर्पोरेट कर्मचारी तुम्हाला याच्या उलट सांगेल. मानाचे अनुभवी असे वरिष्ठ पातळीवरील नेतृत्व एकतर श्रेय लाटणारे किंवा यशात वाटेकरी नको असणारे असते, असं तुम्हाला जवळपास प्रत्येकजण सांगेल. आधीच्या प्रकारातील नेतृत्वाला आपमतलबी प्रकाराने सतत प्रकाशझोतात राहायला आवडते. एखादे काम, प्रकल्प, कल्पना ही कशी त्यांचीच होती, टीममध्ये काम करणाऱ्यांचा त्याच्याशी काहीही संबंध नाही अशा प्रकारे ते चित्र रंगवतात. नंतरच्या प्रकारातील नेतृत्वाला यशात दुसऱ्यांना वाटा द्यायची इच्छा नसते. अशा प्रकारच्या प्रसंगांमध्ये एक गमतीशीर विरोधाभास दिसून येतो – बहुतांश नेतेमंडळी आपल्या यशाचे प्रसंग सांगण्याच्या बेतात असताना त्यांचे वरिष्ठ मात्र त्यांच्याकडून यशाचे श्रेय लाटण्याच्या प्रयत्नात असतात. टीममधील लोकांकडून मात्र संपूर्णपणे वेगळी गोष्ट ऐकायला मिळू शकते.

यशाचे श्रेय लाटणारे वरिष्ठ नेते क्वचितच त्यांचा हेतू उघड करतात. बहुतेक वेळेला हा खेळ ते सभ्यपणे आणि कपटाने खेळतात. जेव्हा चांगल्या कामाची बातमी संस्थेत वरच्या पातळीवर पसरते, तेव्हा त्या सगळ्यात तुमचं नाव कुठे हरवलं याचा कदाचित तुम्ही विचार करत बसता. ज्या प्रकल्पाचे नेतृत्व तुम्ही करत होतात, त्यामध्ये अचानकपणे तुम्ही केवळ योगदान देणारे बनता. सगळ्यात वाईट गोष्ट म्हणजे आत्तापर्यंत ज्या वरिष्ठाने तुमच्या कामावर टीका केलेली असते किंवा दोष काढलेले असतात, तो नेता तुमच्या प्रकल्पाचा कर्ताकरविता, मार्गदर्शक

असल्याचा दावा करतो. काही काही वरिष्ठ नेते तर बोलतानाही सभ्यपणा दाखवत नाहीत. 'हा प्रकल्प म्हणजे वेळेचा अपव्यय आहे,' 'तुझ्या कल्पना नावीन्यपूर्ण असल्या तरी त्या इथे लागू पडणार नाहीत,' किंवा 'मी ही गोष्ट नेहमी वेगळ्या पद्धतीने केली आहे; त्यामुळे तू म्हणत आहेस त्याप्रमाणे हे काम होणार नाही,' अशा प्रकारची भाषा तुमच्याशी बोलली जाते. त्यात भरीस भर म्हणजे अनेकजण सुधारणेच्या इतक्या कल्पना तुम्हाला देतात की, थोड्याच काळात तो प्रकल्प तुमचा असा राहतच नाही. कोणत्याही कारणाने त्या कल्पनांचा समावेश तुम्ही प्रकल्पात करायला विसरलात की, मग तर देवही तुम्हाला वाचवू शकत नाही. वरिष्ठांच्या कडवट बोलापेक्षा नरकयातना बऱ्या!

कबीर असं सांगतो की, धनुष्य, तलवारी अशी शस्त्रे घेऊन लढणारे हेच सच्चे योद्धे किंवा खरे शूरवीर नसतात, तर आपल्याकडील साधनं सगळ्यांमध्ये वाटून घेणारे सच्चे योद्धे, खरे शूरवीर असतात. तुम्ही जे मिळवता, निर्माण करता, साध्य करता ते सगळ्यांमध्ये वाटूनच घ्यायला हवं. हेच खऱ्या नेत्याचे मूल्य, तत्त्व आणि सिद्धान्त आहे.

ही गोष्ट वाचत असणारे तुम्ही जर एक नेते असाल, तर तुमच्या टीममधील सदस्यांकडून तुम्हाला काय काय मिळतं याचा विचार करा. श्रेय सगळ्यांमध्ये वाटून घेणारे तुम्ही किती दिलदार व्यक्ती आहात असं प्रमाणपत्र स्वतःला द्यायची घाई करू नका. जरा थांबा आणि तुमच्या टीममधले इतर सदस्यही तुमच्यासारखेच मत व्यक्त करत आहेत का हे बघा. वरकरणी तुम्ही श्रेय देताना दिसलात तरी छोटे छोटे शब्द, तुमच्या बोलण्याचा स्वर, देहबोलीतून प्रकट होणारे भाव यातून तुमचा खरा हेतू लक्षात येतोच. श्रेय वाटून घेण्याबाबत तुम्ही खरंच मनाचा मोठेपणा दाखवताय की त्यामध्ये काही खोटेपणा आहे हे तुमच्या टीम सदस्यांना समजू शकतं. सरतेशेवटी, एक नेता म्हणून तुम्हाला स्वतःबद्दल काय वाटतं यामुळे काही फरक पडत नाही, तर तुमची टीम तुमच्याबद्दल काय विचार करते हे जास्त महत्त्वाचं असतं.

सूर चला संग्राम को, कबहुं न देवे पीठ ।
आगे चले पाछे फिरे, ताको मुख नाहि दिठ ।।

(शूर मनाचा माणूस कधीच गोष्ट अर्ध्यावर सोडून देत नाही. मागे-पुढे करणाऱ्या माणसाची कधीच गय करू नये.)

नेते नेहमी निश्चयपूर्वक एखाद्या गोष्टींचा पिच्छा पुरवितात, प्रदीर्घ प्रयत्न करतात. आपल्या उदाहरणातून इतरांसमोर आदर्श घालून देतात. ते कधीच कोणती गोष्ट अर्धवट सोडून देत नाहीत. धोरणनीतीचा भाग नसेल, तर खरे नेते कोणतंच

काम मध्यावर सोडून देत नाहीत. कबीराच्या या दोह्याचा अर्थ वेगवेगळ्या पद्धतीनेही लावता येऊ शकतो. चला, आपण ते सगळे अर्थ बघू या.

काही नेते चंचल, अस्थिर स्वभावाचे असतात. एकतर त्यांची मूळ स्वभाव प्रवृतीच अस्वस्थ असते किंवा स्वतःच्या समजुतीवरच त्यांचा ठाम विश्वास नसतो. या दोन्हीही गोष्टी वाईटच! व्यापक पातळीवर बघायचं झालं तर संस्था कुठे हलणार नसते. हे म्हणजे एक पाऊल पुढे आणि दोन पावलं मागे अशी गत असते. ठरवलेली धोरणं सुसंगत निष्कर्षाप्रत जाणारी नसतात, दुसऱ्याच एखाद्या उपक्रमाची वेळ होते म्हणून हातात घेतलेला उपक्रम तसाच अर्धवट सोडून दिला जातो. याचे परिणाम भयंकर घातक नसले तरी कमी नुकसानकारकही नसतात. चंचल नेत्याच्या हाताखाली काम करणाऱ्या कोणत्याही कर्मचाऱ्याला विचारून बघा, तो त्याचे नैराश्य तुमच्यासमोर मांडेलच.

चंचल, अस्थिर नेत्यांचे खालीलप्रमाणे काही प्रकार असतात –

- **'खात्री नाही' असा एक गट** : तुम्ही रात्रभर जागून तुमच्या नेत्याने करायला सांगितलेले सादरीकरण तयार केलेले असते. दुसऱ्या दिवशी सकाळी त्यात काही बदल सांगितले जातात, दुपारी काही बदल होतात आणि रात्री तुम्हाला आणखी काही बदल सुचविले जातात.
- **'चल, आणखी चांगलं बनवू या' असं म्हणणारा एक गट** : तुम्ही एखादी गोष्ट दहाव्यांदा तयार करून दिलेली असेल तरी काय होतं, ओळखा पाहू? त्यांना त्यात आणखी सुधारणा हवी असते! न राहवून तुम्ही जर 'असं का' असं विचारलंत, तर 'ते शोधण्यासाठीच तुम्हाला पैसे मोजले जातात,' असं उत्तर तुमच्या तोंडावर फेकलं जातं.
- **'काहीतरी कमी आहे' असं मानणारा गट** : यांच्या हाताखाली काम करणं सर्वांत अवघड असतं. एखाद्या कलाकाराप्रमाणे तुमचा नेता ओठ मुडपून घेईल, भुवया उंचावेल, प्रचंड विचार करत असल्याप्रमाणे चेहऱ्यावरून हात फिरवेल आणि तुमच्या तोंडावर 'काहीतरी कमी आहे' हे उत्तर फेकेल. बरोबर आहे तुमचं सर, नक्कीच काहीतरी कमी आहे – तो म्हणजे विचार!

अतिशयोक्ती बाजूला ठेवली, तरी बहुतांश कर्मचाऱ्यांना अशा तऱ्हेच्या एखाद-दुसऱ्या नेत्याच्या हाताखाली काम करावं लागतं. खरं सांगायचं झालं तर नेत्यांच्या मनात नक्की काय आहे आणि त्यांच्या प्रकल्पांकडून किंवा हाताखालच्या लोकांकडून त्यांना नक्की काय हवं आहे याची स्पष्टता असावी, ही कर्मचाऱ्यांची मुख्य अपेक्षा असते. छोट्या मोठ्या गोष्टींत त्यांनी हेलखावे खाऊ नयेत, त्यांची चलबिचल होऊ नये. मोठ्या गोष्टींबाबत जेव्हा त्यांची धोरणं डळमळीत होतात,

तेव्हा संस्था कोलमडतात. छोट्या छोट्या गोष्टींमध्ये मागे-पुढे घोळ घातल्यामुळे हाताखालच्या कर्मचाऱ्यांची अवस्था बिकट होते.

खेत न छोडै सूरमा, जुझै दो दल माहि ।
आसा जीवन मरन की, मन में राखै नाहि ।।

(शूरवीर योद्धा रणभूमी सोडून कधीच जात नाही, त्याला कधीच जीवन-मरणाची तमा नसते.)

नेते कधीच काम सोडून देत नाहीत. दृढ निग्रहाने ते आपल्या कामाला चिकटून राहतात. कामातला रस संपला, कामाप्रतिची बांधिलकी संपली किंवा त्याहून वाईट म्हणजे कामातली प्रेरणाच संपून गेली की, ते काम अर्धवट सोडलं जातं. सच्चे शूरवीर योद्धे रणांगणातून कधीच पळ काढत नाहीत. त्यांना जीवन-मरणाची तमा नसते. परिणामांची तमा बाळगून ते कधीच माघार घेत नाहीत. ते निग्रहाने स्वतःचे काम पुढे सुरू ठेवतात. आणखी एक प्रयत्न करून बघतात.

आधुनिक कंपन्यांमधील नेतृत्व हे नक्कीच कौशल्य, दूरदृष्टी, समजून घेण्याची क्षमता आदी गोष्टींवर आधारलेले असते; पण त्याच वेळी स्वतःमधील समजूतदारपणा अबाधित ठेवून कोण दीर्घकाळ चिकाटीने कार्यरत राहू शकतो, त्यावरही आधारित असते. व्यापारी चक्रांमुळे संस्थांमध्ये उलथापालथ होते, महामंडळांची पुनर्रचना होते आणि बाजारपेठेतल्या नेत्यांची पुनर्व्याख्या केली जाते.

'गुड टू ग्रेट' या आपल्या प्रसिद्ध पुस्तकात जिम कोलिन्सने पंचस्तरीय नेतृत्व या विषयाचा परामर्श घेतला आहे. 'वैयक्तिक विनयशीलता आणि व्यावसायिक इच्छाशक्ती यांच्या अनोख्या मिश्रणातून चिरकालीन महानता उभारली जाते,' असं वर्णन त्यानं केलं आहे. व्यावसायिक इच्छाशक्ती म्हणजे काय याचंही पुढे आणखी वर्णन करण्यात आलं आहे. ते असं '...कंपनीला मिळालेल्या यशाच्या श्रेयाची योग्य वाटणी करण्यासाठी खिडकीतून बाहेर बघा, आरशात बघू नका. म्हणजेच यशाचे श्रेय कंपनीतील इतर लोक, बाह्य गोष्टी आणि नशीब या सगळ्याला द्या. महान कंपनीच्या उभारणीमधील या काही मोलाच्या गोष्टी... कितीही कठीण परिस्थिती आली तरी दीर्घकालीन सर्वोत्तम गोष्टींसाठी न डगमगता संकटांचे निराकरण करणं हे खरं नेतृत्व.' पंचस्तरीय नेतृत्व निभावणारे नेते हे खऱ्या अर्थाने कबीराच्या शूरवीर योद्ध्याप्रमाणे असतात.

आजच्या घडीला कार्यरत असणारे बहुसंख्य नेते हे वावटळीत सापडल्यासारखे भासतात. आपले काम स्थगित न करता किंवा त्याचा वेग कमी न करता सच्च्या

योद्ध्याचे गुणधर्म टिकवून ठेवणे ही सोपी गोष्ट नाही. कोणत्याही कारणासाठी तो मध्येच रणांगणातून माघार घेऊ शकत नाही. अनिश्चितता हेच तर युद्धाचे अंगभूत वैशिष्ट्य आहे. नक्की ठोकताळे बांधता येत नाहीत. प्रतिसादासाठी मिळणारा वेळ खूप कमी असतो. या काळातून निभावून जायला नेत्याची वैयक्तिक चिकाटी उपयुक्त ठरते. दुर्दैवाने बी-स्कूलमध्ये अशा प्रकारची परिस्थिती आणि विचारप्रवृत्ती शिकवली जात नाही.

सिर सांटै मा खेल है, सो सूरन का काम ।
पहिले मरना आग में, पीछै कहना राम ।।

(शूर योद्धे स्वतः कृती करतात, आधी स्वतः आगीत उडी घेतात आणि मग देवाचा पुकारा करतात.)

कृती करणारे लोक नेते असतात. आरामखुर्चीत बसून राहण्यापेक्षा आव्हानात्मक काम करणं ते पसंत करतात. कमजोर मनाचे आणि द्विधावस्था असलेले लोक मात्र नेते बनू शकत नाहीत, कारण प्रवासाला निघण्याआधीच त्यांना सगळ्या प्रश्नांची उत्तरं हवी असतात. कृती करताना नेत्याला नियंत्रणात नसलेल्या, अर्थ लावता न येणाऱ्या आणि अंदाज बांधता न येणाऱ्या गोष्टींचा सामना करावा लागतो. नाश्त्याच्या वेळी पेचप्रसंग, दुपारच्या जेवणाच्या वेळी संदिग्धता आणि रात्रीच्या जेवणाच्या वेळी अनिश्चितता त्याच्या समोर असते; पण खरे नेते कृती करण्यापासून मागे हटत नाहीत.

पेचप्रसंग, संदिग्धता आणि अनिश्चितता असताना जेव्हा नेते कृती करतात, तेव्हा त्यांनी आपणहून धोक्याच्या खाईत उडी मारलेली असते; तरीसुद्धा ते काम करतच राहतात, कारण निर्णय घेणं म्हणजेच नेतृत्व हे त्यांना पक्कं ठाऊक असतं. धोका आहे म्हणून निर्णयच न घेणं यात सर्वांत जास्त धोका असतो. टीम, कार्यव्यवस्था आणि संस्था यातील प्रत्येकजण त्याच्या निर्णयाकडे डोळे लावून बसलेला असतो. या निर्णयांमुळे फक्त सद्यस्थितीतील प्रश्न सुटत नाहीत, तर हे निर्णय म्हणजे भविष्यातील निर्देशकही असतात. नेत्याने घेतलेल्या छोट्या मोठ्या प्रत्येक निर्णयाचा मोठ्या टीमकडून अन्वयार्थ लावला जातो. त्याच वेळी प्रत्येक अनिर्णीत गोष्टीचाही अर्थ लावला जातो. ही वाईट गोष्ट आहे.

नेत्याची द्विधा अवस्था होणं, निर्णय घेण्यात चालढकल करणं, निर्णय राखून ठेवणं आणि भागधारकांसमोर त्याचे प्रश्न व त्याची अवस्था मांडण्यात अपयश येणं, ही सर्वांत वाईट गोष्ट असते. आणखी माहितीची गरज, आणखी विश्लेषण, स्पष्टता, आणखी विचारमंथन अशी एक ना अनेक कारणांची यादी या प्रत्येक द्विधा मनःस्थितीसमोर असते; पण वास्तवात यातून फक्त नेत्याची दोलायमान स्थिती दिसून येते. त्याला परिणामांची भीती वाटते, तो धोका पत्करायला तयार नाही असे

चित्र समोर येते. अर्थात, नेत्याने सगळी उपलब्ध माहिती जमा केली पाहिजे, शक्य ते सगळे विश्लेषण केले पाहिजे, योग्य नियोजन केले पाहिजे यात दुमत नाहीच; पण सुस्पष्ट उत्तरासाठी एवढ्याच गोष्टी पुरेशा नसतात. संदिग्ध घटक नेहमीच मागे राहतो. तो नेत्याच्या निर्णयावर सोडलेला असतो. आपल्या मतावर आधारित निर्णय नेत्याने घ्यायचा असतो. केवळ धाडसी कृती महत्त्वाची ठरते. पुढे आपण याची चर्चा करूच.

साधू भूखा भाव का, धन का भूखा नाहि ।
धन का भूखा जो फिरे, सो तो साधु नाहि ।।

(विद्वान मनुष्य ज्ञानाचा, गुणांचा भुकेला असतो; संपत्तीचा नाही. ज्यांना फक्त संपत्ती हवी असते, ते विद्वान नसतात.)

नेते कधीच फक्त भौतिकवादी राहू शकत नाहीत. एका मर्यादेनंतर त्यांची प्रेरणा चेतवलेली राहण्यासाठी एखादा उदात्त हेतू लागतोच. केवळ स्वतःचा फायदा, स्वतःला हवा तो वैयक्तिक मार्ग अनुसरणे, अहंकार जपणारी भावना जोपासणे आणि वैयक्तिक महत्त्वाकांक्षा जोपासत काम करत राहिलं तर खऱ्या अर्थाने शाश्वत टिकणारे नेतृत्व तिथे तयारच होणार नाही. अनेक नेत्यांची प्रतिमा 'लार्जर दॅन लाइफ' अशी उत्तुंग बनलेली असते. त्या वेळी वैयक्तिक आणि संस्थात्मक उद्दिष्टांमधील रेषा पुसट होते. अनेक संस्थांचा इतिहास अशा उदाहरणांनी भरलेला आहे. हा समतोल सांभाळणं खूप अवघड असतं.

काही नेते उच्च नीतिमूल्यं आणि सहकार्य यातून स्वतःची अनन्यसाधारण प्रतिमा निर्माण करतात; पण क्वचितच ती खरी सिद्ध होते. व्यवस्थापनाच्या मधल्या फळीत या अनन्यसाधारण प्रतिमेवर मुळात कोणी विश्वासच ठेवत नाही. वरिष्ठ व्यवस्थापनाच्या फळीत अशी प्रतिमा म्हणजे एक कपोलकल्पित गोष्ट मानतात, तर कार्यकारी संचालक पातळीवर या आख्यायिकेबद्दल सगळे बोलतात; पण कोणाकडेच त्याचा पुरावा नसतो. बहुतांश बड्या कंपन्यांमध्ये असे महान नेते होते किंवा आहेत. जोडीला त्यांच्याइतकेच हुशार तरी फारसे माहीत नसलेले डझनावारी नेतेसुद्धा आहेत. हे नेते पुढे निघून गेले तरी या कंपन्या सुरू राहतात.

दुसऱ्या बाजूला काही नेत्यांना सत्तेची हाव असते, त्यांना सतत बातम्यांमध्ये झळकायचं असतं. स्वतः श्रेष्ठ असल्याच्या भ्रामक कल्पनेत ते राहत असतात. स्वतःला सतत प्रकाशझोतात ठेवण्याच्या नादात प्रसिद्धी आणि स्वतःचे महत्त्व वाढविण्याकडे त्यांचा कल असतो. अशा नेत्यांचा नेतेपदी टिकून राहण्याचा काळ मर्यादित असतो हे सांगायला कोणा भविष्यवेत्त्याची गरज नसते. अर्थात, ते पदावर असेपर्यंत मात्र एकदम प्रकाशझोतात असतात.

कंपन्यांना मोठं कोण बनवतं याबद्दल संशोधन करताना जिम कोलिन्सने 'गुड टू ग्रेट' या त्याच्या पुस्तकात एकदम छान लिहिलं आहे – स्वतःचा करिष्मा असलेल्या, प्रसिद्धीची हाव असलेल्या आणि अहंकेंद्री नेत्यांच्या प्रतिमा अगदी मोठ्या असल्या तरी या नेत्यांमुळे क्वचितच महान कंपन्या निर्माण होतात किंवा त्यांची महानता टिकवून ठेवतात.

खऱ्या नेत्यांना वारसा मागे सोडून जाणारं, स्वतःपेक्षा मोठं काहीतरी निर्माण करण्यात रस असतो. काळाच्या कसोटीवर उतरणाऱ्या उत्तम गोष्टींची निर्मिती करण्याची त्यांची इच्छा असते. ही गोष्ट काही फक्त मुख्य कार्यकारी अधिकाऱ्याबाबत खरी नसते. अगदी कार्यात्मक पातळीवरसुद्धा जर येता जाता नेत्याला अनाठायी महत्त्वाकांक्षेकडून फटके बसले तर येणारी अनपेक्षित संकटं टाळणं अवघड असतं. अकारण टीममधला ताण वाढतो. भीतीमुळे अपेक्षित परिणामही साध्य होत नाहीत; त्यामुळे नेत्याकडून कशाची निर्मिती होईल, हे त्याच्या भावनिक स्थानावर खूप आधारित असतं.

त्यामुळे संस्थात्मक उतरंडीत नेत्याचं स्थान कुठेही असलं तरी आपल्या कामाचं स्थान नक्की कुठे आहे हे त्याला तपासावंच लागतं. जर हे स्थान त्याला माहीत नसेल तर वैयक्तिक काम आणि संस्थेचं उद्दिष्ट या गोष्टी परस्परांना झाकोळून टाकण्याची शक्यता असते.

आषा तजि माया तजे, मोह तजै अरू मान ।
हरष शोक निन्दा तजै कहै कबीर सन्त जान ।।

(अपेक्षा नाहीत, जवळीक नाही, अहंपणा नाही; आनंदोत्सव नाही आणि टीकाटिप्पणीही नाही – हेच विद्वानांचं लक्षण.)

मनाचा अलिप्तपणा ठेवून नेत्याने काम केले पाहिजे. स्वतःच्या हेतूंनी जर ते प्रेरित झाले तर टीम, कार्यव्यवस्था, विभाग आणि संस्था यांना त्याची किंमत चुकवावी लागते. जेव्हा संस्थेतील प्रश्नांबाबत चर्चा, वादविवाद आणि विश्लेषण सुरू असतं, तेव्हा वैयक्तिक मतं आणि स्वतःचं स्थान बाजूला ठेवावं लागतं. अन्यथा तुमच्या मतांचा रंग, पगडा तुमच्या निर्णयावर पडण्याची शक्यता असते.

नेत्यांनी अशा ठिकाणी थांबून निर्णय घ्यायचे असतात, धोरणं बनवायची असतात, स्थान ग्रहण करून कृती करायची असते; जिथून त्यांच्या वैयक्तिक महत्त्वाकांक्षा, आशा-इच्छा, आनंद, दुःख, टीकेची भीती अशा कोणत्याही गोष्टी त्यांच्या दृष्टिकोनाला बाधा आणू शकणार नाहीत. तुमच्या निर्णयावर पगडा असण्याची शक्यता असणारी काही उदाहरणं बघा : वैयक्तिक आवडीनिवडी आणि स्वतःची सोय याचा विचार करून कधीकधी महत्त्वाच्या जागांवरील व्यक्तींची निवड होते. आपल्या पसंतीच्या, सोयीच्या आणि पूर्वपरिचित विक्रेत्यांची (व्हेंडर) निवड केली

जाते. भाषा, प्रदेश आणि धर्म इत्यादी गोष्टींचाही प्रभाव पडत असतो. दुर्दैवाने, यातली प्रत्येक गोष्ट अगदी सर्वसाधारण आहे.

खोलवर रुजलेल्या मानसिक गरजेतून उदयाला आलेली प्रभावी नेतेमंडळी आणखी कठीण असतात. उदाहरणार्थ, मुख्य कार्यकारी अधिकारी पदावरील व्यक्तीने सगळ्या गोष्टी स्वतःच्या ताब्यात घेण्याचा धडाका लावला असेल, तर सत्ताकेंद्री असण्याच्या त्याच्या मानसिकतेचा तो परिणाम असू शकतो. सगळ्या गोष्टींवर आपलेच नियंत्रण आहे हे दाखवण्यापेक्षा स्व-प्रतिष्ठा वाढविण्याचा याहून अधिक चांगला मार्ग काय असू शकतो? दुसरं उदाहरण म्हणजे इतर विभाग अकार्यक्षम असून आपल्या अपयशासाठी कसे जबाबदार आहेत, असं चित्र सतत रंगवणारा विभागप्रमुख! स्वतःच्या आत डोकावून न बघता सगळं खापर त्याला दुसऱ्यावर फोडायचं असतं. टीमचं नेतृत्व करणाऱ्या नेत्याचं उदाहरणही बघता येईल. त्याला स्वतःच्या हाताखाली काम करणाऱ्या कर्मचाऱ्यांकडून त्याच्या प्रति बिनदिक्कत निष्ठेची अपेक्षा असते; पण तो ही गोष्ट विसरतो की, कर्मचारी हे संस्थेशी निष्ठावंत असतात, वैयक्तिक त्याच्याशी नाही. अहंकार व सतत स्वतःला सन्मान मिळावा ही भावना यामुळे स्वतंत्र विचाराच्या टीम सदस्यांकडून त्यांना सहमती मिळू शकत नाही. काही काही नेते कोणत्याही प्रकारे त्यांच्यावर केलेली टीका सहन करू शकत नाहीत. ते प्रत्येक गोष्ट स्वतःच्या मनाला लावून घेतात.

चांगला नेता तो घेत असलेल्या निर्णयापासून स्वतःचे हेतू बाजूला ठेवू शकतो. रूढ शिक्षणातून ही क्षमता साध्य होते असं नाही, तर सातत्यानं केलेलं आत्मपरीक्षण आणि स्व-जाणीव यातून ही क्षमता नेत्यांना प्राप्त होते. कबीराच्या शब्दांतूनही ही गोष्ट आत्मसात करता येऊ शकते.

चर्चा करूं तब चौहटे, ज्ञान करो तब दाये ।
ध्यान धरो तब एकिला, और न दुजा कोय ।।

(चर्चा चौघांबरोबर करावी, ज्ञानाचं आदानप्रदान दोघांसमवेत करावं; पण विचार आणि निर्णय या गोष्टी मात्र स्वतःच्या स्वतःच घ्याव्यात.)

नेत्यासमोरचं सर्वांत कठीण काम म्हणजे निर्णय घेणं. आधुनिक काळातील नेत्यांवर तर अतिरिक्त जबाबदाऱ्यांचं ओझं असतं. याचं कारण तुम्ही घेत असलेल्या निर्णयाकडे सगळ्यांचे डोळे लागलेले असतात. एवढंच नाही तर ते निर्णय कसे पोहोचतात याकडेही लक्ष असतं. पूर्वीच्या काळी वरिष्ठ निर्णय घ्यायचे. त्यावर प्रत्युत्तर करण्याचा प्रश्नच नसायचा; पण आधुनिक कर्मचारी अधिकारपदावरील व्यक्तीला प्रश्न विचारायला कचरत नाहीत. आजच्या व्यक्तिवादी समाजात कर्मचाऱ्याला तिथे काम करणारी एक व्यक्ती म्हणून, एक स्वतंत्र व्यक्तिमत्त्व या नात्याने तसेच

भागीदार किंवा समभागधारक या नात्याने निर्णयप्रक्रियेत सहभागी होण्याची इच्छा असते. नुसतेच एका काठावर उभे राहून इतरांनी आपल्यासाठी निर्णय घेणे त्याला आता मान्य नसते. उपरोधिक स्वरात त्यांचे बोल मांडले जातात : '१८ अंश सेल्सिअसमध्ये बसून घेतलेल्या निर्णयांची अंमलबजावणी मी ४० अंश सेल्सिअसमध्ये काम करून पूर्ण करण्याची माझी तयारी नाही.' त्यामुळेच एकमत, सर्वानुमताने निर्णय, चर्चा या गोष्टी नेतृत्वाच्या परिभाषेत आल्या. असे असले तरी, सरतेशेवटी अंतिम निर्णय नेत्यानेच घ्यायचा असतो; तेच त्याचे मुख्य काम असते.

अशा द्विधा अवस्थेचा प्रश्न कबीराने सोडवला आहे. त्याने असं सांगितलं आहे की, जेव्हा प्रश्न चर्चेला घ्यायचा असतो, तेव्हा तो सगळ्या लोकांसमोर चर्चेला ठेवावा. त्या प्रश्नाबाबत प्रत्येकाची मतं, दृष्टिकोन, सूचना आणि प्रस्ताव जाणून घ्यावेत. प्रत्येक प्रश्नाविषयीच्या विरोधी मतांची, सूक्ष्म भेद तसेच बारकाव्यांची सखोल चर्चा खुल्या पद्धतीने होऊन द्यावी.

एकदा तुम्ही अशी चर्चा होऊ दिलीत की, मर्यादित दोघांमध्ये तुम्ही त्या चर्चेचं विश्लेषण करू शकता. चर्चेचा ओघ, प्रवाह समजतात. हे विश्लेषण दोघांनीच करायचं असतं. त्यामध्ये सगळ्यांना समाविष्ट करायचं नसतं. अखेरीस मोठ्या प्रमाणावर झालेली चर्चा आणि त्यावर आधारित विश्लेषणानुसार तुम्हाला एकट्यानेच निर्णय घ्यायचा असतो. हा क्रम उलट केलेल्या किंवा यातली एखादी पायरी बाजूला ठेवलेल्या गोष्टीही तुमच्या पुढ्यात येऊ शकतात. कधीकधी नेते मोठ्या गटाला सहभागी करून घेत नाहीत आणि एकतर्फीच निर्णय घेतात किंवा काही काही नेते शेवटच्या क्षणापर्यंत सर्वानुमते व्हायची वाट बघत बसतात. त्याहून वाईट गोष्ट म्हणजे अजून वरच्या पदावर डोळा ठेवून त्यांच्याकडून निर्णय घेतला जातो.

अनेकदा नवीन उत्पादनांची डिझाइन अयशस्वी ठरतात, कारण काही मोजक्या लोकांनी; त्याहून वाईट म्हणजे एकाच माणसाने निर्णय घेतलेला असतो. विक्रीसाठीचे भरपाई धोरण अशा व्यक्तीने ठरवलेले असते, ज्याने आयुष्यात कधीही एक पिनही विकलेली नसते. कधीही प्रशिक्षण न घेतलेले लोक प्रशिक्षणासाठीचे अंदाजपत्रक करतात. एकपक्षी कारभाराची ही काही उदाहरणं आहेत. याचं दुसरं एक टोकही असतं. मोठ्या गटाला किंवा जमावाला लोकशाही पद्धतीनं निर्णय घ्यायला सांगितलं जातं. आपल्याला अनुभवानं ही गोष्ट माहीत आहे की, बहुसंख्य लोकांचं मतही बरोबरच असेल असं नाही. या दोन्ही टोकांच्या परिस्थितीतील संकटांचा सामना करून तोल सांभाळण्याचं काम खऱ्या नेत्याला करायचं असतं. कबीरानं सांगून ठेवलंय, नेत्यांनो, ऐकत आहात का?

धन रहै न जोबन रहै रहै न गांव न ठाव ।
कबीर जग में जसै रहै करदे किसी का काम ।।

(पैसा, जीवन आणि इतर भौतिक गोष्टी चिरकालीन टिकणाऱ्या नसतात. टिकतो तो वारसा आणि त्याचा इतरांनाही फायदा होतो.)

नेत्यांनी कॉर्पोरेट आयुष्याची क्षणभंगुरता ओळखलीच पाहिजे, तिचा आदर केला पाहिजे. संस्था पूर्वपक्षावर आधारित असतात. काम करणाऱ्या लोकांपेक्षा संस्था अधिक काळ टिकणारी असते आणि त्यामुळेच कायमस्वरूपी राहतील असे समजून निर्णय घेतले जातात. असं असलं तरी, सर्व पातळीवरील नेतेमंडळी आणि व्यवस्थापकांचा इतिहास पाहिला की, या गोष्टी सर्रास धुळीला मिळवलेल्या दिसतात. समस्त नेत्यांच्या गोष्टी आणि त्यांच्या कामाच्या माहितीची नोंद अशा प्रकारे तयार केलेली असते की, त्यात यशस्वी कामगिरीबरोबर अपयशाचाही आढावा असतो. लंडनच्या हवेपेक्षा जलद गतीने अधिकाऱ्यांचे नशीब बदलते. बहुतांश व्यवस्थापक आणि नेते ढोंग करून, ते असंच वाईट वागतात असं समजून घेऊन चालतात; पण चांगल्या नेत्यांकडे एक उदात्त दृष्टिकोन असतो. आपल्या वागणुकीतून ते दाखवून देतात.

पैसा, तारुण्य या गोष्टींप्रमाणे संस्थेमध्येही काही गोष्टी चिरकालीन टिकणाऱ्या नसतात, याची चांगल्या नेत्यांना जाणीव असते. पद, सत्ता किंवा विशिष्ट विभागाचे प्रमुखपद या गोष्टी सदासर्वकाळ टिकणाऱ्या नसतात. नेतेपदी असताना तुम्ही लोकांशी कसे वागलात आणि तुमच्यामुळे त्यांना स्वतःविषयी कसे वाटले, यावरूनच लोक फक्त तुम्हाला लक्षात ठेवतात. 'तुम्हाला किती गोष्टींचं ज्ञान आहे, किती गोष्टी माहीत आहेत हे माहीत करून घेण्यात कोणालाही रस नसतो. तुम्ही किती गोष्टींची तमा बाळगता हेच फक्त लोकांना जाणून घ्यायचे असते.' या वाक्यातून हे सुंदरपणे नमूद केले आहे.

उदयोन्मुख नेत्यांसाठी उपयुक्त ठरेल असा एक चुटका मी इंटरनेटवर वाचला : 'यशाची शिखरं चढत असताना वाटेत भेटणाऱ्या लोकांशी आपण कसे वागतो याचं भान ठेवा, कारण तुमच्या उतरणीच्या प्रवासात याच लोकांशी तुमची पुन्हा गाठ पडणार असते.' अगदी वादाच्या प्रसंगातसुद्धा तुम्ही कशा पद्धतीनं लोकांशी वागता हे खूप महत्त्वाचं ठरतं. तुम्ही जर लोकांची स्व-प्रतिष्ठा जपलीत आणि पक्षपातीपणा न करता त्यांना सन्मानपूर्वक वागणूक दिलीत, तर नेत्यांसाठी सगळ्यात महत्त्वाची आणि कठीण असलेली गोष्ट म्हणजेच नावलौकिक जपणं त्यांना साध्य करता येऊ शकेल.

कबीराचा संदेश २१ व्या शतकातल्या नेत्यांसाठीही सुसंगत आहे. आधुनिक कंपन्या किंवा संस्थांमध्ये पद्धतशीरपणे विनम्रता आणि सहनशीलता यांचा ऱ्हास होत आहे. आक्रमक वर्तणुकीचं उदात्तीकरण होत आहे. सबकुछ चलता है। हा दृष्टिकोन मारकप्रेरणा, खुनशीपणा अथवा पाठीमागून वार या सगळ्या गोष्टी जोम,

प्रतिबद्धता आणि मेहनत तसेच दीर्घोद्योगाचं द्योतक मानलं जात आहे. क्षमतेसाठी सक्तीचं मानलं जात आहे.

अशा प्रकारच्या मानसिकतेमुळे 'अरे ला, का रे' म्हणण्याची, हुकूमशाही संस्कृती वाढत आहे. या मानसिकतेला प्रश्न विचारण्याची वेळ नेते आणि संस्थांवर आली आहे. तीव्र भावना आणि अतिभडकपणा, आग्रहीपणा आणि परिणामकेंद्री कठोर आगाऊपणा, त्याचप्रमाणे जशास तसे आणि दमदाटी यांच्यामधला फरक नेते, टीम आणि संस्था यांना कळतो. यातल्या भेदरेषा सूक्ष्म असतात आणि केवळ हुशार आणि कुशाग्र नेत्यांनाच ही रेषा त्यांनी किंवा इतरांनी केव्हा ओलांडायची हे बरोबर कळतं.

कामगिरीच्या नावाखाली कॉर्पोरेट गुंड निर्माण करण्याची जी संस्कृती बळावत आहे, त्यातून फक्त लगबगीने या शेवटाकडे जाण्याची कृती घडत आहे. कामाच्या ठिकाणी स्वतःविषयी चांगलं वाटण्याची भावना निर्माण व्हावी, असं लोकांना वाटत असतं. लोकांनी आपला मार्ग अनुसरावा, ही नेतेपदाची अगदीच मूलभूत आकांक्षा असते. आपल्या यशोकाळात जे नेते त्यांच्या टीममधल्या सदस्यांशी किंवा इतर विभागांतल्या लोकांशी आदराने वागत नाहीत, त्यांना नंतरच्या काळात आपण आपले हे महत्त्वच गमावून बसण्याची भीती वाटते.

पण्डित और मसालची, दोनों सूझत नांहि ।
औरन को करै चांदना, आप अंधेरे माहि ।।

(शिक्षित आणि दिवा या दोघांना हे समजत नाही की, ते दुसऱ्याला प्रकाश दाखवू शकतात; पण स्वतः मात्र अंधारात राहतात.)

नेत्यांनीही त्यांच्या कमजोर बाबी जाणून घेणे आणि काही गोष्टी त्यांनाही दिसून येत नाहीत हे समजून घेणे गरजेचे आहे. एखादा माणूस जेव्हा कृतीच्या अगदी जवळ येतो, त्यात खूप गुंतून गेलेला असतो, तेव्हा मूळ दृष्टिकोन हरवण्याची शक्यता असते. नेत्यांनाही प्रत्येक गोष्ट ठाऊक असू शकत नाही हे त्यांनी समजून घ्यायला हवं. त्यांचं पद आणि त्यांनी गाठलेली उंची या गोष्टींचा स्वीकार करण्यापासून वय त्यांना रोखत असतं; त्यामुळे बऱ्याच संस्थांमधील, बऱ्याच पातळ्यांवरील नेते ते काय करत आहेत, ते कशा पद्धतीने काम करत आहेत आणि त्याचा इतरांवर काय परिणाम होत आहे हे समजून घेण्यास अनभिज्ञ असतात. याला 'सामूहिक आंधळेपणा' असंही म्हणतात. याबद्दल कनिष्ठ पातळीवरील एक विनोदही नेहमी सांगतात : 'देवाच्या जागी असलेला नेता जे बघू शकत नाही, ते आपल्या जागेवरून आपण कसे काय इतके स्पष्ट बघू शकतो?' खरं सांगायचं झालं तर – त्याला बघणं शक्य होत नाही, कारण तो अशा पातळीवर पोहोचलेला असतो,

जिथे वास्तवाला स्पर्श करणं तो गमावून बसलेला असतो.

या आंधळेपणाची तुलना कबीराने विद्वान माणूस आणि टॉर्च यांच्याशी केली आहे. हे दोघेही जगाला प्रकाश देतात; पण स्वतःला अंधारात ठेवतात.

अशा प्रकारे प्रकाशाच्या स्रोतालाच अंधारात राहावं लागणं हे अगदीच विरोधाभासाचं आहे. हेच दुःख महान नेत्यांच्या वाट्याला येतं. हे नेते इतरांना मार्गदर्शन करतात, सामान्यपणातून त्यांना असामान्यत्वाकडे नेतात, त्यांच्या कमकुवत बाबी दुरुस्त करतात; पण हे सगळं करताना स्वतः मात्र स्वतःच्याच अंधबिंदूमध्ये अडकून पडतात. नेता जितका मोठा तितकी मोठी त्याची शोकांतिका.

असे हे अंधबिंदू सर्व प्रकारचे असतात. मोठ्या नेत्यांचे अहंकारही मोठे असतात. ते नकार पचवू शकत नाहीत. त्यांचे म्हणणे मान्य नसणाऱ्या कर्मचाऱ्याने त्याला प्रश्न विचारण्याची हिम्मत केलीच, तर त्याला पद्धतशीरपणे बाजूला केले जाते. मग इतर कर्मचारी सक्षमतेपेक्षा निष्ठावंत राहणं पसंत करतात. अशा हांजी हांजी करणाऱ्या कर्मचाऱ्यांची संख्या कमी नसते. नेत्याला तो किती महत्त्वाचा आहे, हे सतत सांगत राहणं हेच त्यांचं मुख्य काम असतं. नेत्याचा अहंकार ते कुरवाळत बसतात आणि नेत्यांच्या हुशारीमुळेच संस्था चालू आहे असं त्यांना सतत सांगत राहतात. जर तुम्ही प्रस्ताव न मानण्याचं साहस दाखवलंत, तर तुमच्या करिअरला रामराम ठोकण्याची वेळही तुमच्यावर येऊ शकते.

असे बरेच अंधबिंदू असतात; पण खरा प्रश्न हा आहे की, सक्षम आणि अनुभवी नेत्यांनाही स्वतःचे हे अंधबिंदू का दिसत नाहीत? त्यांच्या बाबतच्या काही काही छोट्या गोष्टींमुळे त्यांच्या टीममध्ये विचित्र कार्यसंस्कृती निर्माण होत आहे, कालांतराने त्यामुळे कर्मचाऱ्यांचा कामाचा आनंदच निघून जात आहे आणि त्यांची घुसमट होत आहे हे त्यांना का दिसू शकत नाही? ते सगळ्यांना प्रकाश देतात; पण स्वतः मात्र अंधारातच राहतात, असे का होते?

यातून शिकण्यासारख्या गोष्टी

१. स्वतःचं उच्च ध्येय जाणून घ्या – तुम्ही कशासाठी हे काम करत आहात?
२. स्रोत आणि श्रेय हे सर्वांमध्ये वाटून आणि वाटूनच घ्या.
३. कोणतीही गोष्ट मध्येच अर्धवट सोडू नका. निश्चयपूर्वक ती गोष्ट तडीस न्या.
४. दरवेळी 'मला यातून काय मिळणार?' असा प्रश्न विचारू नका. सर्वांच्या भल्यासाठी एखादी गोष्ट होत असेल, तर तुमचे सर्वोत्तम प्रयत्न करा.

४

सहअनुभूती आणि नेता

आजकाल जवळपास सगळ्या संस्थांमध्ये एक विशेष चमत्कारिक विभागणी झालेली दिसते. सगळ्या संस्था आम्ही कर्मचाऱ्यांची किती काळजी घेतो, सगळ्यांना कसं सामावून घेतो असं अभिमानानं मिरवताना दिसतात; पण प्रत्यक्षात मात्र त्यांची रचना बऱ्याचदा खूप आक्रमक आणि आग्रही असते. ध्येयं किंवा उद्दिष्टं खूप महान असतात आणि आताच्या प्रगत, स्पर्धात्मक जगात त्यांचा पाठपुरावा करणंही न्याय्य आहे. मानवी नातेसंबंधांमध्येही त्यामुळे थोडा कडवटपणा येतो. या सगळ्यातून निर्णय घेताना आणि सर्वसाधारणपणे वागतानाही एक बेडर निर्भीडपणा, सरळसरळ तोडून बोलणं वाढताना दिसत आहे आणि त्याला मान्यताही मिळत आहे. संस्था हे उद्योगसमूह असल्यामुळे साहजिकच त्यांचा मुख्य उद्देश आर्थिक आणि इतर आघाडीवरील मूल्य, पत वाढविणे हेच असते; त्यामुळेच अपेक्षित परिणामाबाबत आग्रह धरणे हे केवळ गृहीतच धरले जाते असे नाही, तर ते योग्यही मानले जाते.

असं असलं तरी, नेतृत्व हे त्यापेक्षाही अधिक आहे. कोणालाही निकालांची उत्सुकता असते. गोष्टी जेव्हा मनासारख्या घडत नाहीत तेव्हा राग येतो, उद्विग्नता येते, वेळेवर काम पूर्ण झाले नाही तर आरडाओरडा केला जातो, डेडलाइन न पाळणाऱ्यांना किंवा दर्जा न राखणाऱ्यांना दूषणं दिली जातात; पण जो सच्चा नेता असतो त्याचं वेगळेपण इथेच कळून येतं. या सगळ्या गोष्टी घडण्यामागचं कारण तो समजून घेतो आणि मग सगळी भरकटलेली गाडी पूर्वपदावर आणतो.

सहअनुभूती, याचा खरा साहित्यिक अर्थ म्हणजे दुसऱ्या व्यक्तीच्या अंतरंगात

शिरून त्या माणसाच्या भावना, त्याच्या वेदना, दुःख जाणून घेणे. कदाचित आपल्याला त्या माणसाचं दुःख कमी करता येणार नाही; पण किमान त्या माणसाला काय त्रास होतोय, त्याला काय वाटतंय हे तर समजून घेता येईल. अशा प्रकारे दुसऱ्याला समजून घेऊन केलेले वर्तन असेल तर ठीक, अन्यथा आपल्या वागण्यात खूपच निष्ठुरता येऊ शकते.

स्टीवन कोवेच्या शब्दांत सांगायचं झालं तर नेत्यांनी 'आपल्याला समजून घ्यावं अशी अपेक्षा करण्याआधी त्यांनी दुसऱ्याला समजून घ्यायला शिकलं पाहिजे.' खऱ्या अर्थानं समजून घेणं म्हणजे सहअनुभूती असते. खऱ्या नेत्यांना त्या त्या परिस्थितीतील आव्हानं समजतात. ते आपल्या हाताखालच्या कर्मचाऱ्यांना चुका करण्याची अनुमती देतात; पण त्या चुकांमधून त्यांनी बोध घ्यायलाच हवा अशी सक्ती त्यांच्यावर करतात. आपल्याला जे जमणारच नाही असं वाटत असतं, ठरवलेल्या कालावधीत आपण ते काम पूर्ण करूच शकणार नाही असं वाटत असतं, तिथपर्यंत आपल्याला नेण्याचं काम ते करतात, आपल्या कल्पनेच्या पलीकडे उत्तम काम आपल्याकडून करवून घेतात.

अर्थात, वर केलेलं वर्णन आहे कामाचं; पण कर्मचारी हा फक्त काम किंवा प्रक्रिया करणारं यंत्र नाही, तर तो भावभावना असलेला जिताजागता माणूस असतो. कर्मचाऱ्यालाही आनंद, दुःख, समाधान, असमाधान, निराशा, टोचणी, निरर्थकता, भ्रमनिरास आणि कधीकधी राग या सगळ्या गोष्टी होत असतात. अशा सगळ्या भावनिक क्षणी तो हळवा झालेला असतो. आपल्या हाताखाली काम करणारा कर्मचारी सध्या कोणत्या भावनेतून जात आहे ते नेत्याला जाणवू शकते, तो त्याच्या भावना समजून घेऊ शकतो. त्याचं न ऐकलेलं ऐकून घेण्याचं आणि खऱ्या प्रश्नापर्यंत पोहोचण्याचं काम नेता करू शकतो.

नेत्यांमधील सहअनुभूती याविषयी कबीराला काय म्हणायचं आहे हे सांगण्याआधी सहअनुभूतीविषयी एक महत्त्वपूर्ण गोष्ट मला तुम्हाला सांगायची आहे. सहअनुभूती म्हणजे कोणतंही बेजबाबदार वर्तन किंवा विनाकारण होत असलेली वाईट कामगिरी पाठीशी घालणं, सगळं सहन करणं किंवा चालवून घेणं नव्हे, तर सहअनुभूती ही विरोधाभासी वर्तन न करता अपेक्षित निकाल मिळवण्याची आस धरणारी खूप बौद्धिक आणि भावनिक क्षमता आहे. चांगल्या नेत्याचं ते एक लक्षण आहे.

कबीर तेई पीर है, जे जानै पर पीर ।
जे पर पीर न जानही, ते काफिर बे पीर ।।

(विद्वान मनुष्य तोच असतो, जो दुसऱ्याच्या वेदना समजून घेतो; जो तसं करत नाही, तो विद्वान नसतो.)

चांगले नेते समस्या सोडवणारे असतात, दुसऱ्याला दोष देणारे नसतात. लोकांच्या माथी दोष न मारता समस्या सोडवण्याचा प्रयत्न करतात. जेव्हा समस्या नक्की कुठे आहे हे कळण्याची त्यांची नजर पक्की होते, तेव्हा समस्या सोडवण्यावर लक्ष केंद्रित करणं नेत्यांना शक्य होतं. त्यांच्या टीममधील लोक जे बघू शकत नाहीत, त्यांना ती नजर देण्याचं काम नेते करू शकतात. कोणालाही बळीचा बकरा न बनवता, न धमकावता, शांत आणि मैत्रीपूर्ण वातावरणात हे काम करता येऊ शकतं.

नेते म्हणून विविध नमुनेदार व्यक्तिमत्त्वं आढळतात. त्यांच्यापैकी काहीजणांचा उल्लेख इथं केला आहे.

१. **रानटीपणे भक्ष्याचा पाठलाग करणारा** : नेमून दिलेले काम व्यावहारिक पातळीवर करणं शक्य नाही, हेच अशा प्रकारच्या नेत्यांना स्वीकारायचं नसतं. ध्येय अवास्तव आहे, त्यासाठी ते राबवत असलेलं धोरण अनाठायी आहे हे त्यांना अजिबात मान्य नसतं. ते मूर्खपणे त्या ध्येयाच्या मागे पळत असतात आणि कर्मचाऱ्यांना त्या ध्येयाच्या दिशेने पुढे रेटत असतात. त्यांचा वृथा अभिमान त्यात आड आलेला असतो. या सगळ्या कामाच्या व्यापात ते सगळ्याच व्यवस्थेमध्ये एक प्रकारचा ताण निर्माण करतात. बाहेरच्या बाजूनं बघताना असं वाटतं की, वा! किती छान पद्धतीनं ध्येयाच्या दिशेनं टीमला पुढे नेलं जात आहे; पण अंतर्गत पातळीवर याच गोष्टी व्यवस्थेचे खांब खराब करत असतात, कारण तो एक व्यर्थ रानटी पाठलाग असतो. अशा प्रकारच्या नेत्यांना वास्तवाचं भान देणाऱ्या औषधाची गरज असते.

२. **'मी सांगतो आहे ना' असं म्हणणाऱ्यांचा एक प्रकार असतो** : या नेत्यांना कोणीही प्रश्न विचारलेला किंवा काहीही खुलासा केलेला आवडत नाही. त्यानं सांगितलं आहे म्हणजे काम पूर्ण झालंच पाहिजे असा त्यांचा होरा असतो. प्रश्न विचारणं म्हणजे आज्ञा झुगारणं किंवा मुजोरी करणं असं मानलं जातं. तुम्ही आता १०० सीसीची बाइक चालवत असता आणि अवकाशात यान सोडण्याचं काम तुमच्यावर सोपवलं तर काय होईल, तशी ही अवस्था असते; पण या गोष्टीशी या नेत्यांना काहीही देणंघेणं नसतं.

३. **सतत घोषवाक्यांचा वापर करणारे** : असे नेते घोषवाक्यं वापरण्यात तरबेज असतात. प्रत्येक प्रसंगासाठी त्यांच्याकडे एकतरी घोषवाक्य तयार असतं. त्यांचा त्या घोषवाक्यावर विश्वास असतो ही दुर्दैवाची गोष्ट नाही, तर संस्थेतल्या सगळ्या समस्यांचं उत्तर त्यातच सामावलेलं आहे

असं त्यांना ठामपणे वाटत असतं. उसनं अवसान आणून छाती बडवून घेण्यात ते माहीर असतात. फाजील कॉर्पोरेट अभिमान उरी बाळगून ते काम करत असतात. 'काहीही अशक्य नाही,' किंवा 'अशक्य असं काहीच नसतं,' 'करा अथवा मरा,' 'चला, आता पुढचं क्षितिज खुणावत आहे' इत्यादी घोषवाक्यं त्यांच्याकडून नेहमी ऐकायला मिळतात.

४. **मुंडी पिरगाळणारे यांचा प्रकार** : हे अगदी भावनाशून्य यंत्राप्रमाणे काम करणारे असतात. कोणतंही काम व्यवस्थित पूर्ण झालं नाही किंवा अपयश आलं तर त्या अपयशाचा धनी करण्यासाठी त्यांना एका डोक्याची गरज असते. अर्थातच, ते त्यांचं स्वतःचं डोकं कधीच नसतं. गोष्टी का बिघडल्या याच्या कारणांचा शोध ते कधीच घेत नाहीत आणि सगळ्यात महत्त्वाचं म्हणजे त्या अपयशात त्यांची भूमिका किती महत्त्वाची होती याचा ते विचार करत नाहीत. प्राचीन भारतीय रूढीप्रमाणे यज्ञवेदीवर बळी द्यायला त्यांना एका मेंढराची गरज असते.

५. **'सतत घोड्यावर बसलेले', स्वतःला सर्वश्रेष्ठ समजणारे** : या पद्धतीचे नेते स्वतः उच्चस्थानी बसलेले असतात आणि प्रत्यक्षातील वास्तवाशी त्यांना अजिबात देणेघेणे नसते. त्यांचा जगाकडे बघण्याचा दृष्टिकोन खूपच जुनाट असतो आणि त्यांच्या सूचना किंवा प्रस्ताव हे काळाच्या ओघात गडप झालेले असतात. कोणे एके काळी यशस्वी असलेल्या व्यवस्थापकाला आजच्या काळात काय लागू पडते आणि काय लागू पडत नाही याची कल्पनाच नसते. असे असले तरी, याबद्दल त्याला काही सांगण्याचा प्रयत्न केला, तर त्यांची ऐकून घेण्याची तयारी नसते.

यशातून बहुतेक वेळा असुरक्षितता जन्माला येते. वर सांगितलेले प्रकार अतिशयोक्तीपूर्ण आहेत की काय असे वाटेल; पण क्युबिकलमध्ये काम करणारा कोणीही तुम्हाला सांगेल की, ते अशा नेत्यांना खरोखर भेटले आहेत, त्यांना पाहिले आहे आणि त्याहून वाईट म्हणजे अशा नेत्यांसाठी त्यांनी काम केले आहे.

कबीर असं सांगतो की, खऱ्या नेत्याला समोरच्या व्यक्तीचं दुःख, वेदना, परिस्थिती आणि संदर्भ कळतात. त्या सगळ्या समस्या जणू काही त्याच्या स्वतःच्या असल्याप्रमाणे तो समजून घेतो. ज्या नेत्याला आपल्या कर्मचाऱ्यांची परिस्थिती समजू शकत नाही, तो नेता त्यांचं नेतृत्व करू शकत नाही.

कॉर्पोरेट जगात सहअनुभूती विविध मार्गांनी व्यक्त होते. कोणतेही मत न मांडता आणि घाईघाईने प्रतिसाद न देता, कर्मचाऱ्याचं म्हणणं ऐकून घेण्याची नेत्याची तयारी असणं यातून त्याची सुरुवात होते. बोलून न दाखविलेल्या भावना

आणि शब्द किंवा मौनाच्या मागे दडलेली अस्वस्थता समजून घेणं किंवा ऐकून घेणं ही त्याची पुढची पायरी आहे. त्यातून कर्मचाऱ्याला काय वाटलं पाहिजे हे नाही, तर त्याला प्रत्यक्षात काय वाटत आहे हे कळते. कर्मचाऱ्यांच्या कामगिरीवर परिणाम करणाऱ्या, भविष्यासाठी अडथळा ठरू शकणाऱ्या गोष्टी हाताळण्याकडे महान नेत्यांचा कटाक्ष असतो.

अनेक नेते या सगळ्या गोष्टी करण्याकडे सपशेल डोळेझाक करतात किंवा या सगळ्या गोष्टींबद्दल ते खूपच असंवेदनशील असतात; त्यामुळे काही काळाने सहअनुभूती नसलेले नेते कामाच्या, व्यवहाराच्या पलीकडे आपल्या टीमचे नेतृत्व करू शकत नाहीत. सहअनुभूतीच नेत्याला माणूसपण बहाल करते आणि केवळ माणूसच दुसऱ्यांना चांगली कामगिरी करण्यासाठी चालना देऊ शकतो.

कबीर पढ़ना दूर कर, अति पढ़ना संसार ।
पीर न अपजै जीव की, क्यों पावै करतार ।।

(पुस्तकांचं वाचन आणि नसतं पांडित्य यात काहीच अर्थ नाही. ज्याच्याकडे सहअनुभूती नाही त्याला परमेश्वर भेटत नाही.)

आधी उल्लेख केलेल्या नेत्यांच्या प्रकारात बुद्धिवादी या आणखी एका प्रकारच्या नेत्याचा समावेश करायला हवा. वाढत्या व्यवस्थापकीय शिक्षणाच्या युगात आणि मॉडेल तसेच थिअरीच्या जंजाळात या प्रकारच्या नेत्यांचं प्रस्थ वाढताना दिसतं. या प्रकारच्या नेत्यांना संस्थाबांधणीबद्दलच्या सगळ्या थिअरी (प्रणाली) तोंडपाठ असतात आणि त्याद्वारे आपण सगळ्या अडचणी सोडवू शकू, असा त्यांचा ठाम विश्वास असतो. तो विश्लेषण करतो, आणखी विश्लेषण करतो; पार त्या प्रश्नाचा कीस पाडून लिखित स्वरूपातील तथ्य धुंडाळत बसतो.

असे असले, तरी वस्तुस्थिती अशी असते की, सर्वोत्तम शैक्षणिक गुणवत्ता असलेले, प्रगाढ वाचन पंडित असलेले बऱ्याचदा चांगले नेते बनू शकतीलच असे नाही. ते सुरुवात मोठ्या थाटात करतात; पण अनेकदा ती सुरुवातच झोकात झाल्याचं लक्षात येतं. अशा नेत्यांच्या दोन मर्यादा असतात. पहिली म्हणजे, ते तांत्रिक समस्या सोडवू शकतात; पण त्यांना मानवी समस्या सोडवता येत नाहीत. अशी कोणती समस्या त्यांच्यासमोर आल्यास ते तर्क आणि तंत्र याच्या मदतीने ती समस्या सोडवण्याचा प्रयत्न करतात. हातोड्यासाठी संपूर्ण जगच खिळ्यासारखे असते! दुसरी मर्यादा म्हणजे ज्या समस्यांची उत्तरं पुस्तकात दिलेली असतात, त्याच समस्या ते सोडवू शकतात. नवीन समस्यांना नवीन उत्तरं लागतात. ती उत्तरं कोणत्याच पुस्तकात सापडत नाहीत. या पुस्तकांच्या आणि पुस्तकी प्रणालींच्या पलीकडे जाऊन माणूसपणाच्या पातळीवर कर्मचाऱ्यांपर्यंत पोहोचणारे नेतेच प्रदीर्घ

काळ त्या पदावर राहू शकतात, जे कर्मचाऱ्यांच्या प्रश्नाबाबत सहअनुभूती दाखवतात.

सहअनुभूती खोटी आणि अर्थातच उगाचच असू शकत नाही. आपल्या कर्मचाऱ्याला नक्की काय वाटतं हे जाणून घेण्यात नेत्याला जर खरोखरच रस नसेल किंवा समोरचा माणूस खरंच कोणत्या परिस्थितीतून जात आहे हे समजून घेण्यास तो समर्थ नसेल किंवा अत्यंत क्षुल्लक भावना असं म्हणून तो त्या बाजूला करत असल्यास तो नेतेपण मिरवण्यासाठी योग्यच नसतो. एखाद्याला आपणहून नेतृत्व बहाल करावं असं जर अनुयायांना वाटत असेल, तर तो खरा नेता आणि ते खरे नेतृत्व. ज्याच्याकडे सहअनुभूतीचे सामर्थ्य आहे असा नेता इतरांचे नेतृत्व करू शकतो.

काहीही काम न करणे किंवा कसेही केलेले काम चालवून घेणे म्हणजे सहअनुभूती नाही, तर चांगली कामगिरी न होण्यामागचे कारण समजून घेणे म्हणजे सहअनुभूती. याचा अर्थ वाईट कामगिरीबद्दल शिक्षा न देता तो प्रश्न सोडवला गेला पाहिजे. याचा अर्थ असा नाही की, कर्मचाऱ्यांना आव्हान दिले जाणार नाही किंवा त्यांना पुढे जाण्यासाठी चालनाच दिली जाणार नाही; पण या सगळ्या प्रक्रियेसाठी आवश्यक भावनिक पाठिंबा त्यांना दिला जाईल. अखेरीस चुकांचा सामना करायचाच नाही असा सहअनुभूतीचा अर्थ नाही, तर चुका दाखवून देताना माणसांची प्रतिष्ठाही जपणं यात अभिप्रेत आहे.

जा घट प्रेम न संचरै, सो घट जानु मसान ।
जैसे खाल लुहार की, सांस लेत बिन प्रान ।।

(प्रेमाशिवाय असलेला मनुष्यदेह स्मशानासारखा आहे; जसे की प्राणाशिवाय श्वास घेत असलेला लोहाराचा भाता.)

पारंपरिक व्यावसायिक शिक्षणाचा भर मुख्यत्वे संख्यात्मक प्रारूप आणि थिअरीवर आहे. भविष्यातील आधुनिक कंपन्यांमध्ये नेतृत्व करू शकतील असे नेते तिथून निर्माण होत नाहीत; त्यामुळेच आजच्या व्यवस्थापकीय शिक्षणात मूल्य, समग्रता, तत्त्व आणि शाश्वतता यांसारख्या विषयांचा समावेश असल्यास नवल वाटायला नको. डाव्या मेंदूचा अधिक वापर करणाऱ्या, म्हणजेच भावनेपेक्षा तर्कशुद्धता, विचार, थिअरी यांना अधिक प्राधान्य देणाऱ्या नेतृत्वाखाली कॉर्पोरेट्सची जास्त प्रगती होते, असा समज जगभरात आहे. यश मिळवायचे म्हणजे थोडा निष्ठुरपणा असायलाच हवा, असा एक लोकप्रिय समज आहे. 'चांगली माणसं पहिल्या किंवा उच्चस्थानी येत नाहीत' असंही म्हटलं जातं. या सगळ्यामुळे अशा समजांना खतपाणीच मिळतं. 'अधिक असणं अधिक चांगलं' आणि 'कोणत्याही स्थितीत अधिक मिळायलाच हवं' असं मानणारी ही विचारधारा आहे. २००८च्या

जागतिक आर्थिक संकटाचं हेच विश्लेषण होतं.

सगळ्या नेत्यांमध्ये एक गोष्ट समान असते. त्या वेळी अस्तित्वात नसलेल्या वास्तवाच्या दिशेने ते जनसमूहाला चेतवू शकतात. जी कल्पना किंवा जो आदर्श आता केवळ कल्पनेत आहे किंवा कागदावर आहे, त्यामध्ये शेकडो लोकांनी सहभागी होण्यासाठी नेत्यावर विश्वास असणं गरजेचं असतं. हा विश्वास कसा निर्माण होऊ शकतो? त्याची सुरुवात प्रत्यक्ष नेत्यापासूनच होते. त्याची विश्वासार्हता, प्रामाणिकपणा यावर हे अवलंबून असते. कंपनी, संस्था, विभाग, टीम यांनी नवीन उपक्रमासाठी लाखो रुपये खर्च केलेले असतात; त्यामुळे असे नाही झाले तर स्वाभाविकच विश्वासार्हता आणि प्रामाणिकपणावर प्रश्न उपस्थित होतात. विश्वासार्हता नसलेल्या नेत्याच्या हातात कितीही चांगली कल्पना दिली तरी त्यात हमखास अपयश येते; पण त्याच वेळी चांगल्या, विश्वासार्ह नेत्याच्या हातात सर्वसाधारण कल्पना दिली गेली तरी तो त्या संधीचं सोनं करतो. यशाची शक्यता वाढवतो.

विश्वासार्हतेच्या जोडीलाच सगळ्या महान नेत्यांकडे लोकांना जोडून घेण्याचे कसब असते. माणूसपणाच्या भूमिकेतून ते सगळ्या लोकांपर्यंत पोहोचतात. आत्मसंयम दाखविण्याची कितीही फॅशन असली तरी स्वतःच्या भावना प्रदर्शित करताना, स्वतःची भावनिक बाजू दाखविताना त्यांना लाज वाटत नाही. स्वतःचे पद, हुद्दा आड येऊ न देता ते स्वतःला लोकांशी जोडू शकतात. अशा नेत्यांमध्ये तुटकपणा, प्रतिसाद न देण्याची वृत्ती या गोष्टींना थारा नसतो. उलट ते सहजपणे त्यांच्या कमकुवत बाबी, त्यांना वाटणारी भीती व्यक्त करतात. त्यांच्या चुका कबूल करतात; त्यामुळे ते ज्यांचे नेतृत्व करतात त्या सर्वांना प्रिय असतात.

कर्मचाऱ्यांचे नेतृत्व माणसं करत असतात, पद किंवा हुद्दा नाही. एक माणूस दुसऱ्या माणसाचं नेतृत्व करत असतो; त्यामुळे त्यात जेवढे माणूसपण असते, तेवढे नेते त्यांच्या टीमशी स्वतःला जास्त जोडून घेऊ शकतात. यंत्रमानव प्रेरणा देऊ शकत नाही. या संदर्भात आपण स्वतःची प्रतिमा जपण्याच्या समकालीन नेत्याच्या प्रयत्नातील पोकळी बघू शकतो. प्रतिमा तयार करणं ही नाजूक गोष्ट असते. संबंध जोडणं ही गोष्ट मजबूत असते.

कबीर म्हणतो त्याप्रमाणे प्रेमाशिवाय असलेली जागा स्मशानासारखी असते. त्यामध्ये काहीच जीवन नसते, चेतना नसते. जसे की, लोहाराच्या भात्यातून हवा आत बाहेर होते; पण त्यात श्वास नसतो, जीवन नसते.

सध्याच्या प्रतिष्ठाप्रेमी काळात नेतेमंडळी प्रतिष्ठा जपणाऱ्या भौतिक गोष्टींच्या चक्रात अडकलेली दिसतात. ते कोणती कार चालवतात, कोठे राहतात, कोणते कपडे घालतात, कोणत्या गोष्टी परिधान करतात, कोणत्या सामाजिक वर्तुळात त्यांची ऊठबस असते, अशा विविध गोष्टींच्या माध्यमातून ते स्वतःची प्रतिमा तयार

करत असतात. जगाने आपल्याला एका विशिष्ट नजरेतूनच बघावं असं त्यांना वाटत असतं. मग अशा वर्तुळात गेल्यावर काहीजण समाविष्ट होतात; पण अनेकजण दुरावले जातात. महान नेते स्वतःला अशा मर्यादा घालून घेत नाहीत. ते सगळीकडे सामावलेले असतात. बराक ओबामा एकदा म्हणाले होते : 'मी डेमोक्रॅटिक आणि रिपब्लिकन या दोघांचा अध्यक्ष आहे.' महान नेते सगळ्यांना सामावून घेणारे असतात. ही गोष्ट मानवतेतून घडते, प्रतिमेतून नाही. माया अन्जेलोनी आपल्याला सांगितलं आहे : '...आपल्या सगळ्यांकडे सहअनुभूती असते... फक्त ती दाखवून द्यायचं धारिष्ट्य नसतं.'

यातून शिकण्यासारख्या गोष्टी

१. परिणामांची आतुरतेने वाट बघणं यापेक्षा खूप अधिक गोष्टी नेतृत्वात सामावलेल्या असतात.

२. काम आणि प्रक्रिया यांच्या जोडीला कर्मचारी हा भावभावना असलेला प्राणी असतो.

३. चांगले नेते हे समस्या सोडवणारे असतात, दोषारोप करणारे नसतात.

४. घाईघाईने काहीतरी प्रतिसाद देणं किंवा आपलं मत मांडणं यापेक्षाही ऐकून घेण्याची इच्छा सहअनुभूती असलेल्या नेत्यांकडे असते. जे बोललं गेलं नाही तेही ऐकून घेतलं जातं.

५. काम न करणं किंवा कसंही केलेलं काम खपवून घेणं म्हणजे सहअनुभूती नाही, तर त्यामागचं कारण समजून घेणं म्हणजे सहअनुभूती. म्हणजेच चुकीच्या गोष्टीसाठी शिक्षा न करता ती गोष्ट सुधारणं.

६. विश्वासार्हता नसलेल्या नेत्याच्या हातात कितीही चांगली कल्पना दिली तरी त्यात हमखास अपयश येतं; पण त्याच वेळी चांगल्या, विश्वासार्ह नेत्याच्या हातात सर्वसाधारण कल्पना दिली गेली तरी तो त्या संधीचं सोनं करतो. यशाची शक्यता वाढवतो.

७. कर्मचाऱ्यांचे नेतृत्व माणसं करत असतात; पद किंवा हुद्दा नाही. एक माणूस दुसऱ्या माणसाचं नेतृत्व करत असतो.

८. महान नेते त्यांना विरोध असलेल्या गटांमध्येही सामावलेले असतात.

५

पुस्तकी नेता

वक्तत ज्ञानी जगत में, पंडित कवि अनंत ।
सत्य पदारथ पारखी, बिरला कोई संत ।।

(या जगामध्ये पोथी पंडित, वाचाळ कवी आणि त्यांचे शेकडो अनुयायी सापडतील; पण सत्याची कास धरणारा मर्मज्ञ मिळणे दुर्मिळ असते.)

प्रत्येक संस्थेमध्ये काही विशिष्ट किस्से-कहाण्या असतात आणि त्यांच्याशी निगडित हिरो असतात तसेच पोंगा पंडितदेखील! दर दिवशी एक नवा सळसळत्या उमेदीचा कॉर्पोरेट वीर उदयाला येत असतो आणि त्याच वेळी दर दिवशी एकजण स्वतःच्या कर्माने अपयशी होऊन किंवा परिस्थितीला शरण जाऊन प्रवाहाबाहेर फेकला जात असतो.

कबीर म्हणतो, 'केवळ पुस्तकी ज्ञान असलेले पोथी पंडित या जगामध्ये हजारो सापडतात. स्वतःला शिक्षक आणि कवी म्हणवणारे हे लोक झुंडीने आढळतील; पण जो निखळ सत्याची कास धरतो अशी व्यक्ती दुर्मिळ असते आणि खऱ्या संताचे, खऱ्या नेत्याचे तेच लक्षण आहे.'

कबीराच्या या संदेशातील तत्त्वज्ञानापलीकडे जाऊन जर आपण बघितले तर असे लक्षात येईल की, त्यामध्ये मांडलेला मुद्दा हा आजच्या काळातही कॉर्पोरेट जगतात चपखल लागू पडतो. नेतृत्व हे तत्त्वज्ञान आणि सुसंगती यांचे उत्कृष्ट मिश्रण असते आणि हे मिश्रण एखाद्या व्यक्तीमध्ये आढळणे आपल्या कल्पनेपेक्षाही जास्त दुर्मिळ आहे.

अतिशय हुशार आणि कुशाग्र असणारे लोक एकत्र येतात आणि कामाचा

मोठा पचका-विचका करून टाकतात, तर दुसरीकडे अगदी सामान्य गणले जाणारे काही लोक मात्र जादुई कामगिरी करून दाखवतात, असे कसे आणि का घडते? मुबलक पूर्वानुभव, व्यवस्थापनाचे सर्वोत्तम शिक्षण यांची पार्श्वभूमी असलेले एखादे नेतृत्व उच्चभ्रू असते; पण त्यापासून संस्थेला आणि सहकाऱ्यांना काहीच मूल्ये, परिणाम मिळू शकत नाहीत, असे का होते? व्यवस्थापनाच्या पदव्यांची चळत जेवढी वाढत जाते, त्याच्या अनुषंगाने कॉर्पोरेट भ्रष्टाचार आणि पैशांची अफरातफर यांचे प्रमाण वाढत का जाते? जगात उपलब्ध असलेली व्यवस्थापनाची सगळी प्रारूपे आणि पद्धती एकत्र करूनसुद्धा त्या बाजारपेठेत यश मिळेलच याची खात्री का देऊ शकत नाहीत?

खरे सांगायचे तर सत्य हे फक्त बंद खोल्यांमध्ये किंवा घाई गोंगाटात अस्फुटपणे सांगितले जाते आणि सत्य कायमच कटू असते, ते पचविणे फार अवघड असते. अगदी स्पष्टपणे बोलायचे तर, सारा खेळ स्वतःची कुलंगडी झाकण्यासाठी, दिखाऊ प्रतिष्ठा जपण्यासाठी आणि सद्यस्थितीत जमेल तेवढी मलई लुटून घेण्यासाठी सुरू असतो. संस्था आणि टीम हे आभासी आराखडे असतात. तिथे काम करणाऱ्या लोकांच्या हातात सारी सूत्रे असतात आणि ते मनुष्यच असल्यामुळे अन्य सर्व मानवी गुणधर्मांप्रमाणे वशिलेबाजी, झुकते माप देणे, गटबाजी करणे याला ते बळी पडतात. जुने हितसंबंध जपण्याच्या गटबाजीमुळे (ओल्ड बॉइज क्लब) व्यवस्थापनामध्ये शिरकावताच अडथळे निर्माण होतात. जुन्या हितसंबंधांमुळे लोकांच्या अकार्यक्षमतेकडे काणाडोळा केला जातो, चुकांना शिक्षा न देता त्यावर पांघरूण घातले जाते. मैत्री-दोस्ती यामुळे निष्पक्षपाती निर्णयाला बाधा येते. शक्तीचे राजकारण, पडद्यामागची गटबाजी, वशिलेबाजी या गोष्टी सर्वत्र सर्रास चालतात. याउलट सारासार विचार आणि विवेकी वस्तुनिष्ठता हेच जणू गंभीर धोका वगैरे असल्यासारखे झाले आहे.

कोणत्याही प्रकारची संस्था किंवा कंपनी असो ती संपूर्णपणे विवेकी, वस्तुनिष्ठ आणि सारासार असूच शकत नाही किंबहुना असताही कामा नये, कारण ही संस्था ज्यांच्या जीवावर चालते ते नेते, व्यवस्थापक हे अखेर मनुष्यप्राणीच असतात आणि फार क्वचित ते अगदी शंभर टक्के विवेकी, वस्तुनिष्ठ असतात किंबहुना अजिबातच नसतात, असे म्हटले तरी चालेल. जेव्हा निर्णय घेतले जातात, तेव्हा ते पूर्णतः संस्थेचे, कंपनीचे हित डोळ्यांसमोर ठेवून घ्यायला हवेत; परंतु प्रत्यक्षात कोणताही निर्णय घेताना त्यामागे काही ना काही छुपा हेतू, व्यक्तिगत लाभ, स्वार्थ दडलेला असतो. वरिष्ठ पातळीवरील लोक आपला निर्णय कितीही सजवून धजवून सादर करोत, तो कसा आणि किती निःस्वार्थी आहे हे आकर्षक पद्धतीने मांडोत; त्यामागील मूळ हेतू काय आहे हे समजण्याइतके कंपनीतील कर्मचारी पुरेसे हुशार

आणि तल्लख असतात. या साऱ्या खेळाच्या पडद्यामागे काय हालचाली सुरू आहेत आणि त्यामागे कोणाचा किती वैयक्तिक लाभ दडलेला आहे, हे त्यांना बरोबर समजते. सर्वसामान्य मतदारांसारखाच सर्वसामान्य कर्मचारीदेखील वाटतो तितका सर्वसाधारण नसतो.

आपल्या कृतीचे काय परिणाम होतील किंवा आपण पकडले जाऊ की काय, आपल्या विश्वासार्हतेला धक्का पोहोचेल, या कशाचीच फिकीर नसलेले नेते आपली खेळी दुरुस्त करण्याच्या फंदात न पडता उलट तिच्या अधिकच आहारी जाताना दिसून येतात. सुरुवातीला ते ही खेळी खेळायला सुरुवात करतात, कालांतराने ही खेळीच त्यांना खेळवत ठेवते. आज वरिष्ठपदाचा फायदा घेऊन त्यांनी कोणाला आपली पाठ खाजवायला सांगितले असेल, तर उद्या त्यांना त्या व्यक्तीचे पाय चेपायला लागतातच. समोरच्याने आपले हितसंबंध जपले म्हटल्यावर कालांतराने यांना त्याचे हितसंबंध बघणे भागच पडते. ही परिस्थिती आजकाल एवढी सर्रास झाली आहे की, ती जणू सामान्य जगरहाटी असल्यासारखेच झाले आहे. तथापि, एखाद्या गोष्टीचा प्रभाव किंवा चलती आहे, म्हणून चुकीची गोष्ट योग्य ठरू शकत नाही. अनेकदा या वाईट खेळीबाबत प्रश्न उपस्थित करण्याऐवजी स्वतःला ही खेळी कशी नीट खेळता येईल, याबद्दल व्यवस्थापक अधिक जागरूक बनत असल्याचे आढळून येते. अशा प्रकारे यशस्वी होऊन जे नेते उदयाला आले आहेत, ते व्यवस्थेमध्ये काही बदल, सुधारणा घडवून आणतील अशी अपेक्षाच नको. कारण, पद्धतशीर उणिवांच्या आणि दोषांच्या जोरावरच त्यांची पैदास आणि भरभराट घडलेली असते. या लोकांचा पाया डळमळीत का असतो, यामागचे हेदेखील एक कारण आहे. कंपनीतील अंतर्गत टीम पोखरल्या का जातात आणि कंपन्यांची कामगिरी रसातळाला का जाते याचे उत्तर यामधून मिळते. बहुतांश कंपन्या या बाहेरच्या धोक्यामुळे नव्हे, तर अंतर्गत परिस्थिती पोखरली गेल्यामुळे दुबळ्या होऊन अपयशी ठरतात. बाहेरची आव्हाने किंवा धोके हे फक्त या आतील वाळवीची बाह्य बाजू असतात. वास्तविक कॉर्पोरेट कंपन्या अपयशी झाल्या, तर त्यात काही एवढे वावगे किंवा वाईट वाटण्यासारखे नाही; पण कंपनी ना बंद पडलीय ना प्रगती करते आहे; नुसतीच डबघाईला येऊन थांबलीय, ही खरी सर्वाधिक वाईट, दुःखदायक घटना म्हणावी लागेल.

कबीर म्हणतो, सत्यच सर्वश्रेष्ठस्थानी असायला हवे. जो सत्याची कास धरतो तो दुर्मिळ असतो आणि म्हणूनच तो सच्चा नेता असतो. चांगला नेता या राजकारणी खेळीच्या पार जाऊन बघतो आणि एक तर तिचा प्रसार रोखतो किंवा तिला सर्वांसमक्ष उघड करून बंद पाडतो.

कबीर सो धन संचिये, जो आगे को होय ।
सीस चढ़ाये गाठरी, जात न देखा कोय ।।

(असे ज्ञानधन जमा करा, आपले दैव असे घडवा की, जे चिरंतन टिकेल; जे फक्त आत्ता आणि या ठिकाणीच तुमच्या सोबत आहे, ते काही कामाचे नाही.)

महत्त्वाकांक्षा हे कॉर्पोरेट कर्मचाऱ्यांना चालना देणारे इंधन असते. प्रगती, पैसा, पद आणि पदोन्नती हे चलनी नोटांप्रमाणे असतात. योग्यायोग्यतेचा विचार न करता बघायचे तर या सगळ्यामुळे जीवनाला अर्थ प्राप्त होतो आणि त्यांच्याअभावी दुःख आणि नैराश्य वाढीस लागते. आता काहीजणांना या गोष्टी फारच जास्त महत्त्वाच्या वाटतात; त्यामुळे त्यांच्या प्राप्तीसाठी ते राजकारण खेळतात, खुशामत करतात, घोटाळेदेखील करतात. खुली निकोप स्पर्धा, सर्वांना समान संधी, जो चांगला असेल, तोच जिंकेल इत्यादी आदर्शवादाकडे एकत्र दुर्लक्ष केले जाते किंवा आणखी वाईट म्हणजे मूर्खपणा असे म्हणून डावलले जाते. असे विपरीत मार्गसुद्धा काही वेळा कामी येतात. कित्येकदा काही उच्चस्तरीय कामांमध्ये हे मार्ग एवढे चमकदार दिसून येतात की, पुढे त्या स्तरावर जाण्याची मनीषा बाळगून असणाऱ्यांना हे मार्ग म्हणजेच यशाच्या त्या पातळीवर जाण्याचे जागतिक राजमार्ग असल्यासारखे वाटते; त्यामुळे लोकांचा उत्कर्ष झाला म्हणजे ते योग्यच आहेत अशी धारणा वाढीस लागते. हे विपरीत मार्ग अनुसरून पस्तावलेल्या किंवा पार देशोधडीला लागलेल्या लोकांचीदेखील उदाहरणे असतात; परंतु यशाची, उत्कर्षाची उदाहरणे जेवढ्या मोठ्या प्रमाणावर प्रसिद्धी पावतात, तेवढी अपयशाची चर्चा होत नाही आणि ती आपसूकच डावलली जातात. राजकारणाचे अभावित बळी पडतातच; गटबाजीत आज ना उद्या फूट पडतेच; खुशामत अल्पजीवीच असते आणि हे सगळे आपल्याला फार काळ सोबत करत नाही की फार दूर घेऊन जाऊ शकत नाहीत. केलेला अपहार किंवा दुरुपयोग नक्की उघडकीस येतोच, कारण आपण सदा सर्वकाळ सर्व लोकांना फसवू शकत नाही.

कबीर म्हणतो, 'ज्या गोष्टी आणि पद्धती शाश्वत असतील, दीर्घकाळ आपली सोबत करतील त्यांचाच अंगीकार करा. सद्यपरिस्थिती आणि वेळ बदलली तरी त्या सोबत असल्या पाहिजेत. आपले वर्तन नेहमी प्रामाणिक असू द्या. पत आणि प्रतिष्ठेशिवाय मिळालेले यश हे नुसते पोकळच नाही, तर दुबळेदेखील असते.'

कुठल्याही किमतीवर यश मिळालेच पाहिजे हा अभिनिवेश बाळगून, आपली प्रतिष्ठा पणाला लावून यश पदरात पाडून घेतले, तर त्यामधून केवळ निंदक आणि हितशत्रू निर्माण होतात. मग ते केवळ आपल्याला मागे खेचत नाहीत, तर पद्धतशीरपणे आपले पतन घडवून आणतात. जर आपण अशा बेगडी, विपरीत पद्धतींचा अवलंब करून वरिष्ठ पद, नेतेपद मिळविले असेल, तर लोकांनी केलेला

आपला स्वीकार, आपण देत असलेली प्रेरणादायी वक्तव्ये, कृती आणि आपले यश सारे काही सदैव संशयाच्या छायेमध्ये झाकोळलेले राहते. आपण स्वतःचे सध्याचे पद, विभाग किंवा कंपनी बदलली तर आपली कोणाला आठवण होईल का? हा कळीचा प्रश्न सतत स्वतःला विचारत राहिले पाहिजे. आपण निघून गेल्याने लोकांना आनंद होईल, सुटकेचे समाधान मिळेल की दुःख होईल? आपण सर्वांसमोर जे मांडले ते लोकांच्या लक्षात राहील की पाठीमागे जी गडबड केली ती त्यांना आठवेल? आपण एक उत्तम प्रेरणादायी वरिष्ठ सहकारी म्हणून लोक आपली आठवण काढतील की कर्मचाऱ्यांचे जिणे हराम करून टाकलेला राक्षस म्हणून? आपण जेव्हा एखादी कंपनी सोडून जातो, तेव्हा फक्त प्रतिमा मागे सोडून जातो. आपला लौकिक हा प्रकाशाच्या नव्हे, तर त्याहून जास्त वेगाने सर्वत्र पसरतो. आपण पुढील कंपनीत पोहोचण्याआधी आपला लौकिक तिथे पोहोचलेला असतो, तेव्हा आपले दैव स्वतः जरूर घडवा; पण ते योग्य मार्ग अनुसरूनच! तसे केल्याने तुमच्यानंतरही ते टिकून राहील.

वरिष्ठ नेते हे रोमन सम्राट सीझरच्या पत्नीसारखे असतात, त्यांच्यात संशय घ्यायला कुठेही जागा असता कामा नये.

पंडित केरी पोथियां, ज्यों तीतर का ज्ञान ।
औरे सगुन बतावही, आपण फंद ने जान ।।

(नुसती पोथी वाचून स्वतःला पंडित समजणारे लोक हे पिंजऱ्यातील त्या पोपटासारखे असतात, जो दुसऱ्याचे भविष्य वर्तवीत असतो; पण स्वतःच्या पायातील बेडीची त्याला जाणीवच नसते.)

यशस्वी नेते बहुतकरून स्वतःच्या यशामध्येच बंदिवान होऊन बसतात. 'अरे! मी जेव्हा विक्रेता, विक्री व्यवस्थापक किंवा विभागप्रमुख होतो ना, तेव्हा... वगैरे वगैरे...' या असल्या बाता मारण्याची सवय काही नेत्यांच्या फार अंगवळणी पडलेली असते आणि तिचा अन्य लोकांना जाम तिटकारा असतो. हा नेता सतत आपल्या यश आणि कर्तृत्वाचे जे डंके पिटत असतो त्याचा अतिरेक तर होत असतोच; पण त्यामधून नकळत अपेक्षांचे एक ओझे साऱ्या टीमवर लादले जात असते, जर त्या टीमला यश आले तर तो नेता तडफदार, द्रष्टा ठरतो; पण अपयशाचे खापर मात्र टीमच्या निष्क्रियतेवर फुटते.

आपण कोणत्या गोष्टी करणे टाळतो याबद्दल प्रवचन झोडणारे नेते सर्रास आढळून येतात. खुलेपणाबद्दल गप्पा मारणारे हे नेते स्वतः बंद संकुचित मनाचे असतात. नावीन्याबद्दल ते तुमच्याशी बोलतील; पण त्यांना स्वतःला जुनीच दारू नव्या बाटलीत घालून पेश करण्यापलीकडे दुसरे काही येत नाही. ते तुम्हाला पारदर्शकतेबद्दल भाषण देतील; पण स्वतः एखाद्या शिशासारखे बंदिस्त असतील.

समूहाने काम करण्याबद्दल आणि सामूहिक यशाबद्दल लंब्याचवड्या बाता मारतील; पण त्यांच्याइतके एकलकोंडे बहुधा कोणीच नसेल. अशा लोकांची प्रवचने आणि त्यांचे आचरण यामधील फट ही अल्पावधीतच सगळ्यांच्या लक्षात येते. या फटीचे रूपांतर लवकरच मोठ्या दरीत होते आणि त्यामध्ये कोसळून नेत्यांचा लौकिक जमीनदोस्त होतो.

कबीर असा उपदेश करतो की, नुसती पुस्तके वाचून स्वतःला शिक्षित म्हणवणारी व्यक्ती कुडमुड्या जोतिष्याजवळील पिंजऱ्यातील पोपटासारखी असते. हा पोपट समोर आलेल्या गिऱ्हाइकाचे उज्ज्वल भविष्य सांगतो; पण स्वतःचे भवितव्य पिंजऱ्यात बंदिस्त आहे याची त्याला जाणीवच नसते.

पुस्तकी पंडित स्वतःभोवती असे कित्येक पिंजरे उभे करत असतात आणि त्यांना त्याची जाणीवही नसते.

ब्राह्मण गुरू हे जगत का, संतन के गुरू नांहि ।
अरुझि परुझि के मरि गये, चारौ बेदौं मांहि ।।

(पुस्तक वाचून शिकलेला मनुष्य हा सर्वसामान्यांचा शिक्षक होऊ शकतो; पण ज्ञानी लोकांचा नाही, कारण त्याचे आकलन पुस्तकांपुरतेच मर्यादित असल्याने तो त्या पानांमध्येच अडकून पडलेला असतो.)

ज्ञान हे असीम, अमर्याद आहे. ते सर्वव्यापी आणि आदिम आहे. जे नेते आपल्या पूर्वीच्या अनुभवांवर किंवा आपण जे काही वाचले आहे, जे आधीपासून माहिती आहे तेवढ्यावरच फक्त विसंबून राहतात; ते लवकरच निष्क्रिय होतात. त्यांची स्पर्धात्मकता संपुष्टात येते. नेते हे विचारशक्ती आणि अंतःप्रेरणेचे वाहक व्यापारी असले पाहिजेत. अंतःप्रेरणेच्या जोरावर मनुष्य हातात कुठलाही नकाशा किंवा होकायंत्र नसतानादेखील घनदाट जंगलातून वाट शोधून काढू शकतो. जे नेते केवळ उपलब्ध असलेल्या माहितीच्या आधारावर चालतात, ते केवळ ज्ञात किंवा सोप्या समस्याच हाताळू शकतात. भविष्यात येऊ शकतील अशा किंवा अनपेक्षित समस्यांना सामोरे जाण्याची कुवत त्यांच्यात नसते. खूप मोठे तांत्रिक कौशल्य वापरून फेरप्रक्रिया केलेल्या पाण्याला पिण्यायोग्य बनवता येते; पण या प्रक्रिया केलेल्या पाण्यातील ताजेपणा मात्र हरवलेला असतो; पण फेरवापर केलेल्या कल्पनांचा शेवट एकच – त्यांना दुर्गंधी येते!

कबीर म्हणतो की, पूर्वी काही पुस्तके वाचलेला किंवा पूर्वीच्या काळाबद्दल पुस्तकात काही वाचन केलेला मनुष्य हा फक्त सर्वसामान्य लोकांनाच प्रभावित करू शकतो किंवा अगदी सर्वसाधारण स्वरूपाच्या समस्याच सोडवू शकतो.

पुस्तकात दिलेली माहिती आणि आगामी काळाचे संदर्भ यांच्यामधील गुंता सोडवताना त्यांची फे फे उडते.

६

ढोंगी दिखाऊ नेता

खट्टा मीठा चरपरा, जिभ्या सब रस लेय ।
चोरों कुतिया मिलि गई, पहरा किसका देय ।।

(गोड असो किंवा आंबट, जीभ सगळ्याच गोष्टींचा आनंद घेते; ज्याने रक्षण करायचं त्यानेच जर चोरांशी हातमिळवणी केली तर संरक्षण कोण करणार?)

नेते हे रक्षक असतात – चांगुलपणा, तत्त्व, धोरणं, संस्कृती आणि या सगळ्याच्या पुढे जाऊन सत्याचे राखणदार असतात. ते संस्थेच्या गाभ्याचं संवर्धन आणि संरक्षण करत असतात. प्रत्येक संस्थेची स्वतःची एक ठेवण असते. त्याचे वर्णन कोणत्याही धोरणामध्ये, परिपत्रकांमध्ये नसते. सुमंत्र घोषाल म्हणतात त्याप्रमाणे 'प्रत्येक जागेचा आपला एक गंध असतो.'

रोजच्या दिवशी नेत्यांना सत्याच्या प्रसंगांना सामोरे जावे लागते आणि त्याकडे संपूर्ण संस्थेचे लक्ष असते. आपल्याकडे कोणाचे लक्ष नाही असं नेत्यांना वाटत असतं, तेव्हाही सगळ्या संस्थेचे त्यांच्याकडे लक्ष असते. एखाद्या मोठ्या प्रसंगापेक्षाही लहानशा, लक्षात न येणाऱ्या प्रसंगाच्या वेळी त्यांच्याकडे अधिक लक्ष दिले जाते. त्यांची देहबोली, आवाज, बोलण्याची पट्टी, शब्द, हालचाल या सगळ्या गोष्टी बघितल्या जातात. काही काही वेळा या गोष्टी अशा पद्धतीने प्रतीत होतात की, ज्याची त्या नेत्याने कल्पनाही केलेली नसते.

अपवाद कशा रीतीने केला जातो? आपत्कालीन परिस्थिती कशी हाताळली जाते? जेव्हा अनेक गोष्टी पणाला लागलेल्या असतात किंवा अडचणीची स्थिती

असते, तेव्हा निर्णय कसे घेतले जातात? नियम वाकवले जातात का, धोरणात बदल केले जातात का आणि आपल्याला अनुकूल लोकांना सवलत दिली जाते का? पक्षपातीपणा केला जातो का, नेतृत्वाचा विशेषाधिकार या नावाखाली तारतम्याचा वापर होतो का? अशा सर्व प्रकारच्या परिस्थितीत नेता आणि त्याची वर्तणूक, मतं उघडी पडत असतात. अशा परिस्थितीतील नेत्याचे वागणे एकतर संस्थेला मजबूत करते किंवा संस्थेचे खांब नाजूक बनवते. चांगले नेते दुर्लक्ष करत नाहीत, खोटा बहाणा करत नाहीत.

कबीर म्हणतो की, आपल्या आरोग्याच्या निर्णायक वेळी खरंतर जिभेने आपण काय खातो याचे राखणदार व्हायला हवे. म्हणजेच आरोग्यासाठी योग्य ते खाण्याचे ताळतंत्र जिभेने राखायला हवे. कुत्रा आपल्या घराचा राखणदार असायला हवा; पण जेव्हा जीभ चमचमीत चवीच्या पदार्थांनी स्वतःचे चोचले पुरवते, तेव्हा आपलेच आरोग्य धोक्यात येते. जेव्हा कुत्राच चोरांना सामील होतो, तेव्हा अनर्थ अटळ असतो.

असे असले तरी, ही कथा अनेक वेगवेगळ्या आणि दुर्दैवी मार्गांनी उघड होते. चूक आणि बरोबर गोष्टींमध्ये निवड करणे सोपे असते; पण जेव्हा नेत्यावर दोन योग्य गोष्टींमधून एका गोष्टीची निवड करायची वेळ येते, तेव्हा त्यातून चांगला नेता ठरत असतो. 'अधिक चांगलं' काय हे कसं ठरवायचं? मोठी टीम त्याच्या निर्णयाचा अर्थ कसा लावेल? त्यातून संस्थेला कोणता संदेश जाईल? त्यामुळे संस्थेचा पाया मजबूत होईल की कमजोर? केवळ चांगल्या लोकांना पुढे आणणे महत्त्वाचे नसते तर वाईट लोकांना, वाईट प्रवृत्तींना सोडून देणंही तितकंच महत्त्वाचं असतं. चुकीच्या गोष्टीला केवळ नाही म्हणणं पुरेसं नसतं तर ते ठामपणे, मोठ्याने आणि सर्वांसमोर सांगणे महत्त्वाचे असते. जेव्हा धोरणं सादर होतात, तेव्हा त्या प्रतीची निष्ठा, अनुयायित्व याविषयी प्रश्न विचारले गेलेच पाहिजेत. जेव्हा चूक घडते, तेव्हा त्या विरोधात कृती होणं आणि सर्वांसमोर न्याय मिळणं गरजेचंच असतं. तरच त्या संस्थेची स्थिती चांगली राहते.

मांस मांस सब एक है, मुरगी हिरनी गाय ।
आंख देखि नर खात है, ते नर नरकहि जाय ।।

(सगळं मांसच आहे, मग ते कोंबडीचं, हरणाचं किंवा गायीचं असो, मग त्यांच्यापैकी कोणाचंही मांस खाल्लं तरी तो माणूस नरकातच जाणार.)

चुकांबाबत कोणता भेदभाव नसतो. मग ती चूक मत प्रदर्शित करण्यातील असेल, निर्णयाबद्दलची असेल किंवा वेळेबाबतची; पण कंपन्यांमध्ये रोजच्या दिवसाला असं होताना दिसत नाही. शब्दच्छल करून आणि गडबड गुंडा करणारे

तर्कज्ञान लढवून नेते हुशारीने त्यामागे लपू शकतात.

विशेषकरून बोलण्यात चतुर असणारे नेते, तर जेव्हा चुकीच्या गोष्टी घडतात, तेव्हा स्वतःच्या भूमिकेपासून पद्धतशीरपणे सर्वांचं लक्ष दुसरीकडे वळवू शकतात. योग्य निर्णय घेणे हे चांगल्या नेत्याचे काम असते; पण जणू काही ते फार महत्त्वाचे नसल्याप्रमाणे 'दुर्दैवी पण अनवधानाने घडलेली निर्णयातील चूक' असं म्हणून स्वतःच्या चुकीचं महत्त्व कमी करतात; पण अनवधानाने घडलं असं म्हणून तो स्वतःच्या जबाबदारीतून मुक्त होऊ शकत नाही, असे एखादा म्हणू शकतो. निर्णय घेण्यामध्ये दूरदृष्टी असावी लागते आणि त्याचा अभाव असेल तर अशा चुका घडतात. लोकांची स्मरणशक्ती खूप कमी असते असे म्हणण्याची एक फॅशन आली आहे; पण अशा नेत्यांना वाटते तितकी ती नक्कीच कमी नसते. संस्थात्मक स्मरणशक्ती खूप सखोल, मोठी आणि अफाट असते – फायलीमधून जपून ठेवलेली असते.

तात्पुरत्या स्मरणशक्तीच्या ऱ्हासाप्रमाणे इतरांच्या चुकीच्या गोष्टी विसरल्या जातात. हे काहीसं दुर्दैवी असलं तरी सर्वसाधारण आहे. निर्णय घेताना नेत्यांनी सर्वंकष विचार करून, उच्च मूल्यांचंच पालन करावं अशी अपेक्षा असते. छोट्या छोट्या चुकांमधूनही जवळपास सुधारणा करणे अशक्य असल्यासारखी भीषण परिस्थिती निर्माण होऊ शकते आणि कधीकधी संस्था त्यामधून परत सावरूही शकत नाही.

काही काही चुकांचं स्वरूप भीषण असतं आणि अक्षम्य चूक या पलीकडे तिचं वर्णनही करता येऊ शकत नाही. त्या चुकीचे गंभीर परिणाम होतात आणि संपूर्ण कंपनीला त्या चुकीची किंमत मोजावी लागते. अगदी सर्वोत्तम हेतू असलेल्या नेत्याबाबतही अशा चुका घडू शकतात. चांगल्या हेतूंनी विनाशाचा, नरकाचा पक्का रस्ता तयार केल्यासारखंच झालं! दुर्लक्ष, असमर्थता, अहंकार, फाजील आत्मविश्वास आणि चुकीची वेळ या गोष्टी संस्थेसाठी मारक ठरतात.

कबीर म्हणतो, चुका करणाऱ्या नेत्यांमुळे संस्थेचे आर्थिक आणि लौकिक अशा दोन्ही अर्थाने नुकसान होते.

तुम्ही कशाच्या आधारावर त्याची निवड केली याने काही फरक पडत नाही. किती प्रमाणात त्यांचा स्वीकार होतो या गोष्टीवरून त्यांचे मोजमाप होता कामा नये. काहीजणांना इतरांपेक्षा अधिक स्वीकारले जाते. ते सगळे सारखे असतात. काहीजण तत्काळ परिणामांचा स्वीकार करतात आणि ज्ञात मार्गांनी करतात. काहीजण उशिराने आणि वेगळ्या, माहीत नसलेल्या मार्गाने गोष्टी उघड करतात. जर नेत्यांनी आणि संस्थांनी गंभीर परिस्थिती दडवून न ठेवता त्यामागे स्वतःला लपवणं बंद केलं तर तेच हितकारक असतं. होणारं नुकसान छोटं असो किंवा मोठं, ते दिसून येवो

किंवा न येवो, संस्थेच्या मूळ गाभ्यालाच हानी पोहोचवणारी कोणतीही गोष्ट भयानक असते. खरंतर जेव्हा छोट्या चुका, प्रमाद सहजपणे खपवून घ्यायला सुरुवात होते, तेव्हा पद्धतशीरपणे चुका दामटवून नेण्याचे बळ येते. संस्थेसाठी हे सर्वांत मोठे आव्हान असते.

कबीर म्हणतो की, सगळं मांस सारखंच असतं. मग ते कोंबडीचं, हरणाचं किंवा गायीचं असो आणि जाणूनबुजून त्यांच्यापैकी कोणाचंही मांस खाणारा माणूस नरकातच जाणार (हे एक रूपक आहे, मांसाहारी लोकांच्या विरोधातील बोल नाही.)

पंडित पोथी बांधि के, दे सिरहाने सोय ।
वह अक्षर इनमें नही, हसि दे भावै रोय ।।

(तुम्ही वाचलेल्या सगळ्या पुस्तकांत कितीही पांडित्य भरलेलं असलं तरी दुःखी चेहऱ्यावर स्मितहास्य कसं आणायचं हे त्यांना ठाऊक नसतं.)

संस्था आणि टीमला नेत्याकडून विविध गोष्टींची अपेक्षा असते; पण ही गोष्ट क्वचितच समजून घेतली जाते आणि त्याहीपेक्षा फारच कमी वेळा नेत्याचं वागणं त्याच्याशी सुसंगत असतं.

निर्णय घेण्याच्या कामात नेत्यांनी चपळाई आणि निश्चयी निर्णायकता दाखवावी अशी संस्थांची अपेक्षा असते. तर वैयक्तिक पातळीवर लोकांना नेत्याने आपल्याशी प्रेमाने, समजून घेऊन आणि संयम राखून वागावं असं वाटत असतं. वरपासून खालीपर्यंत नेत्याने सर्वांशी योग्य ते अंतर राखून, व्यावसायिक पद्धतीने वागावे असे संस्थेला वाटत असते, तर नेत्यांनी आपल्याप्रति सहअनुभूती दाखवून आपल्या भावना समजून घ्याव्यात, असे वैयक्तिक पातळीवर कर्मचाऱ्यांना वाटत असते. कोणत्याही स्थितीत स्वतंत्र अस्तित्व राखले गेलेच पाहिजे ही संस्थेची अपेक्षा असते. तर आपल्याला नोकरीचे संरक्षण देऊन आपले वैयक्तिक हितसंबंध नेत्याने जपावेत अशी कर्मचाऱ्यांची अपेक्षा असते.

कंपनीचे प्रश्न कसे सोडवायचे हे नेत्याला माहीत असणे गरजेचेच असते; पण त्याच वेळी प्रत्येक कर्मचाऱ्याचे प्रश्नही त्याला सोडवता आले पाहिजेत. हे दोन्ही प्रश्न सोडवायचे म्हणजे खूप वेगळ्या पातळींवरील क्षमता अंगी असाव्या लागतात. एकासाठी तुमच्या डाव्या मेंदूची तर्कबुद्धीने विचार करण्याची, योग्य आकलनशक्ती असण्याची क्षमता असावी लागते. दुसऱ्या गोष्टीसाठी तुमच्या अंगी उजव्या मेंदूची सगळ्यांना जोडून घेण्याची, नातेसंबंध जपण्याची क्षमता असावी लागते. या दोन्ही क्षमता एकत्र करून त्यानुसार कृती करण्याची क्षमता नुसतीच दुर्मिळ नाही तर एकमेवाद्वितीय अशीच आहे. काहीजण त्याला परिपक्वता असे म्हणतात. नेतेमंडळी

प्रारूप अंगीकारू शकतात, थिअरी मांडू शकतात आणि तार्किक पद्धतीने विचारही करू शकतात; पण जर आपल्या बरोबरीच्या लोकांबरोबर ते ही गोष्ट जोडू शकले नाहीत तर हे सगळं फुकट जातं.

कबीर अशा नेत्यांना कळकळीने असं सांगतो की, नुसते पुस्तकांवर, थिअरी आणि परिभाषांवर विसंबून राहू नका. दुसऱ्या माणसाशी जोडणाऱ्या क्षमतेवरही विश्वास ठेवा.

कोणत्याही थिअरीमध्ये रडणाऱ्या माणसाला हसवण्याची क्षमता नसते, हे वास्तव मागे उरतेच.

तरा मण्डल बैठि के, चांद बड़ाई खाय ।
उदै भया जब सूर का, तब तारा छिपी जाय ।।

(चंद्र केवळ चांदण्या असतानाच येतो. सूर्य उगवताच सगळे लपून बसतात.)

आधुनिक कर्मचाऱ्याच्या व्यक्तिमत्त्वात फाजील धीटपणा दिसतो. आपण अगदी मोठे हिरो असल्याच्या थाटात ते वावरत असतात. कोणत्याही बैठकीत, बोर्डरूममध्ये जाऊन बघा, अशा आत्मविश्वास असलेल्या, आक्रमक कर्मचाऱ्यांची ऐटीत असलेली फौज तुम्हाला दिसेल. बहुतेकांना स्वतःविषयी खूप आत्मविश्वास असतो. त्यांच्या वागण्या-बोलण्यात ठामपणा आणि स्पष्टता असते. दुष्ट माणूसही तुमच्या मताची कदर कसा करेल या आविर्भावात ते सूचना तरी करतात, जणू काही त्यांना भविष्य माहीत असल्याप्रमाणे योजना आखतात आणि जणू काही देव त्यांच्या बरोबरच असल्याप्रमाणे त्यांच्या निर्णयावर ठाम असतात. मतभेदांना थारा नसतो, प्रश्न ऐकून घेतले जात नाहीत आणि पुन्हा विचार करून बघणं त्यांना कमजोरपणाचं लक्षण वाटतं. या सगळ्या विश्वाचा गाडा जणू काही तेच हाकत असल्यासारखा त्यांचा होरा असतो.

प्रत्येक गोष्टीचे एक जीवनचक्र असते – जन्म, वाढ, परिपक्वता आणि मृत्यू. ही एक नैसर्गिक आणि स्वाभाविक गोष्ट आहे. व्यावसायिकांनाही ती लागू पडते. नव्याने उदयाला येत असलेला अधिकारी कदाचित त्याच्या मार्गातील सगळ्यांना बाजूला करू शकतो, आपली मते जोर लावून पुढे रेटू शकतो, चुकीच्या पद्धतीने ती ठसवू शकतो, स्वतःच्या वर्चस्वाने आणि आपल्याला पर्याय नसल्याच्या धुंदीत आंधळा होऊ शकतो. त्याच्या कामात कदाचित तो चांगला असेलही; पण कॉर्पोरेटमध्ये काही वर्षे घालवलेला कोणीही तुम्हाला सांगेल की, यशस्वी होणे हे केवळ सक्षमतेवर अवलंबून नसते, तर त्यामध्ये योग्य वेळ आणि नशिबाचाही भाग असतो. एका बाबतीत चांगला असलेला माणूस दुसऱ्या बाबतीत वाईट असू

शकतो. एका टीममध्ये चांगला ठरलेला माणूस दुसऱ्या टीममध्ये वाईट असू शकतो. एका बॉसच्या हाताखाली चांगला असणारा माणूस दुसऱ्या बॉसच्या हाताखाली वाईट असू शकतो आणि सगळ्यात शेवटी एखादा माणूस तोपर्यंतच चांगला असू शकतो जोवर त्याच्यापेक्षा चांगला माणूस समोर येत नाही.

या गोष्टी लागू पडणारे इतरही काही मार्ग असतात. प्रत्येक टीमची एक मध्यवर्ती क्षमता असते. या क्षमतेला अनुसरून काम करणारे काही तारे असतात, काही एकदम लखलखणारे तारे असतात, काही सर्वसाधारण असतात, तर काहीजण त्या कामात अगदीच कुचकामी असतात. टीममध्ये नव्याने माणसं येत असतात, जुने लोक बाहेर पडत असतात. ज्या क्षणी ही मध्यवर्ती संकल्पना कोणत्यातरी दिशेने हलते, त्याबरोबर या वर्गवारीची पुनर्रचना होते. मग इतके काळ चमकणारे तारे साधारण भासू लागतात आणि अगदीच कुचकामी समजले जाणारे लोक तितके कुचकामी नाहीत हे लक्षात येते.

कबीर म्हणतो, चंद्र फक्त रात्रीच्या आकाशातच ताऱ्यांच्या मध्ये तेजस्वीपणे चमकतो. सकाळच्या वेळी सूर्य आकाशात येताच चंद्र दिसेनासा होतो.

कॉर्पोरेट जगतातही, आपण एक गोष्ट लक्षात ठेवली पाहिजे की, आपली क्रमवारी कुठलीही असली तरी, आपली क्षमता कितीही एकमेवाद्वितीय असली तरी त्या क्षमतेचे मोजमाप होत असते आणि तुलना करूनच तिची किंमत ठरवली जाते. कामगिरीचे जुलमी मोजमाप कसे होते हे तर आपल्या सगळ्यांनाच ठाऊक आहे! त्यामुळे स्वतःच्या गौरवात न्हाऊन निघत असताना, स्वतःचं महत्त्व जपत असताना आणि वर्चस्वाचा आनंद लुटत असताना या सगळ्या गोष्टी सापेक्ष आहेत, हे माणसाने कधीही विसरता कामा नये. या सगळ्या गोष्टींचं आयुष्यही कमी असतं. जोवर आपल्यापेक्षा अधिक चांगला माणूस समोर येत नाही, तोवरच हे सगळं टिकून राहणार असतं. जेव्हा तुम्ही रॉकस्टार असता, तेव्हा नम्रपणाने वागा. तरच उतरती कळा लागल्यावरही तुम्ही स्वतःला सांभाळू शकाल.

देखन का सब कोय भलो, जैसे सित का कोट ।
रवि के उदय न दीसही, बंधे न जल की पोट ।।

(बर्फामध्ये सगळे राजवाडे अगदी सारखे दिसतात; पण जेव्हा आकाशात सूर्योदय होतो, तेव्हा त्यांच्यामधला फरक स्पष्टपणे ओळखता येतो.)

चांगल्या नेत्यांना पारखणे अवघड असते. आधार देणारे, कैवार घेणारे एक नेतृत्व असते आणि प्रात्यक्षिक करून दाखविणारे एक नेतृत्व असते. आधार देणाऱ्या नेतृत्वामध्ये व्यवस्थापक आणि नेते या सगळ्यांनी उठवलेल्या योग्य

आवाजाची म्हणजेच सगळ्यांच्या योग्य मतांची बेरीज असते. त्यांच्यापैकी सर्वांत वाईट राजकीयदृष्ट्या योग्य निवेदनं तयार करताना बघणे खूपच निराशाजनक असते. अहंकारी माणूस सांघिक कामाबद्दल बोलेल, खुनशी माणूस पारदर्शकतेबद्दल बोलेल, असुरक्षित माणूस विश्वासाबद्दल बोलेल. जणू काही मारणं हे कायद्यानं योग्यच असते! नेता ज्या वेगाने निवेदने देतो, तितक्याच वेगात त्याच्या ढोंगीपणामुळे तो उघडा पडतो. जितक्या दणक्यात, मोठ्या आवाजात तो या घोषणा करतो तितक्याच वेगात तो उघडा पडतो.

अर्थात, हे काही मी रंगवलेलं अपवादात्मक चित्र नाही, तर सर्वसाधारणपणे आढळणारा प्रकार आहे. दुसरा माणूस ज्या तत्त्वाची भाषा बोलतो, ती तत्त्वं जेव्हा एखादा जगतो, तेव्हा तिथे सिद्ध करून दाखवणारे, प्रात्यक्षिक देणारे नेतृत्व असते. उपदेशाच्या सारांशाप्रमाणे हे असते.

कबीर म्हणतो की, कठीण प्रसंगात, अवघड परिस्थितीत आणि परीक्षेच्या काळात सगळे ढोंग उघडे पडते. आकाशात सूर्य आला की, लगेचच बर्फाचे थर वितळायला सुरुवात होते आणि तो सगळा बर्फ धरून ठेवणेही अशक्य होते. तो वितळूनच जातो.

ढोंगी नेत्यानेही संधिसाधूपणा करून, संशयास्पद रीतीने स्वतःला हवी तशी परिस्थिती हाताळून आणि निर्लज्जपणाचे राजकारण खेळून स्वतःचा डाव साधलेला असतो; पण सूर्याची किरणे आकाशात चमकायला लागताच त्याचे पितळ उघडे पडू लागते. कठीण परिस्थिती, कठीण कामगिरी येताच त्याचे सगळे अवसान गळून पडते. ज्याच्या हातापायांत बळ नसते असा माणूस एका क्षणातच गळून पडतो. पिटर प्रिन्सिपल यांनी हीच गोष्ट दुसऱ्या पद्धतीने सांगितली आहे. ते म्हणतात, प्रत्येकजण स्वतःच्या अकार्यक्षमतेच्या पातळीपर्यंत वाढत असतो!

अकार्यक्षमता ही फक्त तांत्रिक क्षमता किंवा नोकरीसाठी आवश्यक असणाऱ्या कौशल्यांबाबत नसते, तर ती संदिग्ध, गोंधळाची स्थिती हाताळणे, टीमला निश्चित उद्दिष्ट देऊन नेतृत्व करणे, एकत्रीकरण करणे, खडतर मार्ग हाताळणे अशा विविध क्षमतांच्या बाबतीतही लागू पडते.

रन जंग बाजा बाजिया, सूरा आये धाय ।
पुरा सो तो लड़त है, कायर भागे जाय ।।

(रणशिंग फुंकले गेले की, शूर वीर पुढे येतो; शूर माणूस लढतो, तर घाबरट माणूस पळून जातो.)

असं म्हणतात की, आपत्कालीन परिस्थिती कधी वाया घालवू नये! सैनिकाची

खरी परीक्षा शांततेच्या काळात नाही, तर युद्धाच्या वेळी होत असते. कठीण परिस्थितीचा काळ हा नेत्याच्या सत्त्वपरीक्षेचा काळ असतो. संस्थेचा किरकोळ ते गंभीर अशा वेगवेगळ्या स्वरूपातील आपला आपला कठीण काळ असतो. जुनी कामेच पडून राहिलेली असू शकतात, प्रकल्प चुकलेला असू शकतो, नवे उत्पादन फसलेले असू शकते, चुकीच्या माहिती संकलनामुळे फज्जा उडालेला असू शकतो, एखादी बैठक वाईट झालेली असू शकते, वरिष्ठ पातळीवरील व्यवस्थापनाने केलेले सादरीकरण प्रत्यक्षात आलेले नसते, चिडलेल्या ग्राहकाने केलेल्या तक्रारींमुळे वाईट प्रसंग उद्भवलेला असू शकतो. अनवधानाने घडलेल्या चुकीमुळे बिनबुडाचा आरोप झालेला असू शकतो. अशा कोणत्याही प्रकारच्या हजारो अडचणी असू शकतात. हे सगळे प्रश्न नेते कसे हाताळतात यात त्यांची खरी परीक्षा असते.

नेता समस्या सोडवतो की दोषारोप करतो? समस्या सोडवण्यासाठी तो पुढाकार घेतो की ती समस्या उग्र रूप धारण करेपर्यंत नुसता बसून राहतो? तो समस्येचे मूळ कारण शोधतो की कोणाला बळीचा बकरा बनवतो? तो बाह्य घटकांना दोष देतो की जबाबदारी स्वीकारतो? तो व्यवस्थेमध्ये ताण निर्माण करतो की हा ताण घालवण्यासाठी जास्तीतजास्त प्रयत्न करतो? माहितीच्या कवाडांच्या मागे तो नुसते गुप्त शह-काटशह रचतो की त्यामध्ये स्पष्टता येण्यासाठी शक्य तेवढे संवादाचे पूल उभारतो? तो बैठका भरवतो की कृती करतो? तो फक्त उपदेशाचे डोस पाजतो की काही कृतीही करतो? तो परिस्थितीचा सामना करतो की त्यापासून पळ काढतो?

जेव्हा गुंतागुंतीची केस समोर येते, तेव्हाच भोंदू वैद्य आणि डॉक्टर यांच्यातला फरक कळतो. गंभीर परिस्थिती उद्भवली की, ढोंगी लोकांचे पितळ उघडे पडते. त्याचप्रमाणे ढोंगी नेताही कठीण प्रसंगाला तोंड देण्याऐवजी त्यापासून सुटका करून घेण्याचा प्रयत्न करतो. एक ठाम भूमिका न घेणं आणि जबाबदारी कमी करणं हा वेळ वाया घालवण्याचा अधिकृत मार्ग असतो. इतर विभागांचा दृष्टिकोन विचारात घेणे म्हणजे काही चुकले तर त्यासाठीच्या दोषांची वाटणी करणे होय. त्या दुसऱ्या विभागाच्या पारड्यात दोष टाकणे, ही दुसऱ्याला चकवण्याची कृती आहे.

कबीर म्हणतो की, जेव्हा युद्ध जाहीर होते, तेव्हा शूर माणूस पुढे येतो आणि अखेरपर्यंत लढत राहतो तर घाबरट माणूस पळ काढतो.

नेत्यांनी सर्वांच्या पुढे राहून नेतृत्व करणे अपेक्षित असते. आजकाल दिसते त्याप्रमाणे त्यांनी फक्त पुढे उभे राहून भाषणे द्यायची नसतात. आघाडीवर राहून नेतृत्व करणे म्हणजे जेव्हा गोष्टी चुकतात, तेव्हा त्याचा दोष स्वतःकडे घेणे. याचा

अर्थ कठीण परिस्थितीत खंबीरपणे उभे राहून त्यांनी ती परिस्थिती हाताळायची असते. आपल्या हाताखालच्या अधिकाऱ्यावर सगळे सोडून निघून जायचे नसते. आघाडीवर राहून नेतृत्व करणे म्हणजे केवळ यशाची गोड फळे चाखणे नाही; तर जेव्हा गोष्टी बिघडतात, तेव्हा परिणामांची जबाबदारी स्वीकारणे असते.

कायर का काचा मता, घड़ी पलक मन और ।
आग पीछा व्हे रहै, जागि मिसै नहिं ठौर ।।

(घाबरट माणसाच्या मनात क्षणोक्षणी खात्री नसलेल्या विचारांची गर्दी होते; तो मागेपुढे करतो, का-कू करतो आणि त्याला मनाची शांतीच लाभत नाही.)

सतत मागेपुढे करणारे नेते म्हणजे ढोंगी नेत्याचा सर्वाधिक आढळणारा प्रकार होय. असे नेते सगळ्या कर्मचाऱ्यांसाठी भीषण असतात. सोप्या शब्दांत सांगायचे, तर त्याला स्वतःलाच प्रकल्प, उत्पादन किंवा लोक यांच्याकडून नक्की काय हवे आहे हे माहीत नसते. प्रत्येक वेळी जेव्हा त्याने जे करायला सांगितलेले असते ते करून कर्मचारी त्याच्यापाशी गेला की, तो त्यात आणखी काहीतरी भर घालतो, काहीतरी कमी करायला लावतो. त्याच्या मागील सूचनांच्या विरुद्ध जाणाऱ्या सुधारणा सुचवतो. बहुतेक वेळा त्याने मागच्या वेळी काय सूचना दिल्या हेच त्याला आठवत नसते. बेधडकपणे तो स्वतःच स्वतःला विरोधाभासी कृती करतो, कोणत्याही अपराधीपणाच्या भावनेशिवाय मागेपुढे करतो, लवचीक धोरण अशा गोंडस नावाखाली खुशाल एका टोकाच्या निर्णयापासून दुसरा टोकाचा निर्णय घेतो आणि त्याच्या हाताखाली काम करणाऱ्या टीममध्ये अक्षरशः अराजक निर्माण करतो. एका बैठकीत तो मोठं चित्र मांडतो आणि टीम जेव्हा त्याच्यासमोर मोठे चित्र घेऊन जाते, तेव्हा छोट्या तपशिलाकडे दुर्लक्ष केलं म्हणून टीका करतो. पहिल्या बैठकीत 'काय'च्या आधी 'का' लावण्याचा आग्रह तो धरतो, तर पुढच्याच बैठकीत 'काय' माहीत नसल्याबद्दल आपल्याला दोष देतो. असा बॉस इतके वेळा बदल सुचवतो की, अखेरीस सातव्या वेळी केलेला बदल हा पहिल्यांदा केलेल्या कामासारखाच असला तरी नवल वाटायला नको!

अशा प्रकारचे नेते आणि व्यवस्थापक संपूर्ण यंत्रणेत फक्त ताण निर्माण करतात. त्यांच्यासाठी काम करणाऱ्यांना आपल्यापुढे काय वाढून ठेवलं आहे हे माहीतच नसतं. प्रत्येकजण सावलीचा पाठलाग करत असतो. आपण काय निर्माण करत आहोत हे लक्षात न घेता, तो बऱ्याचदा कोडगेपणाने, काही वेळा नाइलाजाने; पण मुख्यत्वे आपल्या बॉसला नक्की काय हवं आहे हे माहीत नसल्यामुळे बोलणी खायला तयार झालेला असतो. किमान आपल्या बॉसला तरी पहिल्या वेळीच नक्की

काय हवं आहे हे माहीत असावं अशी प्रत्येकाची इच्छा असते.

कबीर म्हणतो की, ढोंगी नेत्याचे मन अस्थिर असते, त्याला स्वतःलाच नक्की काय हवे आहे याची जाणीव नसते, तो मागेपुढे करणारा असतो; प्रश्नाची दोन टोकं त्यालाच माहीत नसतात आणि त्यामुळे तो निश्चित निष्कर्षाप्रत पोहोचत नाही.

यातून शिकण्यासारख्या गोष्टी

१. नेते हे प्रक्रिया, धोरणं, संस्कृती आणि भविष्याचे राखणदार असतात.

२. जेव्हा कोणाचेही तुमच्याकडे लक्ष नसते, तेव्हा तुम्ही समग्रपणे काम करायचे असते.

३. तुम्ही अपवादात्मक स्थिती कशा पद्धतीने हाताळता त्याबद्दल दक्ष राहा, लवकरच ती गोष्ट तुमचा लौकिक ठरवणारी बनणार असते.

४. जेव्हा तुमच्याकडून चेंडू पडतो, तेव्हा चेंडू पडतो – 'चेंडू पाडणं स्वीकारार्ह' आहे असे काही नसते.

५. नेते योग्य परिणाम साध्य करू शकतात – ते कर्मचाऱ्यांच्या चेहऱ्यावर हास्य आणू शकतात.

७

तुमची संगत

कथा : राघव मित्रा हा खरंतर हुशार माणूस आहे. त्याला दिलेलं काम तो वेळेवर पूर्ण करतो, कामाप्रति त्याची निष्ठा आहे आणि सगळी कामे तो व्यवस्थित पूर्ण करतो; पण असं असलं तरी तो लबाड आहे, खूश करायला कठीण आहे असं त्याच्याबद्दलचं सर्वसाधारण मत आहे. त्याच्या तोंडावर कधी हे कोणी सांगितलं नाही; पण जेव्हा कधीही मोठ्या कामगिरीसाठी त्याच्या नावाचा विचार होतो, तेव्हा त्याला ती संधी मिळत नाही. काहीतरी कारण काढून निवड समिती त्याची पदोन्नती टाळते. मोठी कामगिरी पार पाडण्यासाठी आवश्यक असणारी परिपक्वता त्याच्याकडे नाही असं त्यांना वाटतं. नेत्याकडे आवश्यक असणारा सकारात्मक दृष्टिकोन आणि वर्तणूक यांचा त्याच्याकडे अभाव असल्याचं त्यांना वाटतं. आपण चांगलं काम करत असतानासुद्धा नेहमीच मोठ्या कामगिरीपासून आपल्याला का डावललं जातं हे राघवला कळलेलं नाही. यामध्ये कबीराची मदत होऊ शकते!

आपण ज्या लोकांच्या सहवासात राहतो म्हणजेच आपला जो गोतावळा असतो तो आपल्याला शांतपणे मारक किंवा तारक ठरणारा असतो. त्याचे परिणाम अगदी स्वाभाविक नसतात, क्वचित दिसून येतात; पण पूर्णपणे अनुभवता येतात. जसे की, चांगलं किंवा वाईट काहीही खाल्लं तरी त्याचे परिणाम काही काळानेच दिसून येतात. कबीराचा हा विभाग कदाचित थोडा उपदेशात्मक वाटेल किंवा त्याहून वाईट म्हणजे कानउघाडणी करणारा वाटेल; पण त्यामुळे त्याचे महत्त्व कमी होत नाही. बहुतांश समाजामध्ये संगत हा पालकांच्या सल्ल्याचा किंवा सक्त ताकीद

देण्याचा विषय असतो. मुलांसाठी हा विषय थोडा त्रासदायकही असतो. आपण कोणाच्या संगतीत राहिलं पाहिजे हे आपल्याला नीट कळतं आणि आपल्या मुलांनी कोणाबरोबर वेळ घालवावा याबाबत पालकांची भूमिका खूप वेगळी असते, असं बहुतेक मुलांना वाटत असतं. मुलं मोठी झाली की, त्यांना हा सल्ला नकोसा वाटतो, कारण वय आणि अनुभव यातून आपल्याला योग्य संगत ठरवता येते असं त्यांना वाटत असतं.

कॉर्पोरेट विश्वातील कर्मचाऱ्यासाठी त्याने कोणाची संगत ठेवावी याचे खालीलप्रमाणे काही पर्याय उपलब्ध असतात.

१. **विजेत्यांचा गट** – आपण नेहमी विजेत्यांच्या संगतीत राहायला पाहिजे का? असे लोक जे त्यांच्या खेळात नेहमी पुढे असतात, नेहमी बैठकीच्या अग्रभागी असतात, ज्यांना नेहमी सगळी बक्षिसं मिळतात. अशा लोकांच्या संगतीत राहिलं की, आपल्याला नेहमी आणखी आणखी हवं असतं. आपण कंपनीत चमकणार नाही ही कल्पनाच त्यांना सहन होत नाही. त्यांना कधीच काठावर राहायचं नसतं. कायम सर्वोत्तम असणाऱ्यांच्या संगतीत राहिलं की, आपल्याला आणखी हवं असं वाटत राहतं. आपल्याबद्दल बोललं जावं असं वाटत राहतं. आपली स्थिती एखाद्या धावपटूसारखी होते. सतत उद्दिष्ट डोळ्यांसमोर असलं की, त्यातून आपल्या कल्पनाशक्तीला चालना मिळते. शिकार करण्याचा म्हणजेच उद्दिष्ट पार करण्याचा उत्साह संचारतो, आपली दुर्दम्य इच्छाशक्ती जागृत होते, आपल्याला निश्चित ध्येय मिळते. या गटातले बाकीचे सदस्यही त्यांच्या ध्येयाने इतके भारावून गेलेले असतात की, ते आपल्याला कधीच आपल्या आव्हानाचा विसर पडून देत नाहीत. आपापसातल्या तीव्र स्पर्धेची ते आपल्याला सतत आठवण करून देत असतात. जो थांबला, तो संपला अशी स्थिती असते. क्षणभर थांबणाऱ्या माणसाला, त्यांची ऊर्जा कमी करणाऱ्या माणसाला अशा लोकांच्या गटातून बाजूला व्हावं लागतं.

२. **भूतकाळातील तेजस्वी तारे** – अशी माणसे भूतकाळातील विजेते असतात. त्यांनी एक काळ गाजवलेला असतो; पण आता ताज्या दमाच्या आणि अधिक भुकेल्या स्पर्धकांनी त्यांना मागे टाकलेलं असतं किंवा कदाचित काळानुरूप त्यांच्यातीलच ऊर्जा थोडी कमी झालेली असते. हे सगळं कदाचित वय, अनुभव, पळून पळून थकून गेल्यामुळे होतं किंवा वेगाने बदलणारे खेळाचे नियम समजून घ्यायला कुठेतरी ते कमी पडतात किंवा कधीकधी या विजेतेपदाच्या सततच्या घोडदौडीमुळे

सातत्याने जो त्याग करावा लागलेला असतो, त्याचा आता त्यांना कंटाळा आलेला असतो; त्यामुळे हे लोक बऱ्याचदा विजेत्यांकडे मत्सराने, काही वेळा छद्मवेषीपणे, तर काही वेळा नाइलाजाने हताश होऊन बघतात. आपल्या जेतेपदाच्या आधीचा काळ किती आनंदाचा, सत्ता, प्रभाव आणि महत्त्व दाखवणारा होता याची त्यांना जाणीव होते. प्रत्येकाला त्यांच्याशी हस्तांदोलन करायचे असायचे, प्रत्येकाला त्यांच्या तोंडून बाहेर पडणाऱ्या प्रत्येक शब्दाची उत्सुकता असायची, ते काय बोलणार याची प्रत्येकजण वाट बघायच्या, प्रत्येक विषयावर त्यांचे काय मत आहे हे नुसते जाणून घेतले जायचे नाही तर ते मत विचारातही घेतले जायचे. एकेकाळी ते सर्वेसर्वा होते आणि आता त्यांचे ते महत्त्व कमी झालेले असते. बदलत्या प्रवाहामुळे वेदनेची एक कळ त्यांच्या मनात उठलेली असते. आता लोकांचा त्यांच्याकडे बघण्याचा दृष्टिकोनही बदललेला असतो. पूर्वी ज्या लोकांची त्यांना प्रश्न विचारण्याची हिम्मत नसायची, तेच लोक आज सरळसरळ त्यांच्या उपस्थितीकडे आणि मताकडेही दुर्लक्ष करताना दिसतात. मनात खोलवर ते त्यांच्या बदलत्या नशिबामुळे दुखावलेल्या मनाला कुरवाळत असतात. अर्थात, ही काही सोपी गोष्ट नाही.

३. **द्रष्टे आणि सर्जनशील** – हे लोक संस्थेचे आधारस्तंभ असतात. ते विचारवंत, द्रष्टे आणि सर्जनशील असतात. ते कोणत्याही एका गटाचे असे नसतात तर ते स्वतःच एक गट असतात. त्यांना सत्तेचा कैफ चढत नसतो; त्यामुळे बहुतांश वेळेला सत्ता स्पर्धेच्या खेळात ते सहभागी नसतात. ते भान हरपून स्वतःच्या कामात मग्न झालेले असतात. कोणत्या तरी नवीन आणि मौल्यवान गोष्टीची निर्मिती करणं त्यांच्यासाठी खूप मोलाचं असतं. नवीन संशोधन, नवीन व्यवसाय प्रारूप, नवीन उत्पादन, नवीन चॅनल किंवा नवीन कामगिरी या गोष्टींनी त्यांच्या डोळ्यांत नवीनच चमक येते. त्याचबरोबर ते हुशार, चाणाक्ष व्यक्ती असतात. ते कोणालाच चुकीच्या मार्गाने नेत नाहीत. ते असं करू शकत नाहीत असं नाही तर ते त्यांच्या स्वप्नात इतके मग्न असतात की, त्याशिवाय दुसरा विचारच त्यांच्या मनात नसतो.

४. **सत्ता मोडणारे (वाकविणारे)** – असे लोक म्हणजे संस्थेतील पडद्यामागे काम करणारी माणसं असतात. संस्थेच्या विविध भागांत काय काय घडतंय हे जाणून घेण्यात त्यांना खूप रस असतो. सर्व प्रमुख व्यक्तींशी त्यांचा व्यवस्थित संपर्क असतो. छोट्या छोट्या कार्यक्रमात, अगदी

किरकोळ वादावादीतही, अगदी छोटासा बदल झाला तरी त्यातही त्यांना खूप रस असतो. याचे कारण आज ना उद्या अगदी छोट्यातल्या छोट्या माहितीचाही मोठा उपयोग करता येऊ शकतो, याची त्यांना पुरेपूर कल्पना असते.

सगळे काम करणारे लोक त्यांना बरोबर ठाऊक असतात आणि एखादी उल्का काय पृथ्वीवर आदळेल त्यापेक्षा वेगात ते या योग्य लोकांची नावे सांगू शकतात. त्यांच्या माहितीच्या गरजेची स्पर्धा ही फक्त वेगवेगळी समीकरणे बदलण्याच्या, करारांची अदलाबदल करण्याच्या त्यांच्या गरजेशी करता येईल. ते कधी सर्वोच्च स्थानी नसतात, राजपदी विराजमान नसतात; पण सर्वोच्च पदांवरील नेमणुकांवर नियंत्रण ठेवणारे असतात. बहुतेक वेळा ते वागण्यात सभ्य, सौम्य, बोलण्यात पटाईत आणि गोड बोलणारे असतात. कोणत्याही बैठकीच्या किंवा कार्यक्रमाच्या वेळी ते सत्ता आणि सामर्थ्य असलेल्या लोकांबरोबर वावरताना दिसतात. संस्थेत ज्याचं मोठं वजन आहे अशा व्यक्तींच्या आपण जवळचे आहोत हे दाखवण्याचा त्यांचा प्रयत्न असतो. सत्ताकेंद्राच्या जवळ राहून ते त्यांचे सामर्थ्य वाढवतात आणि लवकरच त्यांचा स्वतःचा समूह तयार करतात.

५. **नाकारलेले** – हे अगदी कोणाच्या खिजगणतीतही नसलेले तळाचे सैनिक असतात. अधिकृत कार्यक्रमात सगळ्यात पहिल्यांदा येणारे आणि सर्वांत शेवटी जाणारे असतात. एका प्रचंड मोठ्या चाकाचे अगदी छोटे दाते म्हणजेच मोठ्या संस्थेत अगदी अल्पसा कार्यभार उचलणारी व्यक्ती आपण आहोत याची त्यांना कल्पना असते. जेव्हा खूप गरज असते, तेव्हा सर्जनशील व्यक्तींची सर्वाधिक गरज असते. आपण त्या सर्जनशील व्यक्ती नाही, सतत कौतुकाच्या वर्षावात असणाऱ्या विजेत्यांच्या गटातील व्यक्ती नाही आणि भूतकाळात मोठे नाव कमावलेले, पूर्वीच्या काळाचे विजेतेही नाही याची त्यांना कल्पना असते. आपण फक्त गर्दीतले आहोत हेही त्यांना ठाऊक असते. बहुतेकांसाठी हे निनावीपण स्वीकारणं हे कठीण काम असतं. ते बऱ्यापैकी तक्रार करणारे, सतत सगळ्यातले दोष टिपणारे आणि मी कधीच खूश होऊ शकणार नाही असं मानणाऱ्यामधले असतात. हा पराभूतांचा समूह असतो आणि सतत नेत्यांना, संस्थेला, धोरणांना आणि व्यवस्थेला शिव्याशाप देण्यातच ते धन्यता मानतात. त्यांच्यासाठी प्रत्येक गोष्ट खोटी, ढोंगी असते. त्यांच्यापैकी काहीजण खरंतर हुशार आणि तल्लखही असू शकतात आणि मग तर ते खूपच भयानक मिश्रण होऊ शकतं.

६. **तरंगणारे** – आपण नक्की कुठे आहोत हेच त्यांच्या मनानं अजून पक्कं ठरवलेलं नसतं. ते अजून पूर्णपणे कुठेच पोहोचलेले नसतात आणि सतत दोषारोप करणारेही बनलेले नसतात. त्यांना अजूनही स्वतःबद्दल आणि वरीलपैकी कोणत्यातरी त्रिभागात पोहोचण्याच्या व्यवस्थेबद्दल थोडी आशा वाटत असते.

७. **चांगली माणसे असणारे** – हा विभाग वैशिष्ट्यपूर्ण पण दुर्मिळ असतो. आताच्या जीवघेण्या स्पर्धेच्या जगात बहुतांश संस्थांमध्ये यांच्यापैकी खूप कमीजण उरतात. ते कोणत्याच क्लबमध्ये, कोणत्याच विभागात किंवा सत्ताकेंद्रात नसतात. ती खरोखरच निव्वळ चांगली माणसं असतात. जो कोणी त्यांच्या संपर्कात येतो, त्याला त्यांच्यामधल्या चांगुलपणाचा, माणूसपणाचा अनुभव येतो. त्यांना वाईट परिस्थितीतून जावं लागलं, वाईट राजकारणाचा सामना करावा लागला तरीही त्यांच्यातील माणूसपण कमी होणार नाही, ते विनाकारण तक्रार करणार नाहीत; दुर्मुखून बसणार नाहीत. त्यांनी स्वतःभोवती आध्यात्मिक शांततेचं वलय पांघरलेलं असेल. भोवताली इतकी गोंधळाची आणि अर्धवटपणाची परिस्थिती असताना स्वतःमधील चांगुलपणा टिकवून ठेवणे हे कठीण काम आहे. ते तुमच्यामधील चांगुलपणाला बळकटी देतात; पण त्यांच्यासारखे बनायचे धैर्य तुमच्यामध्ये नसते.

८. **इच्छुक युवक** – संस्थेला आशेची नवी पहाट दाखविणारे हे मजबूत आधारस्तंभ असतात. खूप कष्टाळू, रात्रीचा दिवस करून काम करणारे असतात. त्यांच्यामध्ये तीव्र महत्त्वाकांक्षा असते. विजेत्यांच्या गटात गेल्यावर मिळणाऱ्या सोयी-सुविधा, सुख त्यांना खुणावत असते आणि त्यांना तिथे पोहोचायची मनीषा असते. त्यांच्यामध्ये खूप जास्त महत्त्वाकांक्षा, ऊर्जा असते आणि त्यांच्या वागण्या-बोलण्यातून, कामातून ती प्रतीत होत असते. ते भविष्याचे इंजिन असतात. कोणतंही नवीन काम सांगा, मग ते नाउमेद करणारं, घाबरवणारं का असेना, ते काम करण्यासाठी त्यांचा हात पहिला वर असतो. यशापर्यंत पोहोचणारा त्यांचा मार्ग सुकर करणारी कोणतीही संधी त्यांना सोडायची नसते. गरजेच्या वेळी संस्था मोठ्या आशेने त्यांच्याकडेच बघते, कारण त्यांना स्वतःला कधी खाली मान घालावी लागणार नाही ना याची काळजी असते; त्यामुळे ते कधीच संस्थेला मान खाली घालायला लावण्यासारखी परिस्थिती निर्माण होऊ देत नाहीत.

संस्थेमध्ये अस्तित्वात असलेले हे काही प्रकार असतात. कर्मचारी म्हणून आपण यापैकी एखाद्या गटात समाविष्ट असतो. कधीकधी एकापेक्षा जास्त गटांतही असतो किंवा यापैकी काही गटांमध्ये अजिबात समाविष्ट न होण्याचा पर्यायही आपल्याकडे असतो. यापैकी कुठेच न बसणारा माणूस तसा विरळाच! बऱ्याचदा तर आपण एखाद्या विशिष्ट गटात बसतो हेच आपल्याला ठाऊक नसते. कधीकधी आपल्याला एखाद्या विशिष्ट गटात जायची इच्छा असते आणि आपण खरंतर वेगळ्याच गटात समाविष्ट असतो. यापैकी कोणत्याही एका गटामध्ये जाण्याचा पर्याय निवडण्यासाठी त्या गटात समाविष्ट होण्याची कल्पना आणि परिणाम समजून घ्यायला हवेत.

जर आपल्याला विजेत्यांच्या गटात सहभागी होण्याची इच्छा असेल तर आपल्या स्वतःमध्ये एक वेगळीच विजिगीषू वृत्ती निर्माण झाल्याचं जाणवेल. आपल्याला त्यांच्यासारखे बनायचे असते; पण त्यासाठी त्यांनी तुम्हाला त्यांच्या गटात येण्याची अनुमती दिली आहे का, हा मोठा प्रश्न असतो. या गटात असंच कुणालाही जाता येत नाही. तिथे जाण्याचा मार्ग आपण तयार करायचा असतो. असं असलं तरी एकदा का तुमचा या गटात प्रवेश झाला की, कामगिरी, सर्वोत्कृष्टता आणि यश यांचा हा रोलर कोस्टर असतो हे लक्षात येतं.

आपण जर गतविजेत्यांच्या क्लबमध्ये सहभागी झालो तर आपल्याला या तीनपैकी एखादी गोष्टच ऐकायला मिळेल. पहिली गोष्ट म्हणजे त्यांच्या जुन्या दिवसांच्या आठवणी ('काय ते दिवस होते', 'आपण मिळवलेलं यश याहून अधिक चांगलं होतं', 'आपण एवढं यश मिळवलं तरी किती नम्र होतो.'), दुसरं म्हणजे नव्या विजेत्या गटाविषयी वाटणारी तुच्छता ('हे सगळे आता नवे आलेत,' 'त्यांची योग्यताच नाही,' 'सगळं किती सोपं झालं आहे यांच्यासाठी.'), तिसरी गोष्ट म्हणजे संस्था किती निष्ठुर, डोळ्यांवर कातडं पांघरलेली आहे इत्यादी ('तुमच्या पूर्वीच्या विजेत्यांशी वागण्याची ही रीत आहे का?'). आपण जर त्यांच्यात समाविष्ट झालो तर ते पहिल्याच फटक्यात आपल्याला टीका-टिप्पणी करणारे बनवतात. चांगली गोष्ट म्हणजे त्यांच्याभोवती सतत लोकांचा समूह असतो. बहुतेक वेळा नाकारलेले किंवा तरंगणारे त्यांच्या अवतीभवती असतात. आपल्या प्रवेशाला अटकाव करणारे म्हणून ते कार्यरत असतात.

द्रष्ट्या आणि सर्जनशील लोकांचा समूह हा पुन्हा मर्यादित प्रवेश असणाऱ्यांचा समूह असतो. जोवर आपण त्यांच्यासारखे बनत नाही, तोवर त्यांची संगत लाभणे कठीण असते. असे असले तरी, त्यांच्या सहवासातून नवीन ऊर्जा मिळते आणि आपल्या नित्य प्रापंचिक कामापासून मुक्ती मिळून प्रगतीपथावर जाण्यासाठी प्रेरणा मिळते.

सत्ता वाकविणाऱ्यांच्या संगतीत राहणं हे खरंतर चुकीचंच असतं. ते आपल्याला गुंतवून ठेवतील, कार्यक्रमांना बोलावतील, आपण जर त्यांच्या कामाचे असू, तर आपल्या भोवती घोटाळतील. कारणाशिवाय ते मिळून मिसळून वागत नाहीत. या लोकांच्या संगतीत राहिल्याने काही दारं आपल्यासाठी उघडतीलही; पण ती तेव्हाच उघडतील, जेव्हा त्यांच्यासाठी अधिक दारं उघडतील. आपण सत्ता वाकविणाऱ्यांच्या संगतीत राहत आहोत, ही बातमी संस्थेत पसरल्यामुळे आपल्यालाही सत्तेची थोडी चव चाखायला मिळेल; पण याचा परिणाम असा होतो की, अराजकीय, तरंगणारे किंवा द्रष्टे लोक नेहमी आपल्यापासून दूर राहणं पसंत करतात. सत्ता वाकविणाऱ्यांवर कोणाचाच विश्वास नसतो आणि त्यामुळे कोणीही आपल्यावर विश्वास ठेवत नाही.

नाकारलेल्यांच्या संगतीत राहणं हे सर्वाधिक शक्ती संपवणारं असतं. सगळ्यात वाईट म्हणजे आपणही स्वतःला पराभूत समजू लागतो. कॉफी टेबलवर किंवा जेवताना त्यांच्याबरोबर थांबणं, त्यांच्याशी असलेली घसट कमीच करा. संस्थेची प्रगतिशील धोरणे किंवा उपक्रम, चांगली कामगिरी किंवा नव्या धोरणातील सर्वाधिक चांगली कल्पना याबाबतही त्यांची नकारात्मक मतं असतात. त्यांची ही नकारात्मकता खूपच संसर्गजन्य असते. लवकरच आपण स्वतःवरच संशय घ्यायला लागतो. सांगायचा मुद्दा असा की, त्यांच्यापासून लांब राहा. आपण नाकारलेल्यांपैकी एक आहोत किंवा त्यांच्या संगतीत राहतो यापेक्षा आपले भविष्य खराब करणारी दुसरी गोष्ट नाही. आपला नावलौकिक धुळीला मिळवायला यांच्या तोडीचा जवळचा स्पर्धक म्हणजे गतविजेत्यांचा गट.

तरंगणाऱ्यांच्या संगतीत राहिलो तर आपणही त्यांच्यासारखे तरंगायला लागू. ते आपल्या मनाचा गोंधळ आणखी वाढवतील. त्यांना त्यांच्याच स्वतःच्या मनाची, स्थानाची अवस्था न कळल्यामुळे आपणही आपली निर्णयक्षमता कशी गमावू, याची पक्की सोय ते करून ठेवतील

चांगला माणूस असणाऱ्याच्या संगतीत राहिल्यामुळे आपलाही तोल सावरेल, एक नवा दृष्टिकोन मिळेल. प्रचंड शह-काटशह असणाऱ्या कॉर्पोरेट जगात अशा लोकांची संगत म्हणजे शांती, स्वास्थ्य लाभण्याची जागाच. जितका जास्त वेळ आपण या लोकांबरोबर घालवतो तितके चांगुलपणा, समानता, विनम्रपणा, सन्मान या गुणांची महती आपल्याला पटते. या गोष्टी किती दुर्मिळ होत चालल्या आहेत याची जाणीव होते. आपल्या मूल्यांच्या जवळ जाण्यासाठी, भरकटलेल्या मार्गावरून पूर्वपदावर येण्यासाठी काही काळ तरी आपण या लोकांच्या संगतीत राहिलंच पाहिजे. जे यश मिळवू शकत नाहीत तेच हा चांगुलपणाचा मुखडा लावतात, असा एक लोकप्रिय प्रवाद कॉर्पोरेट जगात प्रसिद्ध आहे; पण हे साफ चूक आहे. चांगली माणसं हे या आधुनिक जगातील संतमहात्मे आहेत आणि काही काळासाठी जरी

त्यांच्या संगतीत राहिलं, तर आपल्यासाठी चांगलं विश्व निर्माण होऊ शकेल.

इच्छुक महत्त्वाकांक्षी लोक आपल्यामध्येही नवी आस निर्माण करतात. अशा महत्त्वाकांक्षी लोकांबरोबर वेळ घालवणं म्हणजे मैदानावर धावपटूबरोबर वेळ व्यतीत करण्यासारखं असतं. त्यांच्यामुळे आपल्या हातापायांतही बळ येतं आणि मनात महत्त्वाकांक्षा निर्माण होते. जितका जास्त वेळ आपण महत्त्वाकांक्षी लोकांसोबत घालवतो तितकी यशस्वी होण्याची, मोठं होण्याची आणि चमकण्याची आपली इच्छा वाढते. त्यांच्या स्थानासाठी ते नेहमी बेचैन असतात आणि सर्वोच्च स्थानापर्यंत पोहोचण्यासाठी ते स्वतःला कितीही ताणू शकतात. यशासाठीची पहिली पायरी असलेली आतुरता आणि सकारात्मक असमाधान आपल्याला त्यांच्याकडून मिळतं.

तुमचा गोतावळा, तुमची संगत खूप महत्त्वाची असते. आपल्या स्वाभाविक प्रकृतीप्रमाणे आपण आपल्या सुसंगत गटाकडे खेचले जात असतो. वर उल्लेख केलेल्या आठ प्रकारांपैकी एखाद्या प्रकारात आपण मोडतो. या गटांची निर्मिती खूप स्वाभाविक आणि नैसर्गिक असते. आपण कोणाच्या संगतीत राहत आहोत, का राहत आहोत आणि या संगतीची दिशा बदलण्यासाठी काय करायला हवे, याची जाणीव होण्यासाठी व्यक्तींकडे खूप उच्च दर्जाची जाणीव क्षमता आणि धैर्य लागते. काहीही असलं तरी आपल्या जवळच्या वाटणाऱ्या गटात आपल्याला सोयीचं, हायसं वाटत असतं आणि त्यापासून स्वतःला तोडणं जड जात असतं.

कबीर तहां न जाईये, जहाँ न चोखा चीत ।
परपूटा औगुण घना, मुहड़े उपर मीत ।।

(कबीर म्हणतो, जिथे हेतू स्पष्ट नाही तिथे जाऊ नये. तिथे लोक तोंडासमोर मित्रासारखे वागतात; पण पाठीमागे नावं ठेवतात.)

कबीर तहां न जाईये, जहाँ कपट को हेत ।
नौ मन बीज जू बोय के, खाली रहेगा खेत ।।

(कबीर म्हणतो, जिथे फसवण्याचा हेतू आहे तिथे जाऊ नये; अगदी पिशवीभर बियाणं टाकलं तरी चुकीच्या मातीत पीक उगवणार नाही.)

पाठीमागे निंदानालस्ती करणं आणि खंजीर खुपसणं या गोष्टी कॉर्पोरेट जगतात अगदी सर्रास चालतात. आपण खूपच सावधगिरी बाळगली पाहिजे. हे जग वाईट आहे अशा निष्कर्षाप्रत यायला नको आणि त्याच वेळी अतिभाबडेपणाने अंतस्थ हेतू लक्षात न घेता आंधळा विश्वासही ठेवायला नको. कार्यालयात पसरणाऱ्या अफवांचा स्रोत पुढीलपैकी कुठूनही असू शकतो – पाण्याचा कुलर, कॉफी मशीन, व्हरांडा, चहाची टपरी इत्यादी. ठिकाण कोणतंही असलं तरी या

सगळ्या संवादाचा ओघ निंदानालस्ती, तक्रार, कुरबुर तसेच कारस्थान याकडेच जात असतो.

आपण ज्यांच्या संगतीत राहतो त्यांच्याबरोबर संवाद कसा सुरू असतो याचा अभ्यास करा. आपण जर सर्जनशील लोकांच्या कंपूमध्ये असू तर कदाचित आपलं बोलणं नवीन कल्पनांबाबत असेल, आपण महत्त्वाकांक्षी लोकांसोबत असू तर येणारे आगामी आव्हान कसे पेलायचे याबद्दल आपली चर्चा होईल. आपण जर नाकारलेल्यांबरोबर फिरत असू, तर संस्थेत कसं सगळं वाईट सुरू आहे याबद्दलच बोलू. आपण ज्या लोकांच्या संगतीत राहतो त्यावर आपल्या संभाषणाचा नूर अवलंबून असतो.

कबीर आपल्याला शुद्ध हेतू असलेल्या लोकांच्या संगतीत राहण्याचा सल्ला देतो – असे लोक जे कधी दुसऱ्याचं वाईट चिंतत नाहीत, आपलं मत सतत बदलत नाहीत आणि फक्त स्वतःचं हित कुरवाळत बसत नाहीत. ज्या लोकांच्या मनात शुद्ध हेतू नसतो ते लोक आपल्या मनावरही तीच गोष्ट बिंबवायला बसतात. असे लोक आपल्या तोंडावर गोड बोलतात; पण आपल्या पाठीमागे आपल्याला नावं ठेवतात. लवकरच आपल्याला त्यांचं वागणं कळतं आणि मग संपूर्ण संभाषणावरच अविश्वासाचे ढग दाटून येतात.

शुद्ध हेतू असलेल्या लोकांच्या संगतीत राहिलं की, आपल्या मनातही शुद्ध हेतूच निपजतात. आपला सगळा सामाजिक संवाद जर राजकारण करण्यात, लाभ मिळवण्यात झाला तर मग ती केवळ आपली वर्तणूक बनते असं नाही, तर आपण त्याच चौकटीतून जगाकडे बघायला लागतो. प्रत्यक्षात जरी सगळं शांत असलं तरी आपल्याला काही कारस्थान शिजतंय असं वाटू लागतं; काहीही नसलं तरी आपल्याला सगळीकडे दुष्ट हेतू दिसतात. संशयग्रस्त मन सगळं ठीकठाक असलं तरी खरा हेतू काय हे बघायला लागतं. अविश्वासातून अविश्वासच उत्पन्न होतो. ते एक दुष्टचक्र बनतं आणि प्रत्येकजण त्यात अडकतो; पण मग जर आपण याऐवजी नवीन कल्पना, योजना, विश्वास, उत्साह आणि विशेषकरून गोष्टींच्या चांगल्या बाजूंविषयी बोलणाऱ्या लोकांच्या संगतीत राहायला सुरुवात केली तर? तर आपली खूप ऊर्जा साठवून ठेवली जाईल, खूप चांगल्या गोष्टी बाहेर पडतील.

चांगल्या पिकासाठी चांगल्या जमिनीची गरज असते. ओसाड, उजाड माळरानावर किंवा नापीक जमिनीवर बी-बियाणांची संपूर्ण पिशवी रिकामी केली तरी त्यातून पीक येणारच नाही. तुम्ही जी संगत ठेवता त्याचंही असंच आहे. आपण कितीही हुशार, सक्षम, चाणाक्ष असलो, तरी जर आपली संगत वाईट असेल, तर आपल्या प्रेरणेला सुरुंग लागतो, आपली सक्षमता नष्ट होते आणि काही चांगलं करण्याच्या आपल्या इच्छेचाच ऱ्हास होतो.

कबीर तहां न जाइये, जहां जु नाना भाव ।
लागे ही फल ढहि पड़े, बाजै कोई कुबाब ।।

(कबीर म्हणतो, जिथे निश्चित दृष्टिकोन नाही तिथे जाऊ नये, नवीन मतप्रवाह येताच, नवे वारे वाहू लागताच ते फळांप्रमाणे टपटप पडतात.)

आपले मत सारखे बदलण्याची सवय काहींना असते. त्यांच्यापासून दूर राहावं असं कबीर आपल्याला सांगतो.

काहीजण कधीच कोणत्याही गोष्टीवर ठाम नसतात. वारा वाहील त्या दिशेने त्यांची मते बदलतात. याचे कारण ते एखाद्या ठाम विश्वास किंवा समजुतीने भरलेले नसतात तर सोयीप्रमाणे हलत असतात. असे लोक खूप धोकादायक असतात. त्यांचं विसरणं, त्यांचं मत बदलणं खूप सोयीस्कर असतं आणि ते जर पुरेसे निर्लज्ज असतील तर मग तर ते असंही म्हणू शकतात की, 'दुसऱ्यांदा विचार केल्यावर, मी माझं मत बदललं.' सगळ्यात त्रासदायक गोष्ट म्हणजे पाचव्या वेळेला त्यांनी हा दुसऱ्यांदा विचार केलेला असतो.

वाऱ्याचा मोठा झोत आला की, झाडावरून फळं खाली पडतात; त्याच प्रकारे असे लोक त्यांची मतं, दृष्टिकोन किंवा भूमिका बदलू शकतात. सतत कुंपणावर बसून भूमिका, स्थान बदलणं हे तुलनेने सोपं आणि सोयीस्कर असतं. दुर्दैवाने ही गोष्ट आपल्या व्यक्तिमत्त्वाचा भाग बनत चालली आहे. जेव्हा आपण ठाम समजुती, विश्वास असलेल्या लोकांच्या संगतीत आपला वेळ व्यतीत करू, तेव्हा आपला स्वतःच्या समजुतींवर विश्वास बसायला लागेल. खुरडत, आधार घेऊन राहणाऱ्यांच्या संगतीत आपणही वाढण्यासाठी आधारच शोधत बसू. आयुष्यात आपल्याला जर उंच आणि ताठ उभं राहायचं असेल, तर ती गोष्ट आपल्याला झाडाकडूनच शिकायला हवी.

नमन नवां तो क्या हुआ, सूधा चित्त न ताहि ।
पारधिया दुना नंवै, मिरगहि टूकै जाहि ।।

(दुष्ट मनाची विनम्रता हा निव्वळ ढोंगीपणा आहे, जसं की, हरणाची शिकार करण्याआधी शिकारी दोनदा धनुष्य खाली घेतो.)

नमन नमन बहु अन्तरा, नमन नमनन बहु बान ।
ये तीनों बहुतै नंवै, चीता चोर कमान ।।

(चांगल्या अंतःकरणापासून दुष्ट मनापर्यंत विनम्रता बदलत असते; हे तिघंही अगदी मान तुकवून वाकतात – चित्ता, चोर आणि धनुष्य.)

संस्थांची बांधणी वस्तुनिष्ठ पद्धतीने, तथ्यावर आधारित विश्लेषण करून आणि शुद्ध विवेकी पद्धतीने व्हायला पाहिजे अशी अपेक्षा असते. असे असले तरी, माणूस क्वचितच खूप विवेकी पद्धतीने वागतो; त्यामुळेच संस्थाही क्वचितच आत्यंतिक तर्कशुद्ध पद्धतीने चालतात. संस्थेच्या केंद्रस्थानी एखादा खुमखुमी असणारा, राजकीय आणि आपली मते दामटवणारा एखादा गट असतोच आणि कोणत्याही संस्थेत अंतर्गत पातळीवर राजकारण करणारे, निंदानालस्ती करणारे, मसलती करणारे असणं ही काही जगावेगळी गोष्ट नाही. अशा नियमाला धरून नसलेल्या अनौपचारिक गोष्टींचे प्रमाण आणि त्यांचा संस्थेच्या निर्णयप्रक्रियेवर आणि संस्कृतीवर किती परिणाम होतो यावर संस्थांचे वेगळेपण ठरते. खूप काळ या गोष्टींकडे दुर्लक्ष केले किंवा कणखर मार्गदर्शन लाभले नाही तर मात्र संस्थांमध्ये मोठ्या प्रमाणात दोषैकवृत्ती वाढीला लागते आणि प्रत्येक अन् प्रत्येक गोष्टीला विश्वासार्हतेच्या प्रश्नाला तोंड द्यावे लागते.

तल्लख, कुशाग्र बुद्धीचे बना असं कबीर आपल्याला कळकळीने सांगतो. विविध प्रेरक हेतू मनात बाळगून असणाऱ्या लोकांमध्ये फरक करण्याइतपत आणि त्यांचे कौतुक करण्याइतपत आपण चतुर असावं अशी अपेक्षा तो करतो.

काहीजण गोड बोलणारे आणि विनम्र स्वभावाचे असतात. नेहमी मार्दवपणे बोलतात, योग्य बोलतात. तुम्हाला मदत करतात. तुम्ही अडचणीत असताना तुमच्यासाठी वेळ काढतात. ते तुमचे खरे मित्र असल्याची तुम्हाला पक्की खात्री असते. कदाचित ते असतीलही. तरी दोन गोष्टींकडे काळजीपूर्वक बघायला पाहिजे. पहिलं म्हणजे प्रत्येकाचा 'आणखी एक सर्वोत्तम मित्र असतो' आणि दुसरी गोष्ट म्हणजे 'स्वतःचे हित जपणाऱ्या अदृश्य हाताचा' पगडा प्रत्येकावर समान आणि शक्तिशाली असतो. चमकणारी प्रत्येक गोष्ट सोनं नसते. प्रत्येकाने सांगितलेली बरोबर गोष्ट ही बरोबरच असते असे नाही; त्यामुळे तुम्ही ज्यांच्याशी बोलता आणि ज्याबद्दल बोलता त्याबद्दल सावध राहा.

कबीर म्हणतो, हरणाला बाण मारण्यापूर्वी शिकारी दोनदा धनुष्य खाली वाकवतो – पण शिकाऱ्यानं धनुष्य खाली वाकवणं हे काही विनम्रतेचं, आदराचं किंवा दयेचं चिन्ह नसतं.

लोक जसे दिसतात तसे कदाचित नसतातही. आपल्या कृतींना हेतूमुळे अर्थ येतो आणि कृतींवरून हेतूंचा उलगडा करणं नेहमीच सोपं नसतं.

दुसऱ्या दोह्यामध्ये कबीर असं म्हणतो की, खाली वाकण्याचे वेगवेगळे अर्थ आहेत – ते कोण वाकतंय यावर अवलंबून आहे. बिबट्या किंवा चित्ता शिकार करण्याआधी खाली वाकतात, चोर अंधारात लपण्यासाठी खाली वाकतो आणि बाण सोडण्याआधी धनुष्य वाकते.

कृतीच्या हेतूमुळे त्या कृतीला अर्थ प्राप्त होतो. शिकार करण्यासाठी चित्ता खाली वाकतो, लपण्यासाठी चोर आणि बाण मारण्यासाठी धनुष्य. त्यामुळेच, जेव्हा तुम्ही एखादी विशिष्ट प्रकारची वर्तणूक बघता, विशेषकरून वेळ, पद, व्यक्ती आणि इतिहास यांचा विचार करता, नेहमीपेक्षा वेगळी वाटणारी गोष्ट बघता, तेव्हा सावध राहा. त्या कृतीचा प्रत्यक्ष तुमच्यावर परिणाम होण्याआधी त्या हेतूचा उलगडा करून घ्या.

अखेरीस, जर तुम्हाला त्या व्यक्तीच्या हेतू आणि कृती यांच्यात तफावत आढळली, तर त्या व्यक्तीची संगत तुम्ही टाळली पाहिजे हे ध्यानात घ्या. थोड्या काळासाठी तुम्हाला अशा संगतीतून लाभही होईल; पण लवकरच तुम्ही मोठ्या वादळाच्या केंद्रस्थानी असू शकता. चित्त्याला भक्ष्य मिळवून देण्यासाठी जर तुम्ही मदत केलीत, तर लवकरच तुम्हीच त्याचे भक्ष्य व्हाल. याचे कारण चित्त्याचा स्वभावच मुळात शिकार करण्याचा आहे. दुष्ट माणसाच्या सहवासात राहिल्याने तुम्हीही दुष्ट बनू शकता. स्वार्थी लोकांच्या संगतीत तुम्हीपण स्वार्थी बनू शकता, दुतोंडी व्यक्तींच्या संगतीत तुम्हीही दुतोंडी बनू शकता.

आगे दरपन ऊजला, पीछै विषम विवकार ।
आगे पीछै आरसी, क्यों न पड़े मुखछार ।।

(आरशाला प्रकाशित बाजू असते आणि अंधारी बाजूही असते; दुतोंडी व्यक्तीला कठोर टीकेला सामोरे जावे लागते.)

हिये कतरनी जीभ रस, मुख बोलन का रंग ।
आगे भल पीछे बुरा, ताको तजिये संग ।।

(ज्याचे बोलणे अगदी मधुर आहे आणि जो बोलतोही चांगला; तरी जर तो तुमच्यासमोर एक आणि पाठीमागे वेगळे बोलत असेल तर त्याला टाळा.)

अंत कतरनी जीभ रस, नैनों उपला नेह ।
ताकी संगति रामजी, सपनेहू मत देह ।।

(ज्याच्या डोळ्यांत माया आहे आणि वाणी गोड आहे; पण मनात मात्र दुष्ट हेतू आहे – देवा, अशा व्यक्तींची संगत मला स्वप्नातही लाभायला नको.)

अशा व्यक्ती समाजात आणि त्यामुळेच पर्यायाने संस्थेतही खूप आढळतात. अशा लोकांकडे तीन मार्गांनी बघता येतं – मानसिक, नैतिक आणि व्यावहारिक हटवादी भूमिकेतून. एखाद्याने जर मानसशास्त्रीय दृष्टिकोनातून बघायचं ठरवलं, तर लोक असे का वागतात याचा अर्थ लावण्यासाठी एखादा माणूस स्वतःचे तासन्‌तास

आणि वर्षं घालवू शकतो. मग त्यासाठी वर्तणूक पद्धती, आधीपासूनच त्या व्यक्तीवर असलेले प्रभाव, लहानपणीच्या आठवणी, अधिकारावरील मंडळींशी असलेले नातेसंबंध इत्यादी सगळ्या गोष्टी बारकाईने बघू शकतो आणि त्यातून आताच्या त्याच्या वर्तणुकीच्या मुळापर्यंत जाऊ शकतो. जर आपण त्या माणसाच्या वर्तणुकीचा अंदाज लावू शकलो आणि त्याच्या वर्तणुकीच्या मुळाशी जाऊ शकलो तर कदाचित आपल्याला तो काळा डाग दिसू शकतो. तसं झालं तर तो डाग पुसण्याची शक्यता निर्माण होते ही या दृष्टिकोनामागची समजूत आहे. अशा वर्तणुकीचा अनुभव घ्यायच्या बाजूला असलेल्या आपल्या दृष्टिकोनातून आपल्याला त्या व्यक्तीच्या वर्तणुकीमागचे मूळ जाणून घेतल्याचे तरी समाधान मिळते; त्यामुळे कदाचित पुढे काय वाढून ठेवले असेल याचा अंदाज लावता येऊ शकतो.

नैतिक दृष्टिकोन हा पांढरा-काळा म्हणजेच पूर्ण चांगला किंवा पूर्ण वाईट या दृष्टीने बघणारा असतो. माणसाच्या वर्तणुकीबाबत काहीही करणं शक्य नाही असं म्हणून त्याबाबत आपले परखड मत मांडले जाते. तिसरी भूमिका ही व्यावहारिक असते. त्यामध्ये आपण त्या व्यक्तींची वागण्याची रीत ओळखतो. मग एकतर त्यांच्याशी कसं वागायचं यासाठी आपण तयार होतो किंवा सरळसरळ त्यांची संगत टाळतो.

आरशाला दोन बाजू असतात – एक चमकणारी बाजू आणि दुसरी अंधारी बाजू; दोन चेहरे असलेल्यांची शेवटी अशी धूळधाण होते. कर्मचारी, टीममधील सदस्य, व्यवस्थापक आणि नेतेमंडळी दुतोंडी लोकांना सोयीचे नाहीत, छोट्या छोट्या गोष्टींत फायदा बघणारे, दुसऱ्यासाठी मारक आणि त्याहून वाईट म्हणजे संधीसाधूपणा करणारे असं म्हणून लोक त्यांना नाकारतात. प्रत्येकाचं आपल्याकडे लक्ष आहे याची त्यांना जाणीवच नसते. असा जवळचा पण चुकीचा मार्ग अंगीकारला की, त्याची संस्थेत सगळीकडे चर्चा होते, असे दोन प्रसंग घडले की, वर्तणुकीवर शिक्कामोर्तब होतं आणि तिसऱ्या प्रसंगानं तुम्ही तसेच आहात, असा तुमच्यावर शिक्का बसतो.

संस्थांमध्ये उच्चशिक्षित, कौशल्यवान आणि सक्षम कर्मचारी घेण्याचे प्रमाण वाढत आहे; पण या सक्षमतेत स्वतःचे काही दोष दडलेले असतात. सक्षम असणारा माणूस वाङ्मयचतुर असतो. याचा अर्थ हुशारीने केलेल्या वक्तव्यामागे तो त्याच्या चुकीच्या वर्तणुकीवर पांघरूणही घालू शकतो. त्याचा एक अर्थ असाही होतो की, दुतोंडीपणाचा कहर असलेली एखादी गोष्टसुद्धा तो निखालस चातुर्यपूर्ण तर्काच्या आधारे योग्य असल्याचे भासवू शकतो. एखाद्याला योग्य गोष्टी कशा बोलायच्या हे ठाऊक असेल. तर कदाचित एखाद्याला योग्य गोष्टी योग्य पद्धतीने कशा सांगायच्या हेसुद्धा माहीत असेल; पण जर तो माणूस दुतोंडी असेल –

म्हणजेच आपल्यासमोर एक आणि मागे दुसरं असं बोलत असेल तर अशा व्यक्तीची संगत टाळलीच पाहिजे.

हेत प्रीति से जो मिले, तासों मिलिये धाय ।
अन्तर राखी जो मिलै, तासो मिले बलाय ।।

(ज्याच्या मनात खरं प्रेम असतं त्याला त्वरित भेटलं पाहिजे. पण ज्याच्या मनात दुष्ट हेतू आहे, ज्याचं मन साफ नाही त्याला टाळलंच पाहिजे.)

तुम्ही ज्या लोकांच्या संगतामध्ये राहता त्यावर त्यांच्या हेतूंचा पगडा असतोच. ते ओळखणं जरी अवघड असलं तरी हेतूंमुळेच लोक वेगळे कळतात. वेगवेगळे हेतू असलेल्या दोन व्यक्तींनी समान शब्द उच्चारले तरी त्यातून आपल्यामध्ये वेगवेगळ्या भावना निर्माण होतात. वेगवेगळे हेतू असलेल्या दोन व्यक्तींची कृती समान असली तरी त्यासाठीची आपली प्रतिक्रिया वेगवेगळी असते. ज्याच्या हेतूबद्दल शंका घेण्याचा प्रश्नच उपस्थित होत नाही, त्या माणसाने केलेली टीका स्वीकारार्ह असते, तर ज्या माणसाचे अंतस्थ हेतू निराळे असतात, त्याने केलेल्या टीकेमुळे दुःख होते.

विशेषकरून संस्थांमध्ये निर्माण होणारे नातेसंबंध हे हेतूंवर आधारलेले आणि त्यातूनच वाढणारे असतात. जे खरं प्रेम आणि शुद्ध हेतू मनात ठेवून तुम्हाला भेटतात त्यांच्याशी संवाद, सद्भाव वाढवा; पण जर समोरच्या व्यक्तीच्या हेतूबद्दल तुमच्या मनात थोडी जरी शंका असेल तर त्याच्यापासून सावध राहावं, असा सल्ला कबीर देतो.

कछु कहि नीच न छेड़िये, भलो न वाको संग ।
पत्थर डारे कीच में, उछलि बिगाड़े अंग ।।

(वाईट लोकांची संगत भयानक असते; चिखलात दगड मारला तर चिखल तुमच्याच अंगावर उडतो.)

हा अगदी पूर्वापार सांगण्यात असलेला वाक्प्रचार आहे आणि प्रत्येकानं तो नक्कीच वाचलेला आणि ऐकलेला असतो. सगळ्यात महत्त्वाचं म्हणजे हा विचार कालातीत आहे आणि अगदी आजच्या कॉर्पोरेट जगातही लागू पडतो; पण वाईट गोष्ट म्हणजे तरीही अजून त्याकडे दुर्लक्ष केलं जातं आणि त्या गोष्टीचा अवलंब केला जात नाही.

कामाच्या ठिकाणी सर्व प्रकारची माणसं असतात. या प्रकरणाच्या आधीच्या भागात त्यांपैकी काहींचा मी उल्लेख केला आहे. आणखीही काही प्रकार असतील याची मला खात्री आहे. अहंकारी, स्वतःला श्रेष्ठ समजणारे, मला सगळं माहीत

आहे असं मानणारे, स्वतःला एकदम परिपूर्ण समजणारे, ढोंगी, मतलबी, फटकळ तोंडाचे, मला एक मुद्दा सिद्ध करायचा आहे या प्रकारातले, चला या मुद्द्यावर वाद घालू या असं म्हणणारे आणि बरंच काही... आपण ज्यांच्या संगतीत राहतो तसे आपण अगदी पूर्णपणे नाही; पण थोडेफार बनतो. वर उल्लेख केलेल्यांशी मिळतीजुळती संगत आपण निवडतो. त्यांनी आपल्यातील सर्वोत्तम गोष्टी घेतल्या तरी कधीकधी अनवधनाने आपण त्यांच्यातल्या सगळ्यात वाईट गोष्टी घेतो.

जर आपण वादविवाद किंवा शाब्दिक युद्ध खेळण्याचे पाप केले, तर आपण त्यांना त्यात हरवू शकत नाही आणि आपण स्वतःलाच दोष देतो. डुकराशी कधी लढायला जाऊ नये असं ते आपल्याला सांगतात. याचं कारण त्यांनीच तुम्हाला त्या घाणीत ओढलेलं असतं. त्यांना त्यात मजा येत असते आणि अनुभवाच्या जोरावर ते तुमच्यावर मातही करतात.

अशी संगत टाळावी असे कबीर सुचवतो.

यातून शिकण्यासारख्या गोष्टी

१. आपण ज्या लोकांच्या सहवासात राहतो, त्याचे परिणाम अगदी स्वाभाविक नसतात, क्वचित दिसून येतात; पण पूर्णपणे अनुभवता येतात. जसे की, चांगलं किंवा वाईट काहीही खाल्लं तरी त्याचे परिणाम काही काळानेच दिसून येतात.
२. संस्थांमध्ये ८ मोठे विभाग असतात – विजेत्यांचा गट, भूतकाळातले यशस्वी तारे, द्रष्टे, सत्ता वाकवणारे, नाकारलेले, तरंगणारे, चांगली माणसं असणारे, महत्त्वाकांक्षी. तुम्ही ज्यांच्या संगतीमध्ये राहता त्यांच्यासारखे बनता.
३. चांगली संगत चांगल्या मातीसारखी असते. माती खराब असेल तर चांगली बियाणंही वाया जातात.
४. समजुतीपेक्षा सोयीनुसार आपली मतं बदलणाऱ्यांपासून लांब राहा.
५. खुरडत, आधार घेऊन राहणाऱ्यांच्या संगतीत आपणही वाढण्यासाठी आधारच शोधत बसू. आयुष्यात आपल्याला जर उंच आणि ताठ उभं राहायचं असेल तर ती गोष्ट आपण झाडाकडूनच शिकायला हवी.

८

काम, योग्यता आणि ओळख

गोष्ट : पंकज मिश्रा हा अतिशय उत्तम वातावरणातून आलेला आहे. नामांकित महाविद्यालयात शिक्षण घेऊन आघाडीच्या कंपन्यांमध्ये काम करण्याचा अनुभव त्याच्यापाशी आहे. तांत्रिकदृष्ट्या तो अगदी अव्वल असून आपल्या ज्ञानाचा सुयोग्य वापर कसा करायचा हेसुद्धा त्याला माहिती आहे. उत्तम संभाषणकला असलेला पंकज अत्यंत आत्मविश्वासपूर्ण व्यक्ती आहे. चांगलं काम करण्याची क्षमता असलेला आणि उत्कृष्ट कामगिरी साध्य करून दाखवू शकणारा कोणी उमेदवार असेल तर तो म्हणजे हाच! जेव्हा तो या कंपनीत रुजू झाला, सगळ्यांना वाटलं होतं की, हा तरुण म्हणजे नक्कीच कंपनीचं उज्ज्वल भवितव्य आहे. तथापि, कथेला काही वेगळंच वळण मिळायचं होतं. पुढच्या सहाच महिन्यांत व्यवस्थापनाच्या असं लक्षात आलं की, पंकज अपेक्षेप्रमाणे दर्जेदार कामगिरी करू शकत नाही. त्याच्या सहकाऱ्यांना जाणवलं की, पंकजने खूप जोरदार योजना बोलून दाखवल्या होत्या आणि प्रत्येक ठिकाणी झालेल्या प्रत्येक मीटिंगला तो स्वतः हजरही होता, तरीही काहीतरी गडबड झालेली आहे. काहीतरी चुकतंय. पंकज अकार्यक्षम आहे किंवा कामचुकार आहे; त्याच्यात चमक नाही किंवा त्याच्यापाशी गुणवत्ता-बुद्धिमत्ता नाही असं कोणीच म्हणू शकलं नसतं. त्याच्याकडे दुर्लक्ष करणं कठीण होतं; पण तो नजरेत भरावा असंही काहीच घडत नव्हतं.

जेव्हा पंकजच्या वरिष्ठांनी त्याला ही बाब सांगितली, तेव्हा पंकजला धक्काच बसला. 'आपण सगळं एकदम छान पार पाडतोय' अशाच समजुतीत तो होता. त्याच्या वरिष्ठांनासुद्धा नेमकी काय समस्या आहे हे नीट शब्दांत सांगता येणं

कठीण जात होतं. पंकज आणि त्याचे वरिष्ठ खूपच कानकोंड्या परिस्थितीत सापडले होते. कबीर त्यांना मदत करू शकेल का?

'आपण काम का करतो?' हा खूप विचित्र प्रकारचा प्रश्न आहे. गेली कित्येक शतके किमान भारतात तरी आपण आपलं कामकाज निवडू शकत नाही, ही वस्तुस्थिती आहे. गुरुजींचा मुलगा पौरोहित्य करतो, शिक्षकाचा मुलगा शिक्षक बनतो, व्यापाऱ्याचा मुलगा दुकान चालवतो आणि अन्य क्षेत्रांतही बहुधा हे असंच सुरू असतं. वैविध्य किंवा वेगळेपणाचा प्रश्नच भारतीय कुटुंबात उपस्थित होत नाही; त्यामुळे जेव्हा लोक एकमेकांना भेटतात किंवा विवाहासारख्या सामाजिक निर्णयाची वेळ येते, त्या वेळी सरसकटपणे हमखास एकच प्रश्न विचारला जातो, तुम्ही कोण आहात?

या प्रश्नाचं उत्तर तुमची परंपरा आणि विचारधारा ठरवणार असते. त्याची पाळंमुळं तुमचा पंथ, धर्म, जात, गोत्र आणि वंश या सगळ्यापर्यंत पोहोचलेली असतात. आणि तीच आपली ओळख बनलेली असते; त्यामुळे किमान आपल्या देशात तरी 'मी कोण आहे?' या प्रश्नाचं उत्तर आपण निवडलेल्या करिअर किंवा व्यवसायाशी निगडित नसून आपला जन्म कोणत्या घरात झाला आहे याच्याशी संबंधित ठरतं. तुमची गुणवत्ता, विश्वासार्हता सगळी या एकाच मुद्द्याभोवती केंद्रित झालेली असते. तुमच्या अंतरात्म्याचा आवाज – निवड काय आहे, त्याने काहीच फरक पडत नसतो. तुम्ही कोण आहात? या पाठोपाठ बहुतांश वेळा हमखास येणारा प्रश्न म्हणजे, 'तुम्ही काय करता?' आता आपली जात, धर्म, गोत्र किंवा वंश या सगळ्यानंतर आपली गुणवत्ता तपासली जाणार असते. तुम्ही काय करता? या प्रश्नाच्या मागे दडलेला मूळ प्रश्न म्हणजे, तुमच्या कुटुंबाकडून तुम्हाला मिळालेल्या या आयुष्याचा तुम्ही नक्की कसा विनियोग करता? असाच असतो. आजवर तुम्ही काय साध्य केलंत? आणि जे काही मिळवलंत ते किती चांगल्या प्रकारे साध्य केलंत? सध्याच्या काळात व्यावसायिक जग वेगाने बदलत आहे. तुम्ही कोणत्या जाती, धर्म, वंशाचे आहात त्याचा तुमची कामगिरी, पद, उत्पन्न याच्याशी काहीही संबंध उरलेला नसल्याने हा प्रश्न अधिक सयुक्तिक बनत चालला आहे. थोडक्यात काय, तर आपला वंश, जात, गोत्र यांनी जरी आपल्याला मूलभूत ओळख मिळवून दिलेली असली, तरी आताच्या काळात ती अजिबात महत्त्वाची राहिलेली नाही. 'मी कोण आहे?' यापेक्षा 'मी काय करतो?' हा प्रश्न अधिकाधिक महत्त्वाचा आणि सयुक्तिक होत चाललेला आहे.

त्यामुळे, काम केल्याने आपल्याला पैसे मिळतात ही बाब नैमित्तिक बनत चालली असून केवळ अब्राहम मास्लो याच्या मानवाच्या मूलभूत गरजांच्या यादीमध्ये मानसिक पातळीवर ती यथार्थ ठरते. कामामुळे केवळ आपला चरितार्थ चालतो

एवढेच त्याचे महत्त्व नसून कामामुळे आपल्याला आत्मविश्वास, स्वाभिमान, स्वतःविषयी आदर आणि अखेर आनंद-समाधान या अधिक लक्षणीय गोष्टी मिळत असतात.

आपलं काम ही संपूर्णपणे आपली स्वतःची, आपणच स्वतःसाठी निवडलेली ओळख असते. त्यामध्ये आपला जन्म, वंश, जात आणि गोत्र कशाचाच काही संबंध नसतो. आयुष्यातील पडत्या काळात कामातूनच आपली ओळख पटत असते, केवळ एवढेच नाही तर आपण जिवंत असेपर्यंत आपण करत असलेले काम हीच आपल्या व्यक्तिमत्त्वाचा एकमेव पुरावा असते. आपल्या सभोवती पाहिल्यावर लक्षात येईल की, फक्त तेच लोक खरे आनंदी आणि समाधानी आहेत ज्यांनी स्वतःची ओळख आपल्या कामातून निर्माण केलेली आहे. मग त्या कामाचे स्वरूप काही का असेना. जे आपलं काम चांगल्या प्रकारे करतात आणि जे चांगलं काम करतात त्यांच्या आयुष्यात आनंदाचे क्षण चिरकाल टिकतात. ज्या दिवशी आपण स्वतःला कामामध्ये झोकून देतो, सर्व नियोजित कामं वेळेत पार पाडतो, स्वतःच्या मर्यादांवर मात करून कामं पूर्ण करतो, आपल्या ध्यासासाठी झटतो तेच दिवस आपल्या आयुष्यातील सर्वाधिक आनंददायी आणि परिपूर्ण समाधान देणारे दिवस असतात. त्या दिवशी 'तुम्ही किती चांगले आहात' हे अन्य कोणीही आपल्याला सांगण्याची गरज नसते. हे ते दिवस असतात की, जेव्हा आपण आनंदी आणि केवळ आनंदीच असतो.

कोणतीही व्यक्ती आणि तिचे काम यांना एकमेकांपासून वेगळं करता येत नाही. एखाद्या नृत्यकलाकाराला नृत्य करण्यापासून वेगळं ठेवता येईल का? आपल्या आवडीच्या कामाबाबतही असंच असतं. आपलं काम आणि आपण यांच्यात कुठल्याही प्रकारचा लढा किंवा विवाद होऊ शकत नाही आणि तसा तो असताही कामा नये. काम म्हणजे, 'काहीही करून शक्यतो लवकर संपवून टाकावा असा शत्रू' या दृष्टीने त्याकडे बघून चालणार नाही. काम करणे म्हणजे फक्त पैशांची प्राप्ती असे नसते. त्याचप्रमाणे, केवळ पैसा मिळवण्यासाठी काम करणे म्हणजे त्या कामाचे मोल कमी करून टाकणे होय. जोवर आपल्याला त्यामधून आनंद मिळत नाही, तोवर त्यामधून खरोखर काही 'प्राप्ती' झाली आहे, असं म्हणता येत नाही.

आपले काम ही आपली स्व-ओळख असते. ज्याप्रमाणे आपली स्वाक्षरी ही फक्त आपलीच ओळख असते. काम म्हणजे आपल्या अंतरात्म्याचे प्रकटीकरण होय. आपले काम आणि आपण कधी वेगळे नसतोच आणि जर तसं वेगळेपण आहे अशी शंका आलीच, तर स्वतःला विचारा, 'माझ्या कामाची गुणवत्ता हे खरोखर माझे प्रतिबिंब आहे का?' त्यामध्ये कधी काही विवाद असता कामा नये.

जर मी महान, श्रेष्ठ असेन तर माझ्या कामातून तेच प्रकट झालं पाहिजे. कामाच्या ठिकाणी लोकांचं नीट निरीक्षण केलं तर त्या प्रत्येकाची नेमकी 'कथा' काय आहे, ते लगेच समजून येतं. काम करणाऱ्या मनुष्याचं निरीक्षण करा, तो कामामध्ये किती आणि कशा प्रकारे गुंतून गेला आहे, वेळेचा किती सदुपयोग करतो आहे हे बघा आणि आपल्याला तो माणूस नक्की कसा आहे, हे सहजतेने समजून येईल.

काम म्हणजे स्वतःबाबत असलेली विश्वास-श्रद्धा-धारणा. काम हाच नव्या युगाचा खरा धर्म आहे. काम हीच व्यक्तीची ओळख आहे. कामाचं स्वरूप कॉर्पोरेट जगात किंवा स्वतंत्रपणे काम करणाऱ्यांच्या बाबतीत लागू पडतं. सर्जनशील क्षेत्रांमध्ये कामाचं नेमकं स्वरूप ठरवणं सुलभ जात असलं तरी पारंपरिक काम करणाऱ्या कंपन्या आणि संस्थांमध्ये ते नेमकं नमूद करता येणं कठीण असतं आणि बहुधा म्हणूनच बड्या कंपन्यांमध्ये लोक फार व्यावसायिकपणे वागतात. कामाशी असलेली भावनिक जवळीक आणि त्यामधून मिळणाऱ्या आनंदाची वानवा आढळून येते. कामातून आनंद न मिळणे याला काही स्पष्टीकरण असूच शकत नाही. ते स्वीकारार्हदेखील नाही. अन्यथा एकदा का काम आणि आनंद यांचा काही संबंध नसतो हे स्वीकारलं, तर आपण कायमच दुःखात अडकून पडू किंबहुना आणखी वाईट म्हणजे आयुष्य आणि आपलं काम या दोन विभिन्न गोष्टी आहेत, या द्वंद्वात सापडू. आपल्या वैयक्तिक समस्येची सोडवणूक ही आपल्या कंपनीच्या मेहेरबानीवर अवलंबून असता कामा नये!

महान कबीर असे सांगतो की, प्रत्येकजण काही एक विशिष्ट काम करण्यासाठी जन्माला आलेला आहे आणि ते काम करण्यासाठीची तळमळ ही प्रत्येक हृदयात रुजवलेली असते.

झाल उठी झोली जली, खपरा फूटम फूत ।
जोगी था सो रमि गया, आसन रही भभूत ।।

(अग्नीच्या ज्वाळा उठल्या आणि सगळ्या अस्थि-मज्जा देहाची राख झाली. नश्वर देह होता तो नाहीसा झाला; पण आंतरिक तळमळ तशीच शिल्लक राहिली.)

कामाच्या बाबतीत अनेक प्रकारच्या धारणा असतात. काहीजण त्याला आयुष्याचा केवळ एक भाग मानतात. काम म्हणजे सर्वस्व नाही; त्यामुळे जन्मभर त्याला बांधून घ्यायची काही गरज नाही. कामाकडे अतिरिक्त लक्ष पुरवून आरोग्य, कुटुंब, नातेसंबंध अशा महत्त्वाच्या बाबींकडे दुर्लक्ष करणे चूक आहे, असे काहींना वाटते, तर काहींचे असे मत असते की, आत्ताच भरपूर काम करायला पाहिजे. या वयात त्याला कमी महत्त्व देऊन चालणारच नाही, कारण बाकीच्या या सगळ्या गोष्टी

कामावरच अवलंबून आहेत किंबहुना त्याच्याशी घट्ट जोडल्या गेलेल्या आहेत. कामात यश मिळाल्यामुळे आपल्याला भौतिक लाभ तर होतातच; पण स्वाभिमान, आत्मविश्वास आणि आनंदाचाही लाभ होत असतो.

कामाच्या प्रत्येक ठिकाणी कामाबाबतचे विविध दृष्टिकोन बघायला मिळतात. त्यांपैकी काही ठळक उदाहरणे बघू या –

१. **मला जे माहिती आहे ते मी करेन** : या व्यक्तीला थोडेफार माहिती असते आणि आपल्या मर्यादित कुवतीनुसार तेवढंच काम ती व्यक्ती करते. नक्की काय करायचं आहे, नेमकं कशा प्रकारे करायचं आहे, कधी झालं पाहिजे, कुठून सुरुवात करायची या सगळ्या गोष्टी तुम्ही त्या व्यक्तीला सांगाव्यात, अशी तिची इच्छा असते. जे सांगितलं जाईल, त्यापेक्षा या व्यक्तीकडून तसूभरही जादा काही घडून येत नाही. हे लोक मधाच्या पोळ्यातील कामकरी माशीसारखे असतात, जे फक्त आणि फक्त नेमून दिलंय तेवढंच काम पार पाडतात. हे कधी नजरेत भरत नाहीत आणि त्यामुळे त्यांची उणीवही कधी जाणवत नाही.

२. **तुम्ही सांगा, मी करतो** : जेवढं म्हणून सांगितलं जाईल, तेवढं सगळं हे लोक करतात. या लोकांना थोड्या फार गोष्टी माहिती असतात आणि तुम्ही जेवढं मार्गदर्शन कराल, तेवढ्या प्रमाणात ते काम पुढे नेतात आणि पार पाडतात. यांच्या कामात दोष काढता येत नाही; पण त्याच वेळी काहीही नवीन, कल्पक, सृजनशील, वेगळंसुद्धा सापडत नाही. हे लोक अगदी निवांत प्रकारचे, स्वतःला सांभाळून राहणारे असतात आणि एखादं काम उद्यापर्यंत लांबणीवर पडलं तरी यांना रात्री निवांत झोप लागते.

३. **पूर्ण करा, बंद करा; विसरून जा** : अशा प्रकारचे लोक तुमच्या टीममध्ये असणं चांगलं असतं. हे पुष्कळ मेहनत करतात. अनेक तास चिकाटीने काम करत बसतात. कित्येकदा तर तुमच्यापेक्षा जास्त तास काम करतात. हे लोक मेहनती आणि प्रामाणिक असतात. एखाद्या 'दीर्घोद्योगी मुंगी'सारखे कष्टाळू आणि चिवट! जर तुम्ही यांना एखादं काम सांगितलंत तर निश्चिंत राहा. मानवी क्षमतेमध्ये जे जे काही शक्य आहेत, ते सगळे प्रयत्न करून हे लोक सांगितलेलं काम न चुकता पार पाडणार म्हणजे पाडणारच! कल्पकतेमध्ये हे लोक मार खातात; पण ती उणीव ते आपल्या चिकाटी आणि मेहनत या गुणांनी भरून काढतात. हे लोक उत्तम सहकारी ठरतात, कारण कधी आणीबाणीची वेळ आलीच तर तुम्ही यांच्यावर नक्की विसंबू शकता. कामाकडे बघण्याचा यांचा

दृष्टिकोन समर्पणाचा असतो. ते प्रत्येक गोष्ट व्यक्तिगत पातळीवर घेतात.

४. **कल्पक आणि बुद्धिमान** : हे लोक फार कठोर मेहनत किंवा कष्ट करणारे नसतात; पण ही उणीव ते आपल्या कल्पकतेने आणि बुद्धिमत्तेने भरून काढतात. परिणाम, प्रभाव, वैविध्य आणि नावीन्य यासाठी हे लोक तुमच्या उपयोगी पडतात. हे लोक उत्कृष्ट चित्र रंगवू शकतात; पण त्याची प्रत्यक्ष विक्री करू शकत नाहीत. कामाचं स्वरूप आखून देऊ शकतात; पण ते प्रत्यक्ष पार पाडणं यांना जमेलच असं नाही. या लोकांची आपल्याला गरज असते, कारण हे काळाच्या पुढे जाऊन बघू शकतात. चाकोरीबाहेरचा विचार करू शकतात. सतत काहीतरी नवीन करत राहणं, हीच यांची कामाबाबतची संकल्पना असते. एकच काम पुनःपुन्हा केल्याने किंवा एकाच ठरावीक पद्धतीने करत राहिल्याने यांना उबग येतो. ते निष्क्रिय होतात. कामाकडे बघण्याचा यांचा दृष्टिकोन अतिभव्य आणि अवास्तव असतो.

५. **झपाटलेले आणि परिपूर्ण** : काही लोक आपल्या कामाकडे अतिशय गांभीर्याने बघतात. प्रत्येक काम अगदी वैयक्तिक पद्धतीने स्वीकारतात. प्रत्येक काम, प्रत्येक ई-मेल, प्रत्येक सादरीकरण यामध्ये ते स्वतःची छाप कशी उमटेल याबाबत खूप दक्ष असतात. हे लोक अत्यंत परिपूर्ण आणि बिनचूक असतात. कामामध्ये आणि सादरीकरणामध्ये कणभरही उणीव, फट, दोष राहिलेला त्यांना चालत नाही. यांच्या कामात सारं काही नीटनेटकं, आखीव-रेखीव, नियोजनबद्ध, शिस्तशीर असतं. अगदी सादरीकरण करताना कोणता विनोद कधी करायचा याचादेखील हे लोक आधी अनेकदा सराव करून ठेवतात. उत्कृष्टता आणि परिपूर्णता यासाठी हे लोक इतके आग्रही असतात, कारण ते काम म्हणजे आपल्या व्यक्तिमत्त्वाचा आरसा आहे असं ते मानतात.

हे लोक पैशांसाठी काम करत नाहीत. अगदी पैशांची कितीही तीव्र निकड असली तरीही! काम हीच त्यांची एकमेव प्रेरणा, प्रोत्साहन असते. या लोकांच्या दोन बाजू असतात. सकारात्मक बाजू म्हणजे हे लोक परिपूर्णतेचा ध्यास धरणारे असतात. त्यांना 'नाही' हे उत्तर अजिबात चालत नाही. कितीही मोठी आणि बिकट अडचण आली तरी हे लोक त्यामधून काही ना काही मार्ग शोधून काढतातच. यांच्यासोबत काम करताना आपल्यालाही मजा येते. यांच्यामुळे आपसूक आपल्या कामातही एक सकारात्मक ऊर्जा रुजवली जाते; पण नकारात्मक बाजूने बघायचं तर हे लोक वेळ

न पाळणारे असतात. उशीर करणारे, अवास्तव विचार करणारे, कठोर मनाचे, सहृदयता म्हणजे काय हे माहिती नसणारे आणि अनेकदा खूप हुकूमशाही पद्धतीने वागणारे असतात. तथापि, या दोनपैकी तुमच्या वाट्याला यांची कोणती बाजू अधिक येते याने काही फरक पडत नाही. या 'सैताना'ला नकार देणे तुम्हाला शक्यच नसते. कामाच्या बाबतीत असलेले त्यांचे समर्पण आणि योगदान अतुलनीय असते आणि ते कधीही हार मानत नाहीत.

यांच्याकडे दुर्लक्ष करता येत नाही आणि ते सोडून गेले की, त्यांची आठवण येत राहते, कमतरता जाणवत राहते. त्यांची समर्पण वृत्ती, समस्या सोडवण्याचा ध्यास, अडचणीला हार न जाण्याची वृत्ती, साऱ्या यंत्रणेला धक्का देऊन कामाला जुंपण्याची हातोटी, आधीपेक्षा जास्त चांगलं काम करण्याची क्षमता या सगळ्या गोष्टींची उणीव जाणवत राहते. काही लोक यांचा दुस्वासही करतात, कारण त्यांना या लोकांनी वेठीस धरलेलं असतं; परंतु त्याच लोकांनी क्षमतेपेक्षा जास्त चांगली आणि भरभक्कम कामगिरीही पार पाडलेली असते; त्यामुळे या लोकांची आठवण आल्यावाचून राहात नाही. हे लोक सोडून निघून गेले तरी त्यांनी करून ठेवलेलं काम मागे शिल्लक राहतंच. हे लोक निघून गेले तरी त्यांनी तयार केलेली टीम, कार्यपद्धती, यंत्रणा आणि क्षमता सारं काही दीर्घकाळ टिकून राहातं.

आता अत्यंत महत्त्वाचा आणि मोठा प्रश्न आपण स्वतःला विचारायचा आहे आणि तो म्हणजे, 'मी काम सोडून गेल्यानंतर कोणाला माझी आठवण येईल का?' मी माझा ठसा मागे सोडून जाईन का? मी काम सोडून गेल्यानंतर कंपनी, वरिष्ठ, सहकारी किंवा टीम सुटकेचा निःश्वास सोडतील? की आपण जात असल्यामुळे निर्माण होणारी पोकळी त्यांना चिंताग्रस्त करणारी ठरेल? अनेक लोक असे असतात की, ज्यांचा आपण एकमेवाद्वितीय आहोत, अविभाज्य घटक आहोत आणि जर आपण निघून गेलो तर जगबुडी होईल असा ठाम समज असतो; पण प्रत्यक्षात हे लोक नसले तर आजूबाजूचे लोक सुटकेचा निःश्वास टाकतात. आपल्या नंतरही मागे शिल्लक राहणारं आणि आठवलं जाणारं काम हाच कॉर्पोरेट क्षेत्रातील एकमेव अमरपट्टा असतो.

***कबीर हमारा कोई नहिं, हम काहू के नाहि ।
पारै पाहुंचे नाव ज्यौ, मिलिके बिछुरी जांहि ।।***

(कबीर म्हणतो, या जगात कोणीही कोणाचे नसते. सगळेजण फक्त एका नावेतून प्रवास करणारे; अल्पकाळासाठी एकमेकांच्या सान्निध्यात आलेले प्रवासी असतात. नाव पलीकडच्या तीरावर लागली की, प्रत्येकजण आपापल्या मार्गाने निघून जातो.)

व्यावसायिक क्षेत्रात नातेसंबंध याबाबत खूप अस्वस्थता असते. लोकांचे एकमेकांशी असलेले संबंध कायमच मोठ्या विवादाचे आणि विरोधाभासाभोवती फिरत असतात.

तसं पाहिलं तर कंपन्या म्हणजे अशी जागा असते जिथे लोक एकत्र येतात, दीर्घ काळ एकमेकांसोबत व्यतीत करतात, एकमेकांच्या साहाय्याने तसेच एकमेकांच्या अपरोक्ष काम करतात, त्यांच्यात नात्यांचा एक आगळा बंध तयार होतो आणि नंतरचा खूप मोठा काळ आनंदात पार पडतो. कॉर्पोरेट क्षेत्रातील विशेषतः वरिष्ठ वर्तुळातील चर्चा या कायम संघटन, नातेसंबंध, एकोपा आणि सामूहिक काम याबाबतच असतात. या सगळ्या गोष्टी कंपनीमध्ये घडून येण्यासाठी, रुजण्यासाठी आणि त्यायोगे प्रभावी कामकाज पार पाडण्यासाठी लक्षावधी डॉलर्स खर्च केले जातात. मला खात्री आहे की, कंपन्यांकडे बघण्याच्या या सकारात्मक दृष्टिकोनात नक्कीच तथ्य आहे. कंपन्यांच्या कामकाजात अनेक चांगली मूल्ये असतात, चांगली संस्कृती असते, चांगली मनोवृत्ती असते जी कोणत्याही व्यक्तींच्या समूहात रुजवता येते आणि हे अतिशयच महत्त्वाचे असते, असे मला वाटते. तथापि, वस्तुस्थिती अनेकदा खूपच विपरीत असते. लोक वेगवेगळ्या पद्धतीने प्रतिक्रिया देतात. त्यामागचे हेतू कदाचित चुकीचे नसतीलही; परंतु त्यातूनच विरोधाभास आणि विवाद उत्पन्न होतात आणि त्याची परिणती अर्थातच लोक बेभान होण्यामध्ये होत जाते.

चला, अशाच काही धारणा (शिकवल्या गेलेल्या आणि प्रत्यक्षातल्या) कोणत्या असतात ते पाहू या. पिरॅमिड आकृतिबंध हा कोणत्याही कंपनीचा मूलभूत आकृतिबंध मानला जातो : या पिरॅमिडच्या सर्वांत वरच्या टोकावर खूप कमी जागा असते. अर्थात, कंपनीत सर्वोच्च, वरिष्ठ पदावर स्थान पटकावण्याची संधी अगदी मोजक्याच लोकांना मिळते. एखादी व्यक्ती जसजशी वर वर चढत जाईल, तसतसे तिच्या लक्षात येते की, जागा खूप अरुंद आहे आणि वाट अगदीच निसरडी; त्यामुळे जिथे एवढं सगळं पणाला लागलेलं असतं, त्या ठिकाणी राजकारण, हेवेदावे, संधिसाधूपणा, स्पर्धकांना कठोरपणे दूर करणं आणि अल्पसा खोटेपणा या गोष्टी घडून येणं अगदीच स्वाभाविक होऊन जातं. डार्विनने प्रणिजगताबाबत सांगितलेलं 'सर्व्हायव्हल

ऑफ द फिटेस्ट' हे सूत्र कॉर्पोरेट जगतासदेखील तंतोतंत लागू पडतं. जेव्हा अस्तित्वाचा किंवा 'त्या रिकाम्या पदाचा' प्रश्न उद्भवतो, तेव्हा सगळी गृहीतके, नेम-नियम आणि शिकवण विसरली जाते. 'प्रेमात आणि युद्धात'च्या जोडीला 'केबिन पटकाविण्यात'सुद्धा सारं काही क्षम्य मानलं जातं.

आणखी एक मुद्दा म्हणजे, 'आणखीचा हव्यास' हा मानवी स्थायिभाव आहे. मनुष्याला कायमच आपल्याकडे जे आहे, त्यापेक्षा आणखी जास्त हवं असतं. कंपनीतील पदांच्या उतरंडीमध्ये वरिष्ठ श्रेणीच्या जागा कायमच मर्यादित असल्याने मानवी स्वभाव आपसूकच संकुचित आणि स्वार्थी होतो. आपल्याजवळील माहिती किंवा ज्ञान दुसऱ्याला कळू न देण्याकडे त्याचा कल राहतो; परंतु वस्तुस्थिती खूप वेगळी असते. तुम्ही जेवढे टीम म्हणून काम कराल, तेवढे अधिक प्रमाणात आणि अधिक चांगले परिणाम मिळत असतात. एकमेकांशी स्पर्धा केल्याने परिणाम घटत जातात आणि त्यांचा प्रभावही कमी कमी होत जातो.

वर नमूद केलेल्या गोष्टी जवळपास प्रत्येक कंपनीत दररोज घडत असतात. त्यांचे प्रमाण कधी अगदीच सामान्य असते, तर कधी खूपच जास्त तीव्र. जे कर्मचारी समान न्याय, एकोपा, सांघिक काम इत्यादी तत्त्वे ऐकत ऐकत उत्साहाने काम करत असतात, त्यांना एक दिवस अचानक जाणीव होते की, प्रत्यक्षात काहीतरी वेगळंच घडतं आहे. त्यांच्या आदर्शवादामध्ये ते असे समजून चालतात की, कंपन्या या सारासार विचार करणाऱ्या घटक आहेत, कारण सारासार विचार करणारी माणसे, धोरणे आणि तत्त्वे कंपन्या चालवत असतात; त्यामुळे त्यांच्याकडून हलक्या चुका आणि कोत्या मनाचे विचार घडून येऊच शकत नाहीत.

तथापि, जेव्हा जेव्हा अशा काही चुका, अन्याय घडून येतात, या लोकांचं मन खट्टू होत जातं. कंपनीच्या चांगुलपणावरील त्यांचा विश्वास दुबळा होत जातो आणि कालांतराने ते कंपनीचा, तिच्या धोरणांचा उपहास करू लागतात. ज्या कंपन्यांना हे जाणवत नाही किंवा जाणवूनदेखील ज्या त्याकडे पद्धतशीर दुर्लक्ष करतात, अशा कंपन्यांची अवस्था लवकरच गंज चढलेल्या जहाजासारखी होते आणि मग त्याची परिणती पुढे कशात होईल, हे सांगायला कोणत्याही तज्ज्ञाची गरज उरत नाही.

चला, जरा एका सर्वसामान्य कर्मचाऱ्याच्या नजरेतून हे सगळं बघू या. बहुतेक सर्व कर्मचारी कंपनीत भरती होताना निरागस, निष्कपट भावनेने रुजू होतात. कंपनीची मूल्ये, तिची कार्यपद्धती, कंपनीत मिळणारा समान न्याय आणि कंपनीच्या ध्येय-धोरणांबद्दल त्यांच्या मनात अतिशय उदात्त भावना असते; परंतु याआधी आपण पाहिलेल्या काही चुकीच्या गोष्टींमुळे हळूहळू ही भावना दुबळी होत जाते. अशा वेळी कर्मचारी त्याच्या सर्वांत खालावलेल्या मनःस्थितीत असतो आणि

म्हणूनच आपलं वय, प्रगल्भता, वेतन आणि पद या कशाचाही विचार न करता तो कंपनीपासून अंशतः किंवा पूर्णपणे दुरावला जातो.

अशा प्रकारच्या सर्व कर्मचाऱ्यांसाठी कबीराने एक संदेश देऊन ठेवला आहे. कबीर सांगतो की, अशा परिस्थितीत 'सकारात्मक दुरावा' निर्माण करा. तो असे सांगतो की, मनुष्याचा प्रवास हा कायमच एकट्याचा असतो. तुम्ही द्वंद्वगीत म्हणा किंवा समूहगानात सहभागी व्हा; कोणी कुणासाठी गात नसतं. शेवटी प्रत्येकजण स्वतंत्रपणेच आपापलं गाणं म्हणत असतो.

त्यामुळे आपल्या वाट्याला जे आलंय ते सर्वोत्तम प्रकारे पार पाडा. खेळातील बाकीच्या खेळाडूंबाबत मनात संवेदना असू द्या; पण कोणाकडूनही फार अपेक्षा ठेवू नका. तुमच्यासाठी कोणी स्वतःच्या कशाचाही तसूभरही त्याग करेल अशी वृथा अपेक्षा ठेवू नका. त्यांच्या कुवतीबाहेर जाऊन ते तुम्हाला मदत करतील, अशी अपेक्षा करू नका. कंपन्या या कधीच निःस्वार्थ जनहितार्थ सुरू नसतात. बहुतेक वेळा व्यक्तिगत हित, स्वार्थ आणि मानवी मूलभूत भावना यांच्या इंधनावरच त्यांचा गाडा सुरू असतो.

कोणत्याही कंपनीत संवाद आणि नातेसंबंध यांच्यामागे व्यक्तिगत स्वार्थ असतो. एकदा का हे आपल्या लक्षात आले की, मग आपल्याला हीदेखील जाणीव होते की, कामाच्या ठिकाणी कधीच व्यक्तिगत नातेसंबंधांची रुजवात शक्य होत नाही. दुखावले गेलेले कर्मचारी हे बहुतकरून ते लोक असतात, जे खूप जास्त अपेक्षा ठेवून असतात. कामाच्या ठिकाणचं आपलं आयुष्य हे नावेतील प्रवाशासारखं असतं. प्रत्येकजण त्या ठिकाणी आलेला असतो, कारण त्याला नदी पार करून पलीकडे जायचं असतं. एकदा का ती नाव पलीकडच्या तीराला लागली की, प्रत्येकजण आपापल्या वेगवेगळ्या दिशेने निघून जाणार असतो.

त्यामुळे प्रत्येकाने नावेत असताना आपापली भूमिका चोख पार पाडायला हवी. ज्यामुळे नावेचा प्रवास धोक्यात येईल किंवा नाव मध्यधारेत डगमगू लागेल अशी कृती करता कामा नये. तसेच या नावेत झालेल्या ओळखी जन्मभराच्या आहेत, निर्माण झालेली नाती चिरकालीन टिकणारी आहेत असं समजण्याची घोडचूक तर मुळीच करता कामा नये; त्यामुळे कामाच्या ठिकाणी तुमचे वर्तन मैत्रीपूर्ण, सहकार्याचे आणि नम्र असू द्या. खेळातील आपली भूमिका नेमकी समजून घ्या. आपल्याला नेमून दिलेले काम चोख पार पाडा. मित्र जरूर बनवा; पण त्यांच्यात गुंतून पडू नका. आज ना उद्या त्यांना अलविदा म्हणायची वेळ येणारच आहे, हे मनात पक्कं ठाऊक असू द्या. कंपनीरूपी नावेतील तुमचा प्रवास शक्य तेवढा शांत, सुखावह असेल आणि अलविदा म्हणताना मनात कटू भावना किंवा अप्रिय आठवणी नसतील याची दक्षता घ्या, कारण या कंपनीरूपी नावेतून प्रवास करणाऱ्यांचे

नातेसंबंध जर परस्पर सहकार्यावर आणि विश्वासावर आधारलेले नसतील, तर नाव कधीच पैलतीर गाठू शकणार नाही. तिला मध्यावरच जलसमाधी मिळेल. एक तर सगळेजण पैलतीर गाठतील किंवा मग कोणीच गाठू शकणार नाही.

कंपनीत निर्माण होणारे मैत्र आणि नातेसंबंध हे कायम टिकणारे असतात आणि आपली उद्दिष्टे गाठण्यासाठी इतर लोक नक्की मदतीला धावून येतील, अशी धारणा जर कोणी मनात ठेवून असेल तर मला वाटतं, ती व्यक्ती स्वतःच स्वतःसाठी मोठ्या नैराश्याचा पाया खणून ठेवत आहे.

साधु परिखिये शब्द में, रहनी तैसी भास ।
नाना विधि के पुहुप है, फूलै तैसी बास ।।

(ज्याप्रमाणे सुवास ही फुलाची ओळख असते, त्याप्रमाणे बोलणे ही विद्वानाची ओळख ठरते.)

कॉर्पोरेट जगतातील कर्मचाऱ्याची खरी ओळख कोणती? तो परिधान करत असलेले कपडे? तो बोलत असलेली भाषा? तो वापरत असलेले वाक्प्रचार? तो ज्यांच्यासमवेत वावरतो ते लोक? कर्मचारी बाळगून असलेल्या प्रतीकांच्या पलीकडे जाऊन त्याची काही ओळख असते की नाही? आपल्या मुख्य कामाकडे लक्ष देण्याऐवजी लोक या अशा वरकरणी प्रतीकांत अडकून पडल्याची अनेक उदाहरणे पाहायला मिळतात.

हुशार मनुष्य हा त्याच्या राहणीमानावरून नव्हे, तर तोंड उघडल्यानंतर तो जे बोलतो त्यावरून ओळखला जातो. त्याचे विचार त्याला हुशार बनवतात. जीवनातील क्लिष्ट बाबी सोप्यात सोप्या आणि प्रभावी पद्धतीने सांगण्याची त्याची हातोटी त्याला ज्ञानी पुरुष बनवते. हीच त्याची खरी स्पर्धात्मकता असते – तो जो वेश परिधान करतो, जी प्रतीके धारण करतो ती नव्हे! जगात शेकडो, हजारो प्रकारची फुले फुलतात; पण आपण त्यांच्या सुवासावरून त्यांना ओळखतो. काही फुलांना सुगंध असतो तर काही फुले बिनवासाची असतात आणि त्यामधूनच त्यांच्यातील फरक अधोरेखित होतो. सुवास म्हणजे फुलांची ओळख आणि काही फुले वरकरणी दिसायला कितीही आकर्षक रंगांची असली तरी त्यांना त्यांची मूलभूत ओळख नसते – ती म्हणजे सुगंध.

कर्मचारीदेखील असेच असतात किंबहुना ते असेच असायला हवेत. कामाचे स्वरूप काहीही असो, त्यातून अपेक्षित परिणाम साध्य करणे ही कर्मचाऱ्यांची ओळख, योग्यता असते. त्यातूनच त्याला मोल आणि प्रशंसा प्राप्त होणार असते. बाकीच्या सगळ्या गोष्टी म्हणजे फक्त वरकरणी आकर्षक दिसणारे वेष्टण असतात. दुर्दैवाने, अनेकजण या वेष्टणाच्याच मोहात अडकतात आणि चांगलं उत्पादन

देण्याऐवजी आकर्षक वेष्टण कसे तयार करता येईल यामध्ये आपली ऊर्जा वाया घालवतात. जो तांत्रिकदृष्ट्या उत्तम असतो, संपूर्ण ऊर्जा वापरून काम करू शकतो आणि अन्य लोकांना समवेत घेऊन काम पार पाडू शकतो तोच खरा चांगला कर्मचारी.

जर आपण केवळ वरच्या दिखाऊ वेष्टणाला तयार करण्यात अडकून पडलो, तर आज ना उद्या आपलं बिंग उघडकीस येतंच आणि ते उघडकीस यायला जेवढा जास्त वेळ लागेल, तेवढी जास्त आपली अवनती होणार असते; त्यामुळे ज्ञानी पुरुष किंवा फुलाप्रमाणे आपणही स्वतःच्या खऱ्या योग्यतेकडे, ओळखीकडे लक्ष द्यायला हवे. आपण कशात चांगले आहोत किंवा आपण काय मूल्यवर्धन घडवून आणू शकतो यावर भर द्यायला हवा.

हरि रस पीया जानिधे, उतरै नांहि खूमारि ।
मतवाला घुमत फिरे, नहि तो तन की सारि ।।

(जर तुम्ही प्रामाणिकपणे काही कराल, तर त्याची धुंदी कधीच फिकी पडत नाही. कधीही, केव्हाही आणि कुठेही तुम्ही पूर्ण बेफिकीरपणे आणि निर्धास्तपणे वावरू शकता.)

मतवाला घुमत फिरै, रोम-रोम रस पूरे ।
छाड़ै आस सरीर की, देखे राम हजूर ।।

(प्रामाणिकपणे वागणारा अंतर्बाह्य आनंदाने विभोर होऊन जातो; आपण जे साध्य केलंय त्याखेरीज बाकी कशाचीच त्याला तमा उरत नाही.)

उत्कृष्ट कामगिरीबाबत कॉर्पोरेट जगात कायम विवाद होत असतात. गुणवत्ता आणि दर्जेदार कामगिरी यांच्या अनुषंगाने डझनावारी प्रारूपे, चौकटी आणि कार्यपद्धती उदयाला आलेल्या आहेत. वरकरणी जरी त्या विश्लेषणात्मक आणि अंकगणिती प्रारूपासारख्या वाटल्या, तरी गोष्टी अधिक चांगल्या बनाव्यात हाच त्या सगळ्यांचा अंतस्थ हेतू असतो. कर्मचाऱ्याला 'मी आपल्या कामामध्ये अधिक जास्त रस कसा घेऊ शकतो, अधिक झोकून देऊन काम कसा करू शकतो? माझी सर्वोत्तम कामगिरी ही एवढीच आहे का?' याचा विचार करायला लावून तशी प्रेरणा देण्याचे काम ही प्रारूपे आणि कार्यपद्धती करत असतात. जर सर्व गुणवत्ता सुधारणा प्रारूपांत ही भावना रुजविण्याला प्राधान्य दिले गेले, तर त्यांचे स्वरूप केवळ वाचाळ-गप्पा असे न राहता, त्या खरोखर परिणामकारक बनतील. जेव्हा लक्षणीय संख्येने कर्मचारी सर्वोत्तम कामगिरीच्या हेतूने प्रेरित होतात, तेव्हा कंपनीचे सुधारणा आणि कार्यक्षम धोरण खरोखर यशस्वी झाले, असे म्हणता येते; पण बहुतेक वेळा कंपन्या मूलभूत वास्तवाचा विचार न करता थेट सरधोपटपणाने सुधारणा कार्यक्रम

राबवतात; त्यामुळे त्यामध्ये कर्मचारी केवळ शारीरिक पातळीवर सहभागी होतो. आपल्या अंतःकरणापासून कधीच सहभागी होत नाही.

सर्वोत्तमाचा शोध हा अगदीच वैयक्तिक निर्णय असतो. त्यामध्ये काहीच बनवाबनवी करता येत नाही. सर्वोत्तम कामगिरी करणे हे कंपनीचे ध्येय आहे किंवा कंपनीत सक्तीचे आहे म्हणून कोणताही कर्मचारी त्यामुळे प्रेरित होत नसतो. सर्वोत्तमाचा शोध हा संपूर्णपणे वैयक्तिक असतो. आपण हातातील काम कोणत्या प्रकारे पार पाडू इच्छितो ही सर्वस्वी व्यक्तिगत बाब असते. सर्वोत्तम कामगिरी एका विशिष्ट हेतूने प्रेरित असते. बघणाऱ्याच्या मनात असूया निर्माण करणारी असते. 'हे जर मी केलं असतं, तरी मी इतक्या चांगल्या प्रकारे करू शकलो नसतो,' अशी भावना पाहणाऱ्यांच्या मनात निर्माण करणे ही सर्वोत्तम कामगिरीची प्रेरणा असते.

सर्वोत्तमाचा ध्यास झपाटून टाकणारा असतो किंबहुना झपाटल्याशिवाय सर्वोत्तम कामगिरी घडून येऊच शकत नाही. सुधारणा घडवून आणणे, अधिक चांगली, सर्वोत्तम कामगिरी करणे यासाठी तुम्हाला अति चिकित्सक किंवा झपाटलेला हे विशेषण लागणे अत्यंत स्वाभाविक आणि गरजेचेदेखील असते.

आध्यात्मिक क्षेत्रातील लोक देव या संकल्पनेने झपाटलेले असतात. त्याच्या विचारांनी ते निर्मळ होऊन जातात. मग त्याच विचारामध्ये ते अतिशय उन्मुक्त आणि निश्चित होऊन सगळीकडे वावरतात. त्यांना स्वतःची फिकीर उरत नाही. सर्वोत्तम कामगिरी करायची असल्यास अशा प्रकारचे उन्मुक्त झपाटलेपण आवश्यकच असते.

चला, स्वतःला एक प्रश्न विचारू या : माझ्या कामाच्या दर्जाबाबत मी झपाटलेला आहे की नाही? अगदी छोटीशी उणीवसुद्धा मला अस्वस्थ करून टाकते का? हातून केवळ जराशी आणखी चांगली कामगिरी व्हावी यासाठी आपण अखंड कार्यरत राहतो का? छोट्या छोट्या गोष्टी जोडत आणि छोट्या छोट्या चुका मागे सारत जातो का? हे काम सर्वोत्कृष्ट व्हावे यासाठी मी आणखी काय करायला हवे? असा प्रश्न आपण स्वतःला विचारतो का? ज्या क्षणी काम पूर्ण होईल, त्या क्षणी त्याची गुणवत्ता स्वतःच्या व्यक्तिमत्त्वाशी कायमची जोडली जाणार आहे याची आपल्याला जाणीव असते का? आणि मग ती गुणवत्ता स्वतःशी जोडली गेल्याने आपल्याला अभिमानच वाटेल अशा प्रकारे आपण कामगिरी करतो आहोत का? या सगळ्या प्रश्नांची उत्तरे होकारार्थी असतील, तर तुम्ही योग्य मार्गाने वाटचाल करत आहात, असा निष्कर्ष निघतो.

आपल्या कामाने झपाटून गेलेला मनुष्य पाहण्यात खूप मजा असते. आपल्या कामात पार गढून गेलेले कर्मचारी, आपली सर्वोत्तम बुद्धिमत्ता समर्पित करून काम करणारे कर्मचारी, कामाच्या ठिकाणी अतिशय उत्साहाचे आणि सकारात्मक ऊर्जेचे

वातावरण तयार करत असतात. असे लोक अगदी दुरूनही लगेच ओळखू येतात. तक्रार, कुरकुर करणे, राजकारण खेळणे, शंका उपस्थित करणे यासाठी अशा माणसांकडे वेळच नसतो. काहीतरी भव्य-दिव्य घडवून आणण्याकडे त्यांची सगळी ऊर्जा एकवटलेली असते. बाकीच्या लोकांना महत्त्वाच्या वाटणाऱ्या कामाच्या ठिकाणचे वातावरण, कार्यपद्धती, कार्यसंस्कृती, वेतन, प्रशंसा, प्रशस्ती आणि अन्य कित्येक गोष्टी यांच्या खिजगणतीतही नसतात.

कबीर म्हणतो की, जो मनुष्य आपल्या कामाने झपाटलेला असतो, तो अन्यत्र सगळीकडे विरक्त भावनेने फिरतो. त्याला ऐहिक गोष्टींची काहीच तमा उरत नाही. आपलं काम हाच त्याचा एकमेव मित्र-सखा-सवंगडी असतो. अशा प्रकारे शारीरिक, भावनिक आणि आत्मिक पातळीवर जेव्हा मनुष्य स्वतःला कामामध्ये समर्पित करतो, तेव्हा बाकी कुठल्याही बाष्कळ गोष्टींसाठी त्याच्यापाशी वेळ, ऊर्जा किंवा रुची उरत नाही.

अशा प्रकारचं आदर्शवादी काम हे फक्त सर्जनशील कलेशी का जोडलं गेलं आहे आणि कॉर्पोरेट जगाशी का नाही? याचा विचार आपण कधी केला का? उत्तर अगदी सोपं आहे. कोणत्याही प्रकारचं सर्जनशील काम, कलेशी संबंधित काम हे नेहमीच त्या व्यक्तीच्या आवडीतून घडून येत असतं. अशा कामामध्ये मनुष्य नेहमीच अंतःकरणापासून जोडला जात असतो. त्यातून तो काहीतरी निर्मिती करणार असतो. याउलट कॉर्पोरेट जगतातील कर्मचारी हे दररोज फक्त नेमून दिलेले काम पार पाडायला कंपनीमध्ये जात असतात. मला वाटतं की, काम करण्याच्या प्रेरणेमध्ये असलेली तफावत हीच सर्व समस्यांचे मूळ ठरते. नुसते काम हे अखेर ताणतणावात परिवर्तीत होते, तर आपली आवड, छंद यांच्याशी संबंधित काम हे केवळ भौतिक लाभ मिळवून देणारे न राहता, कायमच मनोधैर्य उंचावणारे ठरते. आधुनिक जगात काम हे केवळ उत्पन्नाचा स्रोत एवढ्यापुरते मर्यादित नसून काम म्हणजे व्यक्तीची ओळख असा नवा आयाम त्याला प्राप्त झालेला आहे. आपल्या आत दडलेलं चांगलं बाहेर आणायचं असेल, तर केलेल्या कामातून झिंग चढायलाच हवी.

जिन ढूंढा तिन पाइयां, गहिरे पानी पैठ ।
मैं बपुरा बूड़न डरा, रहा किनारे बैठ ।।

खोल पाण्यात जो डुबक्या मारतो, त्याच्या हातास मोती लागतात; पण बुडण्याच्या भीतीने जो बिचारा नुसताच किनाऱ्यावर बसून राहतो, त्याची झोळी कायम रिकामीच राहते. थोडक्यात, जो आपल्या अंतरंगात डोकावून बघतो आणि

खोल शिरतो त्यालाच सर्वोत्तमतेचा खजिना गवसतो. कॉर्पोरेट कर्मचाऱ्यांच्या दृष्टीने पाण्यात खोल डुबकी मारणे म्हणजे नक्की काय? ते आपण आता पाहू या.

याचे विविध अर्थ होऊ शकतात. उदाहरणार्थ, आपण कधीही वरवरचे काम न करता, प्रत्येक कामात प्रभुत्व मिळविले पाहिजे. कामासाठी नुसता जादा वेळ देऊन प्रभुत्व मिळत नाही, तर त्यासाठी कामावर निष्ठा, श्रद्धादेखील असायला हवी. जर आपले काम, पद, भूमिका यामुळे मनात अभिमानाची भावना जागृत होत नसेल; आपल्या कामामुळे स्वतःच्या व्यक्तिगत आणि व्यावसायिक आयुष्यात काहीच फरक पडत नाही असं आपल्याला वाटत असेल, तर अशा कामात आपण कधीच कबीराने सांगितले तसे सच्चे समर्पण देऊच शकत नाही. आपण हे काय आणि कशासाठी करतोय, असा विचार जर दिवसाअखेरीस आपल्या मनात येणार असेल, तर अशा कामातून कधीही कोणालाही आनंद मिळू शकत नाही. प्रत्येकाला आपल्या कामातून सार्थ आनंद मिळवता आलाच पाहिजे. काम म्हणजे आयुष्यातील आनंदाचा स्रोत बनला पाहिजे.

आणखी एक सखोल विचार प्रत्येक कर्मचाऱ्याने करायला हवा. तो म्हणजे, आपण करत असलेल्या कामात आणखी चांगली सुधारणा व्हावी यासाठी आपल्याला अजून किती प्रयत्न करण्याची आवश्यकता आहे? आपण स्वतःची जुनी कौशल्ये उपयोगात आणतो आहोत की काही नवीन कौशल्येदेखील आत्मसात करतो आहोत? स्वतःला अभिजात बनवण्याच्या दृष्टीने आपण स्वतःला सुधारतो आहोत की नाही? आपल्या क्षेत्रात पुरेसे संशोधन करून अद्ययावत ज्ञान मिळवतो आहोत की फक्त आहे तेच ज्ञान आणि माहिती वापरत राहून आपण कालबाह्य होत चाललो आहोत, याचा विचार प्रत्येक कर्मचाऱ्याने करायलाच हवा. खोलवर बुडी मारणे म्हणजे संपूर्णपणे अज्ञात असलेली एखादी कामगिरी स्वीकारणे. यामध्ये क्षमतेपेक्षाही तुमच्या धडाडी आणि वृत्तीचा भाग मोठा असतो. आपल्याला असे कित्येक व्यवस्थापक आणि नेते माहिती असतील की, ज्यांनी एखादं छोटं काम हातात घेतलं आणि त्याला खूप मोठं भव्य करून टाकलं. टी. एन. शेषन यांनी भारतातील झोपाळू निवडणूक आयोगाला खडबडून जागं केलं आणि आळस झटकून कामाला जुंपलं आणि त्यायोगे एक नवी, एक अभिमानास्पद ओळख मिळवून दिली. किरण बेदी यांनी पोलीस खात्यात अशीच नेत्रदीपक कामगिरी केली. मला खात्री आहे की, प्रत्येक संस्थेमध्ये अशा प्रकारची उदाहरणे निश्चितच सापडतील.

खोलवर बुडी मारणे, धांडोळा घेणे म्हणजेच आपला 'कम्फर्ट झोन' सोडून देणे. आपल्याला संपूर्णपणे ज्ञात असलेल्या, अंगवळणी पडलेल्या सरावाच्या

सगळ्या गोष्टी, सुरक्षितता यांचा त्याग करून एका सर्वस्वी अनोळखी किनाऱ्याच्या दिशेने पोहत राहणे आणि अज्ञाताचा शोध घेणे. या ठिकाणी पुन्हा एकदा कौशल्याचा नव्हे, तर तुमच्या व्यक्तिमत्त्वातील धडाडीचा, तुमच्या वृत्तीचा कस लागतो. या ठिकाणी बेदरकार वृत्तीच कामी येते. भिडस्तपणा, नम्रपणा कुचकामी ठरतात. धाडसाची नेत्रदीपक फळे मिळतात. कॉर्पोरेट संदर्भात बोलायचे तर, सर्वजण जी नको म्हणाले आहेत, अशी कामगिरी स्वीकारणे. बाकीच्या कोणालाही इच्छा नसलेल्या कंपनीत रुजू होणे. इन्फोसिस कंपनी स्थापन झाल्यानंतर पहिल्या काही महिन्यांत त्या कंपनीत सामील होणाऱ्या पहिल्या १०० कर्मचाऱ्यांच्या धाडसाचा विचार करून पाहा. त्या सगळ्यांनी खोलवर बुडी मारली आणि हे वेगळं सांगायलाच नको की, त्यांच्या हाताला अस्सल मोती लागले.

बोध

१. आपले काम हीच आपली खरी आणि एकमेव ओळख असते. मनुष्य आणि त्याचे काम एकमेकांपासून वेगळे करता येत नाहीत. काम हीच आपली छबी, आपल्या आत्म्याची अभिव्यक्ती असते.
२. आपण निघून गेलो, तरी आपले काम मागे कायम उरते. चिरकाल छाप सोडून राहणारे काम हाच कॉर्पोरेट अमरत्वाचा खरा पुरावा मानला जातो.
३. कामाच्या ठिकाणी सकारात्मक दुरावा असावा. प्रत्येकाचा प्रवास स्वतंत्र असतो आणि जेव्हा नाव पलीकडच्या तीराला लागते, तेव्हा प्रत्येकजण आपापल्या मार्गाने निघून जातो.
४. उत्कृष्टता म्हणजे विश्लेषणात्मक प्रारूप नव्हे – माझ्या कामाबद्दल मी झपाटून कसा जाऊ शकतो, जेणेकरून मी आजवरची सर्वोत्तम कामगिरी करून दाखवू शकेन, ही प्रेरणा म्हणजे उत्कृष्टता!
५. खोलवर बुडी मारल्याने मोती मिळतात, तर किनाऱ्यावर फक्त शंख-शिंपले सापडतात. जेव्हा आपण स्वतःमध्ये खोल बुडी मारून धांडोळा घेतो, तेव्हा खरे ज्ञान प्राप्त होते. खोल बुडी म्हणजे : अ) वरवर काम न करता कामावर प्रभुत्व मिळवण्यासाठी झटणे. ब) आपला कम्फर्ट झोन सोडून बाहेर पडणे. क) दररोज अधिक चांगली कामगिरी करणे.

१

खरा ध्यास कसा असतो

नवीन ३५ वर्षांचा आहे. भारताबाहेर मुख्यालय असलेल्या एका आंतरराष्ट्रीय सॉफ्टवेअर कंपनीमध्ये ऑपरेशन विभागाचा साहाय्यक उपाध्यक्ष या बड्या पदावर तो काम करतो. भन्नाट वेगाने तो या पदापर्यंत पोहोचला आणि करिअरमध्ये केवळ १० वर्षांत त्याच्या विभागात वरिष्ठ पातळीवरील दुसऱ्या क्रमांकावरील पदापर्यंत त्याने मजल मारली. आधी तो अभियंता म्हणून काम करत होता आणि मग त्याच्या तर्कशुद्ध विचार करण्याच्या पद्धतीकडे तिथली यंत्रणा आकर्षित झाली. कोडिंग लिखाणाची त्याला मजा वाटू लागली आणि लवकरच त्याच्या निसर्गदत्त प्रतिभेमुळे, बुद्धिकौशल्यामुळे तो सगळ्यांमध्ये वेगळा उठून दिसायला लागला. वरिष्ठांचे त्याच्याकडे लक्ष जाऊ लागले आणि त्याची वेगाने प्रगती व्हायला लागली. अखेरीस तो टीमचा नेता बनला.

आता त्याच्या हाताखाली दोन पातळ्यांवरील कर्मचारी आहेत. टीममधील सदस्यांच्या कामाचे परीक्षण करणे, बैठका घेणे, इतर विभागांबरोबर समन्वय साधणे आणि अहवाल सादर करणे असे त्याच्या कामाचे स्वरूप आहे. आपल्या प्रगतीचा त्याला आनंद आहे; पण गेल्या काही वर्षांपासून कामातला आनंद कुठेतरी हरवत चाललाय असे त्याला वाटते. त्याला त्याच्या कामाची संपूर्ण माहिती आहे, समस्या सोडवणारा अनुभवी अशी त्याची ख्याती आहे. असं असलं, तरी कुठेतरी काहीतरी चुकतंय असं त्याच्या मनात येत आहे. आता तर तो वेगळ्या विभागात काम करण्याच्या किंवा इतकंच काय तर नोकरीच बदलण्याच्या विचारात आहे. त्याच्या आयुष्यात काही अडचण असूच शकत नाही असं त्याच्या मित्रांचं म्हणणं

असल्यामुळे ते त्याला असा काही विचार करण्याबद्दल वेडा म्हणायला लागले आहेत. आपल्या जीवनातील एकसुरीपणा घालवण्यासाठी नवीनने नृत्याच्या वर्गाला प्रवेश घेतला; पण थोडे वर्ग झाल्यानंतर त्याने क्लास अर्धवट सोडला.

बघू या; कबीर काही मदत करू शकतो का. आजच्या व्यावसायिक जगातल्या साहित्यात ध्यास हा शब्द सर्वव्यापी बनला आहे. आपल्याला स्वतःच्या कामाविषयी ध्यास, उत्कटता असली पाहिजे असं आपले नेते, वरिष्ठ आपल्याला सतत सांगत असतात. एक विशिष्ट पातळी, ज्ञान आणि कौशल्यानंतर सर्वसाधारण आणि महान कर्मचारी यांच्यात फार काही फरक राहत नाही असं आपल्याला सांगितलं गेलेलं असतं. फरक असतो तो कामाप्रति असणाऱ्या आपल्या ध्यासात!

प्रत्येकजण ज्याच्याबद्दल बोलतो आणि जो खूप कमीजणांकडे असतो, तो ध्यास म्हणजे नक्की काय? आपल्याला जर एखाद्या गोष्टीचा ध्यास असेल तर आपल्याला ते कसं कळतं? काही काळापुरता लागलेला छंद आणि ध्यास यांच्यात नेमका काय फरक आहे? आवड, कल या गोष्टी कुठे संपतात आणि ध्यास कुठे सुरू होतो? ही आवड टिकून राहावी आणि नववर्षाच्या संकल्पाप्रमाणे त्याचा फज्जा उडू नये म्हणून काय केले पाहिजे? एका संशोधनानुसार नववर्षाचे संकल्प सरासरी १३ दिवस टिकतात. संपूर्ण जीवन आपण ज्याची वाट बघत होतो ती हीच गोष्ट आहे, हाच आपला ध्यास आहे आणि मोठा गाजावाजा सुरू करून नंतर रडतखडत संपणारी तात्पुरती आवड नाही हे आपल्याला कसं कळतं?

कबीराने ध्यास या शब्दासाठी लौ (किंवा लगन) हा शब्द प्रेम आणि समर्पण या भावना दर्शविण्यासाठी वापरला आहे. कबीराच्या 'लौ'मधून आपल्या आत्म्याला, जाणिवांना स्पर्श करणारी आंतरिक इच्छा, ऊर्मी प्रकट होते. अधूनमधून जोपासला जाणारा छंद त्याला अपेक्षित नाही. एखाद्या गोष्टीचा ध्यास आपण जोपासत नाही तर तो ध्यासच आपल्याला जोपासत असतो. कबीराचा लौ हा प्रासंगिक, क्षणभंगुर, परिस्थितीजन्य किंवा कशावर तरी अवलंबून असा नाही. लौ ला स्वतःचं मन आणि जीवन आहे; एखाद्याला ध्यासाला पोसावं लागत नाही, ध्यास स्वतःचं पोषण स्वतःच करत असतो. कबीराच्या लौ ला काही उद्दिष्ट, ध्येय नसतं-लौ हेच एक ध्येय असतं.

लौ लागी तब जानिये, छुटि न कबहूं जाय ।
जीवन लौ लागी रहे, मूये तहां समाय ।।

(तुम्हाला खरा ध्यास माहिती आहे, तो चिरकालीन असतो. तुम्ही जिवंत असेपर्यंत तो असतो, तुमचा मृत्यू झाला की ध्यासही संपतो.)

अनुकूल घटना आणि परिस्थिती यांवर ध्यास अवलंबून नसतो. आपली लहर

बदलली किंवा त्यात सातत्य राहिले नाही तर बदलणाऱ्या आपल्या इच्छा आणि आवडींवरही तो अवलंबून नसतो. खऱ्या ध्यासाचं स्वरूप हे आपल्यामध्ये पूर्ण भरून राहिलेलं असतं आणि त्यामुळेच ते कायमस्वरूपी असतं. जेव्हा एखाद्या गोष्टीपासून दूर होण्याची, तिच्यामधील रस संपण्याची दुरापास्त शक्यता नसते, तेव्हाच तो खरा ध्यास आहे याची आपल्याला खात्री पटते आणि जेव्हा असं होत नाही तेव्हा तो ध्यास नसतो असं समजावं. तो केवळ तात्पुरत्या काळासाठीचा छंद, फॅड असू शकतं. त्या प्रवाहात आपण स्वतःला काही काळ रमवतो; पण ती गोष्ट कधीच आपला एक भाग बनत नाही. ध्यास 'कायमस्वरूपी जगणारा' असतो असं कबीर जाहीरपणे सांगतो.

माल्कम ग्लॅडवेल यांनी 'आउटलायर्स' या आपल्या पुस्तकात असं म्हटलं आहे की, बुद्धिमान, चाणाक्ष बनण्यासाठी १०,००० तासांच्या सरावाची गरज असते. कोणत्याही आडमार्गाचा वापर न करता आयुष्यभर आराधना, प्रयत्न करण्याची गोष्ट म्हणजे ध्यास! अफेअर (प्रेमप्रकरण) म्हणजे खरे प्रेम नाही! येता जाता केलेल्या अफेअरला खरं प्रेम म्हणायची चूक करू नका. फार पूर्वी ॲरिस्टॉटलने सांगितलं होतं की, 'आपण जी गोष्ट सतत करतो ते आपण असतो.' उच्च कामगिरी संशोधक अँडरर्स एरिकसन यांचा असा दावा आहे की, आपण एखाद्या गोष्टीत किती चांगले आहोत ही बाब आपल्या कौशल्यावरून ठरत नाही, तर त्या कौशल्याचा उपयोग करायची आपली इच्छा किती तीव्र आहे, यावर ते अवलंबून असते. 'ठरवून केलेला सराव' असे शब्द त्यांनी यासाठी वापरले आहेत. विख्यात पियानोवादक व्लादिमिर होरोवित्झ म्हणतात, 'जर मी एक दिवस सराव केला नाही तर ती गोष्ट लगेच मला जाणवते, जर मी आठवडाभर सराव केला नाही तर माझ्या पत्नीला ते जाणवतं आणि जर मी महिनाभर सराव केला नाही तर श्रोत्यांनासुद्धा ही गोष्ट जाणवते.'

ध्यास हा ध्येयवादी किंवा आदर्शवादी असतो. ध्यास घेतलेला माणूस हा व्यावहारिक अथवा वास्तववादी नसतो. व्यावहारिक विचार करणारी माणसं क्वचितच ध्यास घेणारी असतात. कोणत्या गोष्टीतून आर्थिक फायदा होईल याचा व्यावहारिक विचार करण्यापासून ते स्वतःला रोखू शकत नाहीत. मानवी विकास, शोध, रचनात्मकता, नावीन्यपूर्णता या सगळ्या गोष्टी पूर्णपणे अशा आदर्शवादी, वाहून घेतलेल्या व्यक्तींमुळे आकाराला येतात. त्यासाठी त्या व्यक्तींना जीवनात टीका, बदनामी, शंका या सगळ्याला तोंड द्यावे लागते; पण ध्यास हा या सगळ्याच्या पलीकडे जाणारा असयुक्तिक असतो.

प्रसिद्ध लेखक ई. एम. फॉस्टर ठामपणे सांगतात की, 'बऱ्यापैकी साधारण रस असणाऱ्या चाळीस लोकांपेक्षा ध्यास असलेला एक माणूस अधिक चांगला.'

लौ लागी तब लौ लगूं, कहूं न आऊं जांव ।
लै बूडू तो लै तरूं, लै लै तेरा नांव ।।

(काही झालं तरी तुम्ही डळमळत नाही, तेव्हा तो खरा ध्यास आहे हे तुम्हाला कळतं. यश मिळो अथवा अपयश, तुम्ही तुमच्या ध्यासाशी बांधलेले असता.)

खऱ्या ध्यासाला परिणामांची फिकीर नसते. काही विशिष्ट हेतू मनात धरून ध्यास सांभाळलेला नसतो. ध्यासाला त्याचं स्वतःचंच ध्येय असतं. फायद्याचा विचार करणाऱ्या किंवा हेतूंनी प्रेरित असलेल्या माणसाकडे ध्यास नसतो. आपलं मन उडालं, काळानुरूप, परिस्थितीनुरूप किंवा घटनांनुरूप इच्छा कमी झाली असं ध्यासाच्या बाबतीत होत नाही. त्या गोष्टीतून आपल्याला काय मिळेल, कसा फायदा होईल, याची जेव्हा फिकीर नसते, तेव्हा तो ध्यास असतो हे आपल्याला ठाऊक असतं. सतत फायद्या-तोट्याचा विचार करणाऱ्या आजच्या जगात कबीराची उच्च मूल्ये कदाचित कालबाह्य आणि अव्यवहार्य वाटतील; पण आपल्या ध्यासाला कवटाळून अत्युच्च कीर्ती संपादन करणाऱ्यांचा विचार करणं योग्य ठरतं. 'इतका ध्यास उराशी बाळगण्याचे काही कारण होते की ध्यास हेच कारण पुरेसे होते?' असा प्रश्नही विचारणं योग्य आहे. आपल्याला असलेला ध्यास कमी फायदेशीर आहे किंवा फारशी प्रचलित गोष्ट नाही म्हणून काही आपला ध्यास कमी होत नाही. सध्या एकदम चलनी नाणं असल्यामुळे अनेकजण गिटार शिकण्याचा क्लास लावतात; पण लवकरच त्यांचा उत्साह संपतो.

काही चमकती उदाहरणं बघू या. मास्टर ब्लास्टर सचिन तेंडुलकरला काय क्रिकेटमुळे मिळालेल्या श्रीमंतीत रस होता का? त्याचं आयुष्यच इतकं क्रिकेटमय होतं की, असले विचारही त्याच्या मनाला शिवले नाहीत. महान ऑस्ट्रेलियन क्रिकेटपटू ॲलन बॉर्डर यांनी नवोदितांना एक सल्ला दिला होता, 'तुम्ही फक्त धावा कशा होतील याचा विचार करा. डॉलर कसे येतील याची काळजी ते स्वतःच घेतील.' पराकोटीच्या अडचणी आल्या तरी कवी आणि कलाकार त्यांच्या कलेशी प्रामाणिक राहतात; पण त्यांचा ध्यास कमी होऊ देत नाहीत. उलट जितकी जास्त संकटं येतात तितकी ज्योत तेवत ठेवण्याची त्यांची ऊर्मी वाढते. त्यातूनच दंतकथा, आख्यायिका बनतात आणि आपल्यामागे अलौकिक वारसा ठेवतात.

कितीही कठीण परिस्थिती आली तरी ध्यास जिवंत ठेवलाच पाहिजे. अत्यंत प्रतिकूल परिस्थितीमध्येही स्वतःचा ध्यास जपलेली अनेक प्रसिद्ध उदाहरणं आहेत. अब्राहम लिंकन यांचं उदाहरण म्हणजे एक जितीजागती दंतकथाच आहे. त्यांनी आयुष्यात अपयश, औदासीन्य आणि खूप वैयक्तिक अडचणींचा सामना केला आणि अखेरीस ते सर्वोच्चपदी पोहोचले. आपल्याला सगळ्यांना जे.के.रोलिंगची कहाणी माहिती आहे. हॅरी पॉटर पुस्तकांच्या मालिकेची बेस्टसेलर लेखिका बनण्याआधी अनेक वर्षे तिला वैयक्तिक आणि व्यावसायिक आयुष्यात संघर्ष करावा लागला होता. रोज दिवसभरात आपण सर्वसामान्य माणसांनी बिकट परिस्थितीशी झुंज देऊन

प्राप्त केलेल्या असामान्यत्वाच्या अनेक गोष्टी ऐकतो. हे लिहीत असतानाच मी मुंबईतल्या एका रिक्षाचालकाच्या मुलीनं सीए परीक्षेत सर्वप्रथम आल्याची बातमी अलीकडेच वाचली. बेंगळुरूच्या वृत्तपत्र विक्रेत्याच्या मुलाला 'आयआयएम'मध्ये प्रवेश मिळाल्याचं ऐकलं.

ध्यास असला की, लोक महान गोष्टी करण्यासाठी प्रवृत्त होतात. या लोकांची कितीही थट्टा केली, खिल्ली उडवली किंवा त्यांच्यावर टीका केली तरी ध्यास घेतलेली माणसं वैचित्र्यपूर्ण गोष्टीही करतात. काही लोकांचा ध्याससुद्धा खूप विचित्र असतो. उदाहरणार्थ, आपल्याला अशी एखादी व्यक्ती ठाऊक असते, जिला देशभरात आजवर वापरात असलेल्या सगळ्या दुर्मिळ नोटा जमवण्याचा ध्यास असतो किंवा एखादी अशी व्यक्ती असते जिला महान संगीतकार एस.डी.बर्मन यांची आजवरची सगळी गाणी जमवण्याचा ध्यास असतो.

मुद्दा एकदम साधा, सोपा आहे – जेव्हा आपण नाउमेद आणि संत्रस्त होत नाही, पुढे जाऊन आपली लहर बदलली किंवा मूड बदलला म्हणून आपल्या तीव्र इच्छा, आकांक्षेसाठी आपल्या प्रयत्नांमध्ये काही कमी राहत नाही, तेव्हा तो खरा ध्यास असतो.

सोऊं तो सुपनै मिलूं, जागूं तो मन मांहि ।
लोचन राता सुधि हरी, बिछुरत कबहूं नांहि ।।

(मी झोपलो तरी माझ्या स्वप्नात, मी जागा असताना माझ्या विचारात, तुझ्या शोधात माझे डोळे लाल झाले आहेत; तू कधी दूर जाऊ नको अशी माझी प्रार्थना आहे.)

खरा ध्यास आपल्यात पूर्णपणे भरून राहिलेला असतो. आपल्यावर आपल्या ध्यासाची किती प्रचंड पकड आहे, हे आपल्याला जाणवते. आपल्या ध्यासापासून आपले मन आणि विचार दूर करणे जेव्हा शक्य होत नाही, तेव्हा तो खरा ध्यास आहे हे आपल्या लक्षात येते. आपले दिवस, रात्र एवढंच काय खरोखरच आपले संपूर्ण जीवन ध्यासाने व्यापलेले असते. दुसऱ्या कोणत्याही गोष्टीचा आपण विचार करू शकत नाही, त्यावर लक्ष केंद्रित करू शकत नाही. आपलं सगळं अस्तित्वच आपल्या ध्यासाच्या विचारात मग्न असतं. आपल्या सगळ्या जाणिवांमधून खरा ध्यास प्रतीत होत असतो. जर आपण त्यातून बाहेर पडू शकत असू, तर मला वाटतं, तो ध्यास नाही तर फक्त छंद असतो.

ध्यासाचा विचार आपल्या आसपास नसेल तर आपल्याला उदास वाटतं, अस्वस्थ वाटतं. इतकी महत्त्वाची आणि सर्वव्यापी गोष्ट आपल्या अवतीभवती नाही याची आपल्याला चिंता वाटते. खऱ्या ध्यासाच्या सर्वांत जवळ जाणारी गोष्ट म्हणजे

प्रेम. आपण ज्या गोष्टीला प्रेम म्हणतो त्या अनोख्या गोष्टीने आपलं संपूर्ण अस्तित्व कसं काय व्यापून टाकलं याचा आपण कधी विचार करतो का? आपल्या मनात फक्त त्याच एका गोष्टीचा विचार कसा काय असतो, आपली एवढी लाडकी गोष्ट आपल्या आजूबाजूला कशी काय नाही किंवा आपल्या लाडक्या गोष्टीपासून दूर असलं की, आपल्याला अस्वस्थ का वाटतं असा विचार आपल्या मनात का येतो? आपल्यापैकी सगळेजण जे प्रेमात असतात, त्यांना त्या काळातील आपल्या मनाची, देहाची, अंतरात्म्याची अवस्था आठवत असेल. कबीराच्या खऱ्या ध्यासाच्या व्याख्येशी ते स्वतःला जोडू शकतात. कालपरत्वे ज्यांची ही भावना हरवते, ती भावना हरवून गेल्यामुळे होणाऱ्या त्राग्याशी ते स्वतःला जोडू शकतात. तुमच्या ध्यासाने तुम्हाला आणि तुमच्या जाणिवांना इतके व्यापून टाकले आहे का की, ध्यास सोडून अन्य प्रत्येक गोष्ट तुम्हाला अर्थहीन वाटते?

फील्ड मार्शल फर्डिनांड फोच असं म्हणतात की, 'पेटून उठलेले मानवी मन हे पृथ्वीवरील सर्वाधिक शक्तिशाली शस्त्र आहे.'

आठ पहर चौसठ घड़ी, मेरे और न कोय ।
नैन मांहि तूं बसै, नींद ठौर नहिं होय ।।

(रात्रंदिवस, कोणीच माझे नाही; माझ्या डोळ्यांत फक्त तू आहेस, अगदी झोपेलाही त्यात जागा नाही.)

खरा ध्यास सर्वसाधारण, व्यवस्थित असण्यातील सुख आपल्यापासून ओढून घेते. खूप काही वाईट नसणं आणि महान असणं यामधली जी आरामदायी अवस्था असते, ती ध्यास लागला की हरवते. 'सरासरी' आणि 'मध्यममार्गी' आयुष्यापेक्षा आपलं आयुष्य बदलतं आणि आपण जी सगळी आश्वासनं दिलेली असतात, आपल्यात आधी जी शक्ती होती ती दूर केल्यासारखं वाटतं. मी कुठेतरी वाचलं होतं की, 'प्रत्येक मूल हे जन्माला येताना एकमेवाद्वितीय असं वैशिष्ट्यपूर्ण असतं – आणि मग मोठं झालं की, सगळ्यांसारखंच बनतं.' सारखं, सगळ्यांसारखं असण्यामध्ये, एकमेवाद्वितीय नसण्यात, ऐहिक-सांसारिक गोष्टींच्या पलीकडे न बघण्यात, सर्वोत्तम असण्याचा आग्रह न धरण्यात एक सोय असते. खरा ध्यास आपल्याला अशा सरासरी जीवनाला चिकटून राहण्याची परवानगी देत नाही. ध्यास आपल्याला बजावतो, पुढे रेटतो, आपली खुशामत करतो, पुढे जाण्यासाठी आपलं मन वळवितो. आपल्याला अधिक काही आणि अधिक चांगलं हवं असल्याची सतत जाणीव करून देत राहतो. सतत त्याच्याकडे लक्ष द्यावं लागतं, त्याचं समाधान करावं लागतं; त्यामुळे खरा ध्यास आपल्याला स्वस्थ झोपू देत नाही. कबीराच्या जगात, खरा ध्यास सर्वसामान्य, सामान्य आणि सांसारिक गोष्टींपासून तुम्हाला पुढे

नेतो. प्रत्येक सेकंदामागून, मिनिटामागून, तासामागून आणि दिवसांमागून दिवस आपण फक्त आणि फक्त ध्यासाचाच विचार करतो. आपल्या तनामनात ध्यास भरून राहिलेला असतो. आपण आणि आपला ध्यास या गोष्टी एकमेकांपासून वेगळ्या करता येत नाहीत.

ध्यासातून होणारी निष्पत्ती ही जरी ध्यासपूर्तीमध्ये आपल्यासाठी तितकी महत्त्वाची नसली, तरी आपल्या ध्यासाची तीव्रता हे त्या निष्पत्तीचे चांगले निदर्शक असते. असे असले तरी निष्पत्ती ही ध्यासाच्या अस्सलपणावर अवलंबून असते. पूर्वीच्या काळी एखादी गोष्ट साध्य करण्यासाठी आपण खूप काळ साधना करायचो; मग त्याचे परिणामही चांगले दिसून यायचे. आताचे दिवस हे किंमत-फायदा विश्लेषणाचे आहेत. आता एखाद्या गोष्टीसाठी थोडे तास घालवले तरी त्यातून मिळणाऱ्या फायद्याचा विचार केला जातो. आपल्याला अपेक्षित असा मोबदला जर त्या कामातून मिळाला नाही, तर ते काम आपल्याला निराश करतं. आपण जितका वेळ आणि कष्ट खर्च करतो, त्यातून मिळणारी प्राप्ती पुरेशी आहे का, फायदेशीर आहे का असा विचार करून आपण त्या गोष्टींसाठी प्रयत्न करतो. आपण बाह्य वातावरणाचं विश्लेषण करतो, आपल्या क्षमतेपलीकडील कारणांवर परिस्थितीतील असमानता आणि लोकांवर खापर फोडतो. अपयशासाठी बाह्य कारणं शोधतो.

दुसऱ्या बाजूला कबीर मात्र वेगळी बाजू मांडतो. आपल्या ध्यासाच्या तीव्रतेवर तो प्रश्न विचारतो. तो असं विचारेल की, तुम्हाला ती गोष्ट तितक्या तीव्रतेने नकोच होती. ती गोष्ट आपला खरोखरच ध्यास होता का याचा अंतर्मुख होऊन विचार करायला सांगतो. आपलं मन खरोखरच या ध्यासामध्ये आकंठ बुडालेले आहे का की, हे सगळे वरवरचे आहे हे जाणून घ्यावं असं कबीर सुचवितो. एखादी गोष्ट खरेच आपला ध्यास आहे की तात्पुरते फॅड आहे हे बघायला शिकवतो.

कबीराच्या जगात, ध्यास ही खूपच गंभीर गोष्ट आहे. त्यासाठी आपल्यातील खूप काही लागते. नुसत्या बांधिलकीच्या पलीकडे खूप काही लागते. तुमच्यातील सगळं काही द्यावं लागतं.

यातून शिकण्यासारख्या गोष्टी

१. बुद्धिमान, कुशाग्र बनण्याच्या सरावासाठी १०,००० तास द्यावे लागतात.
२. हुशारीची व्याख्या 'जाणूनबाजून केलेला सराव' अशी आहे.
३. परिणामांची फिकीर न करता ध्यास हा स्वतंत्र असतो.
४. पराकोटीची कठीण परिस्थिती समोर आली तरी तुमच्यातील ध्यास जिवंत ठेवा.

१०

खरा ध्यास तुमच्यासाठी काय करू शकतो

खरा ध्यास नक्की असतो तरी कसा आणि तो असतो याचा पुरावा तरी काय?

ध्यास म्हणजे ध्यास! त्यात खरं - खोटं काय असायचंय? खऱ्या ध्यासाच्या अस्तित्वाचा पुरावा तो आपल्यासाठी काय करून दाखवतो यामध्ये मिळतो. जर आपले प्रयत्न, धडपड आपण कोणी वेगळे आहोत अशी जाणीव करून देत नसतील किंवा आयुष्यावर फार मोजका प्रभाव पाडत असतील तर तो ध्यास नव्हे. आपल्या ध्यासाची बोच उराशी घेऊन जर आपण पुरेशी हालचाल केली नाही, धडपड केली नाही, कार्य केले नाही, थरारून गेलो नाही; तर तो खरा ध्यासच नव्हे.

तन मन जोबन जरि गया, बिरह अगिनि घाट लाग ।
बिरहिन जानै पीर को, क्या जानेगी आग ।।

(विरहाच्या अग्नीमध्ये शरीर, मन, यौवन सारे काही जळून गेले. अशा वेळी होणाऱ्या वेदना केवळ त्या जळणाऱ्या विरहिणीलाच कळू शकतात, आगीला त्याची काय तमा!)

एखाद्या गोष्टीपासून ताटातूट होण्यामुळे जो त्रास होतो त्यामध्ये शरीर, मन, चैतन्य साऱ्याला वेदना होतात. त्या वेदनांची तीव्रता ही केवळ तोच जाणू शकतो ज्याला विरह झाला आहे. ज्यामुळे ही वेदना निर्माण झाली त्या कारणाला त्याची अजिबात जाणीव नसते की पर्वा नसते. खऱ्या ध्यासामुळे आपल्याला जी अनुभूती मिळते त्याची जाणीव दुसऱ्या कोणालाच होऊ शकत नाही. तो एक अत्यंत व्यक्तिगत अनुभव असतो. आपल्या ध्यासामध्ये असं काय आहे की, ज्यापुढे

दुसऱ्या कशाचेच आपल्याला महत्त्व वाटत नाही, हे अन्य कोणी समजूच शकत नाही. या मार्गावरून ज्यांनी वाटचाल केलेली आहे, केवळ तेच लोक आपली सहवेदना समजू शकतात; ज्यांनी असा ध्यास उराशी बाळगलेला आहे किंवा होता तेच फक्त स्वतःला आपल्याशी जोडू शकतात.

आपल्या ध्यासाला मुकावे लागल्यास एवढ्या प्रमाणात शोक, वेदना, दुःख होते की, तेवढे अन्य कशाने होत नसेल. यामुळे आपल्या अंतःकरणात अशी काही खळबळ माजते आणि असुरक्षिततेची एक अशी काही अनोळखी भावना फेर धरते की, जी समजून घेणे आणि तिचा मुकाबला करणे महाकठीण होऊन बसते. आपल्यासोबत काय होत आहे याची त्या ध्यासाला अजिबातच जाणीव नसते, त्याचा परिणाम किती सघन, खोल आणि तडजोडीपलीकडचा आहे ते केवळ आपणच जाणतो. आपल्या ध्यासामुळे स्वतःबद्दल काही खास भावना निर्माण होते का? ध्यासापासून फारकत घेण्याच्या निव्वळ कल्पनेनेदेखील आपण अंतर्बाह्य हादरून जातो का? आपला ध्यास अपूर्ण राहण्याच्या विचारामुळे किंवा भीतीपोटी आपली दुनिया उद्ध्वस्त होतेय, सर्वत्र निराशेचा एक काळोख दाटून येतोय असे वाटते का? जगातील सगळ्या अन्य गोष्टी बिनकामाच्या, निरस, अर्थहीन वाटू लागतात का? जर या प्रश्नांची उत्तरे होकारार्थी असतील, तर तुम्हाला तुमचा खरा ध्यास सापडलेला आहे.

हेन्री फ्रेडरिक अमिएल म्हणतो : 'ध्यासहीन मनुष्य हा एक अप्रकट स्रोत असतो आणि शक्यता ही त्या थंड गारगोटीसारखी असते, जी आपली खरी चमक प्रकाशित करण्यासाठी योग्य आघाताच्या प्रतीक्षेत असते.'

बिरह बड़ो बैरी भयो, हिरदा धरै न धीर ।
सुरत सनेही ना मिलै, मिटै न मन की पीर ।।

(विरह एवढा तीव्र झाला आहे की, अंतःकरणात अजिबात शांतता नाही. इच्छित कामना पूर्ण होत नसल्याने मनाची वेदना काही केल्या शमत नाही.)

आपल्या ध्यासापासून फारकत घ्यावी लागल्यास; आपण तो पूर्ण करू शकत नाही अशी भीती मनात निर्माण झाल्यास एक अनामिक तीव्र वेदना होते. आपल्याला काही विशिष्ट लाभ, पारितोषिके किंवा परिणाम मिळणार नाहीत, यामुळे त्रास होत नाही तर आपण ठरवूनसुद्धा आपला ध्यास पूर्ण करू शकत नाही, या असमर्थतेच्या जाणिवेमुळे त्रास होतो. मला खात्री आहे की, तुमच्यापैकी जवळपास प्रत्येकाला हे जाणवले असेल. ध्यास हा मुळी अखेरीस काहीतरी साध्य करण्यासाठी नसतोच. ध्यास स्वतःच एक साध्य असतो. ध्यास उरी बाळगणे आणि त्याच्या पूर्ततेसाठी झटणे हे सर्वांत महत्त्वाचे; बाकी सगळ्या गोष्टी दुय्यम आणि प्रासंगिक असतात.

जेव्हा आपण ध्यासापासून दूर जातो, वेळ, साधनसामग्री किंवा संधीच्या अभावी ध्यासाकडे लक्ष देऊ शकत नाही, तेव्हा आयुष्यातील एका अशा पोकळीत फेकले जातो, जी अन्य कशानेही भरून निघू शकत नाही. अशी पोकळी ज्यामुळे निर्माण होते तोच खरा ध्यास. त्याला अन्य कोणताही पर्याय नसतो. ध्यासाच्या अभावी मनाला आणि अंतःकरणाला होणाऱ्या यातना कधीच भरून निघत नाहीत. आपल्या मनात खरा ध्यास आहे की फक्त वरवरची इच्छा आहे, याची खात्री करून घेण्यासाठी पुढील मुद्दे महत्त्वाचे आहेत – जर त्याच्या अभावी आपल्या अंतःकरणात खळबळ माजत नसेल किंवा फार थोड्या प्रमाणात घालमेल होत असेल तर तो खरा ध्यास नव्हे. जर तो खरा ध्यास असता तर त्याच्या अभावी आपण जगाची उलथापालथ करून टाकली असती; त्यामुळे आपल्याला एवढी वेदना आणि तळमळ वाटली असती की, जी फक्त दोन प्रेमिकांची एकमेकांच्या विरहात होऊ शकते. ध्यासाबद्दल कबीराचे मत अगदी व्यक्तिगत आणि जिव्हाळ्याचे आहे.

अंखियन तो झांई परी, पंथ निहार निहार ।
जिभ्या तो छाला पड़्या, नाम पुकार पुकार ।।

(वाट बघून बघून डोळ्यांची नजर गेली आणि हाका मारून मारून जिभेला फोड आले.)

खरा ध्यास पूर्ण करण्यासाठी मोठ्या प्रमाणावर वैयक्तिक त्याग गरजेचा असतो. तुमच्या तळमळीची कसोटी पाहिली जाते. प्रचंड मोठ्या प्रमाणात चिकाटीची आवश्यकता असते. दिवस-रात्र, अहर्निश त्याचाच विचार करणे भाग असते. दिवसेंदिवस, वर्षानुवर्षे आपण फक्त त्या एकाच गोष्टीला वाहून घेणे अपेक्षित असते. दरम्यान, आपण शारीरिक आणि मानसिक पातळीवर पार थकून जाण्याची शक्यता असते. खरा ध्यास म्हणजे कुठली दोन मिनिटांमध्ये तयार होणारी नूडल्स नव्हे. कबीराच्या वरील दोह्यामधील नायिका म्हणते की, तिच्या प्रिय व्यक्तीची वाट बघून बघून डोळ्यांतील तेज विझून जाण्याची – दृष्टिहीन होण्याची वेळ आली आहे आणि त्याचे नाव उच्चारून उच्चारून जीभेवरील वाणी आता लुप्त होण्याच्या मार्गावर आहे.

विचार करा! आपला ध्यास पूर्णत्वाला नेण्यासाठी आपण किती काळ चिकाटीने वाट बघू शकतो आणि किती तीव्रतेने त्याचा पाठपुरावा करू शकतो? पूर्णत्वाला जाईपर्यंत त्या ध्यासाची आस आपल्यामध्ये असते का? न थकता, अविरतपणे आपण ध्यासपूर्तीसाठी झटतो का?

असे म्हणतात की, 'हिरा हा एक असा कोळसा असतो, जो आपल्या कामात गुरफटून पडला आहे.' आपल्या सभोवती अशी असंख्य उदाहरणे सापडतील की,

जी माणसे स्वतः निवडलेल्या कामामध्ये पार गुरफटून गेलेली असतात आणि यथावकाश कधीतरी त्यांना यश आणि लौकिक प्राप्त होतो. प्रत्येक महान शोध प्रयोगशाळेतून बाहेर पडून जगासमोर येण्यासाठी खूप काळ जावा लागतो; परंतु त्यासाठीची आस मात्र चिरंतन असायला हवी. अर्ध्यावर सोडून देणे याचे दोन अर्थ होतात – एक तर आपल्या वैचारिक पातळीवर आपल्या ध्यासाचा हात सोडून देणे किंवा मग तो ध्यास आयुष्यामध्ये खरा उतरविण्यासाठी आवश्यक ते कठोर परिश्रम न करणे.

लाली मेरे लाल की, जित देखूं तित लाल ।
लाली देखन में गई, मैं भी हो गई लाल ।।

(मला त्या गोष्टीचा एवढा ध्यास लागला की, जिकडे बघू तिकडे तीच गोष्ट दिसू लागली आणि जेव्हा ती माझ्या समीप येऊन पूर्णत्वास गेली, तेव्हा आम्ही दोघेही वेगळे उरलोच नाही.)

जेव्हा खरा ध्यास आपल्या मनावर आणि विचारांवर कब्जा करतो, तेव्हा बाकी कशाचेच भान उरत नाही. आपल्याला दुसरे काही दिसत नाही, बाकी कशाचा विचार मनात येत नाही की आणखी कशासाठी वेळही नसतो. या ध्यासामुळे आपल्या जीवनाला खरा अर्थ प्राप्त होतो. आपल्या ध्यासाच्या भिंगातूनच आपण जगाकडे पाहू लागतो. आपल्या ध्यासाच्या माध्यमातूनच आपण लोक आणि अन्य गोष्टींशी निगडित संबंध पारखू लागतो. हा ध्यास आपल्यावर एवढे जबरदस्त गारूड करतो की, अन्य कशासाठीही किंवा कोणासाठीही आपल्याजवळ शक्ती, ऊर्जा, वेळ, जागा किंवा इच्छाशक्तीदेखील शिल्लक राहात नाही.

ध्यासाचे हे सर्वव्यापक स्वरूपच त्याच्या अस्सलपणाचे द्योतक असते, अशी कबीराची ठाम धारणा आहे. सच्च्या ध्यासापासून मनुष्याला विलग करणे हे निव्वळ अशक्य असते असे तो मानतो. क्रिकेट म्हणजेच सचिन आणि सचिन म्हणजेच क्रिकेट! फेडरर म्हणजे टेनिस आणि टेनिस म्हणजेच फेडरर! आपल्या प्रत्येक गाण्यात लता मंगेशकर आहेत आणि लता मंगेशकरांचे अस्तित्व म्हणजेच गाणे आहे. जेव्हा ध्यास उच्चकोटीला पोहोचतो, तेव्हा मनुष्याला त्यापासून वेगळे काढणे केवळ अशक्यप्राय असते. तुम्ही स्वतःच्या ध्यासापासून असे विलग तर नाही आहात ना?

कबीर प्याला प्रेम का, अंतर लिया लगाय ।
रोम रोम में रमि रहा, और अमल क्या खाय ।।

(कबीर म्हणतो, मी माझ्या अंतःकरणात प्रेमरसाचा प्याला रिचवला आहे. तो माझ्या

रोमारोमांत भिनला आहे, तेव्हा बाकी कुठल्या नशेला जागाच उरत नाही.)

ध्यास म्हणजे नशा. ध्यास म्हणजे व्यसन. ध्यास म्हणजे जणू आपले प्रतिरूपच! त्याच्याशिवाय आपण जगूच शकत नाही. आपण जेवढे जास्त त्याच्या प्राप्तीच्या जवळ जातो, तेवढी आपल्याला त्याची जास्त गरज निर्माण होत जाते. ध्यासामुळे एक अनोखी धुंद स्थिती प्राप्त होते, जी केवळ एखादा नशाबाज किंवा व्यसनीच जाणू शकेल. ध्यासामुळे हृदय उचंबळून येते. ओठांवर असलेले गाणे, हृदयात व्यापून उरलेली धुंदी आणि चेहऱ्यावर विलसणारे स्मितहास्य ही ध्यासाने झपाटलेल्या व्यक्तीची अगदी लक्षात येतील अशी ठळक लक्षणे आहेत. खऱ्या ध्यासाने झपाटलेली व्यक्ती स्वतःच्या एका वेगळ्याच दुनियेत वावरत असते. त्याला कोणाच्या साथ-संगतीची गरज नसते. आधुनिक जगातील टी.व्ही., इंटरनेट, मोबाइल गेम्स या कशाकशाची तमा नसते. आजच्या आधुनिक जगातील जणू अभिशाप असलेल्या आराम, सुटी, मौजेखातर केलेला प्रवास, निवांतपणा आदी कशाचीही खऱ्या ध्यासाने प्रेरित झालेल्याला गरज भासत नाही. या सगळ्यातील आनंद, धुंदी ही त्याला स्वतःच्या ध्यासातूनच मिळत असते; त्यामुळे त्याला बाह्य गोष्टींकडे आकर्षित होण्याची गरजही भासत नाही किंवा त्याच्याकडे तेवढा वेळही नसतो. ज्या गोष्टी वरवरच्या असतात, त्यांच्यापासूनच आपल्याला आराम किंवा सुटी हवी असते.

आधुनिक कंपन्यांमध्ये एक अभिशाप आहे, असा माझा ठाम विश्वास आहे. या व्यवस्थेमध्ये नक्की असे काहीतरी चुकीचे आहे, ज्यामुळे तिथे दररोज शेकडो, हजारो कर्मचारी कार्यरत असूनदेखील त्यांच्यात समाधान नाही. जे काम ते करत आहेत आणि त्यांना जे काम करायला आवडते यामध्ये मोठी तफावत आढळून येते. ही दरी नुसती मोठी नाही तर दिवसेंदिवस रुंदावत जाणारी आहे. एका कंपनीतील शेकडो कर्मचारी असे असतील की, एकाच वेळी त्यांच्या मनात एकच विचार घोळत असतो आणि तो म्हणजे, 'यापेक्षा ते दुसरे काम मला करायला मिळाले असते तर किती बरे झाले असते.' आणि हे सगळेजण अत्यंत उच्चशिक्षित, हुशार, कुशाग्र, धूर्त आणि परखड लोक असतात. मग तरीही एवढ्या पटकन आपल्या कामाबाबत त्यांच्यात नाराजी का निर्माण होत असेल? एवढ्या चटकन ते का वैतागतात? आपल्या कामातील आनंद ते कुठे आणि का हरवून बसतात? आजकाल कर्मचारी पूर्वी कधी नव्हे इतके मोठ्या प्रमाणावर हताश होताना दिसून येतात आणि आपल्या निढळाच्या घामातून निर्माण केलेल्या उत्पादन किंवा वस्तूबद्दलदेखील समाधानी नसतात. आपण ज्यासाठी ८० टक्के वेळ खर्ची घालतो त्या गोष्टींमधून आपल्याला अजिबात आनंद मिळत नाही, ही धारणा मोठ्या

प्रमाणावर सगळीकडे आढळून येऊ लागली आहे. ही एखाद्या साथीच्या रोगासारखी एक फार भयंकर लागण आहे, ज्यामधून आपल्याला एवढी उत्तम प्राप्ती होते, ते काम आपल्या मनाला भावत कसे नाही? समाजशास्त्रज्ञ या प्रश्नाचे उत्तर 'दुरावलेपण' या एकाच शब्दात देतात. जेव्हा आपण एखादे असे काम करतो की, ज्यामध्ये मजा येत नाही, ज्यामध्ये आपल्याला काही अर्थ सापडत नाही, ज्याबद्दल आपल्याला आस-ध्यास नाही; तेव्हा आपल्याला अपुरेपण आणि असमाधान वाटत राहते. समजा, सगळ्या उत्तम गोष्टी आपल्याला मिळाल्या – छान वातावरण, स्वच्छ निरोगी सोयी-सुविधा, लठ्ठ पगार, चांगले पद – तरीही आपण त्यातून आनंद लुटू शकूच असे नाही. कबीराला त्याचा आनंद सापडला आहे. आपले काय?

आधुनिक युगात ध्यास हा अनेकविध मार्गांनी समोर येतो. प्रत्येक कर्मचाऱ्याचा एक नैसर्गिक कल असतो, एक स्थायिभाव असतो आणि त्यानुसार अन्य कामाच्या तुलनेत, काही विशिष्ट गोष्टी करायला त्याला मनापासून आवडत असते, त्यातून त्याला परम समाधान मिळते. काहीजणांना इतरांशी गप्पा मारायला आवडते, तर काहीजणांना प्रवास करायला आवडतो. काहीजणांना एकटे बसून संगणकावरील माहितीच्या आणि आकडेवारीच्या महासागरात डुंबायला आवडते, काहीजणांना नव्या कल्पना लढवायला आणि त्यानुसार सादरीकरण करायला आवडते, तर काहीजणांना रेखाटने आणि मॉडेल्स बनवायला आवडते, तर काहीजणांना कोड लिहायला आणि त्यामागे असलेल्या लॉजिकशी खेळायला आवडते. काहीजण जात्याच विश्लेषक असतात; त्यामुळे त्यांना आकडे आणि प्रवाह यांच्याशी निगडित काम आवडते. काहीजणांना सर्वांसमोर उभे राहून सादरीकरण करणे आवडते, तर काहीजणांना पडद्याआड बसून मुद्दे लिहून काढणेच पसंत असते.

आपल्याला जे आवडते किंवा ज्यामध्ये आपण उत्तम आहोत, तेच काम ज्यांना करायला मिळते ते खरोखर सुदैवी असतात. काही कामे आपसूक आपल्यातील ध्यासाला पूरक प्रेरणा देतात, तर काही कामांमुळे ध्यास दबला जातो. काही कामे आपल्याला लक्ष देण्यास, संपूर्ण ऊर्जा वापरण्यास आणि रमून जाण्यास आपसूक भाग पाडतात. ही कामे करताना जणू तो आपला स्थायिभावच असल्यासारखे वाटते. कामामधून आपली नैसर्गिक गुणवत्ता आणि मूलभूत गरज दोन्हीला संधी मिळायला हवी. ज्या व्यक्तीला संभाषण करायला, सादरीकरण करायला आणि मोठे कल्पनाचित्र काढायला, ते सर्वांसमोर पेश करायला आवडते त्याला बॅक ऑफिसमध्ये बैठे काम दिल्यास त्याची निव्वळ घुसमट होईल. ज्याला एका जागी बसून माहितीचे संकलन आणि टिपण करणे आवडते, त्याला सगळ्यांसमोर उभे राहून सादरीकरण करायला लावले तर तो वैतागून जाईल. कर्मचाऱ्यांचा मूलभूत कल आणि कौशल्य ओळखून त्यानुसार त्यांना कामाचे वाटप करून देणे ही जरी

कंपनीची भूमिका असली, तरीदेखील आपल्या स्वतःचा कल नीट ओळखणे ही प्रत्येक कर्मचाऱ्याची जबाबदारी आहे. आपला ध्यास काय आहे हे केवळ ओळखणे नव्हे, तर त्यानुसार पूरक कामाचा शोध घेणे, संधीचा वेध घेणे आणि स्वतःला सिद्ध करणेदेखील प्रत्येकाला करावे लागते. याचाच दुसरा अर्थ असा की, आपल्या सहज स्वभावाच्या विरुद्ध काम सामोरे आल्यास नम्रपणे आणि ठामपणे त्याला नकार देता आला पाहिजे. चुकीच्या कामामध्ये अडकून पडलेले कर्मचारी हा कंपन्यांमधील असमाधान आणि अस्वस्थतेचा सर्वांत मोठा स्रोत आहे. त्यासाठी कंपनीला दोष देणे अजिबात योग्य नाही.

ज्यांना यंत्रांशी खेळायला आवडते असे अभियंते दैनंदिन प्रशासनात काम करत आहेत. ज्यांना दुसऱ्याला प्रशिक्षण द्यायला आवडते असे लोक नुसते कागद इकडून तिकडे नाचवत आहेत. ज्यांना फील्डवर जाऊन विक्री करायला आवडते ते व्यवस्थापक बनून टेबलासमोर बसून आहेत – अशी अनेक उदाहरणे आपल्या आजूबाजूला आहेत. हे सगळे लोक आपल्या कामातील आनंद, मजा लुटू शकत नाहीत, कारण जे आपल्याला आवडत नाही तेच काम हे लोक करत आहेत.

एक कर्मचारी म्हणून आपण अतिशय महत्त्वाचा प्रश्न स्वतःला नक्की विचारायला हवा आणि तो म्हणजे – माझा ध्यास काय आहे? क्वचित आपण स्वतःला हेही विचारायला हवे की, मला खरोखर काय करायला आवडते? मला कशातून आनंद मिळतो?

'मास्टरी' या आपल्या अद्भुत पुस्तकात जॉर्ज लिओनार्ड लिहितो, 'मनुष्य कायम श्रेष्ठत्वाचा भुकेला असतो किंबहुना ही आसच आपल्याला मनुष्य बनवत असते. आपल्या सगळ्या दोषांसह आपण पूर्वी कधी गेलो नसू एवढे पुढे जाऊ इच्छित असतो आणि बहुधा पूर्वी कोणी गेले नसेल एवढ्या पुढेही...'

बोध

१. ध्यास म्हणजे ध्यास जे करायला भाग पाडतो ती कृती – तुमचा ध्यास तुम्हाला काय करायला भाग पाडतो आहे?
२. ध्यासाला गुंतवणूक आणि त्याग अपेक्षित असतो – आजवर तुम्ही कशाची गुंतवणूक केली आहे आणि कशाचा त्याग केला आहे?
३. ध्यास हा कैफ आणणारा असतो – तो तुम्हाला बाकीचे सारे काही विसरायला भाग पाडतो.

११

निष्ठा, समर्पण

समर्पण आणि भक्ती किंवा एकनिष्ठपणा हे शब्द आपल्या मनात शक्यतोवर धार्मिक चित्र उभं करतात किंवा हे शब्द बरेचसे निःस्वार्थीपणा, परोपकार आणि साधुत्व किंवा सज्जनपणा यांच्याशी जोडलेले आहेत; त्यामुळे व्यावसायिक संस्थांमधील कर्मचाऱ्यांकडून बहुतेक वेळा हे शब्द किंवा या संकल्पना खूप कठीण किंवा खूपच आदर्श समजल्या जातात. वास्तव जगातल्या - वास्तव प्रश्नांशी भिडताना ज्याची मोजदाद ठेवता येते अशाच गोष्टी योग्य समजल्या जातात आणि त्याच गोष्टी मिळवण्यासाठी किंवा बोलण्यासाठी योग्य आहेत असं मानलं जातं. बैठकांमध्ये ज्या गोष्टींची चर्चा होते किंवा नेत्यांकडून ज्या गोष्टींचा कैवार घेतला जातो, त्या गोष्टी आणि प्रत्यक्ष वास्तवातले प्रश्न यांच्यात तफावत आढळून येणं ही गोष्ट संस्थांसाठी नवीन नाही. संख्या, लक्ष्य, वाढ आणि साधनं या सर्वांबद्दल बोलणं सोपं आहे; पण समर्पण, प्रेरणा आणि परस्पर सहकार्याने करायची गोष्ट अशा तुलनेने सौम्य गोष्टींविषयी बोलणे, स्पष्टीकरण देणे किंवा चर्चा करणे अवघड आहे. अनुभवाने आपल्याला हे दाखवून दिले आहे की, संस्थेच्या आयुष्यातील ज्यांची कास धरावी अशा गोष्टी आणि खरे महत्त्वाचे बहुसंख्य प्रश्न हे खरोखरच मोजता येण्याजोगे नसतात.

समर्पणासारखे शब्द तर अनेकदा आपण मोठे होत असताना आपले पालक, शिक्षक आणि अधिकारी मंडळींकडून कानउघाडणीच्या रूपात किंवा अनाहूत सल्ल्याच्या रूपात ऐकलेले असतात; त्यामुळे बहुतेकांचे कान किटलेले असतात. साहजिकच हा शब्द अनेकजण कानावर पडूनच देत नाहीत.

कबीराच्या जगात मात्र समर्पण हा शब्द काही सामान्यांच्या आवाक्याबाहेरचा,

कळण्यास खूप कठीण असा नाही. त्याची समर्पणाची संकल्पना आम आदमी, सामान्य माणूस यांच्याशीच निगडित आहे. कबीराचं समर्पणाचं वर्णन हे व्यावहारिक आणि आवाक्यातलं आहे. आपल्या पोहोचच्या बाहेर असलेलं, आदर्श असं समर्पणाचं चित्र त्याने रंगवलेलं नाही, तर समर्पणासंबंधी आपण स्वतःची व्याख्या तयार करू शकू, आपला आवाका निश्चित करू शकू आणि आपल्या भावनांनी त्याला जोडू शकू असं चित्र रंगवलं आहे.

अर्थात, तुमची निष्ठा किंवा समर्पण मोजण्याची कोणती मोजपट्टी नसते; त्यामुळे एखाद्या व्यक्तीच्या निष्ठेवर प्रश्न उपस्थित केला जातो, टीकाही केली जाते; त्याची निष्ठा मानलीच जात नाही. समर्पण हे अंतर्ज्ञानातून साकार होणारं आणि अनुभवात्मक असतं. निष्ठावंत माणसाला काम करताना बघताक्षणीच आपल्याला त्याच्या निष्ठेची, समर्पणाची खात्री पटते. एखाद्या गोष्टीसाठी समर्पित असणं हा केवळ खूप वैयक्तिक निवडीचा मुद्दा आहे असं नाही, तर मुळातच ती गोष्ट खूप वैयक्तिक आहे.

कॉर्पोरेट जगात बॉस किंवा साहेब नावाच्या माणसाच्या हाताखाली आपल्याला काम करावं लागतं. व्यवस्थापन प्रक्रियेचा एक भाग म्हणून वार्षिक मूल्यमापन करताना आपण समर्पित होऊन काम करतो की नाही हे आपला साहेब ठरवत असतो! आपलं भविष्य असुरक्षित असतं. जर काही विचित्र परिस्थिती उद्भवली, आपण वेगळ्याच कामात अडकलो आणि वरिष्ठ मंडळींना ती भूमिका पटली नाही तर कामाप्रतिच्या आपल्या निष्ठेवरच प्रश्नचिन्ह उपस्थित केलं जाऊ शकतं. अशा वेळी आपली कामाप्रतिची निष्ठा आणि साहेबाप्रति असलेली निष्ठा या गोष्टींमध्ये साहेबाची गल्लत झाली असण्याचीसुद्धा शक्यता असते.

कबीराच्या जगात, आपण समर्पणाची व्याख्या कशी करतो याला फार महत्त्व नसतं तर हे समर्पण आपल्यालेखी काय आहे याला अधिक महत्त्व असतं. त्याच्या दृष्टीने समर्पणाचे आकलन होण्यापेक्षाही जेव्हा आपण समर्पित वृत्तीने काम करतो, तेव्हा आपल्याला कसं वाटतं याला जास्त महत्त्व आहे.

इतर बऱ्याच वेळेप्रमाणे, कबीराने समर्पणासाठी नातेसंबंधांचे रूपक वापरले आहे.

नैना अंतर आव तूं, नैन झापि तूहि लेव ।
मैं न देखूं और को, न तोहे देखन दूं ।।

(तुझ्यासाठीचं माझं प्रेम हे खरं असं आहे. मी तुला माझ्या डोळ्यांत सामावून घेतलं आहे आणि मग ते मिटून घेतले आहेत. आता मीही दुसऱ्या कोणाला बघू शकणार नाही आणि तूही!)

कबीर रेख सिंदूर अरु, काजर दिया न जाय ।
नैनन प्रीतम रमि रहा, दुजा कहां समाय ।।

(सिंदुराची रेषा एकासाठीच असते, आता काजळ डोळ्यांत घालणं शक्य नाही, माझ्या डोळ्यांत माझा प्रियकर आहे, आता दुसऱ्या कोणाला जागाच नाही.)

समर्पण हे निःसंशय संपूर्ण असते. खरे समर्पण हे दोन तऱ्हेचे असते – एकतर ते असते किंवा नसते. जवळपास समर्पित अशी काही गोष्ट नसते. खरे समर्पण म्हणूनच बाकीच्या गोष्टींना वगळून असते. एखादी व्यक्ती जेव्हा एखाद्या गोष्टीशी निष्ठा ठेवून असते, तेव्हा साहजिकच दुसऱ्या कोणत्या गोष्टीबाबत ती व्यक्ती तितकी निष्ठावंत नसते; त्यामुळे कबीर कठोरपणे सांगतो की, एकापेक्षा जास्त गोष्टींबद्दल निष्ठावंत असणं हे संकल्पनेच्या पातळीवर आणि म्हणूनच व्यावहारिकदृष्ट्याही शक्य नाही. त्या अर्थाने विचार केला तर एकाच वेळी बहुविध कामं करणं हे खोटं आहे.

सर्वसाधारण माणसं बहुविध कामं उरकण्याचा प्रयत्न करतात. बुद्धिमान माणसं नेहमी एकाच कामाला वाहून घेतात. तेंडुलकर खूप वेगवेगळे खेळ खेळत नाही. त्याचप्रमाणे बहुतांश खेळाडूही वेगवेगळे खेळ खेळत बसत नाहीत. आइनस्टाईनने स्वतःला विज्ञानालाच वाहून घेतले होते. बहुतांश शास्त्रज्ञ स्वतःच्या संशोधनाच्या विषयावरच लक्ष केंद्रित करतात. लता मंगेशकर स्वरसम्राज्ञी आहेत आणि त्यांनी गाणं सोडून दुसरं काही केलं नाही. लिओनार्डो द विंची आणि इतर काही सन्माननीय अपवाद वगळता बुद्धिवंत, शास्त्रज्ञ, कलाकार, खेळाडू किंवा विचारवंत कोणीही असो, त्यांनी स्वतःचं आयुष्य एकाहून अधिक वेगळ्या गोष्टी साध्य करण्यासाठी घालवलेलं ऐकिवात नाही. विज्ञान असो किंवा सामाजिक शास्त्र, कला, औषध, संगीत कोणतंही क्षेत्र असो, बुद्धिमान, महान व्यक्ती ती एकच गोष्ट समर्पित भावनेनं करत असतात; पण आताच्या आधुनिक व्यावसायिक संस्थांमध्ये बहुविध कामे करता येण्याच्या क्षमतेला खूप अवास्तव महत्त्व दिले जात आहे!

सामान्य माणसं बहुविध कामं एकाच वेळी करत असतात. अनेक गोष्टी एकाच वेळी करून बघत असतात. बऱ्याचदा एका लाटेवरून दुसऱ्या लाटेवर, एका प्रचलित गोष्टीवरून दुसऱ्या गोष्टीवर उड्या मारत असतात. अलौकिक बुद्धिमत्ता असलेले लोक मात्र एकच गोष्ट समर्पित भावनेने करत असतात. त्यांच्यासाठी इतर कोणत्या गोष्टीला स्थान नसते. कबीराने त्यासाठी प्रेमिकेला आपल्या प्रियकराविषयी वाटणाऱ्या विलक्षण प्रेमाचे रूपक वापरले आहे. प्रेमिकेला तिच्या प्रियकराला स्वतःच्या डोळ्यांत सामावून घ्यायची आणि मग डोळे बंद करून घेण्याची इच्छा आहे. जेणेकरून तो दुसऱ्या कोणाला बघू शकणार नाही आणि तीसुद्धा इतर कोणाला बघणार नाही. प्रेमाप्रति असलेले समर्पित भाव आणि तीव्र अभिव्यक्तीचा किती हा उत्कट मार्ग!

खरे समर्पण आणि खरे प्रेम याच्यामध्ये दुसऱ्या कोणत्याही गोष्टीला कशी जागा सोडलेली नसते, हा विचार कबीराच्या रूपकातून खूप छान समजतो.

प्रेमिकेच्या डोळ्यांत तिचा प्रियकर सामावलेला आहे; त्यामुळे काजळालासुद्धा तिच्या डोळ्यांत जागा नाही! तादात्म्य आणि समर्पण यांचं किती मोहवून टाकणारं चित्र! जे सगळ्या गोष्टी करण्यासाठी धडपडतात ते बऱ्याचदा कोणतीच गोष्ट धड करू शकत नाहीत. ज्यांना सगळंच हवं असतं त्यांना बऱ्याचदा काहीच मिळत नाही. प्रत्येक गोष्ट वरवर करणारा माणूस कधीच कोणत्या गोष्टीतला तज्ज्ञ बनू शकत नाही. एखादा निर्णय घेणं आणि त्याला चिकटून राहणं म्हणजे समर्पण. हिरा हा कोळसाच असतो; पण तो स्वतःचे गुणधर्म कधीच सोडत नाही.

लेखक रॉबर्ट ग्रीन यांनी 'मास्टरी'मध्ये असं लिहिलं आहे की, उमेदवारीचा काळ शांतपणे निरीक्षण करण्याचा, कौशल्य शिकून घेण्याचा आणि प्रयोग करून बघण्याचा असतो... हे काम प्रामाणिकपणे करावं. उमेदवारीचा काळ संपला की, तुम्ही नक्कीच धीट, आत्मविश्वासपूर्ण आणि तुमच्या कौशल्यांची चाचणी घेण्यासाठी इच्छुक बनले पाहिजे. विविध कल्पनांना परस्परांशी जोडता आलं पाहिजे.

कबीर सीप समुद्र की, रटै पियास पियास ।
और बूंद को न गहे, स्वाति बूंद की आस ।।

(शिंपला हा फक्त त्या विशेष पाण्याच्या थेंबासाठीच तहानलेला असतो; सगळीकडून पाण्याने वेढलेला असला तरी तो फक्त त्या थेंबाचीच वाट बघत असतो!)

कबीर सीप समुद्र की, खारा जल नहि लेय ।
पानी पीवै स्वाति का, सोभा सागर देव ।।

(महासागरातील शिंपला सागरातलं खारं पाणी कधीच घेत नाही, आकाशातून खाली येणारा विशेष दवबिंदूच तो घेतो; पण महासागराच्या वैभवात भर घालतो.)

या दोह्यामध्ये वापरलेल्या रूपकाचा भावार्थ समजून घ्यायला हवा. आपल्या लोककथेनुसार एखाद्या विशिष्ट नक्षत्रामधून किंवा विशिष्ट वेळेला जेव्हा पाण्याचा थेंब शिंपल्यामध्ये पडतो, तेव्हाच त्यामध्ये मोती तयार होतो. महासागरातील शिंपला खरंतर सगळीकडून पाण्याने वेढलेला असतो; पण ते पाणी मोती निर्माण करण्यास सक्षम नसतं. शिंपला मात्र संयमाने आपल्यामध्ये मोती निर्माण होण्यासाठी त्या विशिष्ट नक्षत्रातून पाण्याचा थेंब पडण्याची वाट बघत बसतो.

भविष्यात एके दिवशी आधुनिक संस्था निर्माण होतील आणि तिथे काम करणारे कर्मचारी मानव जातीच्या इतिहासातील सर्वाधिक अस्वस्थ माणसं असतील, अशी बहुधा कबीराला चाहूल लागली होती असं मला वाटतं; त्यामुळेच या दोह्यात त्याने त्याचं उत्तर दिलं असेल!

निसर्गातील घटकांपासून सुरक्षा आणि अन्नाची गरज ही आदिम काळातील

माणसाला भेडसावणारी समस्या होती. माणूस शेती करू लागल्यानंतर लहरी हवामान आणि त्यावर नियंत्रण कसं मिळवता येईल ही चिंता त्याला लागून राहिली. औद्योगिक क्रांतीनंतर माणसामाणसांमधले पारंपरिक नातेसंबंध आणि मानवी अस्तित्वाच्या पारंपरिक वसाहतींचे उच्चाटन यांच्यातील संघर्ष त्याच्या अस्वस्थतेचे कारण बनला. अर्थशून्य काम करत राहणं हे आताच्या आधुनिक काळातील माणसाच्या अस्वस्थतेचं कारण आहे. ज्या कामाचा काही अर्थबोधच होत नाही असे काम दिवसच्या दिवस, वर्षानुवर्षे करण्यात आज कर्मचारी अडकून पडले आहेत. त्यांना जे काम करायची इच्छा आहे आणि जे काम ते करत आहेत, यांच्यातील झगडा हे सामान्यपणाचं आणि ताणतणावाचं मुख्य कारण आहे.

एखादा माणूस उगाचच कोणत्याही गोष्टीसाठी आपली निष्ठा वाहत नाही. प्रत्येक स्त्री-पुरुषाची आपली म्हणून एक आवड असते, त्याला स्वतःच्या आवडीच्या गोष्टीचे चिंतन, मनन करता यायला हवे; त्या गोष्टीच्या केवळ उल्लेखानेही त्याच्या चित्तवृत्ती प्रफुल्लित व्हायला हव्यात, त्याचा चेहरा उजळून जायला हवा. जसं की, आपण कोणाच्या प्रेमात पडावं किंवा कोणाला आपल्या प्रेमात पडायला लावावं याचं काही सूत्र ठरलेलं नसतं, त्याचप्रमाणे आपण आपली निष्ठा ठेवण्यास योग्य असा ध्यास शोधणं किंवा अशी एखादी गोष्ट मिळवणं जिच्यासाठी आपण आपोआप आपली सगळी निष्ठा वाहू याचं काही सूत्र ठरलेलं नसतं. जेव्हा तुम्ही प्रेमात पडता तेव्हाच तुम्हाला कळतं!

कंपन्यांमध्ये आपल्याला काम करण्याची आणि वेगवेगळ्या मार्गांनी पैसे कमावण्याची संधी मिळते. आपले प्रयत्न योग्य मार्गी लावण्यासाठी आपण कशाची निवड करतो हा मुख्य प्रश्न आहे. तो पर्याय आपण कोणत्या आधारावर निवडतो? कोणत्या गोष्टीतून सर्वाधिक पैसे मिळतील; मग ती गोष्ट निवडावी असा विचार काहीजण करतात, ज्यामुळे आपण वेगाने प्रगतीच्या दिशेने जाऊ त्याची निवड काहीजण करतात, तर ज्या गोष्टींमुळे सत्तेच्या आणि प्रभाव क्षेत्राच्या जवळ जाता येईल अशा गोष्टीची निवड काहीजण करतात. आपल्यातील सर्जनशीलतेला वाव मिळेल म्हणून काहीजण काही विशिष्ट गोष्टींची निवड करतात. एखाद्यासाठी रामबाण असलेले औषध दुसऱ्यासाठी विष ठरू शकते; त्यामुळे कोणाचीही आकांक्षा, ध्यास हा दुसऱ्याच्या ध्यासापेक्षा वरचढ असतो असे नाही. जे काम करताना आपल्याला मजा येत नाही, ते काम करायला लागणे यात दुःखद असते. आपल्याला आवडणारे काम करायला मिळण्याचे महत्त्व खूप जास्त आहे. मग ते काम खूप साधे, सरळ, स्वतःला प्रकट करणारे वाटते; त्यामुळे त्याविषयी अनावश्यक बोलण्याची गरज उरत नाही; पण वास्तव हे आहे की, आज अधिकतर लोक त्यांना ज्या कामात मजा येत नाही, तेच काम करताना आढळतात. जी व्यक्ती एखादे काम प्रत्यक्षात करत असते, त्यापेक्षा ते काम करत नसलेल्या पण त्याच

कामाची आवड असलेल्या लोकांची संख्या अधिक असते.

कबीर आपल्याला ठणकावून सांगतो, हलवतो आणि पुढे रेटतो; जवळपास झोपेतून जागं करतो. योग्य तो निर्णय घेण्यासाठी, आपल्याला ज्या कामात मजा येत नाही, त्या कामाला चिकटून राहण्यासंबंधी कबीर आपली कानउघाडणी करतो. तो चेंडू आपल्या मैदानात टाकतो आणि आपल्याला सोडून देतो. कधीकधी आपण स्वतःला परिस्थितीच्या जंजाळात अडकलेलं बघतो. त्यासाठी आपणच जबाबदार असतो याची जाणीव कबीर आपल्याला करून देतो.

जर आपल्याला खरोखरच मौल्यवान मोती हवा असेल तर आपल्याला नक्की काय हवं आहे हे समजून घेऊन त्याचा स्वीकार करायला लागतो, तो पर्याय निवडावा लागतो. कोणत्याही कारणाने ती गोष्ट जर सहजासहजी मिळाली नाही तर शांतपणे आणि संयमाने वाट बघावी लागते. आपल्या आजूबाजूला हजारो पर्याय उपलब्ध असतात. त्यातील काही तर अधिक आकर्षकही असू शकतात. जसे की, महासागरात सगळीकडे पाणीच पाणी असते; पण सत्य हे असते की, मोती बनण्यासाठी त्या पाण्याचा उपयोग नसतो. तसेच आपल्या बाबतीतही कितीही पर्याय उपलब्ध असले तरी आपल्यासाठीचा योग्य पर्याय वेगळा असू शकतो; त्यामुळे त्या पर्यायाची वाट बघा, शोध घ्या आणि त्यासाठीच ध्यास धरा. स्वतःची समजूत घालण्यासाठी कोणत्याही व्यावहारिक कारणाचा आपण आधार घेतला आणि दुसरा कोणतातरी पर्याय निवडून मोकळे झालो तर सरतेशेवटी आपल्याला मोती मिळणार नाही हे लक्षात ठेवा. जी गोष्ट आपल्या हृदयाच्या जवळ आहे, जी गोष्ट आपल्याला मोठं करते, जी गोष्ट आप्ल्याला आयुष्यात हवी होती, जी गोष्ट साध्य करण्यासाठी आपलं मन, आपलं स्वत्व आसुसलेलं असतं, त्या गोष्टीचा पर्याय निवडणं हे कठीण काम असतं.

आपल्याला खऱ्या अर्थाने हवी असलेली गोष्ट मिळाली की, त्यातून खरं समर्पणही उदयाला येतं. ज्या गोष्टीवर आपलं प्रेम नसतं आणि जी गोष्ट करताना आपल्याला मजा येत नाही, त्या गोष्टीबाबत आपण सर्वार्थाने समर्पित होऊ शकत नाही; त्यामुळे एखाद्या गोष्टीप्रति आपलं समर्पण योग्य पातळीवर नाही असं जर आपल्याला वाटत असेल तर तुम्ही ज्या गोष्टीसाठी समर्पण दाखवता ती गोष्ट योग्य आहे ना हे स्वतःला विचारण्याची वेळ आली आहे असं समजा. ज्या शर्यतीत तुम्ही पळत आहात त्यामध्ये तुम्ही सर्वोत्तम कामगिरी करू शकत नाही असं जर तुम्हाला वाटत असेल तर कदाचित तुम्ही योग्य शर्यतीत सहभागी झाला नसण्याचीही शक्यता आहे. असं असेल तर आता ती ताबडतोब सोडून द्या आणि जी शर्यत तुमच्यासाठी आहे त्यात भाग घ्या. ज्या शर्यतीत तुम्ही स्वतःला आनंदाने झोकून देऊ शकाल अशी शर्यत शोधा. समर्पण ही मनाने नाही, तर हृदयाने करण्याची गोष्ट आहे.

शिंपला सगळीकडून संधींनी वेढलेला असतो; पण त्याची निष्ठा केवळ एकाच विशेष दवबिंदूप्रति असते. कितीही मोहवणाऱ्या, आकर्षक संधी आजूबाजूला असल्या तरी मोती बनायला हवा असेल तर बाकीच्या गोष्टींचा मोह टाळलाच पाहिजे हे त्याला पक्के ठाऊक असते. हे वाट बघणं खूप त्रासदायक आहे हे त्याला माहीत असतं – जे उपलब्ध आहे त्याला नकार देणं हे कधीच सोपं नसतं; पण आपल्या हृदयाच्या जवळ काय आहे हेही त्याला ठाऊक असतं. मोती निर्माण करण्यातच त्याचा सारा आनंद, सारं सार सामावलेलं आहे याची त्याला कल्पना असते आणि त्या एकमेव उद्दिष्टासह स्वच्छ, साफ दृष्टिकोन ठेवून तो वाट बघतो. जे उपलब्ध आहे, सहजासहजी मिळणारं आहे, सोयीचं आहे त्याचा स्वीकार तो करत नाही. जे सोयीचं आहे त्यासाठी स्वतःबरोबर तडजोड न करणं ही मोती बनवण्यासाठीची पहिली पायरी आहे. लक्षात ठेवा, मोती फक्त खोल सागरात असतात – किनाऱ्यावर असतात ती फक्त शिंपल्यांची कवचं!

आपलं खरं कौशल्य दाखवता येईल असं काम कर्मचाऱ्यांनी आपल्यासाठी स्वतः शोधायलाच हवं. आपण काम करत असलेल्या संस्थेत आणि तिच्या बाहेर कॉर्पोरेटच्या जंगलात संधीच संधी असतात. या सगळ्या संधींना छान, गोंडस पदाचा मुलामा लावलेला असतो. काही संधींमधून कदाचित अधिक आर्थिक मोबदलाही मिळतो. आपल्यापैकी बहुतांशजण अशा संधींना भुलतात. आपल्याला ज्या गोष्टीची मनापासून आस असते, ज्या गोष्टीतून आपल्याला खरा आनंद मिळणार असतो, त्या गोष्टीपासून आपण तेव्हापासून दूर जाऊ लागतो. अशा आकर्षक पण दिखाऊ संधींना नकार द्यायला धैर्य असावे लागते. जे काम करताना आपल्याला मजा येत नाही, त्या कामातून मिळणाऱ्या फळापासून आपण दूर राहतो.

लेखक रॉबर्ट ग्रीन यांनी 'मास्टरी'मध्ये असं लिहिलं आहे की, 'तुम्ही खरोखर कोण आहात आणि कोणत्या प्रकारचं करिअर करण्यात तुम्हाला रस आहे हे समजून घ्या.'

यातून शिकण्यासारख्या गोष्टी

१. समर्पण हे दोन तऱ्हेचे असते- एकतर ते असते किंवा नसते. जवळपास समर्पित अशी काही गोष्ट नसते.
२. सर्वसाधारण लोक एकाच वेळी अनेक कामांत स्वतःला गुंतवून घेतात – अलौकिक बुद्धिमत्ता असलेले लोक मात्र एकाच कामाप्रति आपली निष्ठा ठेवतात.
३. मोती फक्त खोल सागरात असतात- किनाऱ्यावर असतात ती फक्त शिंपल्यांची कवचं.

१२

एकाग्रता, लक्ष केंद्रित करणे

'सगळ्यातलं अर्धवट ज्ञान घ्यायचं आणि कशातच प्रावीण्य मिळवायचं नाही,' या मानसिकतेच्या विरोधात वागायची सूचना आपल्याला वर्षानुवर्षे मिळत आली आहे; पण आजकाल त्याच्या उलट मल्टिटास्किंग म्हणजेच विविध कामांची जाण असणं कुठेतरी महत्त्वाचं ठरत आहे. विविध कामांत अग्रेसर असणाऱ्यांच्या कार्यक्षमतेमध्ये वाढ होत असून ते अधिक अर्थपूर्ण, शाश्वत टिकणारं आणि विशेषकरून कल्पनाशक्तीला चालना देणारं आणि सर्जनशीलता निर्माण करत असल्याचं दिसून येत आहे.

लक्ष केंद्रित करण्याची क्षमता हा एक महत्त्वाचा व्यवस्थापकीय गुणविशेष मानला जातो. बैठक, मूल्यमापन, नेत्याचे भाषण, देखरेख ठेवणाऱ्या अधिकाऱ्याची कानउघाडणी अशा काही गोष्टी आहेत, ज्यामध्ये 'लक्ष केंद्रित करण्याची गरज' हे शब्द वापरल्याशिवाय त्या पूर्णच होत नहीत. अक्षरशः या शब्दांचा वीट येऊ शकतो. व्यवस्थापकीय कानउघाडणीमध्ये इतक्या वेळा 'लक्ष केंद्रित करण्याची गरज' हे शब्द वापरले जातात की, आधुनिक काळातील कर्मचाऱ्याच्या सगळ्या विकारांवरील एकमात्र रामबाण उपाय म्हणजे लक्ष केंद्रित करणे असेल असं एखाद्याला वाटल्यास त्यात काही चूक नाही.

कर्मचारी किंवा व्यावसायिक यांच्या संदर्भात लक्ष केंद्रित करणे म्हणजे त्यांच्या हातात असलेले काम पूर्ण करण्यासाठी त्यांनी स्वतःच्या बौद्धिक, भावनिक आणि मानसिक क्षमतांचा योग्य आणि सुसूत्र पद्धतीने वापर करणे होय. या मानवी क्षमतांच्या एकाग्रतेच्या प्रक्रियेमध्ये काम पूर्ण करताना गुणवत्तेची परमावधी गाठणे अपेक्षित आहे.

एकाग्रता ही एकाग्रता असते. महाभारतातल्या अर्जुनाच्या उदाहरणाप्रमाणे

शारीरिक पातळीवरील एकाग्रता म्हणजे केवळ आणि केवळ ध्येय डोळ्यांसमोर ठेवण्याची क्षमता. ध्येय वगळता दुसरं काहीही तुम्हाला दिसता कामा नये. जसे की, अर्जुनाला केवळ पक्ष्याचा डोळा दिसत होता. बाकीच्या सगळ्या गोष्टी जणू काही त्याच्या नजरेपासून दूर झाल्या होत्या. मानसिक पातळीवर विचार करायचा झाला, तर मनात केवळ आपल्या ध्येयाचाच विचार असला पाहिजे. दुसऱ्या कोणत्याही विचाराने आपली एकाग्रता भंग पावता कामा नये. भावनिक पातळीवर, लक्ष केंद्रित करण्याची गोष्ट आपल्या बाहेर उरतच नाही – आपण जी कृती करतो, त्यात ती नसते तर ती आपली स्वतःचीच एक अवस्था बनते. लक्ष केंद्रित करण्याची गोष्ट आणि लक्ष केंद्रित करणारी व्यक्ती यांच्यामध्ये काही फरक राहातच नाही. ते ध्येय आपल्या संपूर्ण अस्तित्वालाच व्यापून उरते.

बऱ्याचशा व्यावसायिक आणि स्व-मदत प्रकारच्या पुस्तकात लक्ष केंद्रित करणे किंवा एकाग्रता या गोष्टीचं वर्णन कृती, क्षमता, एखाद्याने शिकावे आणि अमलात आणावे असे कौशल्य अशा पद्धतीने केलेले असते. ही गोष्ट सायकल शिकण्यासारखी असते. पहिल्यांदा सायकलवर कसं बसायचं, ती कशी चालवायची तुम्हाला माहीत नसतं; पण मग नंतर तुम्हाला ते समजतं आणि दहा क्रमवार गोष्टींमधून तुम्ही ती गोष्ट शिकून घेता.

एकाग्रतेच्या संदर्भातली कबीराची संकल्पना खरंतर वेगळी आहे. खरंतर ती संकल्पनाच नाही. त्याच्या मते एकाग्रता किंवा लक्ष केंद्रित करणं म्हणजे अनुभव घेणं. त्याची पायऱ्यांमध्ये विभागणी होऊ शकत नाही. एखाद्याला प्रचंड तीव्रतेने एखादी गोष्ट हवी असते आणि तन, मन आणि अंतरात्म्यापासून प्रयत्न करून तो ती गोष्ट मिळवतो. जेव्हा ती इच्छा आणि इच्छा करणारी व्यक्ती परस्परांशी तादात्म्य पावतात, ज्याच्यावर लक्ष एकाग्र करायचं ती वस्तू आणि ते करणारी व्यक्ती यांच्यातील सीमारेषा पुसट होते या पातळीपर्यंत इच्छा पोहोचते, तेव्हा ती एकाग्रता कोणती कृती राहत नाही. ती तुमच्या अस्तित्वाचाच भाग बनते. कबीराच्या जगात, एखादी बाह्य कृती म्हणून कोणी एकाग्रतेकडे बघत नाही. उलट तुम्हीच त्या गोष्टीशी तादात्म्य पावावे असा आग्रह धरला जातो.

जो यह एक न जानिया, बहु जाने क्या होय ।
एकै ते सब होत है, सब ते एक न होय ।।

(तुम्हाला जर एखादी गोष्टच माहीत नाही, तर अनेक गोष्टींची माहिती करून घेण्याचा काय उपयोग? जेव्हा तुम्ही 'एक' मिळवता, तेव्हा तुम्हाला 'सगळं' मिळतं; पण दुसऱ्या बाजूनं असं होत नाही.)

एकाग्रता स्पष्ट असते, बहुतेक वेळा तत्त्वज्ञान आणि लागू पडणाऱ्या तत्त्वांबाबतची

ती स्पष्टता असते. तो काही एकदाचा पार पाडण्याचा असा व्यवहार नसतो. एकाग्रता हे कार्यरत असलेले तत्त्वज्ञान असते. आयुष्य कसं जगावं आणि गोष्टी कशा कराव्यात याबद्दल जसं एकाग्रतेत म्हटलेलं असतं, तसंच आयुष्य कसं जगू नये आणि गोष्टी कशा पद्धतीने करू नयेत हेही सांगितलेलं असतं.

आजच्या आपल्या कामाच्या जागेचा या संदर्भात अधिक चांगल्या पद्धतीने विचार करू या. बहुविध कामं आणि ते करणारे कर्मचारी यांच्याविषयी बऱ्याचदा आरडाओरडा ऐकायला मिळतो. ते एक दुष्टचक्र असते. आधुनिक कर्मचाऱ्याने अधिक काम करावं, पुढाकार घ्यावा, सदासर्वकाळ नावीन्यपूर्ण काम करावं अशी अपेक्षा असते; पण पर्यवेक्षक म्हणजेच कामावर देखरेख ठेवणारे आणि यंत्रणा काही मूलभूत प्रश्न विचारण्यात कमी पडतात – पुढाकार घेऊन सुरू केलेल्या अखेरच्या प्रकल्पाचे काय झाले? त्यातून काही तर्कशुद्ध निष्कर्षाला आपण पोहोचलो का? अपेक्षित परिणाम मिळण्यासाठी काही काळ प्रयत्न करत वाट बघायची का? सतत काहीतरी महत्त्वाचं काम करण्यात आपल्याला गुंतवून घेणं ही आपली मानसिक गरज बनली आहे का? आणि त्यामुळे सतत हे नाही तर पुढे जाऊन दुसरे काहीतरी नवीन सुरू करण्याची आपली धडपड आहे का? कृतीतून मिळणाऱ्या परिणामांपेक्षा कृती करत असल्याचं दाखवणं याला अधिक महत्त्व येत आहे.

या संस्कृतीच्या संपूर्ण डोलाऱ्यामध्ये दोन पातळ्यांवर दोष आहेत – यापैकी एका पद्धतीत परिणामांविषयी अतिआग्रह असतो आणि त्यामुळे त्यासाठीची प्रक्रिया कशीही राबवली गेली तरी त्याबाबत फिकीर केली जात नाही. दुसऱ्या प्रकारात पुढच्या उपक्रमाकडे किंवा आणखी एखादी गोष्ट ताब्यात घेण्याची – बहुतेक वेळा या दोन्ही गोष्टींची प्रचंड घाई झालेली असते. साहजिकच आजच्या दिवसात कामाच्या ठिकाणी काही प्रमाणात वरवरचा उथळपणा आणि सतत दुसऱ्याचे दोष काढण्याची, उपहासात्मक वृत्ती दिसते. माणूस कामात व्यग्र असतो; पण तो त्या कामात गुंतून गेलेला नसतो. विनाकारण माणूस अडकून पडलेला असतो. काम करून आपण दमून जातो; पण आपलं समाधान होत नाही.

कबीर आपल्याला कळकळीने सांगतो : तुम्हाला जर एखादी गोष्टच माहीत नाही, तर अनेक गोष्टींची माहिती करून घेण्याचा काय उपयोग? – सगळे 'एक' मिळवले की, त्यातून 'सगळं' तयार होतं; पण 'सगळं' वजा केलं किंवा कमी केलं की, त्यातून 'एक' उरत नाही.

रूपकं वापरण्याची कबीराची हातोटी विलक्षण आहे; पण जेव्हा त्यातला साधेपणा तुम्ही बघता, तेव्हा तुम्ही चकित होता. जेव्हा एका वेळेला एक अशा पद्धतीने तुम्ही कौशल्यं आणि ज्ञान मिळवण्याचा प्रयत्न करता, तेव्हा काही काळाने अनेक गोष्टींत तुम्ही प्रावीण्य मिळवता (एकै ते सब होत है।); पण जर एकाच वेळी

तुम्ही सगळ्या गोष्टी करायला घेतल्या आणि त्या सगळ्या गोष्टींना तुम्ही योग्य न्याय द्याल असा तुम्हाला विश्वास वाटत असेल तर तुम्ही नक्की स्वतःला अपयशात ढकलत आहात हे समजून चाला (सब ते एक न होय).

एडगर विंडच्या विचारातूनही हे समजून घेता येऊ शकतं : 'अपवादात्मक गोष्टी कमी करून सामाईक जागा समजून घेता येतात; पण सामाईक जागा मोठ्या करून अपवादात्मक जागा समजून घेता येऊ शकत नाहीत.'

एकाग्रतेच्या संदर्भातील कबीराच्या विचारांचा चुकीचा अर्थ लावता कामा नये. अधिक काम करणं किंवा अधिक काही गोष्टी जाणून घेणं याला तो कमी लेखत नाही. उलटपक्षी, अधिक काही जाणून घेण्याचा किंवा अधिक काही करू शकण्याचा एकमेव मार्ग म्हणजे त्या एका गोष्टीशी प्रामाणिक राहणं यावर त्याचा विश्वास आहे. एका गोष्टीत प्रावीण्य मिळवत असताना अनेक बाबतींत प्रावीण्य मिळवू शकण्याचे दरवाजे खुले करणं तुम्हाला शक्य होतं; पण एकाच वेळी सगळ्या गोष्टींतच प्रावीण्य मिळवण्याच्या नादात आपण सगळ्याच बाबतींत स्वतःला वरवर उथळ ठेवतो आणि साधारण पातळीवरच राहतो. काही गोष्टी कमी करणं म्हणजेच एखाद्या गोष्टीत अधिक मिळवणं!

टोनी रॉबिन्स म्हणतात : 'आपल्यापैकी खूपच कमीजण त्यांना जे खरोखर हवे होते ते साध्य करू शकतात, याचे एक कारण म्हणजे आपण कधीच आपल्या लक्ष केंद्रित करण्याला, आपल्या एकाग्रतेला एक दिशा देत नाही; आपण कधीच आपले सामर्थ्य एकवटत नाही. बहुतांश लोक आयुष्यभर वरवरचं काम करत राहतात, एका विशिष्ट गोष्टीत प्रावीण्य मिळवावं असा विचारच करत नाहीत.'

एकै साधै सब सधै, सब साधै सब जाय ।
माली सीचै मूल को, फूलै फलै अघाय ।।

(एका गोष्टीवर मन एकाग्र केले तर तुम्हाला सगळं साध्य होऊ शकेल; सगळ्या गोष्टींवर लक्ष केंद्रित केले, तर तुम्ही सगळंच हातचं घालवून बसाल (एक ना धड भाराभर चिंध्या!) जो माणूस झाडाच्या मुळांशी पाणी घालतो, तोच फळा-फुलांची मजा लुटतो.)

हेतू, कृती, विश्वास आणि तत्त्वज्ञान यांच्यातील वेगळेपणावर एकाग्रता आधारित असते. हे वैशिष्ट्य दुराग्रही आणि ताठर नसते, तर आपण ज्या गोष्टीवर चित्त एकाग्र केलं आहे, त्याच्याशी प्रामाणिक राहून अपेक्षित परिणाम साध्य होईस्तोवर त्याला चिकटून राहणे यात ते वैशिष्ट्य सामावलेले असते.

या विषयाबद्दल बोलायचं झालं तर तात्त्विकदृष्ट्या आधुनिक कर्मचारी सगळ्या रस्त्यांच्या मधोमध सापडलेले आहेत. एका हाताला बहुविध कामांच्या गलबल्याने

कर्कश रूप धारण केले आहे. आपले योगदान आहे हे दाखविण्यासाठी आणि सिद्ध करण्यासाठी त्याला सतत हवेत अनेक चेंडू उडवावे लागत आहेत. त्याने जर तसे केले नाही तर तो मागे पडेल. 'बहुविध कामे करण्यात तरबेज' असं स्वतःचं चित्र रंगवण्यात यशस्वी झालेले लोक मग साहेबाच्या मर्जीत राहून पुढे निघून जातील, आताहून चांगली वार्षिक पदोन्नती प्राप्त करतील आणि चांगले मूल्यमापन पदरात पाडून घेतील. मग आपल्यासमोर प्रबळ कर्मचाऱ्यांमधील स्पर्धात्मक चित्र उभे राहते. कोण अधिकाधिक पुढाकार घेऊन उपक्रम हाती घेईल? आपण सर्वांत जास्त बहुविध कामे करू शकतो असं चित्र कोण उभं करेल? आधुनिक काळातील बहुविध कामे करणाऱ्या कर्मचाऱ्याची प्रतिमा अशी निर्माण झाली आहे की, त्याला दहा हात, दहा पाय आणि दहा तोंडं आहेत. तो एकाच वेळी हवेत १० चेंडू उडवत आहे; कायमस्वरूपी कार्यरत आहे आणि अखंड पळतो आहे. आपल्या शेजारी बसलेला सहकारीही हेच करत असल्यामुळे भीतीपोटी तुम्ही हात, पाय, डोकी आणि चेंडू वाढवत आहात.

दुसऱ्या बाजूला, जेव्हा कर्मचाऱ्याचे मूल्यमापन होते, तेव्हा त्याला नेहमी आणखी जास्त किंवा अधिक चांगल्या गोष्टींवर लक्ष केंद्रित करायला सांगितले जाते! मूल्यमापनात गुणवत्तेची घसरण, तपशिलाकडे दुर्लक्ष, कल्पनाशक्ती आणि सर्जनशीलतेचा अभाव, चाकोरीबाहेर जाऊन विचार न करणे अशा विविध गोष्टींची तक्रार केली जाते. ज्या साहेबाला काही काळापूर्वीच तुमच्याकडून आणखी कामाची अपेक्षा होती त्याला आता गुणवत्ता हवी असते. हा मुद्दा तुम्ही सरळपणे मांडण्याचा प्रयत्न केलात, तर तुम्ही अधिकच अडकण्याची शक्यता निर्माण होते.

तुम्हाला तुमच्या कामाचे विचित्र मूल्य, आत्ताच्या आव्हानात्मक काळात स्वतःला ओढू न शकण्याची क्षमता या सगळ्या गोष्टींबाबत ज्ञानामृत ऐकायला मिळेल. या परिस्थितीत कबीर तुम्हाला मार्गदर्शन करतो. एकाग्रतेच्या, वेगळेपणाच्या जादूची कबीर प्रशंसा करतो. कमी म्हणजे खरंतर अधिक मिळवणं यावर त्याचा विश्वास आहे. जेव्हा आपण एकाच गोष्टीचं ध्येय ठेवतो, तेव्हा एका वेळी एक काम करून अखेरीस आपण सगळी ध्येयं साध्य करतो; परंतु जेव्हा आपण सगळ्या गोष्टी एकाच वेळी मिळवायचा प्रयत्न करतो, तेव्हा त्या सगळ्याच गोष्टी चुकू शकतात. जेव्हा आपण मुळांची आणि फक्त मुळांची काळजी घेतो, तेव्हा संपूर्ण झाड फुलते, फळते.

जो मन लागे एक सों, तो निरुवार जाय ।
तूरा दो मुख बाजता, घना तमाचा खाय ।।

(एका गोष्टीवर लक्ष केंद्रित केले की, निर्णय घेता येतात, दोन बाजूच्या ढोलाला दोन्हीकडून फक्त थपडा बसतात.)

एकाग्रतेमुळे निर्णय घेण्याची क्षमता वाढीस लागते. व्यवस्थापन हे पूर्णपणे निर्णय घेण्याबाबत असते. एकाग्रतेची मोजमापं अशी दोन विरुद्ध टोकाच्या पर्यायांमध्ये झुलणारी नसतात. विविध पातळ्यांवरील नेत्यांनी दिशा दाखवणं आणि त्यावर ठाम राहणं अपेक्षित असतं. स्पष्टता आणण्यात नेता कमी पडतो अशी नेत्याबद्दल बहुतेक वेळा टीमच्या सदस्यांची तक्रार असते. नुसत्या पर्यायांच्या अभावातूनच स्पष्टतेचा अभाव तयार होतो असं नाही, हे समजून घ्यायला अवघड आहे. बऱ्याचदा असा नेता खूप सारी कृती करतो, खूप सारे निर्णय घेतो; पण त्यात कोणत्याही प्रकारचा सुसंगतपणा नसतो. त्या निर्णयांच्या मागे कोणताही तत्त्वांचा एकसंघपणा नसतो आणि त्यातून फक्त गोंधळाची परिस्थिती निर्माण होते. निर्णयांमध्ये सुसंगतीचा अभाव असतो आणि हे सगळे निर्णय बऱ्याच वेळा परस्परविरोधी असतात; त्यामुळे नेत्याला नक्की काय हवं आहे हे कोणालाच कळत नाही. असा नेता स्वतःच आरंभशूर असतो आणि त्याला एका प्रचलित गोष्टीवरून दुसऱ्या प्रचलित गोष्टीकडे सातत्याने वळण्याची सवय असते. महत्त्वाच्या प्रश्नांबाबत तो स्वतः अस्थिर असतो आणि त्यामुळे त्याच्याकडून मिळणारे संदेशही संमिश्र असतात. पहिल्या निर्णयाच्या परिणामांमुळे टीम स्थिरावत असतानाच दुसऱ्या आणि विरुद्ध निर्णयामुळे पहिल्या निर्णयाच्या लाभांवर पाणी पडतं. असे नेते सदासर्वकाळ कृती करत असल्याचा आभास निर्माण करतात; पण दुर्दैवाची गोष्ट म्हणजे त्यात कोणतेच उद्दिष्ट सामावलेले नसते.

अशा नेत्याच्या हाताखाली काम करणारी टीम बहुतेक वेळा दमलेली आणि सतत नव्याने सामोऱ्या येणाऱ्या गोष्टींना तोंड देऊन शिणून गेलेली असते. सुरुवातीला कदाचित त्याच्या नव्या कल्पनेने त्यांना उत्साह वाटलाही असेल; पण लवकरच अशा गोष्टींनी त्यांना उत्साह वाटणे बंद होते. याचे कारण जोवर काहीतरी तर्कशुद्ध निष्कर्ष निघत नाही, तोवर हे उपक्रम टिकणार नाहीत हे त्यांना ठाऊक असते किंवा कदाचित त्यांच्या आधीच्या कृतीच्या विरुद्ध कृती त्यांना नंतर करावी लागणार याची त्यांना कल्पना असते.

नेत्यांमध्ये असे परस्परविरोधी दृष्टिकोन कुठून येतात? बहुतेक वेळा तात्त्विक स्पष्टता नसेल, आपल्याला नक्की काय हवे आहे याची नीट माहिती नसेल तर असे होते. प्रासंगिक माहिती किंवा प्रवाहानुसार वेळ मारून नेणारे निर्णय घेतले जातात. असे नेते निश्चित उद्दिष्ट डोळ्यांसमोर ठेवून नाही तर सोयीप्रमाणे निर्णय घेऊन मोकळे होणारे असतात. कालपरत्वे, प्रत्येक व्यवस्थापक आणि नेत्याने त्याचे स्वतःचे मानसिक प्रारूप विकसित करून मग त्यावर आधारित मत बनवायला हवे; पण अशी मते बनवणे हे प्रत्यक्ष बोलणं करण्यापेक्षा सोपं आहे. आपलं निश्चित मत बनवणं आणि मुख्य म्हणजे कितीही विरोध झाला तरी त्या मताला चिकटून

राहणं यासाठी धैर्य लागतं. आपली मतं काय आहेत याबद्दल स्पष्ट संदेश पाठवून नेते त्यांची टीम तयार करतात. नेते त्यांच्या दृष्टिकोनासाठी ओळखले जातात आणि ज्यांना तो दृष्टिकोन मान्य असतो, पटलेला असतो ते त्यांना येऊन मिळतात. कामगिरी पार पाडण्यासाठी आणि बदल घडवून आणण्यासाठी नेते कशा प्रकारे वातावरण तयार करतात याचे हे प्राथमिक रूप आहे. महत्त्वाच्या प्रश्नाच्या संदर्भात परस्परविरोधी दृष्टिकोन असणारे नेते वेगवेगळे संदेश पाठवतात; त्यामुळे टीममधील सदस्यांचा गोंधळ उडतो आणि कामगिरी खालावायला सुरुवात होते.

कबीर म्हणतो त्याप्रमाणे तुम्ही जर एका विचाराशी खरे, प्रामाणिक राहिलात तर निर्णय घेतले जातात आणि बहुतेक वेळा योग्य रीतीने घेतले जातात; पण जर तुम्ही एका भूमिकेवरून दुसऱ्या भूमिकेवर हेलखावे खात असाल तर तुम्ही निश्चितच संकटाच्या भूमीत अडकलेले राहता. हे म्हणजे ढोलासारखे आहे. त्याला दोन बाजू असतात आणि त्याला नेहमी दोन्ही बाजूंनी दणके बसतात.

तुम्ही जर दोन सशांचा पाठलाग करत असाल, तर ते दोन्ही सुटून पळून जातील. बेन स्टेन यांनी सांगितलं होतं, 'आयुष्याकडून तुम्हाला हव्या असलेल्या गोष्टी मिळवण्याची पहिली अपरिहार्य पायरी म्हणजे, तुम्हाला काय हवं आहे ते नक्की ठरवणे.'

एक जानि एकै समझ, एकै कै गुन गाय ।
एक निरख एके परख, एकै सो चित्त लाय ।।

(एक गोष्ट जाणून घ्या, एक गोष्ट समजून घ्या, एकाचे गुण गा, एक गोष्ट बघा; एकाचे मूल्यमापन करा आणि एकावर प्रेम करा.)

लक्ष केंद्रित करण्याच्या संदर्भात कबीराच्या विचारात एकत्व ही खूप महत्त्वाची, व्यापक गोष्ट आहे. एकत्व किंवा एकाच गोष्टीचे उद्दिष्ट डोळ्यांसमोर ठेवणे म्हणजे प्रयोग करून बघायच्या खुलेपणाचा किंवा नवीन गोष्टी करून बघायचा अभाव असणं नाही. यात कधी गल्लत करू नये. 'एका वेळेला एक गोष्ट करा,' असे कबीराचे म्हणणे आहे.

आधुनिक नागरिकाप्रमाणे आधुनिक कर्मचारीही सतत एका गोष्टीवरून दुसऱ्या गोष्टीवर, एका कामावरून दुसऱ्या कामावर आणि एका प्रकल्पावरून दुसऱ्या प्रकल्पावर उडी मारत असतो. तो शरीरानं पहिलं काम करत असतो, त्याचं मन दुसऱ्या कामात गुंतलेलं असतं आणि त्याला खरंतर तिसऱ्याच कामात रस असतो; त्यामुळे अशी कामं करणारा प्रत्येकजणच पूर्ण मन लावून काम करत नसेल किंवा त्याला त्या कामांविषयी काही रस वाटत नसेल तर आश्चर्य वाटायला नको.

कमी म्हणजे जास्त हे कबीराच्या जगात अध्याहृत आहे आणि असं का हे

बघणं अवघड नाही. आपले हातपाय सगळीकडे पसरून ठेवण्यात काही फार अर्थ नाही. एकाच कामावर लक्ष केंद्रित केलं तर आपण पूर्णपणे झोकून देऊन ते काम करतो. मग वेगवेगळ्या दिशेने कितीही बहुविध कामांची प्रलोभनं आपल्या आजूबाजूला असली तरी आपल्याला ती ओढू शकत नाहीत. जेव्हा हे एकत्व आपण साध्य करतो, एक गोष्ट जाणून घेतो, एक गोष्ट समजून घेतो, एक गोष्ट बघतो; एकाचे मूल्यमापन करतो आणि एकावर प्रेम करतो, तेव्हा बाकी सगळ्या गोष्टी वगळल्या जातात. मुख्य कामाला स्पर्शून जाणाऱ्या इतर प्रासंगिक गोष्टी आपण वगळतो. गोंधळाला छेद देऊन आत कामाच्या, समस्येच्या गाभ्यापर्यंत पोहोचतो. या अवस्थेमध्येच खऱ्या अर्थाने समस्येचे निराकरण किंवा खरा धोरणात्मक विचार होऊ शकतो.

कॉर्पोरेट विश्वाच्या शब्दकोशात धोरण हा सर्वव्यापी शब्द आहे. त्यातून तुमच्या आतल्या जगाकडे बघितलं जातं, तुमच्या आजूबाजूच्या जगाकडे बघितलं जातं आणि कोणत्या तऱ्हेने कुठे जावं आणि कसं जावं हे ठरवलं जातं. धोरण म्हणजे फक्त एवढंच नाही तर कुठे जायचे नाही, कसं जायचं नाही आणि कशा पद्धतीने जायचं नाही हेही त्यात ठरवलेलं असतं. धोरणात्मक विचार म्हणजे केवळ कौशल्य आणि अल्गोरिदम नाही तर ती एक अवस्था आहे. मानसिक निःशब्दतेतून धोरणात्मक विचार येतात. जेव्हा आपल्या आतला आणि बाहेरचा गोंधळ आपल्यावर लादला जात नसतो, तेव्हा धोरणात्मक विचार बाहेर येतात. कबीराच्या दृष्टीने चित्त एकाग्र करणे किंवा लक्ष केंद्रित करणे हे अशा रीतीने होते. बहुविध कामे करणाऱ्यांच्या कामाची गुणवत्ता वाढते का यावर खरोखरच संशोधन व्हायला हवे. जे लोक एकाग्रतेने कामावर लक्ष केंद्रित करू शकतात, त्यांच्याकडूनच महान गुणवत्तेची कामे होतात.

यातून शिकण्यासारख्या गोष्टी

१. एकाग्रतेने लक्ष केंद्रित करणं ही कृती, कौशल्य किंवा क्षमता नाही – ही तुमची सर्वव्यापी अवस्थाच असते.
२. एका वेळी 'एक' गोष्ट जाणून घेऊन, 'सगळं' जाणून घेणं एकाग्रतेमध्ये अभिप्रेत असतं.
३. एकाग्रता ही हेतू, कृती, विश्वास आणि तत्त्वज्ञान यांच्या एकत्वाविषयी असते.
४. 'कमी म्हणजे जास्त' या उक्तीवर एकाग्रतेचा विश्वास असतो.
५. कृती करण्याच्या जाणिवेआधी उद्दिष्टाची जाणीव असणं एकाग्रतेमध्ये अभिप्रेत असतं.

१३

प्रशिक्षक

कथा : निमेश शर्मा हे कॉर्पोरेट जगतातलं वीस वर्षांचा दांडगा अनुभव असलेलं जुनं-जाणतं, बुजुर्ग व्यक्तिमत्त्व. आघाडीच्या बहुराष्ट्रीय कंपनीत एसबीयूचे (धोरणात्मक व्यवसाय विभागाचे) प्रमुख. देशातल्या प्रसिद्ध बी-स्कूलमधील विद्यार्थी असलेल्या निमेश यांचं करिअर उज्ज्वल होतं. उच्च कोटीची बुद्धिमत्ता, व्यवसायाची पक्की जाण आणि वरिष्ठ पातळीवरील व्यवस्थापकीय मंडळाबरोबर उत्तम नातेसंबंध; त्यामुळे अनेकांना त्यांचा हेवा वाटायचा. निमेश त्यांना हवं ते मिळवणारे आणि महत्त्वाकांक्षी म्हणून कंपनीत ओळखले जायचे. बहुतेक वेळा त्यांची टीमच सगळे पुरस्कार जिंकायची आणि बक्षिसांच्या यादीत अग्रस्थानी असायची. त्यांच्या योग्यतेला कंपनीत खरोखरच कोणी आव्हान देऊ शकत नव्हतं. पुरस्कार आणि पदोन्नती प्राप्त करण्यासाठी आधीच्या काळात या गोष्टी पुरेशा होत्या.

पण गेल्या काही वर्षांत वरिष्ठांच्या कानावर काही खटकणाऱ्या गोष्टी पडत होत्या. निमेश अजूनही चांगली कामगिरी करणारेच होते; पण काहीतरी चुकतंय असं वाटत होतं. खूप ताण पडत असल्याचे संदेश त्यांच्या टीमकडून येत होते. आतापर्यंत कर्मचारी सोडून जाण्याचे प्रमाण फार नसले तरी काही वरिष्ठ सदस्यांनी वैतागून गेल्याचे आणि आधीसारखा उत्साह वाटत नसल्याचे नमूद केले होते. त्यांना स्वतःच्या कक्षा रुंदावायला फारशी जागाच मिळत नसल्याचे काही परीक्षणांतून दिसून येत होते. काही वर्षांपूर्वी जी टीम ऊर्जा आणि सळसळत्या उत्साहाने काम करत होती, तीच टीम आता कुठेतरी तुटल्यासारखी, अनुत्साही वाटत होती. नव्या पद्धतींनुसार स्वतःला घडविण्याची अनिच्छा असल्याचे, बौद्धिक थकवा आल्याचे

जाणवायला लागले होते. निमेशचा अजूनही दरारा होता आणि व्यवसायाची त्याला जी जाण होती, त्याविषयी आदर होता; पण तरीही कुठेतरी काहीतरी कमी होतं. निमेशला व्यवसायाचा प्रमुख करायचा विचार नेतृत्वाकडून होत होता; पण त्याच वेळी या गोष्टीही त्यांच्या मनात येत होत्या.

यामध्ये कबीर काही मदत करू शकतो का?

संस्थांच्या इतिहासामध्ये एक सलग क्रमवारी दिसते. पहिल्यांदा कामगार काम करायचे आणि पर्यवेक्षक म्हणजेच देखरेख अधिकारी किंवा फोरमन म्हणजे कामगारांचे प्रमुख त्यांच्या कामावर लक्ष ठेवायचे. मग त्यानंतर व्यवस्थापक आले आणि साहेबांकडून त्यांच्या कामाचे मूल्यमापन व्हायचे. साहेब हा शब्दच मुळात विस्मयजनक आहे, कारण त्यातून अनेक प्रकारची चित्रं आपल्या डोळ्यांसमोर उभी राहतात आणि त्यातली काही छान, दयाळू नसतात. 'आसपास साहेब असल्यासारखं वाटणं' किंवा 'साहेबगिरी करणं' ही काही मायाळू क्रियापदं आणि विशेषणं नाहीत. साहेब आणि निरीक्षक आपल्याला दिशा दाखवतात, उद्दिष्ट ठरवून देतात, हुकूम सोडतात, निर्णय घेतात, अपेक्षा सांगतात, मूल्यांकन करतात, ताकीद देतात, खरडपट्टी काढतात; त्यांना कसं वाटलं हे सांगतात आणि गरज पडल्यास शिक्षाही करतात. आता या वरच्या सगळ्या कामांची मूलभूत चौकट बघा- तुम्हाला नक्कीच खूप काही छान वाटणार नाही. साहेब किंवा देखरेख अधिकारी म्हणजे नियंत्रण ठेवणारा असं सर्वसाधारण चित्र असतं आणि तेही त्याच्या पदावरील अधिकारामुळे आलेलं असतं. पद, अधिकार, अनुभव आणि बऱ्याचदा वय यामुळे सगळ्या शहाणपणाच्या गोष्टींना त्यात जास्त प्रवेश मिळतो आणि म्हणून नेहमी त्यांच्याकडे सगळ्या प्रश्नांची उत्तरे असतात असा समज असतो. कदाचित हे थोडे कठोर वर्णन असेल आणि सगळे साहेब लोक असे नसतात असा सणसणीत टोमणाही कदाचित ऐकायला मिळेल. असे असले तरी, कर्मचाऱ्यांच्या भूमिकेतून बघितलं तर तुम्ही बरोबर निशाणा साधलेला असतो. पटत नसेल तर सहज एक पाहणी करून बघा.

कर्मचारी विकासाच्या संदर्भात नव्याने उदयाला आलेला शब्द म्हणजे प्रशिक्षण. प्रशिक्षक कोण असतो आणि सुपरवायझरपेक्षा त्याच्याकडे बघण्याची दृष्टी कशी वेगळी असते हे समजून घेण्याआधी प्रशिक्षण आणि प्रशिक्षक यांच्या उदयामागील विरोधाभासी गोष्टी समजून घ्यायला पाहिजेत.

साहेब (बॉस) आणि देखरेख अधिकारी (सुपरवायझर) यांच्या अपयशामध्ये प्रशिक्षकाचा उदय दडलेला आहे आणि खरं सांगायचं झालं तर जितक्या वेगाने साहेब अपयशी ठरेल तितक्या जास्त प्रमाणामध्ये प्रशिक्षकाचा उदय होईल. अगदी आदर्श पद्धतीने विचार करायचा झाला तर प्रशिक्षकाची भूमिका ही खरंतर खुद्द

साहेबानेच पार पाडली पाहिजे. काळानुसार हे लक्षात येतं की, साहेबाला करायची इतर अनेक कामे असतात – जसे की, त्याला अपेक्षित परिणाम साध्य करून दाखवायचे असतात, प्रशासकीय जबाबदाऱ्या पार पाडायच्या असतात, मूलभूत विकास साध्य करायचा असतो आणि त्याचबरोबर आजूबाजूचं सगळं वातावरण सांभाळायचं असतं. या सगळ्याचा परिणाम असा होतो की, मूळ प्रशिक्षणाकडे लक्ष द्यायलाच जमत नाही.

प्रशिक्षक तयार उत्तरं देण्याऐवजी उत्तरं शोधण्यासाठी आपल्याला मदत करतो. याचं कारण जरी त्याने आपल्याला बरोबर उत्तरं सांगितली, तरी ती त्याची उत्तरं असणार, आपली नाही हे समजून घेण्याइतका तो हुशार असतो. तयार उत्तरं देणं हे सोपं, आनंददायी आणि स्वतःला समाधान देणारं असलं तरी प्रशिक्षणार्थींना त्याचा खऱ्या अर्थाने फायदा होणार नाही हे समजण्याइतका तो परिपक्व असल्यामुळेही प्रशिक्षक कधीच तयार उत्तरं पुरवत नाही.

प्रशिक्षकाचे आपले स्वतःचे असे काही आराखडा, धोरण ठरलेले नसते – तुमचा आराखडा मांडायला तुम्हाला मदत करायची हेच त्याचे धोरण असते. प्रशिक्षक प्रश्न विचारतो – योग्य वेळेला, योग्य पद्धतीने आणि योग्य प्रश्न विचारतो – कधीही खूप आधी विचारत नाही, कधीही खूप उशिरा विचारत नाही. आपण कुठून आलो आहोत, आपली मतं, दृष्टिकोन कोणत्या मानसिक चौकटीचा आधार घेऊन बनले आहेत, आजूबाजूचे जग, तिथले लोक आणि नातेसंबंध याविषयी आपल्या समजुती काय आहेत हे जाणून घेण्याची त्याला उत्सुकता असते. थोडक्यात सांगायचं झालं तर कांद्याप्रमाणे आपल्याला सोलून बघायची त्याची इच्छा असते आणि असं करण्यात त्याचा एकमेव उद्देश आपण स्वतःला अधिक चांगल्या प्रकारे समजून घ्यावं हा असतो. प्रशिक्षक हा चालण्यासाठी आधाराला घेण्याच्या काठीपेक्षाही जास्त आरशासारखा असतो आणि प्रशिक्षण हे समस्या सोडवण्यापेक्षाही अधिक आरसा दाखविण्यासारखे असते.

हेतू, पद्धती, प्रभावाचा स्रोत आणि त्याची स्वतःची निश्चित भूमिका या चार वेगवेगळ्या मार्गांनी साहेब आणि प्रशिक्षक परस्परांपासून वेगळे असतात.

काम झालं पाहिजे हा साहेबाचा हेतू असतो. त्यासाठी ठरावीक दिशेने कार्यपद्धती राबवली जाते, अधिकाराचा वापर केला जातो आणि 'हे काम करण्यासाठी मी माझ्या कर्मचाऱ्याला मदत केली' असे स्वतःचे समाधान करणारी त्याची भूमिका असते. आपलं साहेबपण त्यांना वाया जाऊन द्यायचं नसतं!

पण प्रशिक्षकाचा हेतू कर्मचाऱ्याला अधिक चांगलं बनवणं हा असतो. प्रश्न विचारणं ही ॲरिस्टॉटलची पद्धत वापरून तो शक्तिहीन अवस्थेमधून त्यांच्यातील सामर्थ्य बाहेर काढतो, प्रशिक्षणार्थीवर कदाचित असू शकणाऱ्या सामर्थ्य किंवा

नियंत्रणाचा त्याग करून त्यांच्यातील ताकद बाहेर काढतो. 'प्रशिक्षणार्थींना त्यांची उत्तरं शोधण्यासाठी मदत करायला मी इथे आहे' अशी त्यांची भूमिका असते.

खरं सांगायचं झालं तर वर सांगितलेल्या सगळ्या गोष्टी साहेब करू शकतो; पण बऱ्याचदा तसं होताना दिसत नाही. या दोघांचं मिश्रण असलेली व्यक्ती सापडणं दुर्मिळ असल्यामुळे साहेब की प्रशिक्षक यात कोण अधिक छिद्रान्वेशी किंवा निर्णायक याचा माणूस विचार करत राहतो.

कबीरही हाच प्रश्न विचारतो – देव की गुरू, कोण अधिक महत्त्वाचे? परमेश्वर सर्वव्यापी, सर्वशक्तिमान आहे. चराचरांत व्यापून उरलेला परमेश्वर सामर्थ्यशाली आहे. आपल्या संपूर्ण जीवनावर आणि नशिबावर त्याचे आधिपत्य आहे. किमान भारतीय उपखंडात तरी देव आणि त्याची उपासना करणारा भक्त यांचे नाते बहुतेक वेळा सामर्थ्याच्या असमान वितरणावर आधारलेले आहे. या नात्यात एकाचे दुसऱ्यावर प्रमाणाबाहेर नियंत्रण आणि प्रचंड प्रभाव आहे. असमान नातेसंबंध असं त्याचं वर्णन केलं जातं. आधुनिक 'बॉस'च्या चित्राची कल्पना करा आणि बऱ्याच अंशी तुम्हाला मध्ययुगीन भारतातल्या 'देवाचे' चित्र मिळेल.

कबीराचा 'गुरू' हा आधुनिक काळातला प्रशिक्षक आहे. प्रशिक्षक, प्रशिक्षणार्थी आणि प्रशिक्षण याबद्दल कबीर आपल्याला काय शिकवू शकतो, हे आपण या प्रकरणात समजून घेणार आहोत.

गुरू है बड़े गोविंद ते, मन में देखु विचार ।
हरि सिरजे ते वार है, गुरू सिरजे ते पार ।।

(जेव्हा तुम्ही खरोखर अंतर्मुख होता, तेव्हा गुरू परमेश्वराच्या वर असतो; देवाने निर्माण केलेला माणूस हे जीवन पार करतो, गुरूने निर्माण केलेला माणूस त्यापुढील जीवन पार करतो.)

प्रशिक्षक तुम्हाला भविष्यासाठी तयार करतो. काळाची सीमारेषा प्रशिक्षकाला साहेबापासून वेगळं करते. साहेब मुख्यत्वे इथले आणि आताचे प्रश्न सोडवतो. आजचा दिवस, हा महिना, हे वर्ष आपण कसे व्यवस्थित पार पाडायचे हे तो बघतो. काम आणि कामातून मिळणारा लाभ यांच्याकडे त्याचे निश्चित लक्ष असते; पण त्याचा मुख्य भर आज काय करायचं याकडे असतो. त्याला निर्मिती हवी असते; पण तो निर्मितीक्षमता विकसित होण्याकडे बघत नाही. त्याला मासे हवे असतात; पण मासेमारी कशी करायची हे तो शिकवत नाही. चांगला साहेब वर्तमानात टिकून राहण्यासाठी आपल्याला लढाई जिंकायला तयार करतो. साहेबाबरोबरील नातेसंबंध हे बहुतेक वेळा कामांच्या व्यवहाराबद्दल परिणामकारकता आणि कार्यक्षमता यांच्या मोजपट्टीवर ते काम कसं पूर्ण केलं जातं यावर आधारलेले असतात.

प्रशिक्षक भविष्य सोडवत असतो. तो आपल्याला वस्तूंचा आकृतीबंध, घटनांचा अन्वयार्थ बघायला शिकवतो; त्यामुळे आपण भविष्याकरता सक्षम होतो. तो आपल्याला गोष्टींकडे नव्या पद्धतीने बघायला शिकवतो. तो आपल्याला संपूर्ण सत्य आणि दृष्टिकोन शोधण्यातील जादूचा शोध घेण्यामधील निरर्थकता बघायला शिकवतो. नव्या पद्धतीने प्रश्न विचारायला शिकवतो. आपल्या आजच्या जगामध्ये कदाचित जी समस्या नसतेच, ती समस्या सोडवण्यासाठीही तो आपल्याला तयार करतो. आपला स्वतःचा जगाकडे बघण्याचा दृष्टिकोन, आपल्या स्वतःच्या समजुती यावर प्रश्न उपस्थित करायला प्रशिक्षक आपल्याला मदत करतो. तसेच आपल्या स्वतःच्या कमकुवत बाबी आणि मानसिकतेला धैर्याने तोंड द्यायलाही मदत करतो. थोडक्यात सांगायचं तर, नव्याने उलगडत जाणाऱ्या भविष्याशी जुळवून घेण्यासाठी तयार करतो.

बऱ्याचदा पदोन्नतीची प्रक्रिया हताश करणारी आणि स्वतःला मान खाली घालायला लावणारी असते. त्यातून बाहेर पडणे सर्वसाधारण असते. कदाचित साहेब स्वतः लक्ष्य आणि उद्दिष्ट गाठण्यात इतका अडकून पडलेला असतो की, त्या ध्येय गाठण्याच्या प्रयत्नांमागे एक माणूस आहे हेच तो विसरून गेलेला असतो. कितीही कठीण संवाद साधण्याच्या प्रसंगीही प्रशिक्षक मात्र या गोष्टींकडे दुर्लक्ष करत नाही. जर अगदी सामान्य कर्मचाऱ्याचाही आत्मविश्वास आणि स्वप्रतिष्ठा जपली गेली, तर त्याला पुन्हा जोमाने प्रयत्न करण्याची संधी मिळू शकते, हे प्रशिक्षकाला ठाऊक असतं. प्रशिक्षक क्वचितच प्रशिक्षणार्थीवर सगळं सोपवून देतो.

कर्मचाऱ्यांशी संवाद साधत असताना प्रशिक्षकाचे मोठेपण ठरवून दिलेल्या मर्यादेपर्यंतच असते. 'आजचा' दिवस व्यवस्थितपणे निभावून नेता आला पाहिजे, या वर्षीची उद्दिष्टे साध्य झाली पाहिजेत, अशी साहेबाची भूमिका असते – पण प्रशिक्षकाची भूमिका 'उद्या'कडे बघणारी असते. मात्र, प्रशिक्षकाला काही काही वेळा आजच्या घडीच्या मोबदल्यातही उद्यासाठीच्या कर्मचाऱ्याला घडवायचे असते.

जाके सिर गुरू ज्ञान है, सोई तरत भव माहि ।
गुरू बिन जानो जन्तु को, कबहु मुक्ति सुख नाहि ।।

(गुरूच्या ज्ञानाची कृपा ज्याला लाभते, तो या जगात तरला जातो; गुरूच्या ज्ञानाशिवाय मुक्तीच लाभत नाही.)

जर तुम्ही नेते असाल तर आत्तापासून प्रशिक्षक बना. तुम्ही जर कर्मचारी असाल तर आत्तापासून प्रशिक्षक शोधा! संस्थात्मक जग हे अडथळे पार करण्यासाठी, वाटाघाटी करण्यासाठी वाटतं तितकं सोपं नसतं. अनेक संस्था यशस्वी होण्याऐवजी

अपयशी ठरतात. अनेक टीम एकत्र होण्याऐवजी वेगळ्या होतात. अनेक नेते सहजपणे नेतृत्व करण्याऐवजी संघर्ष करतात. वातावरण साधे, सोपे किंवा अधिक चांगले होत नाही. जे खरोखरच प्रशिक्षकासारखे वागत असतात किंवा ज्याला प्रशिक्षकाचा लाभ मिळत असतो त्याला तरून जायची संधी असते.

प्रशिक्षक आपल्याला मोठे चित्र बघायला मदत करतो. बिंदू जोडायला मदत करतो. यशामध्ये, हे सगळं फक्त आपल्यामुळे झालेलं नाही हेही तो दाखवतो, तसेच अपयशामध्ये मोठी रचनाही दाखवून देतो. योग्य उद्दिष्टात योग्य गोष्टी मांडतो. आनंदाच्या वेळी आपले पाय जमिनीवर ठेवतो आणि निराशेच्या, दुःखाच्या वेळी आपल्याला आधार देतो. साहेबाने आपले कौतुक केले तरी कदाचित ते कौतुकासारखे वाटत नाही आणि विचित्र गोष्ट म्हणजे प्रशिक्षकाने सदैव आपली कानउघाडणी केली तरी तशी केल्यासारखी वाटत नाही.

आधुनिक काळातील कर्मचारी या भूमिकेतून त्या भूमिकेत, एका कंपनीतून दुसऱ्या कंपनीत उड्या मारत असतो. आपल्या कामातून अर्थ शोधण्याचा तो प्रयत्न करत असतो. पैसा, पद आणि प्रसिद्धी यांच्या पलीकडे कामातून मिळणारा आनंद तो शोधत असतो. हा आनंदच त्याच्या अंतरात्म्याला त्याच्या कामाशी जोडून ठेवत असतो. या शोधात तो नोकऱ्या बदलतो, भूमिका बदलतो आणि साहेब पण बदलतो; पण अपूर्णता कायम राहते. दरवेळी काहीतरी राहिलेलं असतं- कामाची प्रेरणा, ऊर्जा आणि ज्याला 'कामातून मिळणारे समाधान' असं म्हणतात ते हरवलेलं असतं. आपण जर कबीराचं ऐकायचं ठरवलं तर आपल्याला आणखी प्रशिक्षकांची गरज भासेल. प्रशिक्षक आपल्याला जे हवं आहे आणि आपण जे करत आहोत त्याचा मेळ घालून देईल; त्यामुळे नोकरी बदलणे, भूमिका बदलणे आणि साहेब बदलणे या चक्रापासून तो आपल्याला सोडवू शकेल.

एका जुन्या जाणत्या शिक्षकांची गोष्ट आहे. आपल्या जुन्या विद्यार्थ्यांना ते स्वतःच्या घरी कॉफी प्यायला घेऊन गेले. चंदेरी, बोनचायना आणि साध्या अशा तीन प्रकारच्या कपांमधून त्यांनी कॉफी आणली. अनेकांनी चंदेरी कप उचलला. नंतर शिक्षकांनी ती गोष्ट बोलून दाखवली. सगळे विद्यार्थी खरेतर कॉफी प्यायला आले होते; पण काहींच्या दृष्टीने कॉफीचा कप महत्त्वाचा ठरला. यातून कबीराला असं सुचवायचं आहे की, कामाचं समाधान हे केवळ वरवरच्या प्रतीकांमधून येत नाही, तर ते आतून यावं लागतं.

तीरथ न्हाये एक फल, साधु मिले फल चार ।
सतगुरू मिलै अनेक फल, कहै कबीर विचार ।।

(यात्रेकरूकडे एक गुण असतो, सज्जन माणसाकडे चार असतात; पण गुरूकडे खूप असतात.)

(भावार्थ : जेव्हा तुम्ही तीर्थयात्रेला जाता, तेव्हा तुम्ही स्वतःचं पापाने भरलेलं शरीर स्वच्छ करता. जेव्हा तुम्ही साधू, सज्जनांना भेटता आणि सत्संग करता, तेव्हा धर्म, अर्थ, काम आणि मोक्ष *अशा चार गुणांची साधना करता; पण जेव्हा गुरूच्या सानिध्यात असता, तेव्हा प्रत्येक गोष्टीची काळजी घेतली जाते.)*

हे रूपक मुळात हिंदू परंपरेतलं आहे पण त्याचे परिणाम प्रत्येकासाठी स्पष्ट आणि सामर्थ्यशाली आहेत. बुद्धिनिष्ठपणे या रूपकाला आधुनिक कर्मचाऱ्याच्या स्थानापर्यंत वाढवा.

साहेब किंवा देखरेख करणारा अधिकारी इथल्या आणि आत्ताच्या गोष्टींची काळजी वाहत असतो. तो कदाचित हे वर्ष, ही कामगिरी यशस्वीपणे पूर्ण करेल. करिअर ही विचित्र गोष्ट असते. जी कामगिरी कदाचित तुम्हाला प्रचंड मोठी वाटत असेल ती कदाचित आपल्या आयुष्यातली सगळ्यात मोठी चूकही ठरू शकते. त्याचप्रमाणे साहेब, त्याच्या स्वतःच्या काही कारणांसाठी आपल्या बाबतीत काही मर्यादित ग्रह करून घेऊ शकतो. कदाचित आपण आत्ताच्या त्याच्या काही चालू गोष्टींबाबत टीका करत असू, तर आपल्याला इथेच ठेवणं त्याच्या आजच्या तातडीसाठी सोयीचं ठरू शकतं. कौशल्याच्या बाबतीत बोलायचं झालं तर आपणही खूप अनिवार्य असू शकतो आणि त्यामुळे आपलं बाहेर राहणं सध्या सुरू असलेल्या प्रकल्पाला धोक्यात आणू शकतं. असं असलं तरी प्रशिक्षकाकडे व्यापक दृष्टिकोन असतो. तो आपल्या उद्याच्या संधींशी तडजोड न करता, आजची आव्हानं अनुकूल करू शकतो. प्रशिक्षक आपल्याला भविष्यासाठी तयार करतो. तो आपल्याला पुढे रेटतो, आपल्या सध्याच्या कामाची काळजी घेतली जाईल या बरोबरच भविष्यात जे काम करायची आपल्याला इच्छा आहे त्यासाठी लागणारे कार्यक्षेत्र निवडणं, त्यात प्रयोग करणं आणि त्यात आपल्याला तयार करणं हेही काम तो करतो. भविष्यासाठी आपण तयार राहू याची सगळी काळजी तो घेतो. आपल्या इच्छा, आकांक्षा, कौशल्यं आणि ध्येयं आजच्या तातडीच्या कामांसाठी कधी अडचण ठरणार नाहीत. साहेबाला सर्वप्रथम त्याच्या धोरणाची काळजी असते. जर आपण त्यात काही महत्त्वाची भूमिका वठवणार असलो तर आपले महत्त्व राहते. प्रशिक्षकासाठी मात्र आपणच एक धोरण असतो.

जॉन वुडन म्हणतात की, 'न संतापता सुधारणा करू शकणारा माणूस चांगला प्रशिक्षक असतो.'

यह तन विष की बेलरी, गुरू अमृत की खान ।
सीस दिये जो गुरू मिले, तो भी सस्ता जान ।।

(शरीर हे विषारी वेलीप्रमाणे असते, गुरू अमृताची खाण असतो (जे त्याला शुद्ध

करते.) गुरूसाठी सर्वस्वाचा त्याग करायला लागला तरी ते रास्त ठरते.)

या दोह्याच्या शब्दशः अर्थाच्या पलीकडचे बघू या. आधुनिक काळातील नोकरी हे सोपे काम नाही. विक्री सोपी नसते. सर्वाधिक स्वस्तात सर्वोत्तम उत्पादन करणे हे सोपे काम नसते. कामासाठी प्रेरित अशा टीम तयार करणे हे सोपे काम नसते. कौशल्य टिकवून ठेवणे ही सोपी गोष्ट नसते. व्यवसाय चालविणे सोपे नसते. व्यवसाय नफ्यात चालविणे हे सोपे नसते. चांगलं आणि योग्य वागून सर्वांमध्ये चमकणे हे सोपे नसते. चांगला माणूस आणि तरीही चांगला कर्मचारी बनून राहणे हेही सोपे नसते आणि वर सांगितलेल्या सगळ्या गोष्टी करूनही स्वतःचे पावित्र्य जपणे हे तर अजिबातच सोपे नसते. आपल्याला मदतीची गरज लागते; वाहत्या पाण्यातून आपली नौका तारून नेण्यासाठी आपल्याला कोणीतरी मार्गदर्शन करण्याची गरज असते. आपल्याला कुबड्यांची नाही, तर मार्गदर्शनाची गरज असते.

अशा प्रसंगी, प्रशिक्षकासाठी अगदी आर्थिक नाही तरी कोणत्याही रूपात काही किंमत मोजावी लागली तरी ते रास्त ठरते. तो चांगला व्यवहार ठरतो. विशेष म्हणजे चांगल्या प्रशिक्षकाला मार्टी स्टर्न एकदा जे म्हणाले होते त्या गोष्टीची जाणीव असते : 'बौद्धिक प्रशिक्षण काही वेळा प्रशिक्षणच नसते.'

यातून शिकण्यासारख्या गोष्टी

१. तुमच्या प्रश्नांना स्वतःची उत्तरं देण्याऐवजी उत्तरं शोधण्यासाठी प्रशिक्षक तुम्हाला तुमची क्षमता उभारायला मदत करतो.
२. साहेब तुम्हाला आजच्यासाठी, वर्तमानासाठी तयार करतो, तर प्रशिक्षक तुम्हाला भविष्यासाठी तयार करतो.
३. प्रशिक्षक तुम्हाला मोठं चित्र दाखवतो आणि त्याचे बिंदू जोडून टाकण्याऐवजी ते बिंदू जोडण्यासाठी तुम्हाला मदत करतो.

१४

एक चांगला प्रशिक्षक काय करू शकतो

शब्दै मारा खैचिं करि, तब हम पाया ज्ञान ।
लगी चोट जो शब्द की, रही कलेजे खान ।।

(तुम्ही मला शब्दांचा मार दिलात, त्यातून मला ज्ञान मिळाले; हे गुरू! तुमचे मौल्यवान शब्द माझ्या हृदयात घुसले आहेत.)

प्रशिक्षक कधी शब्दांचे खेळ करत नाही. तो स्पष्ट वक्ता असतो. सत्य, वास्तव, तथ्य याच्याशीच त्याला घेणंदेणं असतं आणि असं जेव्हा तो बघतो, तेव्हा तसं बोलतो. आपल्या हातातून चेंडू सुटतोय हे लक्षात आलं की, खरा प्रशिक्षक आपल्याला ते सांगायला घाबरत नाही. कदाचित साहेब सत्य सांगायला चाचरू शकतो, कारण आपल्याला कामासाठी प्रेरित करत राहायचं या तणावाखाली तो असू शकतो; पण प्रशिक्षकावर असं काही बंधन नसतं. खऱ्या गोष्टींचा आढावा घेऊनच खरा विकास होणार आहे याची जाणीव प्रशिक्षकाला असते आणि खरी गोष्ट जाणून घेण्यासाठी कटू सत्य व कठोर प्रामाणिकपणाचीच गरज असते. स्वतःला पुढे आणणं, नकार, सुसूत्रीकरण आणि समर्थन या सगळ्या गोष्टी प्रशिक्षक वेगळ्या करतो आणि कोणत्याही समस्येचा आपण किती भाग असतो हे आपल्याला बघायला लावतो. प्रशिक्षक आपल्याला अर्धसत्याखाली लपू देत नाही आणि आपल्या बाहेरच्या दुष्ट शक्तींशी लढण्यासाठी जितका धीर तो आपल्याला देतो, तितकाच आपल्या आतमध्ये दडलेल्या राक्षसाशी लढण्याचंही बळ देतो.

नेहमीच निष्पक्षपाती आणि मर्मभेदक राहण्याची आपली क्षमता खरा प्रशिक्षक टिकवून ठेवतो.

आधुनिक कर्मचाऱ्याचं जग हे तो काम करत असलेली संस्थाच असते. त्याच्या आजूबाजूच्या भौतिक वातावरणात त्याचं कार्यालय, बसायची जागा, खुर्ची, डबा खायची जागा, वर्कस्टेशन या गोष्टींचा आणि त्या गोष्टींशी असलेल्या त्याच्या नात्याचा समावेश असतो. या सगळ्या वस्तूंच्या सहवासात त्याला मोकळं, आरामदायी वाटणं महत्त्वाचं असतं. तऱ्हेतऱ्हेच्या शोभेच्या वस्तू, शुभशकुनी वस्तू, कुटुंबाची आणि पार पाडलेल्या कामगिरीची छायाचित्रं, बक्षिसं, चित्रं अशा गोष्टींनी त्याची काम करण्याची जागा सजलेली असते. कर्मचाऱ्याला आपण घरी आहोत असं वाटावं, कामाच्या ठिकाणी त्याला घरच्यासारखा मोकळेपणा वाटावा आणि त्याने स्वतःचा अधिक वेळ कार्यालयात व्यतीत करावा यासाठी या सगळ्या गोष्टींची व्यवस्था केलेली असते.

या जोडीला आधुनिक कर्मचाऱ्याच्या आजूबाजूला सामाजिक जगही असते. त्याचे मित्र, सहकारी, हाताखाली काम करणारे, वरिष्ठ आणि या सगळ्यांबरोबर असलेले त्याचे नातेसंबंध. हे संबंध एकतर त्याला उचलून धरतात किंवा त्याला दुबळा करतात. अखेरीस, लोक आणि नातेसंबंध यांच्या पलीकडे जाणाऱ्या काही गोष्टी असतात त्यालाच कॉर्पोरेटवाले प्रेमाने आपल्या आजूबाजूचे वातावरण असं म्हणतात. हे प्रवाह त्याच्याशी कसे वागतात, कर्मचारी त्याच्याशी कसे वागतात यातून आधुनिक कर्मचाऱ्याची अस्वस्थता निर्माण होत असते. अर्थात, या वरच्या दिशेच्या प्रवाहातील त्याचे योगदान बऱ्याचदा दुर्लक्षिले जाते – किमान त्याच्या स्वतःच्या बोलण्यात तरी! कर्मचाऱ्याच्या जागृत किंवा सुप्त इच्छेच्या विरोधात जाऊन प्रशिक्षक या सगळ्या गोंधळाला कारणीभूत असलेली कर्मचाऱ्याची भूमिकाही ठामपणे मांडतो. असं करताना, प्रशिक्षक तटस्थ असतो आणि त्यामुळेच भावनारहित आणि बहुमोल असतो.

त्यामुळे जेव्हा प्रशिक्षक बोलतो, तेव्हा त्याचे शब्द बर्फासारखे थंड, कठोर वाटतात. विषासारखे विखारी वाटतात. आपल्याला ते टाळायचे असतात; पण आत कुठेतरी मनात ते सगळं खरं आहे हे माहीत असतं. प्रशिक्षक आपल्याला आपण स्वतःच खेळलेला डाव बघायला लावतो. जेव्हा आपण आपलाच डाव बघतो, तेव्हा आपल्याला खरं काय ते कळतं, ज्ञान मिळतं; परिपक्वता लाभते. आपल्या स्वतःच्या रचना आणि गैरसमजुतींचे आपणच साक्षीदार बनतो. आपण सगळेचजण अनेक गोष्टींना आणि अनेक लोकांना दोष देत असतो. इतरांचं यश हे नेहमीच नशीब, कृपा किंवा खुशामती वृत्ती यामुळे असल्याचं आपलं म्हणणं असतं. आपल्याला मिळालेलं अपयश हे कायम दुर्दैव, पक्षपातीपणा यांचा परिणाम

असल्याचं आपलं मत असतं. ‘मीच सगळा गोंधळ घालून ठेवला होता’ किंवा ‘मीच पुरेसा चांगला नाही’ किंवा ‘दुसरी व्यक्ती माझ्याहून खरोखरच अधिक चांगली होती’ असं एखादाच म्हणतो. आपल्याला मिळालेलं यश हे आपल्या हुशारीमुळे आणि इतरांना मिळालेलं यश हे मात्र ते नशीबवान असल्यामुळे किंवा खुशामतीमुळे मिळालं, असं आपल्या डोक्यात घट्ट बसलेलं असतं. आपला कावेबाजपणा म्हणजे चतुराई आणि दुसऱ्याची चतुराई म्हणजे मात्र कावेबाजपणा! आपलं विधान हे एकदम विद्वत्तापूर्ण आणि दुसऱ्याचं विद्वत्तापूर्ण विधान म्हणजे मात्र रिकामा सिद्धान्त! प्रशिक्षक आपल्याला स्वतःचा हा डाव बघायला तयार करतो. प्रशिक्षकाच्या प्रत्येक शब्दाचा तुम्हाला मार बसतो आणि त्याचे शब्द तुमच्या हृदयात घुसतात; त्यामुळे तुम्हाला खरी परिस्थिती कळण्याची शक्यता निर्माण होते. त्यामध्येच खरा विकास, प्रगती, परिपक्वता आणि ज्ञान सामावलेले असते.

मानाने सौम्य असलेले, राजकीयदृष्ट्या योग्य आणि लोकप्रिय व्यक्ती कधीही खरे प्रशिक्षक बनू शकत नाहीत. सौम्य, नम्र स्वभावाच्या माणसाला सतत आपल्या शब्दांनी आपल्या हाताखाली काम करणारे लोक दुखावले जाणार नाहीत ना, याची काळजी वाटत असते. राजकीयदृष्ट्या योग्य व्यक्ती शांततेचं जाळं विणत असते. नेतृत्व हा गुण लोकप्रिय होण्यासाठी आणि सगळ्यांना आवडण्यासाठी करायची गोष्ट आहे असा काहींचा गैरसमज असतो. वरील तीनही प्रकारांतील कोणीही माणूस जर नेता किंवा खरोखरच प्रशिक्षकाच्या मुख्य भूमिकेत असेल तर मूल्यमापन आणि विकासात्मक सत्र हा हास्यास्पद प्रकार बनतो. त्याला चांगला पोलीस किंवा चांगला अधिकारी, त्राता, समजून घेणारा मानसोपचारतज्ज्ञ बनायचे असते. कर्मचाऱ्याला ‘दुखवायचे नाही’ या गोंडस नावाखाली खरंतर तो सुधारणांच्या पलीकडचं नुकसान करत असतो. प्रशिक्षकाकडे अशा भ्रामक समजुतींना थारा नसतो. कर्मचाऱ्याला अधिक चांगले बनवणे, हेच आपले कर्तव्य आहे याची खऱ्या प्रशिक्षकाला जाणीव असते. या सगळ्या गोष्टी म्हणजे अवास्तव कठोर बनण्याचा परवाना नसला तरी खरं बोलणं म्हणजे जर कठोर होणं असेल तर तसं वागणं रास्तच ठरतं. प्रशिक्षक होण्यासाठी केवळ प्रचंड स्पष्टता लागते असं नाही तर प्रचंड धैर्यही लागतं.

प्रशिक्षक होण्यासाठीचं हे वर्णन कदाचित विरोधाभासी वाटू शकतं. विशेषकरून सौम्य, मृदू स्वभावाचं असावं; व्यवहारचतुर, धोरणी असावं असा सततचा मारा होत असताना तर हे परस्परविरोधीच वाटेल. सत्य हे खऱ्या प्रशिक्षकाचं मुख्य साधन आहे आणि जर सत्य कटू असेल तर त्यासाठी मोजावी लागणारी ती थोडीशीच किंमत आहे.

गु अंधियारी जानिये, रू कहिये परकास ।
मिटा अज्ञान तम ज्ञान दे, गुरू नाम है तास ।।

(अशी व्यक्ती जी मला अंधारातून प्रकाशात घेऊन जाते, अज्ञान दूर करून ज्ञान देते, ती व्यक्ती गुरू असते.)

प्रशिक्षक तुम्हाला अज्ञानातून ज्ञानाकडे घेऊन जातो.

आधुनिक व्यवस्थापक क्षमतेविषयी जागरूक असतात. जे आपण करतो ते किती आणि कसं चांगलं करतो म्हणजे 'क्षमता'. कारागिरासाठी तो किती कौशल्याने त्याची कलाकृती घडवतो, गायकासाठी तो किती छान गातो आणि खेळाडूसाठी तो किती छान खेळतो, ही क्षमता असते. योग्य मार्गाने योग्य परिणाम साध्य करण्यासाठी आधुनिक व्यवस्थापकाला 'काम पूर्ण करायचे' असते. तरी कलाकार किंवा प्राचीन काळातील कारागिराच्या कामापेक्षा विरुद्ध असलेली गोष्ट म्हणजे त्याचे काम चांगले होण्यासाठी तो त्याच्या हाताखालच्या लोकांबरोबरच त्याच्या सहकाऱ्यांवरही अवलंबून असतो. याचे कारण अनेक निर्णय किंवा स्रोत परस्परांवर अवलंबून असतात. त्यावर त्याच्या कामाची गुणवत्ता ठरणार असते. तो एकटा काम करत नसतो आणि त्याची निर्मिती ही क्वचितच त्याची एकट्याची असते. दुसऱ्या बाजूला आपण खूप व्यक्तिवादी काळात राहत आहोत. भारतासारख्या बहुविध सामाजिक वातावरणातील देशातही 'मी'ची जाणीव खूप प्रखर नसते. वैयक्तिक कामगिरीसाठीच्या गुणांचे कौतुक करताना 'वैयक्तिक कामगिरी'ला महत्त्व देणाऱ्या व्यक्तींची मानसिकताही अशी असते की, जेव्हा बाकीचे दुसरे येतात, तेव्हा आम्ही पहिले येतो. या विचार-सरणीचा पुरस्कार करण्यात सारे जीवन गेलेले असेल, तर सांघिक कार्यप्रणालीवर आधारलेली 'सामूहिक कामगिरी' समजून घेणं अवघड बनतं. जगभरात सांघिक कामगिरीचा प्रसार करण्यासाठी संस्था लाखो डॉलर्स खर्च करतात आणि ज्या व्यक्तीने आजवरच्या आयुष्याची तीस वर्षे एकट्याने धावायचे, एकट्याने जिंकायचे या मानसिकतेत घालवली असतील, त्या व्यक्तीमध्ये 'आपण' ही जाणीव रुजवण्याचा प्रयत्न करतात. हे मूलभूत अनपेक्षित संकट आहे. कोणताही प्रशिक्षण कार्यक्रम हे सोडवू शकलेला नाही.

प्रश्न किती खोलवर रुजलेले असू शकतात याचे उदाहरण म्हणून मी या संकटाचा दाखला दिला. आता आपल्या कामाच्या ठिकाणाकडे बघा आणि अशी किती संकटं वाढून ठेवली आहेत याचा शोध घ्या. यातली बरीचशी संकटं उघड्या डोळ्यांनी दिसत नाहीत. धुसफूस किंवा अस्वस्थतेचं खरं कारण काय आहे हे समजून घेताना काही कारणं तर खूपच पुसटशी आणि सुप्त असतात. सगळे प्रश्न हे कौशल्याशी संबंधित नसतात. अनेक प्रश्न हे विश्वास आणि समजुतीचे

असतात; त्यामुळे आपण कसं वागतो, कशी प्रतिक्रिया देतो, कसा प्रतिसाद देतो हे कामाचे वातावरण, सहकाऱ्यांशी असलेले नातेसंबंध, स्वरूप, पुरस्कार यंत्रणा आणि अशा कित्येक घटकांवर अवलंबून असते; पण त्याहीपेक्षा पुढे जाऊन कदाचित त्यावर आपल्या खोल रुजलेल्या समजुती, वर्षानुवर्षांचा अनुभव, अधिकारी लोकांशी असलेले संबंध इत्यादी बाबींचाही मोठा प्रभाव असतो. हिमनगाप्रमाणे, नंतरची गोष्ट आपल्या स्वतःच्या छाननीतही कधी दिसून येत नाही. आपल्याला काय माहीत नाही हेच आपल्याला माहीत नसतं. आपण जाणिवेच्या सावलीत किंवा अभावात राहत असतो. आपल्या आजूबाजूला असलेल्यांना क्वचितच आपल्या प्रतिक्रिया समजतात; पण दुर्दैवाची गोष्ट अशी आहे की, आपल्यालाही त्या समजत नाहीत. एकदम वास्तववादी भूमिका असं जे आपल्या डोळ्यांना दिसत असतं, त्यापासून खरंतर ती खूप लांब असते – आणि आपल्याला त्याची पुसटशी कल्पनाही नसते.

पण मग प्रशिक्षकाचा प्रवेश होतो! प्रशिक्षकाला या सगळ्यातून बघणं शक्य असतं. तो आपल्याला त्या अंधकारातून मोकळं करतो. तो आपल्याला जागं करतो. प्रशिक्षक आपल्याला केवळ ज्ञान आणि कौशल्यच प्रदान करतो असं नाही, तर तो आपल्याला शहाणपणा आणि निर्णय घ्यायलाही शिकवतो. तो केवळ सध्याचे प्रश्न सोडवायलाच आपल्याला मदत करतो असं नाही तर त्या समस्या सोडवण्यासाठी आपण जी मानसिकता तयार करत असतो, त्यासाठी लागणारी निर्णयक्षमता आणि समस्या सोडविण्याची ताकदही तो आपल्याला देत असतो. प्रशिक्षक असण्यासाठीचं हे सगळं सार आहे! प्रशिक्षक तुम्हाला स्वतःमध्ये बघायला आणि स्व-जाणीव उंचवायला मदत करतो. साहेब तुम्हाला अडचणी सोडवायला मदत करतो – पण समस्या कशी सोडवायची हे प्रशिक्षक शिकवतो.

गुरू बिन ज्ञान न ऊपजै, गुरू बिन मिलैन मोष ।
गुरू बिन लखै न सत्य को, गुरू बिन मिटै न दोष ।।

(गुरुशिवाय ज्ञान निर्माण होत नाही, मोक्षही मिळत नाही; गुरुशिवाय सत्य समजत नाही आणि दोषही दूर होत नाहीत.)

प्रशिक्षक हा अष्टपैलू गुणांचा असतो.

आधुनिक व्यवस्थापकाच्या अनेकविध गरजा असतात. अगदी मूलभूत पातळीवर सांगायचं झालं तर कुशल असणं, त्याला नेमून दिलेल्या कार्यात्मक बाबीत तज्ज्ञ असणं या त्याच्या गरजा असतात. त्याला पार पाडण्याच्या भूमिकेत सक्षम आणि प्रभावी बनण्यासाठी त्याच्या कामाविषयीचे सगळे ज्ञान मिळवण्याची त्याला गरज असते. उच्च पातळीवर, त्याला त्याच्या कामाच्या पलीकडील प्रवाहांकडे आणि

त्याद्वारे भविष्याकडे बघायचे असते. प्रवाह जोखण्यासाठी, कोणत्या संदर्भात व्यवसाय सुरू आहे हे बघण्यासाठी आणि बिंदू जोडण्यासाठी त्याला स्वतःच्या क्षमतेला धार लावायची असते.

व्यवस्थापक जेव्हा नेतृत्वाच्या स्थानी पोहोचतात, तेव्हा त्यांना लोकांबरोबर काम करावे लागते, अंतर्ज्ञानाचा आवाज ऐकून दूरदृष्टीने काम करायचे असते. शिक्षणाच्या माध्यमातून एखादी व्यक्ती कौशल्य आणि नैपुण्य शिकू शकते; पण अंतर्ज्ञान, निर्णयक्षमता आणि दूरदृष्टी या वेगळ्या प्रकारच्या गोष्टी आहेत. काहीजण तर तावातावाने सांगतील की, शिक्षणाने त्यांना बिघडवलं. अंतर्ज्ञान हे जीवनातील अनुभवांवरून येते. काळानुरूप आपल्याला धोक्याचा इशारा देणारी घंटा मनात वाजते. हा सिक्स्थ सेन्स म्हणजे काय हे वर्णन करायला कठीण असते; पण जेव्हा एखादा माणूस शरीर, मन आणि आत्म्याच्या माध्यमातून एखादी गोष्ट ऐकतो, बघतो किंवा समजून घेतो, तेव्हा सिक्स्थ सेन्समुळे माणूस जे बोललं गेलंय त्यापेक्षा अधिक ऐकतो; जेवढं दिसतं त्यापेक्षा अधिक बघतो आणि जितकी माहिती आहे त्यापेक्षा अधिक समजून घेतो.

मुलाखतीदरम्यान व्यवस्थापकांचे कौशल्याविषयी अंतर्ज्ञान विकसित होते. जेव्हा जवळचे दोन पर्याय उपलब्ध असतात, तेव्हा कोणत्या धोरणात्मक निर्णयाची निवड करायची याचे अंतर्ज्ञान नेत्यांमध्ये विकसित होते. योग्य निर्णय घेण्यासाठी बुद्धिमत्ता, कल्पनाशक्ती आणि अंतर्ज्ञान यांचा उपयोग करण्याची क्षमता म्हणजे निर्णय होय. एखादी गोष्ट जी फारशी लोकप्रिय नाही किंवा अगदीच सहज नाही आणि जिला फारसं पाठबळ नसलं तरी त्या मार्गानं जावं असं आपल्याला वाटत असतं. ती कृती निवडणं ही आपली क्षमता असते. ज्यांनी निर्दोष न्यायदान केलं त्या लोकांनी इतिहास घडवला. घटना, प्रसंगाच्या गलबल्यात अनेकांच्या निर्णयावर टीका झाली; पण ते ठाम असल्यामुळे त्यांचे निर्णय काळाच्या कसोटीवर उतरले.

'भविष्याचे कौशल्य' म्हणजे दूरदृष्टी. व्यवस्थापक नेते बनतात, तेव्हा भविष्याकडे बघण्याची त्यांची क्षमता त्यांना सर्वसामान्यांपासून वेगळं करते. विशेषतः संस्थात्मक पिरॅमिडमध्ये जसजसे तुम्ही उच्चस्थानी जाता, हुशारी, कौशल्य, ज्ञान, बुद्धिमत्ता या गोष्टींमुळे फार फरक पडत नाही, तर सर्वांत मोठा फरक दूरदृष्टीमुळे पडतो. एकविसाव्या शतकातल्या वातावरणातले वारे कमजोर मनाच्या व्यक्तींसाठी बनलेले नाहीत. दर थोड्या महिन्यांनी भविष्य बदललेले असते. आत्तापर्यंत भविष्याच्या बऱ्याच आवृत्त्या तयार झालेल्या असतात आणि ही का ती असा त्यांचा चक्रव्यूह तयार झालेला असतो. तो चक्रव्यूह भेदता येऊ शकतो; पण त्याला जबरदस्त तयारी लागते. दूरदृष्टी ही एकमेव गोष्ट वाचवू शकते; पण ती असणं, मिळवणं

आणि विकसित करणं, ही सोपी गोष्ट नसते.

एकूणच संस्था आणि त्यातही विशेषकरून साहेब क्वचितच आपल्या हाताखालच्या लोकांमध्ये अंतर्ज्ञान, निर्णयक्षमता आणि दूरदृष्टी विकसित करतात. अर्थात, काही झालं तरी ती विकसित करता येते का याबद्दलच काहीजण वाद घालू शकतात. काही असलं तरी, मुद्दा असा आहे की, ते शक्य आहे आणि विकासाची पातळी कोणतीही असली तरी काहीही होत नाही. याचे कारण कामगिरी व्यवस्थापन यंत्रणा, मूल्यमापन आणि परीक्षण या सगळ्या गोष्टींमध्ये क्वचितच त्याचा उल्लेख असतो. कारणं खूप असली तरी परिणाम एकच असतो. देण्यात आलेली कारणं खूप मृदू, विचित्र, मोजता येणार नाहीत अशी आणि ज्याचा अनुभव घेता येणार नाही अशी असतात. परिणाम एकच असतो – आणि तो म्हणजे कर्मचारी या क्षमता स्वतःमध्ये विकसित करू शकत नाहीत. दुर्दैवाची गोष्ट अशी आहे की, – एका बाजूला पुढच्या पातळीवर घेऊन जातील असे नेते आपल्याकडे नाहीत अशी संस्थेला हळहळ वाटत असते आणि दुसऱ्या बाजूला त्या क्षमता विकसित करत असलेल्यांना, जे खरा फरक घडवून आणू शकतात, त्यांना सामावून घेतले जात नाही. कर्मचारी प्रशिक्षण, शिक्षण आणि विकास या नावाखाली नुसती पोपटपंची सुरू असते. समस्यांची सोडवणूक, संवाद, वाटाघाटीचे कौशल्य, विक्री कौशल्य, सादरीकरण कौशल्य, देखरेख कौशल्य, प्रभावी मूल्यमापन, आर्थिक क्षमता आणि अशा बऱ्याच गोष्टी खूप महत्त्वाच्या असतात आणि त्यावर नक्कीच लक्ष केंद्रित केलं पाहिजे. जे की आज केलं जातं; पण ज्यांच्याकडे अंतर्ज्ञान, निर्णयक्षमता आणि दूरदृष्टी आहे अशा लोकांकडून महान संस्था उभारल्या जातात. त्यावर कोण काम करतं?

पण प्रशिक्षक हे काम करतो. तो प्रश्न विचारतो. यशामध्ये, काय चुकलं हे तो विचारतो आणि अपयशामध्ये काय बरोबर होतं याची विचारणा करतो. तो आपल्याला आपल्या भरवशाच्या गोष्टींमधील कच्चे दुवे बघायला शिकवतो. एक्सेल शीट, माहिती आणि आकृत्या काय सांगतात, यापेक्षा तुमचं अंतर्मन तुम्हाला काय सांगत आहे ते ऐकायला तो शिकवतो. एक निश्चित भूमिका घ्यायला आपल्याला तयार करतो आणि मग आपण ती भूमिका का घेतली आणि दुसरी भूमिका का टाळली याचा विचार करायला लावतो. आपल्या मर्यादित दृष्टीच्या पलीकडील गोष्टी बघण्यास प्रवृत्त करतो. आपल्या सध्याच्या कामाशी संबंधित नसलेल्या पूर्णपणे वेगळ्या गोष्टीच्या प्रवासाला तो आपल्याला घेऊन जातो आणि त्यातून अनुमान काढायला शिकवतो. आपल्याकडून नेहमीपेक्षा वेगळ्या आणि असामान्य गोष्टी करवून घेतो.

मूलभूत पातळीवर, प्रशिक्षक आपल्याला ज्ञान मिळवायला मदत करतो. अनुभवातून गेल्यावर, तो त्या अनुभवांना कार्यप्रणालीमध्ये बदलतो आणि त्या प्रक्रियेत ज्ञान निर्माण होते. दुय्यम, गौण ज्ञानाच्या जोखडातून मुक्त करतो; पण आपल्यासाठी उपयुक्त असणारे प्राथमिक ज्ञान निर्माण करण्यासाठी मदत करतो. नैपुण्याच्या पातळीवर त्याचबरोबर अंतर्ज्ञान, निर्णयक्षमता आणि दूरदृष्टी या पातळीवरही आपल्यातील दोष आणि असहायता यांना प्रश्न विचारून सत्याचा अनुभव घ्यायला आपल्याला मदत करतो.

प्रशिक्षक तुमच्यासोबत काम करत असतानाच तुमच्यावर काम करत असतो. साहेब तुम्हाला त्याच्यासाठी काम करायला लावतो.

यातून शिकण्यासारख्या गोष्टी

१. तुमच्या बाबतीत प्रशिक्षक कठोर, प्रामाणिक असतो.
२. प्रशिक्षक तुम्हाला जसंच्या तसं करायला मदत करतो – शिकणं हे कधीच कृतीत नसतं, तर जसंच्या तसं करण्यात असतं.
३. प्रशिक्षक तुम्हाला तुम्ही स्वतः खेळलेल्या डावाची, नकारांची आणि चुकांची जाणीव करून देतो.
४. प्रशिक्षक हा ज्ञान आणि कौशल्य यांच्यावर काम करत नाही, तर शहाणपणा आणि निर्णयक्षमता यांच्यावर काम करतो.

१५

योग्य प्रशिक्षक

कंपन्यांमध्ये खूपदा खऱ्या अस्सल नेत्याऐवजी ढोंगी आणि नुसताच आव आणणाऱ्या नेत्यांची, प्रशिक्षकांची भरती झालेली दिसून येते. हे विधान कदाचित फारच कठोर किंवा आक्षेपार्ह वाटेल; परंतु जर आपण या नेतृत्वाच्या अंगी असलेली खरी लायकी आणि ते सर्वांना दाखवत असलेली गुणवत्ता यातील फरक बारकाईने बघितला, तर त्यामधील तफावत स्पष्ट कळून येते. प्रभावी नेते आणि प्रशिक्षक तयार करणे हा आजकाल जणू एक कुटीरोद्योग झालेला आहे. संस्थेमधील पदांच्या आवर्त सारणीमध्ये आकर्षक आणि वरिष्ठ स्थान पटकाविण्यासाठी लोक येनकेन प्रकारे धडपड करतात. तथापि, प्रत्यक्ष कामकाजात नेत्यांची क्षमता ही पुढे जाऊन नेते अत्यंत हलाखीच्या पद्धतीने अपयशी ठरण्याचे द्योतक दर्शविते असे माझे मत आहे.

पहिले द्योतक म्हणजे, कंपनी अपयशी होणे. सुरू झालेल्या कंपन्या यशस्वी होण्यापेक्षा त्या अपयशी ठरण्याचे प्रमाण जास्त असते. अपेक्षित उद्दिष्टे साध्य न करता डबघाईला येणारे व्यवसाय खूप आढळून येतात. जर आपल्या आजूबाजूला एवढे हुशार आणि चलाख नेते आहेत, तर मग अशी वेळ का येते? दुसरे द्योतक म्हणजे कर्मचाऱ्यांची नीतिमत्ता, प्रेरणा आणि सहभाग यांचा अभाव. सहज म्हणून आपल्या भोवतालच्या परिस्थितीचा अभ्यास करा आणि सांगा, किती कर्मचाऱ्यांना आपल्या वरिष्ठ नेत्यासोबत कामात सहभागी व्हायला आवडते? कितीजणांना आपल्याला त्या नेत्यापासून प्रेरणा मिळते असे वाटते? नेत्याबद्दल कर्मचाऱ्यांशी केलेल्या अनौपचारिक गप्पांमधून काय निष्पन्न होते; आपल्याला नेत्याकडून काय

मिळाले असे कर्मचारी सांगतात?

नेत्यांचा प्रभावीपणा तपासून पाहण्याची कदाचित ही खूप अशास्त्रीय पद्धती असेल; पण त्यातून सामोरे येणारे वास्तव हेच आहे की, दुसऱ्याला प्रेरित करण्यात, प्रोत्साहन देण्यात, कार्यप्रवण करण्यात व त्यांच्याकडून पूर्ण क्षमतेने काम करून घेण्यात अपयशी ठरणाऱ्या नेत्यांचीच संख्या तुलनेने जास्त आहे. केवळ व्हिजिटिंग कार्डावर पदाचा उल्लेख आहे म्हणून किंवा कंपनीच्या यादीमध्ये स्थान वर आहे म्हणून आपण वरिष्ठ नेते असल्याची फुशारकी मारत हिंडणारे लोक आज ठायीठायी दिसून येतात. 'अन्नसाखळीमध्ये वरचे स्थान मिळाले म्हणजे कोणी नेता होत नाही, त्यासाठी त्याने खरोखर बेजोड शिकारी असण्याची आणि ते सिद्ध करण्याची गरज असते.'

योग्य प्रशिक्षक या सगळ्या त्रुटी आणि संदिग्धता दूर करतो; पण असा योग्य प्रशिक्षक शोधणे आणि सापडणे हेच एक कठीण कर्म आहे. कन्फ्युशियस म्हणतो, 'जेव्हा विद्यार्थी तयार होतो, तेव्हाच शिक्षक उदयाला येतो.' दुर्दैवाने, आज परिस्थिती अशी आहे की, एक चांगला योग्य प्रशिक्षक सापडणे हे गवताच्या भल्या मोठ्या गंजीतून सुई शोधण्यापेक्षाही अवघड झालेले आहे. प्रशिक्षक निवडताना आपण काही अफलातून चुका करत असतो आणि त्या का होतात हे जाणून घेणे काही फार अवघड काम नाही.

'कंपनीमध्ये जो आपल्यापेक्षा वरच्या पदावर नियुक्त असेल, त्यालाच आपला प्रशिक्षक म्हणून निवडणे' ही एक अगदी सरधोपटपणे घडणारी चूक आहे. बहुतेक वेळा सर्वांत वरिष्ठ अधिकारी किंवा नेता अगदी आपसूक प्रशिक्षक म्हणून निवडला जातो आणि दुःखद वास्तव असे आहे की, हे लोक योग्य प्रशिक्षक असतातच असे नाही किंबहुना त्यांच्यापैकी अगदी मोजकेच तसे असतात. पदाच्या यादीमध्ये ते वरच्या स्थानावर विराजमान आहेत याचा अर्थ एक चांगला प्रशिक्षक बनण्यासाठीचे गुण, क्षमता किंवा हुशारी त्यांच्यात नक्कीच आहे, असा अजिबात होत नाही. केवळ आपले काम, व्यवसायाचे नियोजन आणि व्यवस्थापन चांगल्या प्रकारे करता आले म्हणून ते त्या वरच्या स्थानी पोहोचलेले असू शकतात किंबहुना अशा वरिष्ठ स्थानी विराजमान असलेले बहुसंख्य लोक हे दिखाऊ, स्वतःच्या यशाचा कैफ चढलेले, स्वतःला सर्वज्ञानी समजणारे, मीच सर्वश्रेष्ठ आहे, असे मानणारे असतात. मला मान्य आहे की, मी फार कठोर शब्द वापरून हे वर्णन करतो आहे; पण मी ते करतोय, कारण त्याद्वारे मला या वृत्तीमुळे कंपनीत आणि तिच्या पदावलीमध्ये घडणाऱ्या दुर्घटना नमूद करायच्या आहेत.

मी जे वर्णन करतो आहे ते किती वास्तव आहे किंवा अतिशयोक्त आहे ते वाचकांनी स्वतः अनुभव घेऊन ठरवायचे आहे. माझा मुख्य मुद्दा एवढाच आहे की,

'वरिष्ठ स्थानावर असलेला प्रत्येकजण चांगला प्रशिक्षक असेलच असे नाही आणि प्रत्येक चांगला प्रशिक्षक वरिष्ठ स्थानी विराजमान होईलच असे नाही;' त्यामुळे प्रत्येक वरिष्ठाला प्रशिक्षक म्हणून स्वीकारू नये, तसेच वरिष्ठ स्थानी नसलेल्या चांगल्या व्यक्तीला धुडकावूनदेखील लावू नये. रमाकांत आचरेकरांची स्वतःची क्रिकेटमधील कामगिरी ही सचिन तेंडुलकरच्या तुलनेत एक सहस्रांशदेखील नसेल; पण तरीही ते निःसंशयपणे एक आदर्श प्रशिक्षक आहेत.

बहुसंख्य व्यवस्थापकांना आपण नेते आहोत असा विश्वास असतो आणि बहुसंख्य नेत्यांना आपण प्रशिक्षक आहोत असे वाटत असते. दोन्हीमध्ये कवडीइतकेही तथ्य नाही. वास्तवच सांगायचे तर बहुतेक नेते हे आणीबाणीच्या स्थितीचे फक्त व्यवस्थापक असतात आणि बहुतेक प्रशिक्षक हे फक्त आणीबाणीच्या स्थितीतच नेते बनतात. या तिन्हीचे सुयोग्य मिश्रण फार दुर्मिळ असते. व्यवस्थापक, नेता आणि प्रशिक्षक अशा तिन्ही भूमिका समर्थपणे बजावण्याची क्षमता असण्यासाठी बौद्धिक सघनता, भावनिक विस्तार आणि व्यावसायिक दृष्टिकोन या तिन्ही गुणांची गरज असते आणि हे तिन्ही एकाच व्यक्तीमध्ये एकवटले असण्याची शक्यता अतिशय दुर्मिळ असते; त्यामुळे जर अशी व्यक्ती कुठे आढळली, तर तिला एक आदर्श मानले पाहिजे – असा आदर्श जो आपण कितीही आकांक्षा असली तरी प्रत्यक्षात कधीच बनू शकणार नाही.

हरि हीरा जन जौहरी, ले ले मांडि हाट ।
जब रे मिलेगा पारखी, तब हीरे की साट ।।

(चांगला प्रशिक्षक हा एक हिरा असतो; जो वेगवेगळ्या बाजारांतून फिरत असतो. ज्याला त्याचे खरे मोल समजले, केवळ तोच पारखी त्याचा स्वीकार करतो.)

योग्य प्रशिक्षक हा अगदी साधा, डोळ्यांतसुद्धा भरणार नाही असा असतो किंबहुना आपण प्रशिक्षक व्हावे असेही त्याला कधी वाटलेले नसते. त्याच्या मनात फक्त तुमच्याशी संवाद साधणारी व्यक्ती एवढीच प्रतिमा असते. जेव्हा तो तुमच्याशी बोलतो, स्वतःचे मन, शरीर आणि आत्मा अशा तिन्ही पातळ्यांवर तुम्हाला ऐकत असतो, फक्त तुमचे शब्दच नव्हे, तर त्यामागची भूमिका लक्षात घेत असतो आणि म्हणूनच तो तुम्हाला पूर्णतः समजून घेतो. आपल्या अंगी उत्कृष्ट क्षमता असतानादेखील प्रकाशझोतात राहणे त्याला आवडत नाही. प्रशिक्षण हे त्याच्यासाठी नुसते काम नसून एक प्रक्रिया असते, जी त्याला पार पाडायची असते आणि अवलंबायची असते. प्रशिक्षकाबद्दलची पाश्चिमात्य संकल्पना आणि कबीर यांच्यातील हा मूलभूत फरक आहे.

चमकदार दगड आहे असे वाटलेल्या हिऱ्याप्रमाणेच, एखादी मौल्यवान गोष्ट शेकडो हातांतून पुढे जाते, बराच काळ दुर्लक्षित राहते; पण प्रत्यक्षात तो पैलू न

पडलेला हिरा असतो, जो एरवी एखाद्या दगडासारखाच दिसतो. प्रशिक्षित नजरेलाच त्याचे मोल समजते. हिऱ्याप्रमाणेच योग्य प्रशिक्षकदेखील सजग राहून शोधावा लागतो.

प्रशिक्षकाचे मोल हे त्याच्या तरबेजपणातून समजते. प्रशिक्षण हाच स्थायिभाव असलेला प्रशिक्षक अपेक्षेपेक्षा अधिक शिक्षण आणि मार्गदर्शन देऊ करतो. तो आपल्यात आमूलाग्र परिवर्तन घडवून आणू शकतो; पण एक तर तो या क्षमतेबाबत अनभिज्ञ असतो किंवा या शक्तीचा भार त्याच्या स्वतःच्या खांद्यावर फार कमी असतो. आपण ही शक्ती प्रकट केली पाहिजे अशी गरजच त्याला कधी वाटलेली नसते आणि तोच त्याच्या शक्तीचा आणि अधिकाराचा स्रोत असतो.

म्हणूनच कबीर म्हणतो, 'अनेक वेळा दिसणे, वागणे किंवा सामोरे येणे यामधील साधेपणामुळे प्रशिक्षकाचे खरे मूल्य समजून येत नाही; त्यामुळे पोशाख, वरकरणी दिमाख, झकपकपणा, बोलीभाषा, शिक्षण, पद इत्यादी गोष्टींच्या मृगजळाला फशी पडू नये. हिऱ्याचे योग्य मूल्य सोनाराच्या हाती पडल्यानंतरच कळते. इथे तुम्ही स्वतः सोनार आहात आणि एका अशा हिऱ्याच्या शोधात आहात, ज्याला प्रशिक्षक असं म्हणतात.'

जब गुन को ग्राहक मिलै, तब गुन लाख बिकाय ।
जब गुन को ग्राहक नही, कौड़ी बदले जाय ।।

(सच्चा ग्राहक (ज्याला किंमत कळते) मिळाल्यानंतरच गुणांचे चीज होते. गुणग्राहक उपलब्ध नसेल, तर सारे कवडीमोल ठरते.)

प्रशिक्षक अतिशय काळजीपूर्वक निवडावा लागतो. एकासाठी जे अन्न असते, ते दुसऱ्यासाठी विष असू शकते. एका देशाचा स्वातंत्र्यसैनिक हा दुसऱ्या देशासाठी दहशतवादी असू शकतो. आपला प्रशिक्षक आपल्याला एक तर सामान्यापासून उच्चस्थानी नेऊ शकतो किंवा पार गाळात घालू शकतो; त्यामुळे अतिशय काळजीपूर्वक, सावधपणे त्याची निवड करा. योग्य कारणासाठी त्याला निवडा. केवळ त्याचे स्थान, पद, प्रभाव याकडे पाहून कधीही त्याची निवड करू नका. त्याची ऐट, थाटमाट, भपकेबाजपणा, आकर्षक व्यक्तिमत्त्व यामुळे भारून जाऊन त्याला कधीही निवडू नका. त्याची बुद्धिमत्ता, चातुर्य, व्यवहारज्ञान, द्रष्टेपणा, समज आणि साधेपणा यांच्या जोरावर त्याची निवड करा. तुम्हाला आणि तुमच्या उद्दिष्टांना समजून घेऊन पुढे नेण्याच्या त्याच्या क्षमतेसाठी त्याची निवड करा. कंपन्यांमध्ये अनेक वेळा हुशार व्यक्ती अकारण मागे पडतात, बाजूला सारल्या जातात. कार्यालयीन यंत्रणा ही बहुतकरून गाजावाजा करणारे, भपका दाखविणारे, आक्रमक, लंब्याचवड्या गप्पा मारणारे, मोठा दिखावा निर्माण करणारे, बोलबच्चन असणारे,

अशांनाच नकळत झुकते माप देत असते. आपण मात्र त्यांना आपले प्रशिक्षक म्हणून स्वीकारण्याची घोडचूक करता कामा नये. आपली निवड करताना अतिशय चोखंदळ आणि मर्मज्ञपणेच करायला हवी. जेव्हा एखादा रसिक, चोखंदळ एखाद्या गोष्टीची निवड करतो, तेव्हाच तिचे खरे मोल प्रकट होते. जो आपल्या आयुष्याला उत्तम आकार देईल आणि मौल्यवान बनवेल अशा व्यक्तीचे सुप्त गुण हेरणे, हीच आपली गुणवत्ता आणि वैशिष्ट्य असते. योग्य प्रशिक्षक निवडण्यात आपण दाखवलेली चतुराईच पुढे त्या प्रशिक्षक आणि शिष्य नात्याचा मार्ग, यश अधोरेखित करत असते. लक्षात ठेवा, कुठल्याही परिस्थितीत 'पर्वत महम्मदाकडे जात नाही; महम्मदालाच पर्वतापाशी येणे भाग असते.'

बोध

१. प्रत्येक व्यवस्थापक नेता नसतो; प्रत्येक नेता प्रशिक्षक असत नाही.
२. आपला प्रशिक्षक अत्यंत काळजीपूर्वक निवडा – चिकाटीचा अवलंब करा.

१६

चांगला प्रशिक्षक आणि वाईट प्रशिक्षक

कबीराकडे एक उत्साहवर्धक उतरंड आहे. गुरूची म्हणजेच प्रशिक्षकाची प्रशंसा करून आणि परमेश्वराहून गुरूचे स्थान मोठे असल्याचे सांगून तो सुरुवात करतो. त्यानंतर मग चांगला गुरू आपलं जीवन कसं बदलवून टाकू शकतो, याचं वर्णन करतो. योग्य व्यक्तीची आपला गुरू म्हणून निवड करून शक्य होईल तितका अधिक प्रयत्न करण्याविषयी आग्रहाने बजावतो. त्यानंतर चांगला गुरू कोण आणि वाईट गुरू कोण याचे वर्णन करतो. कबीराच्या ऐतिहासिक काळात अनेक ढोंगी आणि तोतये लोकांची भरताड झाली होती. तेच मोक्षाच्या मार्गाकडे नेऊ शकतील असा त्यांचा दावा असायचा. दुःखाची गोष्ट म्हणजे आजच्या काळातही अशा ढोंगी आणि तोतयांचा सुळसुळाट झालेला आहे. कबीराने हे सगळे पाहिले होते. कबीराने आपल्या लेखनात कधीही अवास्तव मार्दवता ठेवली नाही. त्याचे लिखाण रोखठोक असायचे. तो जे बघायचा ते बोलायचा. तो साधा, सरळ होता; पण त्याच्या वर्णनात कठोरता असायची. कबीराच्या ठायी आईची काळजीयुक्त ममता नाही, तर वडिलांची कठोर खरडपट्टी आणि ताकीद असायची.

पुढील दोह्यामधून आपण चांगल्या गुरूचे गुणधर्म आणि वाईट गुरूंची लक्षणे शिकू शकतो. यातून आपण गुरू म्हणून कोणाचा आधार घ्यावा आणि कोणाला टाळावे हे कळायला मदत होईल.

जाका गुरू है गीरही, गिरही चेला होय ।
कीच कीच के धोवते, दाग न छूटे कोय ।।

(जर तुमचा गुरू खोटा असेल, तर तुम्हीही तसेच बनाल; घाण कापड दुसऱ्या घाण कापडाला स्वच्छ करू शकत नाही.)

आपला प्रशिक्षक चांगला निवडा. आजकाल प्रशिक्षकाच्या रूपात बहुधा ढोंगीच फिरत असतात. इतरवेळी खूप चतुर आणि बुद्धिमान असणारी माणसंही कशी काय त्यांच्या जाळ्यात अडकतात हे बघून एखाद्याला आश्चर्यच वाटेल. संस्थांमध्येही एरवी कुशाग्र बुद्धीचे म्हणून ओळखले जाणारे लोक त्यांचा प्रशिक्षक म्हणून इतक्या चुकीच्या व्यक्तीची निवड कशी करतात हे कळत नाही. निवड केलेले ढोंगी प्रशिक्षक हे असे लोक असतात की, जे संस्थेत उच्च पातळीवर पोहोचलेले असतात आणि त्यांच्याबरोबर असणाऱ्यांना धुंदी चढलेली असते. सत्ता आकर्षित करते आणि प्राणघातकही असते.

महत्त्वाकांक्षा ही आधुनिक संस्थांचा प्राणवायू आहे. कर्मचाऱ्यांना अधिक काम करायला सांगणं आणि अधिक काम शोधायला लावणं यासाठीची ती दुष्टशक्ती आहे. विजेते निर्माण करणारी हीच ती स्पर्धात्मक महत्त्वाकांक्षा आहे; पण याची दुसरी बाजू अशी आहे की, पदोन्नतीच्या बेदरकार आकांक्षेत पैसा आणि वाढ म्हणजेच विकास अशी एकच व्याख्या केली जाते. त्या वेळी संस्थेत आपल्यापेक्षा वरच्या स्थानी असलेल्या माणसाची आपला प्रशिक्षक म्हणून स्वाभाविकपणे निवड केली जाते; पण आपण ज्याला देव समजत असतो, त्याचे पाय मातीचेच निघाले तर? जर त्यांच्याविषयीच प्रश्न उपस्थित होत असतील तर? ते खरोखर हुशार लोक आहेत; पण अकार्यक्षमतेच्या स्थितीला पोहोचलेले आहेत आणि ही गोष्ट अजून त्यांनाच माहीत नसेल तर? प्रशिक्षकासाठी आवश्यक असणाऱ्या गोष्टी जर त्यांच्यात नसतील आणि हे जर त्यांना मान्यच करायचे नसेल तर?

प्रशिक्षकाचा निर्णय चुकला की, अधोगती अटळ असते. प्रशिक्षक जर ढोंगी, बनावट असेल तर आपणही तसेच बनतो. प्रशिक्षकामध्ये जर काही भयानक दोष असतील तर खोट्या, तोतया प्रशिक्षकाकडून ते आपल्यामध्येही येतात. एका घाण कपड्याने दुसरा घाण कपडा स्वच्छ होत नाही.

गुरू मिला तब जानिये, मिटे मोह तन ताप ।
हरष शोक व्यापै नही, तब गुरू आपै आप ।।

(शरीर आणि मनाचे मोह आणि उद्विग्नता जेव्हा दूर निघून जातात, आनंद आणि दुःख या दोन्ही गोष्टींमध्येही जेव्हा तुम्ही अविचल राहता, तेव्हा तुम्ही गुरूइतके चांगले बनता.)

चांगला प्रशिक्षक निःस्वार्थी असतो आणि आपल्याला त्याच्याहून अधिक

चांगलं बनविणं हा त्याचा हेतू असतो. आपण त्याच्याइतके किंबहुना त्याच्यापेक्षा अधिक चांगले बनलो, तर त्याबद्दल त्याची काही हरकत नसते किंवा या गोष्टीची त्याला काळजी वाटत नाही. त्याच्याहून चांगलं बनण्यात त्याची मुक्ती दडलेली असते. देखरेख करणारा अधिकारी क्वचितच प्रशिक्षकासारखा विचार करू शकतो किंवा नाहीही. आधुनिक संस्थेची रचना ज्या पद्धतीने होते, संस्थेचे काम ज्या पद्धतीने होते, तितकी नाही तरी कार्यरत असणाऱ्या मानसिकतेत वानवाच असते. त्यातूनच सुपरवायझरच्या हाताखाली काम करणारे कर्मचारी श्रेय आणि प्रसिद्धीसाठी त्याच्याशी स्पर्धा करतात. श्रेय लाटणारे खूपजण असतात. आपण सुपरवायझर एवढे किंवा त्याच्यापेक्षा अधिक चांगले बनू याची त्याला काळजी वाटते. असुरक्षित माणूस असं घडू देत नाही. आपल्या कामासाठी तो आपल्याला किती श्रेय देतो एवढ्यावरूनच नाही, तर त्याच्या यशात जर आपली मोलाची भूमिका असेल तर आपल्याला त्याचं श्रेय किती देतो, यावरून आपल्या सुपरवायझरचा स्वभाव किती मोकळा आणि मन किती मोठं आहे याची चाचणी आपल्याला घेता येते. हे श्रेय तो खरोखरच देत आहे की नुसती बोलाची कढी हेही आपण तपासायला हवं. तो आपल्याला पुरेसं प्रशिक्षण देत आहे का? ज्या सगळ्या गोष्टींचा त्याला यश मिळवण्यासाठी फायदा झाला, त्या सगळ्या गोष्टी तो आपल्याला खुल्या करून देत आहे का? तो केवळ त्याचे उद्दिष्ट साध्य होण्यासाठी साधन म्हणून आपला वापर करत आहे का? आपणही त्याच्याइतकंच चांगलं बनावं म्हणून आपली प्रगती व्हावी असं त्याला वाटतं का?

कबीर म्हणतो तसं जेव्हा काही गोष्टी घडतात, तेव्हा तो खरा प्रशिक्षक आहे हे आपल्याला समजतं. पहिलं म्हणजे शरीर आणि मनाची अस्वस्थता नाहीशी होते, खोटे मुखवटे गळून पडतात; स्वरचित निर्बंध, मर्यादा आणि अडथळे बाजूला होतात. दुसरी गोष्ट म्हणजे आपण समानतेच्या पातळीवर पोहोचतो.

खरा प्रशिक्षक आपल्या सगळ्या समस्या सोडवत नाही किंवा उगाचच खोट्या, कल्पनारम्य पण अव्यवहार्य आनंदाशी आपली ओळख करून देत नाही. जीवनातले चढ-उतार, आनंद-दुःख अशा टोकाच्या परिस्थितीतही स्वतःचा तोल ढळू द्यायचा नाही, अशी अविचल वृत्ती आपल्यात विकसित करतात. जेव्हा आपण यशाचा आनंद आपल्या डोक्यात शिरू देत नाही आणि अपयशही आपल्या मनाला फार लावून घेत नाही, तेव्हा खरा प्रशिक्षक आपल्याला मदत करतो. त्या घडीला, आपण त्याच्याइतकेच चांगले बनतो.

सद्‌गुरू मेरा सूरमा, बेधा सकल शरीर ।
शब्द बाण से मीर रहा, क्यों जीये दास कबीर ।।

(माझा गुरू शूर, धीट आहे. माझ्या अस्तित्वाला तो छेदू शकतो, त्याचे बाणासारखे शब्द माझ्या अस्तित्वालाच हलवून सोडतात.)

चांगला प्रशिक्षक निर्भीड असतो. सगळे तर जाऊच देत, कोणालाही खूश करणं हा त्याचा हेतू कधीच नसतो. तो या सगळ्याच्या पलीकडे गेलेला असतो.

आधुनिक संस्थांची द्विधा अवस्था इथे होते. कर्मचाऱ्यांना कामासाठी प्रेरित करणं हे प्रत्येक संस्थेपुढील आव्हान असतं, तर काही संस्थांचं दुःस्वप्न असतं. किमान चांगल्या लोकांसाठी तरी हुशारी व पुरेशा संधीचा अभाव असतो. कर्मचाऱ्यांना प्रेरित करण्याच्या, उगाचच त्यांचं खोटं समाधान करण्याच्या चुकीच्या प्रयत्नात, वाईट बातम्या आणि विकासात्मक प्रतिसाद द्यायला सुपरवायझर मागेपुढे करतात. त्याचं कुठे चुकलं किंवा त्याने काय करायला हवं होतं याची चर्चा कर्मचाऱ्यांशी केली तर त्याचे मन दुखावेल आणि तो दुसरीकडे आणखी फायद्याची नोकरी शोधायला जाईल अशी त्यांना भीती वाटते; त्यामुळे सुपरवायझर सोपा, लोकप्रिय खेळ खेळायला सुरुवात करतात आणि कठीण व कठोर संवादच टाळतात. प्रत्येक वेळी कौशल्य हाच प्रश्न नसतो, तर आपण चर्चा केली तर कर्मचाऱ्याचं मन दुखावेल आणि त्याचं खच्चीकरण होईल अशी सुपरवायझरची चुकीची समजूत असते आणि तेच खरे आव्हान असते. आतासारख्या कौशल्याची वानवा असलेल्या काळात तर प्रत्येकालाच चांगल्या लोकांची प्रतीक्षा असते. कर्मचाऱ्यांना धरून ठेवायचे, कंपनीत टिकवून ठेवायचे हे ज्या सुपरवायझरचे ध्येय असते त्यांचा हा आकडा तर मोठाच असतो. प्रशिक्षक मात्र दुसऱ्या पद्धतीने विचार करतो.

चांगला प्रशिक्षक काळजीपूर्वक शब्दांची निवड करतो आणि जास्तीतजास्त प्रभावी पद्धतीने ते मांडतो. गरज जर मोठी असेल, तर सत्य समोर मांडावे लागते, व्यक्तीचा डाव उघड करावा लागतो आणि हे अनेक शब्दांनी होऊ शकते. प्रशिक्षकाच्या योग्य शब्दांतून प्रशिक्षणार्थी स्वतःच्या गैरसमजुतीचा सामना करू शकतो. सत्य आणि वास्तव उघड करून सांगणं हा प्रशिक्षकाचा हेतू असतो. सत्य आणि सत्याचा स्वीकार करायचा टाळणं यातला फरक चांगला प्रशिक्षक समजून असतो. सत्यामुळे जरी काही नुकसान झालंच तरी ते थोडंसंच आणि तात्पुरतं असतं हे त्याला ठाऊक असतं. स्वतःविषयीच्या आणि स्वतःच्या क्षमतांविषयीच्या सत्याचा सामना केला तर आणि तरच तो कर्मचारी प्रगतीच्या मार्गावरून वाटचाल करू शकणार असतो. मान्य करणं, स्वीकार आणि जाणीव असणं ही प्रगतीची पहिली पायरी आहे.

गुरू मिला नहि शिष मिला, लालच खेला दावं ।
दोनों बूड़े धार में, चढ़ि पाथर की नाव ।।

(हाव आणि स्वतःचा फायदा यावर आधारलेले गुरू-शिष्याचे नाते, हे दगडाच्या

नावेसारखे असते; दोघेही बुडतात.)

वाईट प्रशिक्षक आपला सर्वनाश करतो, जितका आपण त्याचा करतो. प्रशिक्षक आणि प्रशिक्षणार्थी यांच्यातील नातं कशावर आधारलेलं असतं? जर हे नातं लोभ आणि स्वतःचा फायदा यांच्यावर आधारलेलं असेल तर ते नातं लोपच पावतं. वाढ, विकास, प्रगती आणि भौतिक लाभ अशा कोणत्याही पद्धतीने फायदा होणं हे त्या नातेसंबंधाची तात्पुरती परिणती असते, त्याला मूलभूत आधार नसतो. गॉडफादर आणि त्याचे चेले हे प्रशिक्षक आणि प्रशिक्षणार्थी यांच्यापेक्षा वेगळे असतात; त्यामुळे डझनावारी चेले आपल्या आसपास बाळगणाऱ्या गॉडफादरने तो कितीही साहेबासारखा वागत असला, तरी स्वतःला प्रशिक्षक समजण्याची चूक करता कामा नये. सरंजामी व्यक्ती जशी संत असत नाही तसंच गॉडफादरही प्रशिक्षक होत नाही. त्याचं स्थान बळकट असतं आणि सत्तेची ऊब असल्यामुळे तो सगळीकडे स्वतःचं वजन वापरू शकतो. जोडीला हांजी हांजी करणाऱ्या माणसांची फौज असल्यामुळे त्याचा अहंकारही सुखावत असतो. त्याचप्रमाणे, एखाद्याने जर आपल्या सामर्थ्याच्या जोरावर सगळं काही निभावून नेण्यासाठी स्वतःकरिता प्रशिक्षक शोधला, तर तो केवळ हांजी हांजी करणारा माणूस ठरेल. त्याला केवळ सत्ता हातात असणाऱ्या माणसाची मर्जी संपादन करायची असेल. असे नातेसंबंध परस्परांना शोभणारे पण अत्यंत वाईट असतात; पण काही झाले तरी प्रशिक्षक आणि प्रशिक्षणार्थीचे नातेसंबंध तसे नसतात. हे नातं मर्यादित काळाचंच असतं आणि थोड्या काळानंतर हे नातं मरूनही जातं. दगडाची बोट अखेर बुडतेच!

इतर प्रकारचे ढोंगी प्रशिक्षकही असतात. आपल्याकडे सगळ्या प्रश्नांची उत्तरे आहेत असा काहींचा दावा असतो. कोणत्याही गोष्टीच्या बाबतीत तोऱ्यात ते काहीतरी मत प्रदर्शित करतात. तुम्ही तुमच्या समस्येतून बाहेर पडायच्या आधीच गतकाळात त्यांनी जे उपाय यशस्वीपणे अवलंबले होते, ते उपाय तुमच्यावर फेकतात. त्यांनी ते पार केलेले नसतात याला काही आव्हान नसतं आणि त्यामुळे हे शहाणपण सगळीकडे पसरवायचं ही त्यांची नैतिक जबाबदारी असते! ते खोटारडे असतात आणि त्यांना टाळायलाच हवं. ते फक्त स्वतःची शेखी मिरवणारे, 'मागे मी काय काय केलं' हे सगळ्यांना सांगत फिरणारे असतात. आपली प्रगती हा विचार त्यांच्या दृष्टीने सर्वाधिक कमी महत्त्वाचा असतो. ते क्वचितच आपल्याला स्वतःची उत्तरं स्वतः शोधून देतात. आपला प्रशिक्षकच आपल्याला बहुतांश उत्तरे देत आहे आणि स्वतःच्या आयुष्याचं कल्याण करण्यासाठी आपल्यापेक्षा तोच अधिक बोलतो आहे, हे ज्या क्षणी तुमच्या लक्षात येईल, त्या क्षणी त्याच्यापासून दूर पळा – तो ढोंगी आहे.

गुरुवा तो घर घर फिरै, दीक्षा हमरी लेहु ।
कै बूड़ौ के उबरौ, टका पर्दनी देहु ।।

(आजूबाजूला खोटारडे गुरू पसरलेले असतात, त्यांना सगळ्यांनाच आपल्याला शिष्य करून घ्यायची इच्छा असते, त्यानंतर तुम्ही तराल की बुडाल याने त्यांना काहीच फरक पडत नाही; त्यांना फक्त मिळणाऱ्या दक्षिणेत आणि भेटवस्तूंमध्येच रस असतो.)

वाईट प्रशिक्षक निर्लज्जपणे स्वतःचं प्रस्थ तयार करतात. त्यांच्या दृष्टीने प्रशिक्षण म्हणजे दुसऱ्यांना मदत करणं नसतं तर प्रशिक्षक म्हणून स्वतःची ओळख निर्माण करणं असतं. अर्थात, माणूस म्हटलं की, स्वतःची मतं असणारच; पण काही बाबतींत 'हेतू' असून चालत नाही. प्रशिक्षक म्हणून तो माणूस किती कुशल आहे या जोडीलाच तो का प्रशिक्षक बनला आहे, हा हेतू पण तितकाच महत्त्वाचा असतो. जेव्हा एखादी व्यक्ती वैयक्तिक योगदान देणारी असते, तेव्हा तो हुशार आणि कुशल असणे पुरेसे असते; पण जेव्हा एखादा माणूस इतरांना मदत करण्याच्या उद्योगात असतो, तेव्हा त्याचे अंतस्थ हेतू अडथळे ठरतात. प्रशिक्षकाला जर प्रसिद्धी मिळवण्याचा हव्यास असेल तर प्रशिक्षणार्थींच्या कामगिरीतूनच त्याला ते साध्य करता येतं. मग ते संपूर्ण नातंच मलिन होऊन जातं. कौशल्यापेक्षाही हेतू हा चांगल्या प्रशिक्षकाला वाईट प्रशिक्षकापासून वेगळा करतो.

वाईट प्रशिक्षक फेरीवाला असतो. तो स्वतःची गाडी पुढे दामटत असतो. त्याला स्वतःकडच्या गोष्टी खपवायच्या असतात. अधिकाधिक लोकांनी त्याचं मार्गदर्शन घ्यावं असं त्याला वाटत असतं आणि त्यांचा फुगणारा आकडा हाच त्याच्या अभिमानाला आणि अहंकाराला कुरवाळत असतो. आजकालच्या दिवसांत 'फेसबुक' फ्रेंडच्या यादीवरून आपण किती लोकप्रिय आहोत, हे लोक ठरवत असतात. पूर्वीच्या सरंजामशाहीच्या काळात गुलामांची संख्या किंवा ताब्यात असलेली खेडी यावरून किंमत ठरवली जायची. वाईट प्रशिक्षकाला अशा प्रकारे आपल्याला 'मिळवण्याची' इच्छा असते. त्यातून त्याला स्वतःचा फायदा करून घ्यायचा असतो. आपल्याला त्याची जितकी गरज असते, त्यापेक्षा जास्त त्याला आपली गरज असते. आपण तरंगतोय की बुडतोय; शिक्षण, वाढ आणि विकास होतो की नाही याच्याशी वाईट प्रशिक्षकाला काही देणं घेणं नसतं. त्याला फक्त आणि फक्त स्वतःच्या फायद्यातच रस असतो.

त्यामुळे स्वतःमध्येच आत्ममग्न असलेल्या, स्वतःची कामगिरी, अनुभव यातून बाहेरच पडायची इच्छा नसलेल्या प्रशिक्षकाला टाळाच. तो स्वतःची काळजी घेण्यात इतका रमलेला असतो की, आपल्यासाठी त्याच्याकडे जागाच नसते.

कबीर वैद बुलाइया, पकरिके देखी बांहि ।
वैद न बेदन जानसी, करक कलेजे मांहि ।।

(डॉक्टर मनगटावरील नाडी तपासतात; त्यातून मनात काय चुकीचं सुरू आहे हे त्याला कसं कळणार?)

चांगला प्रशिक्षक नेमक्या गोष्टी करणारा आणि दक्ष असतो. समस्या कुठे आहे हे त्याला ठाऊक असतं. आपली समस्या शोधून काढण्यासाठी तो पुरेसा वेळ आणि लक्ष देतो. त्याला जे वाटतं, ती आपली समस्या नाही, तर आपली नक्की समस्या काय आहे, हे तो जाणून घेतो. समस्येविषयी त्याला काय वाटतं यापेक्षा आपलं म्हणणं काय आहे हे समजून घेतो.

मनगटावरील नाडी तपासणाऱ्या डॉक्टरांविषयी कबीर म्हणतो : 'मनगटावरील नाडी तपासून त्याला माझी वेदना कशी काय कळू शकेल; माझी वेदना माझ्या हृदयात आहे.'

त्यामुळे योग्य गोष्टी तपासणं, पठडीतल्या नेहमीच्या गोष्टींकडे न बघता योग्य गोष्टींकडेच बघणं ही प्रशिक्षकाची क्षमता आहे. ही क्षमताच त्याला बाकीच्या गोष्टींपासून वेगळं बनवते. नेहमीच्या प्रश्नांमधून नेहमीचेच प्रश्न उघड होतात. अंदाज वर्तवता येणाऱ्या प्रश्नांची उत्तरंही अंदाज वर्तवण्यासारखीच असतात. तो काय विचारतोय आणि तो कसं विचारतोय या दोन्ही बाबतींत नेहमीच्या, अगदीच अपेक्षित आणि सर्वसाधारण गोष्टीच्या पलीकडे बघण्याची चांगल्या प्रशिक्षकाची क्षमता असते. किमान सुरुवातीला तरी कुशल डॉक्टरप्रमाणे प्रशिक्षक उत्तरापेक्षा प्रश्नच अधिक विचारतो. खरं सांगायचं झालं, तर ते जितकं जास्त चांगल्या प्रकारे विचारतात, तितक्या चांगल्या प्रकारे सांगू शकतात. बनावट, ढोंगी प्रशिक्षक यापेक्षा एकदम विरुद्ध असतो.

असा प्रशिक्षक समस्येच्या मुळाशी जात नाही; त्यामुळे चुकीचे आणि अपुरे उपाय सुचवितो. प्रशिक्षणार्थीची समस्या आपोआप सुटणार नसते.

यातून शिकण्यासारख्या गोष्टी

१. चांगल्या गुरूचे गुणधर्म – निर्भय, निःस्वार्थी, पठडीपेक्षा पलीकडचे बघणारा.
२. चांगला प्रशिक्षक तुमच्या पद्धतीने तुमची उत्तरं शोधायला तुम्हाला मदत करतो, तुमच्या चुकांमधूनच तुमचा आवाज शोधायला मदत करतो.
३. साहेब, गॉडफादर, नेता हे सर्वोत्तम प्रशिक्षक असतीलच असे नाही.
४. सगळ्या गोष्टी सारख्या असल्या तरी, चांगला प्रशिक्षक आणि वाईट प्रशिक्षक यांच्यात मुख्य फरक असतो तो हेतूचा.

१७

चांगला विद्यार्थी/अध्यायी/छात्र कसे बनावे

कथा : अंगद सिंगला त्याच्या संस्थेकडून (कंपनीकडून) अनेक विकासात्मक कार्यक्रमांना पाठविण्यात येते. त्या सगळ्या कार्यक्रमांत सहभागी होण्याची पात्रता त्याने मिळवलेली आहे. गेल्या काही वर्षांत त्याच्या कामगिरीमध्ये कमालीची सुधारणा झाली आहे. आपल्या विभागाचे नेतृत्व करावे अशी त्याची आकांक्षा आहे आणि त्याच्या सध्याच्या विभागीय भूमिकेत तो जी कामगिरी करतो आहे, त्यामुळे ही इच्छा असणे योग्यच आहे. असे असले तरी, त्याच्या सगळ्या व्यवस्थापकांना असे वाटत आहे की, त्याच्या स्वप्नातील भूमिकेपर्यंत पोहोचण्यासाठी त्याला आणखी काही अंतर पार करावे लागणार आहे. तो ज्या ज्या कार्यक्रमांना उपस्थित राहिला होता, त्यातून त्यांना त्याच्यामध्ये ज्या वर्तणुकीय बदलांची अपेक्षा होती तसे फार घडल्याचे दिसत नव्हते. त्याच्या आजूबाजूचा व्यवसाय बदललेला असला तरी तो त्याच्या आत्तापर्यंत सुरू असलेल्या चालू पद्धतीच राबवत होता. त्याच्या टीममधील लोकांचा प्रोफाईल आता बदलला होता; पण त्याच्या नेतृत्वाच्या शैलीत काही बदल झाला नव्हता. भविष्यासाठी 'यश हीच त्याची सर्वांत मोठी समस्या आहे' असे त्याच्यासाठी नेमलेल्या प्रशिक्षकांचे मत होते. अंगदचा प्रश्न काय असू शकतो? कबीर काही मदत करू शकतो का?

बरेचदा दुःख या गोष्टीचं वाटतं की, आपण शिकायला तयार असतो; पण आपल्याला शिकवायला कोणी मार्गदर्शक किंवा प्रशिक्षकच नसतो. लोकांना जर त्यांच्या सामान्यपणाची किंवा यशाच्या अभावाची कारणं विचारली, तर तुम्हाला अक्षरशः मानवाला ज्ञात अशी सगळी कारणं ऐकायला मिळतील; पण 'मीच प्रयत्न

करण्यात कमी पडलो' हे साधं, सोपं उत्तर ऐकायला मिळणार नाही. सर्वसाधारण कर्मचारी सतत कोणत्यातरी अनाहूत गॉडफादरच्या शोधात असतो. त्याचं बोट पकडून त्याला कॉर्पोरेट जगातली यशाची शिडी चढायची इच्छा असते. त्यांची अशी समजूत असते की, आपल्या वर असणारा असा माणूस शोधायचा जो आपल्याला स्वतःच्या छत्रछायेखाली घेईल. मग आपल्याकडे गुणवत्ता थोडीफार कमी असली तरी आपल्यातील संबंध आणि त्याची मर्जी याच्या जोरावर आपली प्रगती होईल. आपलं करिअर मार्गी लागेल. दुर्दैवाने, अनेक साहेब आणि नेते यांनी ही मानसिकता किंवा ही समजूत बदलण्याचा प्रयत्न केला नाही; पण मोठी माणसंसुद्धा संशयाच्या जाळ्यात सापडू शकतात. पदोन्नती, बक्षिसं, मान्यता किंवा संधी इत्यादींच्या संदर्भात जेव्हा गणना करण्याची वेळ येते, तेव्हा अशा पद्धतीने निर्णय घेतले जायला हवेत किंवा पारदर्शकता राहायला हवी की, कोणालाही बोट दाखवता येऊ नये; पण निम्म्या किंवा त्याहून अधिक कॉर्पोरेट जगाची अशी समजूत आहे की, जोवर वरच्या पदावरील एखादी व्यक्ती तुम्हाला वर उचलत नाही, तुमच्यासाठी वशिला लावत नाही, तोवर प्रगतीचा मार्ग हा खडतर आणि अवघडच आहे. या बाबतीत नेतृत्वाची जागा नेतृत्वानेच भरून निघते! पण हे प्रकरण नेतृत्वाने काय केले पाहिजे या संदर्भात नसून, आपण काय केले पाहिजे याबद्दल आहे.

आपल्याला योग्य शिक्षक किंवा प्रशिक्षक मिळाला आहे का, यावर खल करण्यात जितकी शक्ती खर्च होते, तितकी शक्ती आणि ऊर्जा जर आपण योग्य अध्यायी आहोत का याचा विचार करण्यात घालवली तर! याचा विचार करा, आपल्या स्मरणशक्तीला ताण द्या आणि कामाच्या ठिकाणी झालेल्या सगळ्या संभाषणाचा खोल विचार करा. एक विद्यार्थी, प्रशिक्षणार्थी किंवा अध्यायी म्हणून किती वेळा आपण अनेक गोष्टींचा फायदा घेतला हे बरोबर होतं की नव्हतं, याचा विचार करा. असे थोडेफार असण्याची शक्यता आहेच.

आता पुढे जाऊन कल्पना करा आणि आत्मपरीक्षण करा. आपल्या नेत्याची आपल्याला प्रशिक्षण द्यायची क्षमता नव्हती; त्यामुळे आपल्याला कमी वाटून घ्यावं लागलं; पण एक अध्यायी म्हणून आपणही स्वतःला कमीपणा घेतला असण्याची शक्यता होती का? परिपूर्ण करू शकतील असे महान प्रशिक्षक आपल्याला कदाचित मिळाले नसण्याची शक्यता आहे; पण आपल्या स्वतःकडे दृष्टिकोनाचा, बांधिलकीचा आणि स्वभाव प्रवृत्तीचा अभाव असू शकतो; त्यामुळेही कदाचित आपल्या करिअरला योग्य आकार देण्यात आपण कमी पडले असू शकतो. चांगल्या प्रशिक्षकाला एका चांगल्या प्रशिक्षणार्थीचीही गरज असते.

जेव्हा आपल्याला चांगले प्रशिक्षक लाभलेले नव्हते, तो काळ आपण लक्षात ठेवतो; पण त्याच वेळी जेव्हा आपण चांगले अध्यायी नव्हतो, तो काळही आपण

लक्षात ठेवतो का? परिपूर्णता आणि सर्वोत्कृष्टता यांच्यासाठी आपण चांगले अध्यायी बनण्याची गरज असते. चांगला अध्यायी बनणं हे केवळ अंगभूत कौशल्याबाबत नसतं, तर दृष्टिकोनावरही आधारित असतं. मग, कोण चांगला अध्यायी असतो?

निज मन सों नीचा किया, चरण कमल की ठौर ।
कहै कबीर गुरुदेव बिन, नजर न आवै और ।।

(शिष्य किंवा अध्यायी नम्र असतो, गुरुच्या चरणी समर्पित झालेला असतो; दुसऱ्या कोणामुळेही त्याचं मन विचलित होत नाही.)

चांगल्या अध्यायीचे दोन गुणधर्म असतात; एक म्हणजे त्याने नम्र असले पाहिजे आणि दुसरं म्हणजे त्याने स्वतःच्या गुरूशी प्रामाणिक असलं पाहिजे.

'मला सगळं माहीत आहे' असं म्हणणारा प्रशिक्षक वाईट असतो; पण 'मला सगळं माहीत आहे' असं म्हणणारा विद्यार्थी तर त्याच्याहून अधिक वाईट असतो. विनयशीलता हा चांगल्या अध्यायीचा सर्वांत मूलभूत गुणधर्म आहे. तत्त्ववेत्ता ॲरिस्टॉटल असं म्हणायचा की, 'मला फक्त एकच गोष्ट माहीत आहे, ती म्हणजे मला काहीच माहीत नाही.' विनयशीलतेमुळे विद्यार्थ्याला स्वतःची 'माहीत नसण्याची' अवस्था बघणे शक्य होते. आधुनिक कर्मचारी हा सतत वाढत असलेलं ज्ञान, माहितीचा विस्फोट यांच्या वादळात अडकलेला असतो आणि तरीही त्याला तीव्र स्वरूपात सर्वव्यापी क्षमतेचा अभाव जाणवत असतो.

अंदाजही बांधता येणार नाही अशा प्रचंड वेगाने सुरू असलेल्या गोष्टी आणि अनियंत्रित घटकांमुळे कधी नव्हे एवढे यश हातातून निसटत चालले आहे. आपल्या मुठीत काही धरलेलं आहे म्हणेस्तोवर आपल्यावर चकित व्हायची वेळ येत आहे. एखाद्याची न्याहारी संदिग्धतेत, जेवण चंचल, अस्थिरतेत आणि रात्रीचं जेवण अनिश्चिततेत जात आहे. कर्मचाऱ्यानं विरुद्ध गोष्टीचा सामना करण्याआधीच एखादी गोष्ट सोडवायची असते, तिचं उत्तर द्यायचं असतं, मुद्दा स्पष्ट करायचा असतो आणि निर्णय घ्यायचा असतो. आधुनिक कर्मचारी खूप एकाकी असतो; त्यामुळे नम्र राहण्यावाचून त्याच्यापुढे दुसरा काही पर्यायच नसतो.

दुर्दैवाने, शिक्षणाच्या बहुसंख्य ठिकाणी तुम्हाला विनम्रता शिकवत नाहीत– घरीही नाही आणि शैक्षणिक संस्थांमध्येही नाही. 'मला माहीत नाही; पण मी ते शोधून काढीन' असं म्हणायलाही शिकवत नाहीत. अभूतपूर्व यशाच्या प्रसंगी जागे करताना तुम्ही स्वतःचा तोल ढळू देता कामा नये हे शिकवलं जात नाही. जर तुम्हाला खरोखरच शिकायची इच्छा असेल, तर तुम्हाला काही गोष्टी माहीत नाही हे पहिल्यांदा मान्य करायला शिकलं पाहिजे, तुम्ही सर्वज्ञ नाही हेच तुम्हाला शिकवलं जात नाही.

खऱ्या विद्यार्थ्याची नम्रता ही त्याच्या गुरूशी, प्रशिक्षकाशी केंद्रित झालेली असते. आपल्या प्रशिक्षकासोबत तो खुल्या मनाने बसतो. काहीजण संशयात्मे असतात. गुरूच्या कोणत्याच बोलण्यावर त्यांचा विश्वास नसतो. ते कधीच चांगले अध्यायी होऊ शकत नाहीत. अर्थात, स्वतःचं अजिबात डोकं न चालवता किंवा कोणताही निर्णय न घेता प्रशिक्षकाच्या प्रत्येक गोष्टीवर भाबडेपणाने विश्वास ठेवताही कामा नये. प्रशिक्षकाच्या मार्गदर्शनाखाली चांगल्या अध्यायीकडे एका ठरावीक प्रमाणात निष्ठा, विशिष्ट प्रमाणात समर्पण आणि विशिष्ट प्रमाणात आज्ञाधारकपणा असणं अपेक्षित असतं. 'जाऊ या'पासून 'चला येऊ या'पर्यंतचा हा प्रवास असतो. जर एखादा माणूस सतत या प्रशिक्षकाकडून त्या प्रशिक्षकाकडे उड्या मारत असेल किंवा प्रत्येक गोष्टीत दोषच काढत असेल, तर असा माणूस कधीच काही शिकू शकत नाही. हे वरवर काम करणाऱ्याचे आयुष्य असते.

प्रशिक्षक हा औषधासारखा असतो. कृती करायला आणि त्याचा परिणाम दिसून यायला काही वेळ जावा लागतो. त्याची शिकवण ग्रहण करावी लागते, तिच्याशी एकरूप व्हायला लागतं आणि त्याचं उपयोजन करायला लागतं. त्या उपयोजनाच्या अनुभवाच्या आधारावर आपण शहाणपण शिकतो. नुसतंच दगडात कोरलेल्या तत्त्वांप्रमाणे त्यांचा स्वीकार करत नाही. जो विद्यार्थी आपल्या गुरूसमवेत पुरेसा वेळ व्यतीत करतो आणि त्याने दिलेल्या ज्ञानाला चांगलं रुजू देतो, त्यालाच त्याच्या शिकवणीतला खरा अर्थ समजतो. त्या ज्ञानाचा वापर करता येतो. असा विद्यार्थीच प्रशिक्षकाचे खरे मोल जाणून घेण्यास सक्षम असतो.

कोणी याचा चुकीचा अर्थ काढू नये. गुरूच्या शिकवणीलाही जरूर प्रश्न विचारावेत; पण ते प्रश्न, ती गोष्ट अधिक चांगल्या पद्धतीने समजून घेण्यासाठी आणि तुमच्या मनातील गोंधळ दूर करण्यासाठी असले पाहिजेत. गरज पडल्यास पुढे होऊन नक्की प्रश्न विचारा; पण खूप लवकर नको आणि सततही नको. त्या प्रशिक्षकाकडून तुम्हाला ज्या गोष्टी ग्रहण करता येऊ शकतात ते करण्याआधी तर अजिबात विचारू नयेत.

आधुनिक कर्मचाऱ्याच्या बाबतीत मात्र उलट परिस्थिती असते. बहुतेकजण तर इतके सर्वज्ञ असतात की, त्यांना फारसं नम्र असण्याची गरज वाटत नाही. शिवाय, नम्र असणं म्हणजे कमजोर असणं असा काहीतरी समज त्यांनी करून घेतलेला असतो. घमेंड किंवा उद्धटपणा ही भारी गोष्ट मानली जाते. विकास होत असताना आणि यशाच्या पायरीवर चढताना अनेकांचा वास्तवाशी आणि ते खरोखर कोण आहेत याच्याशी संबंध हरवलेला असतो; त्यामुळे ते जेव्हा यशोशिखरावर पोहोचतात, तेव्हा त्यांच्या मनात एक प्रकारचा मी-माझं-माझ्याकरता असा अहंपणा आलेला असतो; त्यामुळे या उतरंडीमध्ये सर्वांत तळाशी असलेल्या माणसाला उद्धटपणा

हेच यशाचा परिपाक नव्हे, तर कारण असल्यासारखं वाटायला लागतं. त्यातून घमेंड आणि उद्धटपणाचे एक दुष्टचक्र निर्माण होते. एका माणसाच्या उद्धटपणावर दुसऱ्याचा उद्धटपणा पोसला जातो आणि मग सगळेचजण परस्परांशी तसेच वागतात. आधुनिक कर्मचाऱ्यांमध्ये विनम्रतेचा अभाव दिसून येण्यामागे हेच सर्वांत मोठे कारण आहे. म्हणूनच 'कर्मचाऱ्यांची अकार्यक्षमतेची पातळी वाढताना दिसते' असे स्पष्ट प्रतिपादन करण्यात येते. सगळ्या नवीन गोष्टी शिकण्यात जेव्हा घमेंड किंवा उद्धटपणाचा अडथळा येतो, तेव्हा अकार्यक्षमता वाढीला लागते.

कर्मचाऱ्यासाठीची विनम्रता पुढीलपैकी काहीही असू शकते – 'मी चुकीचा होतो', 'मला माहीत नाही', 'मला मदतीची गरज आहे', 'तो माझ्यापेक्षा जास्त चांगला आहे' – यापैकी कोणतीही गोष्ट आपल्या तोंडानं सांगणं ही सोपी गोष्ट नाही; त्याचबरोबर चांगला विद्यार्थी होणंही सोपी गोष्ट नाही.

तन मन दिय जु क्या हुआ, निज मन दिय न जाय ।
कहै कबीर ता दास सों, कैसे मन पतियाय ।।

(अगदी अंतरात्म्यापासून गुरूप्रति समर्पित भाव न ठेवता वरवरची उथळ बांधिलकी ठेवली, तर असा विद्यार्थी गुरूचे प्रेम कधीच प्राप्त करू शकत नाही.)

खरा अध्यायी तन आणि मन दोन्ही दृष्ट्या समर्पित झालेला असतो. एखाद्याशी निष्ठावंत असणं म्हणजे एखाद्याला किंवा एखाद्या गोष्टीप्रति आपली बांधिलकी असणं, निष्ठा असणं किंवा एखाद्या गोष्टीशी वचनबद्ध असणं. सामर्थ्य आणि त्याचे महत्त्व यांची अपुरी जाण याबद्दल अनेकदा बांधिलकी हा शब्द वापरला जातो. जेव्हा आपण एखाद्याशी किंवा एखाद्या गोष्टीशी बांधील असतो, तेव्हा ती गोष्ट अर्ध्यावर न सोडता संपूर्ण साथ देण्याची प्रतिज्ञा आपण केलेली असते. एखादी व्यक्ती एखाद्या व्यक्तीप्रति कोणत्यातरी कारणाने बांधिलकी जपून असते आणि ते कारण बरेचदा त्या व्यक्तीपेक्षा मोठं असतं. त्या कारणासाठी आपण सर्वसाधारणपणे अधिक प्रयत्न करतो आणि आपल्या नेहमीच्या 'नॉर्मल' वाटणाऱ्या प्रयत्नांपेक्षा स्वतःला अधिक लवचीक बनवतो.

आपल्या सगळ्यांनाच कमीतकमी प्रयत्नांत सर्वोत्तम प्रशिक्षक आणि जास्तीतजास्त शिक्षण हवं असतं. जणू काही आपण एखाद्या कार्याला वाहून घेतलेलं असल्याप्रमाणे चांगला विद्यार्थी शिकण्याच्या इच्छेप्रति आपले तन, मन अर्पण करतो. तो सतत लक्ष विचलित होणारा, वरवर काम करणारा नसतो. आपल्या शिकण्याच्या विषयाची नुसतीच पोपटपंची तो करत नाही. शिकण्यासाठी नेहमीच्या पठडीतल्या गोष्टींपेक्षा वेगळ्या गोष्टी करून बघण्याचीही त्याला लाज वाटत नाही. आइनस्टाईन म्हणतो त्याप्रमाणे, 'एकच गोष्ट करायची; पण वेगवेगळ्या परिणामांची अपेक्षा करायची

म्हणजे शुद्ध वेडेपणा आहे.' नेहमीपेक्षा वेगळं काहीतरी शिकायची जर एखाद्याची अपेक्षा असेल तर नेहमीपेक्षा जास्त काहीतरी करण्यासाठीही तो कटिबद्ध असला पाहिजे. शिकण्याच्या इच्छेप्रति असलेली पारंपरिक पद्धती, पारंपरिक स्त्रोत आणि पारंपरिक मनोवृत्ती आपल्याला केवळ शिकण्याची पारंपरिक पातळी देतात.

आपल्याला एखाद्याकडून शिकण्याची इच्छा असेल आणि त्यासाठी आपण एखाद्या गुरुचे किंवा प्रशिक्षकाचे शिष्यत्व स्वीकारले, तर मग आपण कुंपणावर बसून राहू शकत नाही. आपण त्याच्याकडून शिकण्यासाठी कटिबद्ध आहोत हे आपल्याला त्याला दाखवून द्यावे लागते. आपली बांधिलकी त्याला दिसून यायलाच हवी. तरच आपल्या शिक्षणाच्या प्रवासात त्याची बांधिलकी आढळून येईल. हा दोन्ही बाजूंचा मार्ग आहे. आपण सदासर्वकाळ जर चाचणी घेणार असू तर प्रशिक्षकालाही आपल्यासोबत चाचणी घेण्याचा अधिकार मिळतो. भाबडेपणा किंवा प्रशिक्षक म्हणतो ती पूर्व दिशा याप्रमाणे त्याचा प्रत्येक शब्द झेलायचा, असा कृपया याचा अर्थ घेऊ नका. शिकणं आणखी समृद्ध होण्यासाठी आपण अवश्य प्रश्न विचारले पाहिजेत, मुद्देसूद अभ्यास केला पाहिजे, विश्लेषण केले पाहिजे. त्याच्या काही गोष्टी अमान्यही करता येतील; पण त्याच्या आणि आपल्यामधील गुरू शिष्याच्या नात्याला कुठे ठेच पोहोचता कामा नये. कोणत्याही परिस्थितीत खूप आधी तर नाहीच. प्रशिक्षकाकडे जे आहे ते सगळं त्याला आपल्याला द्यायची इच्छा व्हायला पाहिजे आणि फक्त आपणच त्याला असं वाटायला लावू शकतो. चांगले अध्यायी त्यांच्या प्रशिक्षकामधील सर्वोत्तम गोष्टी बाहेर काढू शकतात. केवळ आकलनाच्या पातळीवरच नव्हे, तर जाणिवेच्या पातळीवरसुद्धा! काही विद्यार्थ्यांना शिकण्याची इतकी आस असते की, प्रशिक्षक पूर्णपणे भारावून जातो. अशा माणसाला प्रशिक्षकाचा दरारा वाटत असतो असं नाही, तर त्याला त्या विषयाचीच गोडी असते. असे अध्यायी त्यांच्या प्रशिक्षकामधून सर्वोत्तम बाहेर काढू शकतात.

आपल्या कामाच्या संदर्भात स्वतःला प्रश्न विचारा– आपल्याला प्रशिक्षक आहे का? त्याच्याकडून शिकण्यासाठी आपण तन, मन अर्पून त्याच्याप्रति निष्ठावंत आहोत का? आपली बांधिलकी त्याला जाणवत आहे का? त्याच्यातील सर्वोत्तम आपल्याला द्यावं असं त्याला मनापासून वाटतं का? स्वतःकडील सर्वोत्तम आपल्याला द्यावे असे त्याला वाटण्यासाठी आपण काय करू शकतो?

गुरू बेचारा क्या करें, हिरदा भया कठोर ।
नौ नेजा पानी चढ़ा, पथर भीजी कोर ।।

(पाषाणहृदयी माणसासाठी गुरू बिचारा काय करेल? दगडावर अगदी छप्पन्न वेळा

पाणी ओतलं तरी त्यामुळे त्याचा गाभा थोडाच ओला होणार?)

विद्यार्थ्याला शिकायची इच्छा असलीच पाहिजे. खूप बुद्धिमान माणूस असेल; पण जर त्याला शिकायची इच्छाच नसेल तर तो शिकू शकणार नाही. बरेचदा बुद्धी हाच शिकण्यातला सर्वांत मोठा अडथळा ठरतो. विद्यार्थ्याने जर शिक्षणासाठी स्वतःची सगळी कवाडं बंद करून घेतली असतील तर कितीही महान शिक्षक असला तरी त्याचा काही उपयोग होत नाही. शिकणं ही बदलाची प्रक्रिया आहे. काहीतरी आधीची गोष्ट जाऊन देणं म्हणजे शिकणं आहे. मग तो आधीपासूनचा विचार असेल, सध्याचे ज्ञान, गोष्टी करून बघण्याचा सध्याचा मार्ग, चालू प्रक्रिया, सध्या अस्तित्वात असलेले ज्ञान, कौशल्य किंवा अखेरीस अस्तित्वात असलेला एखादा समज. शिकणं ही खरंतर वेदनादायी प्रक्रिया आहे.

याचे कारण इतका काळ आपण ज्या गोष्टी दृढपणे आपल्याजवळ बाळगल्या होत्या, त्या इथून पुढे चालणार नाहीत हे आपल्याला मान्य करावं लागतं. हे निश्चितच वेदनादायी असतं; त्यामुळे आपण दुखावले जाऊ शकतो, आपल्याला अस्वस्थ वाटतं आणि त्यामुळेच बरेचदा शिक्षण म्हणजे 'एक पाऊल पुढे आणि दोन पावलं मागे' अशीही स्थिती उद्‌भवते. आधीपासून आपल्या मनात रुजलेल्या गोष्टी नव्या शिक्षणामुळे आपल्याला सोडून द्याव्या लागणार आहेत, हे जेव्हा आपल्याला समजतं, तेव्हा अस्वस्थतेचा राक्षस डोके वर काढतो. जे या स्थितीला शरण जातात ते शिकू शकत नाहीत.

कबीर म्हणतो, विद्यार्थ्याची जर स्वतःमध्ये बदल घडवून आणायची इच्छाच नसेल तर बिचारा गुरू, प्रशिक्षक काय करेल? त्याने जर स्वतःभोवती अडथळ्यांची घट्ट भिंत उभारून घेतली असेल आणि काय वाट्टेल ते झालं तरी त्याला त्याच्या सध्याच्या विचारांपासून ढळायचे नसेल तर कितीही धडे शिकविले, सल्ला दिला; मार्गदर्शन केले तरी ते त्यांच्यापर्यंत पोहोचणारच नाही. तुम्ही दगडावर कितीही पाणी ओतलं तरी दगडाचा गाभा कोरडाच राहील!

गोंधळ आणि अस्थिरतेच्या परिस्थितीत आधुनिक व्यवसायांकडे केस स्टडी म्हणूनच बघता येईल. बाह्य वातावरणाच्या बदलाचा दर व्यवसायाच्या लांबीनुसार लिहिला जातो. व्यवसायांनी स्वतःचा नव्याने शोध घ्यायलाच हवा. या सगळ्या बदलाच्या प्रक्रियेच्या केंद्रस्थानी कर्मचारी असतो. कर्मचाऱ्याने आपण चालवत असलेल्या व्यवसायाचा शोध घेण्याआधी स्वतःचा पुनर्शोध घेतलाच पाहिजे. नव्या बदलाशी जुळवून घेताना व्यवसायांना अवघड जात आहे, त्यांची वाटचाल अगदी कूर्म गतीने सुरू आहे असं जेव्हा आपण ऐकतो, तेव्हा आपण त्याच्याकडे केवळ व्यवसायातील गोष्टी म्हणून न बघता वैयक्तिक कर्मचाऱ्याच्या गोष्टी म्हणून बघितलं

पाहिजे. उच्च पदावरील व्यक्ती किंवा व्यक्तींचा समूह कुठेतरी बदलायला हवा; पण तो बदलत नाही. सत्तेच्या उच्च पदावरील या व्यक्तींना खरंतर ज्ञानाच्या, शिकण्याच्या सर्वोत्तम स्त्रोतांपर्यंत पोहोचण्याचा मार्ग असतो; पण तरी ते शिकून घेण्यात अपयशी ठरतात. एवढंच नाही, तर ते शिकण्यास सक्षमच राहत नाहीत. लेखक पीटर सेंज यालाच 'शिकण्यातली अकार्यक्षमता' असं म्हणतात. मला ही गोष्ट पुन्हा सांगूद्यात – इच्छेचा किंवा साधनांचा अभाव यामुळे शिकणं झालं नाही असं नाही तर क्षमतेचा अभाव हे मुख्य कारण असतं. अगदी सर्वोत्तम, सर्वांत हुशार आणि सुप्रसिद्ध माणूस असला, पण जर का एकदा त्यानं आपण पाषाणहृदयीच बनायचं ठरवलं तर त्याच्यावर कितीही पाणी ओतलं तरी ते त्याच्या गाभ्यापर्यंत पोहोचतच नाही.

उतरंडीत खाली असलेल्या, कॉर्पोरेट विश्वाची शिडी चढायला सुरुवात करत असलेल्या माणसांसाठी चांगली सुरुवात म्हणजेच त्यांनी आपली आताची परिस्थिती तपासून सुरुवात करणं होय. तुम्ही शिकण्याप्रति निष्ठावंत आहात का? नव्या ज्ञानाची कवाडं उघडण्यासाठी तुम्ही सध्या तुमच्या डोक्यात ठाण मांडून बसलेल्या जुन्या समजुतींना बाहेरचा रस्ता दाखवाल का? प्रशिक्षकाला तुम्ही खरी संधी द्याल का? त्याने सुचवलेल्या गोष्टींचे, सूचनांचे तुम्ही मनापासून पालन कराल का? त्याच्या प्रस्तावांना तुमची तत्त्वतः मान्यता असेल का? त्यासाठी तुम्ही झोकून देऊन प्रयत्न कराल का?

पहिले दाता सिष भया, तन मन अरपा सीस ।
पाछे दाता गुरू भये, नाम दिया बखसीस ।।

(अध्यायी हा पहिला दाता असतो, कारण शिकण्यासाठी तो आपले तन, मन आणि अंतरात्मा अर्पण करत असतो; गुरू हा दुसरा दाता असतो, जो शिक्षण देत असतो.)

अध्यायी-प्रशिक्षक हे नाते अन्योन्य संबंधांचे असते. कबीराच्या बहुतेक लिखाणात गुरू किंवा प्रशिक्षक याला उच्चस्थानी विराजमान केले आहे आणि त्याच्याशी असमान नातं असतं यावर विश्वास ठेवणं म्हणजे सन्मार्गापासून दूर होण्यासारखे आहे. कबीर जेव्हा गुरू हा शब्द वापरतो, तेव्हा आपल्याला जो मदत करतो, खऱ्या अर्थाने अंधारातून प्रकाशाकडे घेऊन जातो असा अर्थ अपेक्षित आहे. गोंधळाच्या परिस्थितीतून आपल्याला तावूनसुलाखून बाहेर काढणाऱ्या आणि त्यामुळे आदरास प्राप्त असलेल्या व्यक्तीसाठी त्याने गुरू हे रूपक वापरले आहे.

दुसऱ्या माणसाच्या यशात प्रत्येकाची महत्त्वाची भूमिका असते; त्यामुळे आधुनिक कर्मचाऱ्याचेही आपल्या प्रशिक्षकासोबत असेच अन्योन्य संबंध असले

पाहिजेत. प्रशिक्षकाइतकाच अध्यायीसुद्धा महत्त्वाचा असतो. अध्यायी हा या नात्याप्रति निष्ठावंत असतो आणि गुरूच्या आज्ञेचे पालन करत असतो. गुरूला आपल्यावर काम करायला अनुमती देत असतो. जर तो सतत दोष काढणारा, शंकेखोर किंवा पूर्णपणे निष्ठावंत नसला तर मग शिकणं होतच नाही. बांधिलकीचा अभाव असला तर भलेभले प्रशिक्षकसुद्धा अपयशी होतील. एखादा माणूस घोड्याला पाण्यापर्यंत घेऊन जाऊ शकतो; पण त्याला जबरदस्तीने पाणी प्यायला लावू शकत नाही. आधुनिक कर्मचारी हा बुद्धिमान आहे. तो बांधिलकी असल्याचं नाटक करू शकतो. तोंडावर तो आपल्याला प्रशिक्षकाप्रति आणि शिकण्याप्रति किती निष्ठा आहे हे भासवू शकतो; पण अंतर्यामी कदाचित तो हे करायलाच हवं म्हणूनही करत असण्याची शक्यता नाकारता येत नाही.

खरं सांगायचं झालं तर, ही आधुनिक कर्मचाऱ्यांच्या वर्तणुकीला लागलेली कीड आहे. बहुतेकजण त्यात अडकलेले आहेत. दरवर्षी कर्मचाऱ्यांमधील शिक्षणाला चालना देण्यासाठी संस्थांतर्फे डझनावारी योजना आखण्यात येतात. अभ्यासक्रमांना प्रायोजक मिळवण्यापासून ते राबविण्यापर्यंत आणि प्रशिक्षण कार्यक्रमांना उपस्थित राहण्यासाठी स्वतंत्र प्रशिक्षण असे विविध उपक्रम राबविले जातात. अर्थात, शिकण्याप्रति कर्मचाऱ्याची किती निष्ठा आहे हे मोजण्याचे कोणते परिमाण नाही; त्यामुळे जेव्हा खरा अध्यायी त्याच्या प्रशिक्षकाप्रति खऱ्या अर्थाने आणि संपूर्णपणे निष्ठावान राहतो, तेव्हा तो या नातेसंबंधातला पहिला दाता बनतो.

बांधिलकीच्या या नात्यातली बॅटन मग प्रशिक्षक पुढे घेऊन जातो. जेव्हा त्याला विद्यार्थ्यांमधील प्रामाणिक निष्ठेचा अनुभव येतो, तेव्हा त्याच्यातील सर्वोत्तम बाहेर येते. तो अध्यायीला आपल्या छत्रछायेखाली घेतो. खरा विद्यार्थी खऱ्या प्रशिक्षकाला पूर्णत्वाला नेतो. विद्यार्थ्यांना ही गोष्ट माहीत असली पाहिजे. प्रशिक्षकांना तर ती अधिकच माहीत असायला हवी.

साहिब के दरबार में, कभी काहू की नाहि ।
बन्दा मौज न पावही, चुक चाकरी माहि ।।

(प्रशिक्षक देऊ शकेल असं पुरेसं असतं; तुमचं असमाधान ही कदाचित तुमचीच निर्मिती असू शकेल.)

या विभागात, मला प्रक्षोभक बाजू लावून धरण्याचा मोह होतो आहे. जर एखाद्याने कॉर्पोरेट कर्मचाऱ्यांच्या कर्मचारी बांधिलकीच्या प्रमाणाचा अभ्यास केला तर असमाधान आणि भ्रमनिरास असे दोनच पर्याय आधुनिक कर्मचाऱ्याकडे उरतात असे वाटावे अशी परिस्थिती आहे. संस्थांनी इतकी गुंतवणूक करूनसुद्धा कर्मचारी इतके तुटलेले, कामापासून अलिप्त कसे काय राहू शकतात याचेच एखाद्याला

आश्चर्य वाटेल. सुपरवायझरला एकापाठोपाठ एका प्रशिक्षणाला पाठवलं जातं, जेणेकरून त्यांनी टीममधील सदस्यांना प्रेरित करत राहावं.

पण त्याचा काहीच लाभ होत नाही. या प्रशिक्षण कार्यक्रमामध्ये तर अनेकजण सहभागी होतात. हुशार व्यवस्थापकांच्या हाताखाली एकत्र येतात आणि एवढं होऊनदेखील खऱ्या शिक्षणापासून स्वतःला का अलिप्त ठेवतात? हा प्रशिक्षकाचा दोष आहे? प्रशिक्षण कार्यक्रमाचा दोष आहे की कदाचित कॉर्पोरेट कर्मचाऱ्याला स्वतःलाच त्यासाठी दोष द्यायला हवा?

कर्मचाऱ्याने स्वतःलाच शिक्षणासाठी आणि ज्ञानासाठी बंद करून घेतलेले असते. जर भांडे भरलेले असेल किंवा बंदच असेल तर जसा त्यात पदार्थ भरता येत नाही, तसेच अशा विद्यार्थ्यांच्या बाबतीत शिकण्याची प्रक्रिया घडतच नाही. औपचारिक आणि अनौपचारिक अशा दोन्ही प्रकारच्या संस्थांमध्ये पुरेशी शिक्षण प्रक्रिया आजूबाजूला असते. ग्रहणशील विद्यार्थी त्याचा लाभ घेतो. जो माणूस ग्रहणशील नसतो तो त्यापासून दूर पळण्याचे मार्ग शोधतो. शिकण्यातला आनंद नाकारण्यासाठीचे विविध सृजनशील मार्ग तो शोधेल; पण कोणताही अपवाद न करता नेहमीच मूळ कारणाला बगल देईल.

त्यासाठी 'प्रशिक्षक चांगला नाही', 'वातावरण चांगलं नव्हतं', 'मी कामात होतो', 'ते अत्यंत अव्यवहार्य होतं', 'ते मला फारसं पचनीच पडलं नाही' इत्यादी काहीही कारणं असू शकतात.

कामाच्या ठिकाणी होणारे शिक्षण हे क्वचितच सुसूत्र असते. कठीण गोष्टींबाबत तर ते अधिकच जाणवते. खरा अध्यायी आपल्या शिक्षणाला अधिक कार्यक्षम करण्याच्या दृष्टीने काही अनुभव मिळेल का याच्या शोधात असतो. त्याच्या ठरावीक साचेबद्ध भूमिकेच्या बाहेर जाऊनही संधी शोधण्याचा तो प्रयत्न करतो. आपल्या शिक्षणाला चालना देणं ही संस्थेपेक्षा आपली जास्त मोठी जबाबदारी आहे. आपल्या शिक्षणासाठी आणि विकासासाठी कर्मचाऱ्यानेच चालकाच्या जागेवर बसून राहणं अधिक श्रेयस्कर असतं आणि त्यानं जर तसं केलं नाही तर तो नक्कीच त्याचा दोष असतो.

यातून शिकण्यासारख्या गोष्टी

१. चांगल्या अध्यायीचे दोन गुणधर्म असतात : एक म्हणजे त्याने नम्र असले पाहिजे आणि दुसरं म्हणजे त्याने स्वतःच्या गुरूशी निष्ठावान असलं पाहिजे.

२. 'जाऊ देत'पासून 'येऊ देत'पर्यंत वाटचाल करायला हवी.

३. प्रशिक्षक हा औषधाप्रमाणे असतो. कृती करायला आणि परिणाम दिसून यायला काही काळ जावा लागतो.

४. 'माझं चुकलं', 'मला माहीत नाही', 'मला मदतीची गरज आहे', 'तो माझ्यापेक्षा अधिक चांगला आहे' यापैकी कोणतीही गोष्ट मान्य करणं ही कर्मचाऱ्याची विनम्रताच आहे.

५. खरा अध्यायी तन, मन अर्पून स्वतःला गुरूप्रति समर्पित करतो. ही बांधिलकी दाखवणं म्हणजे एखाद्याप्रति किंवा एखाद्या गोष्टीप्रति वचनबद्ध राहणं होय.

६. शिकण्याची इच्छा नसलेल्या महान बुद्धिवान व्यक्तीचं शिक्षण होऊ शकत नाही. बऱ्याचदा बुद्धिमत्ता हा शिकण्यातला सर्वांत मोठा अडथळा असतो.

७. अध्यायी-प्रशिक्षक हे अन्योन्य नातेसंबंध असतात.

१८

टीका, समीक्षा यांचा सामना करताना

कथा : 'अमरेंद्र चौहान ही एक कार्यक्षम, हुशार आणि प्रभावशाली व्यक्ती आहे,' असं साधारण काहीतरी त्याचे साहेब, सहकारी आणि हाताखाली काम करणारे सांगतील आणि अमरेंद्र ते मान्य करेल. 'अमरेंद्र चौहान हा प्रतिसादाच्या खूप जवळ आहे,' असंही ते सांगतील; पण या वेळी अमरेंद्र ही गोष्ट मान्य करणार नाही. अमरेंद्र चलाख आहे. गेल्या काही वर्षांत त्याने अनेक प्रशिक्षण कार्यक्रमांना हजेरी लावली आहे; त्यामुळे योग्य आवाज उठवणं त्याला शक्य होतं. त्याची शब्दांची निवड एकदम चपखल असते आणि चर्चा सुरू असताना तो तुमचं म्हणणं ऐकतोय, तुमचं वेगळं मत असेल हे मान्य करतोय आणि इतकंच काय तर तुमच्या मताचा विचारही करतोय, असं तुम्हाला अगदी ठामपणे वाटेल याची काळजीही घेईल; पण त्याच्यासोबत काही काळ काम करणारा कोणीही तुम्हाला सांगेल की, ते सगळं खोटं आहे, ढोंग आहे हे लक्षात यायला काही काळ जावा लागला; पण कालांतराने प्रत्येकाला कळलं. स्वतःचं मत आणि भूमिकेविषयी त्याच्या मनात इतकी खात्री असते की, त्यामुळे इतरांचा विचार तो करतच नाही; त्यामुळे कालांतराने त्याच्या टीमने प्रस्ताव मांडणं सोडून दिलं. आपल्या मतांचा आदर राखला जावा असं त्याच्या टीमला वाटत असल्याचं संस्थेतल्या सगळ्या सर्वेक्षणांमधून निदर्शनास आलं. अर्थात अमरेंद्रला त्याच्या वरिष्ठांकडून याविषयी काहीच अभिप्राय मिळाला नाही असे नाही; पण त्याचा काही उपयोग झाला नाही. अमरेंद्रला कबीर काय सांगू शकेल?

मी या पुस्तकात अनेकदा या गोष्टीचा उल्लेख केला आहे की, कॉर्पोरेट जग

जितके भासवले जाते, तितके ते विवेकी नाही. एकदम परिपूर्ण विवेकी पायावर त्याची रचना झालेली नाही. दिवसाच्या अखेरीस, सगळी माहिती, तथ्य, आकडेवारी आणि विश्लेषण तयार झालं तरी शेवटी त्याचा अर्थ लावावा लागतो, काही गोष्टी ग्राह्य धराव्या लागतात व काही गोष्टी निकाली काढाव्या लागतात. ही सगळी मानवी प्रक्रिया आहे. हे एक असं व्यासपीठ आहे जिथे दोन लोक एकच माहिती बघतात आणि संपूर्णपणे दोन परस्परविरुद्ध निष्कर्ष काढू शकतात. बहुतांश कॉर्पोरेट संघर्षाच्या तीव्र चढणीची सुरुवात या तफावतीच्या पायाने होते.

जेव्हा अशी तफावत किंवा अंतर दिसून येतं, तेव्हा आपले काही सहकारी आमच्याकडे येतात आणि आपल्या दृष्टिकोनाविषयी आणि ज्या पद्धतीने ते आपण मांडतो त्याविषयी त्यांना काय वाटतं हे सांगतात. त्यांच्या मतांपैकी काहींकडे त्यांचा मुद्दा, शेअरिंग म्हणून, काहींचा अभिप्राय म्हणून तर शेवटी काही मतांकडे कठोर टीका म्हणून बघितले जाते. आपण स्वतःकडे जेवढं बघतो, त्यापेक्षा आपल्या भोवतालचे लोक अधिक चांगले निरीक्षक असतात. याचे कारण ते काही ठरावीक अंतरावरून बघतात. जेव्हा आपण एका विशिष्ट पद्धतीने वागतो, एकतर चांगलं किंवा फार चांगलं नाही, सहानुभूतीपूर्ण किंवा कठोर, प्रोत्साहन देणारे किंवा नावे ठेवणारे, निष्ठेने किंवा अलिप्तपणे कसंही वागलं तरी ते लक्षात येतं. बहुतांशजणांना आपल्या वागण्यातले हे सगळे रंग दिसतात; पण आपला काही संबंध नाही असं म्हणून ते त्याकडे दुर्लक्ष करतात. आपलं वेगळं वागणं कळल्याचं काहीजण येऊन सांगतात; पण त्यांच्या बोलण्यामध्ये काळजीपूर्वक वापरलेली नाटकीपणाची भाषा असते आणि असे काही मोजकेच लोक असतात, जे आपल्यापाशी येतात आणि आपल्या वर्तणुकीविषयी त्यांनी जे अनुभवलं ते वास्तव सांगतात. हे टीकाकार असतात.

'टीका' आणि 'अभिप्राय किंवा प्रतिसाद' या शब्दांमध्ये अर्थभेद आहे. इंग्रजी भाषेत या दोन्ही शब्दांमध्ये सूक्ष्म फरक आहे. पहिल्या शब्दाकडे नकारात्मक दृष्टीने पाहिलं जातं, तर दुसऱ्या शब्दाकडे विकासात्मक प्रक्रियेचा एक परिणाम म्हणून बघितलं जातं. कबीराच्या भाषेत निंदक आणि निंदा या दोन शब्दांत सगळा अर्थ गुंफण्यात आला आहे; त्यामुळे दोह्याच्या संदर्भात जेव्हा मी टीका हा शब्द वापरीन, तेव्हा प्रतिसाद म्हणूनही त्याचा वापर करण्यात आला आहे.

तर मग या टीकाकारांशी वागण्याची आपली काय पद्धत असते? त्यांचं म्हणणं ऐकून घेण्यापासून सपशेल नाकारण्यापर्यंत, शांत व नम्रपणे ऐकून घेण्यापासून त्वेषाने झिडकारण्यापर्यंत आणि 'तू कोण आहेस असं तुला वाटतं?' इथपासून 'असं बोलण्याचा अधिकार तुला कोणी दिला?' इथपर्यंत वेगवेगळ्या पद्धतीने आपली प्रतिक्रिया असू शकते. टीकाकार आणि टीकेची प्रक्रिया यांच्याबाबतची

आपली प्रतिक्रिया विविध घटकांवर अवलंबून असते. आपली जडणघडण होणाऱ्या वर्षांतील अनुभव, स्वप्रतिष्ठेची ताकद आणि त्यामुळे आपण चुकीचे, अपरिपूर्ण असू शकतो हे समजण्याची क्षमता आणि त्यामुळे सुधारणा, विकासाची गरज अशा विविध गोष्टींवर आपली प्रतिक्रिया अवलंबून असू शकते.

व्यवस्थापक आणि नेत्यांनी प्रतिसाद किंवा अभिप्राय खुल्या मनाने ऐकून घ्यावेत यासाठी त्यांची तयारी करून घेण्यात कॉर्पोरेट प्रशिक्षण आणि विकास कार्यक्रमांचा महत्त्वपूर्ण भाग खर्च होतो. जसजशी वरिष्ठ पातळी वाढत जाते, तसतसा प्रतिसाद आणि टीका खुल्या मनाने स्वीकारणे यांचे प्रमाण व्यस्त होत जाते. दृढ झालेली मते, दृढ विश्वास आणि पूर्वी मिळालेले यश हे व्यवस्थापक आणि नेत्यांना हेकट आणि आडमुठे बनवते. आपणही चुकू शकतो या गोष्टीचाच मुळी ते स्वीकार करत नाहीत. टीममधील सदस्य आणि हाताखाली काम करणारे कर्मचारी यांच्यासाठी ते काही नकारात्मक गोष्टी ठेवून जात आहेत हेच त्यांना मान्य नसते.

वैयक्तिक सुधारणा आणि विकास केवळ दाता काय देतो याच्या गुणवत्तेवर अवलंबून नसतो, तर ग्रहणकर्त्याच्या खुलेपणावरही अवलंबून असतो. दात्याची गुणवत्ता तपासता येऊ शकते; पण ग्रहणकर्त्याची गुणवत्ता तपासणे खूप कठीण असते.

निन्दक नेरै राखिये, आंगन कुटी छवाय ।
बिन पानी साबुन बिना, निरमल करै सुभाय ।।

(निंदकाचे घर असावे शेजारी; पाणी आणि साबणाशिवाय तो तुम्हाला स्वच्छ करतो.)

निंदक तुम्हाला स्वच्छ करतो. किती छान आहे हे रूपक! चांगल्या टीकाकाराकडे शुद्ध करण्याचे गुणधर्म असतात. जे आपल्याला बघणं शक्य होत नाही ते आपल्याला बघायला लावणं हे त्याचं काम असतं. तो आपल्यामधील सर्वोत्तम गोष्टींचे कौतुक करतो आणि वाईट गोष्टींचा समाचार घेतो. समीक्षेची कला, अभिप्राय किंवा प्रतिसाद या गोष्टींना आता व्यवस्थापन प्रशिक्षण वर्तुळात देणगी मानलं जात आहे – आणि खरोखर ती देणगीच आहे.

तर मग निंदक आपल्याला कशा प्रकारे शुद्ध करतो आणि कॉर्पोरेट विश्वात त्याचा अर्थ काय होतो? कामाच्या ठिकाणी तांत्रिक क्षमता असतात आणि आंतरव्यक्ती कौशल्येही असतात. कोड लिखाण, यंत्रांची जुळणी, खाते पुस्तकाचं विश्लेषण इत्यादी कामांचा तांत्रिक क्षमतांमध्ये समावेश होतो, तर आंतरव्यक्ती कौशल्यामध्ये ते काम करत असताना आपण कसं जावं, लोकांशी कसा संवाद

साधावा, वरिष्ठ, कनिष्ठ आणि आपल्या बरोबरीच्या लोकांशी कसा संवाद साधावा, निर्णयप्रक्रियेत आपण कसं सहभागी व्हावं, मतभेद कसे हाताळावेत, इतरांना कसं गुंतवून घ्यावं या गोष्टी येतात. आधीच्या प्रकारातील मोकळ्या जागा हेरणं आणि त्यातील सत्य स्वीकारणं सोपं असतं. विक्री कशी करावी किंवा कोड कसे लिहावेत हे आपल्याला माहीत आहे की माहीत नाही याबद्दल काही शंका नसते; पण दुसऱ्या प्रकारच्या क्षमतांमध्ये कोणत्याही उणिवा आणि अपूर्णता असेल तर विवादास्पद परिस्थिती उद्भवते.

जी व्यक्ती अशा प्रकारच्या कौशल्याचा अभाव आहे असा अभिप्राय देते, ती बहुतेकदा आपल्या तथ्यांवर किंवा निष्कर्षांवर प्रश्न उपस्थित करते. जेव्हा आपण आपल्या वरिष्ठ नेत्याकडे जातो आणि त्यांचे निर्णय बरोबर असले तरी त्यांच्या निर्णयप्रक्रियेने अनेकांना दूर ठेवले आहे असे त्यांना स्पष्ट सांगतो, तेव्हा तिथे नेहमीच आत्मनिष्ठेचा घटक असतो आणि म्हणून वादही होतात. मूळ गोष्ट अशी आहे की, एखादा माणूस जेव्हा खूप जवळ असतो, तेव्हा दृष्टी धूसर होते.

आपण कृतीच्या खूप जवळ असतो म्हणून आपण काही गोष्टी बघू शकत नाही. निंदक आपल्याला त्या गोष्टी बघायला लावतो. समीक्षा किंवा टीका आपल्याला आपली कृती, शब्द आणि भाव यांचा साक्षीदार व्हायला भाग पाडते. टीमच्या बैठकीत जेव्हा सगळे 'येस सर' असं म्हणत असतात, तेव्हा प्रत्यक्षात त्यांच्या मनात काय असते हे त्या टीकेमुळे आपल्याला कळते. आपल्या व्यक्तिमत्त्वातील टणकपणा, ताठरता काढण्याचे काम टीकाकार करतो; अर्थात, त्यासाठी त्याचे म्हणणे ऐकून घेण्याची आपली तयारी असली पाहिजे. ही ताठरता कदाचित मोठी, दिसून येणारी आणि अनिष्टसूचक असते. आपल्याला कदाचित नंतर त्यांची माहिती होते. छोट्या छोट्या ताठर, हटवादी भूमिका सौम्य केल्या की, आपल्यातील खरे मूल्य आकाराला येते, खरी शुद्धता होते. ज्याप्रमाणे सौंदर्यतज्ज्ञ आपल्या त्वचेवरील छोटी छोटी छिद्रे स्वच्छ करते, उघड्या डोळ्यांना दिसणार नाहीत असे ब्लॅकहेड्स काढते त्याप्रमाणे आपल्या आंतरव्यक्ती संवादात अडथळा ठरू शकतील अशा छोट्या छोट्या गोष्टींविषयी सावध करण्याचे काम टीकाकार करतात. या छोट्या गोष्टीच अनावश्यक गैरसमज निर्माण करून कामाच्या ठिकाणी असलेले नातेसंबंध जपण्यात अडथळा निर्माण करतात आणि अखेरीस त्याचा परिणाम कार्यालयात आपला प्रभाव कमी होण्यात होतो. टीकाकार आपल्या शरीरातील विषारी द्रव्यं बाहेर काढून आपल्याला अधिक चांगलं बनवतात.

निंदकाच्या सोबतीत राहावे असे कबीर आपल्याला सांगतो.

दुर्दैवाची गोष्ट म्हणजे आपण त्यांनाच सर्वाधिक टाळतो. आपल्याला विरोध करणारे आणि आपली विचार करण्याची, कृती करण्याची पद्धत खोडून काढणारे

लोक सर्वसाधारणपणे आपल्याला जवळ नकोसे वाटतात. आपला मुद्दा स्पष्टपणे खोडून काढणारे आणि तसं मोकळेपणाने सांगणाऱ्या लोकांशी कसं वागावं हे आपल्याला कळत नाही. कदाचित तेच आपल्याला चांगल्या पद्धतीने वाचू शकतात, त्यांनाच आपल्यातील कमकुवत बाबी माहिती असतात, आपल्या व्यक्तिमत्त्वातील दोष ठाऊक असतात. आपल्यातील त्रुटी इतक्या चांगल्या पद्धतीने टिपण्याची त्यांची क्षमता आपल्याला त्रासदायक वाटते. त्या कठोर वास्तवाचा आपण द्वेष करत असतो; त्यामुळे कदाचित आपल्याला ते लोक फारसे आवडत नाहीत. आपण त्यांचा द्वेष करत नसतो तर आपल्या व्यक्तिमत्त्वात ज्या गोष्टी आपल्याला नको होत्या; पण ज्या वास्तवात आहेत त्यांचा आपण द्वेष करत असतो; त्यामुळे ही भावना आणि त्या माणसाचा उद्धटपणा या दोन्ही गोष्टी आपल्याला आवडत नाहीत. वास्तविक त्याचा अभिप्राय खरा आणि योग्य असतो, त्यावर कोणत्याही साखरपेरणीची मखलाशी नसते, कोणताही सावधपणा न बाळगता सरळसोट, धीट आणि थेट आपल्या हृदयात घुसणारा अभिप्राय ते देतात.

अभिप्राय देणं ही फॅशन असल्याचं समजून अजिबात उशीर न लावता तत्काळ आणि विनाकारण अभिप्राय देत सुटणाऱ्या टीकाकारांबद्दल मी बोलत नाही किंवा तुमचा चांगला पाणउतारा करण्याची संधी मिळाली असे समजून अभिप्राय देणाऱ्या लोकांविषयीही मी बोलत नाही. अशा लोकांपासून आपण नक्कीच सावध राहिलं पाहिजे.

ज्या व्यक्तीला तुम्हाला (खरंतर कोणालाच) अभिप्राय देण्यात काहीच रस नसतो अशा व्यक्तींबद्दल मी बोलत आहे. या लोकांना बाकी कशाशी देणंघेणं नसतं. त्यांचं एक मत असतं आणि ते मांडायला ते अजिबात कचरत नाहीत. चांगलं तर चांगलं आणि वाईट तर वाईट म्हणायला ते मागे पुढे पाहत नाहीत. एका अर्थी, ते एकदम थंड डोक्याचे; पण मनात वाईट हेतू नसलेले असतात. आपल्याला दुखावणं हा त्यांचा उद्देश नसतो; पण जर कठोर वास्तवामुळे आपण दुखावले जाणार असू, तर त्यामुळे त्यांना काही फरक पडत नाही. कोणतीही भावना त्यांच्या मनात नसते, दोष देण्यात त्यांना भीती वाटत नाही, कोणतेही कपट मनात नसते, अप्रिय गोष्ट जरा सौम्य शब्दांत सांगणे असल्या गोष्टी त्यांच्यापाशी नसतात. त्यांचा प्रतिसाद एकदम सरळसोट असतो. हेतू शुद्ध असतो आणि त्यामुळे पद्धत थेट असते आणि अशा प्रकारचे टीकाकार आपल्या भोवताली असावेत असं कबीराला वाटतं.

केन ब्लांचर्ड म्हणतो त्याप्रमाणे : 'अभिप्राय किंवा प्रतिसाद हे विजेत्यांचे खाद्य असते.'

निन्दक दूर न कीजिये, कीजै आदर मान ।
निरमल तन मन सब करै, बकै आनही आन ।।

(टीकाकाराला स्वतःपासून दूर लोटू नका, त्य चा आदर करा. तो त्याच्या बोलण्यातून तुम्हाला स्वच्छ करत असतो.)

जो तूं सेवक गुरुन का, निंदा की तज बान ।
निंदक नेरै आय जब, कर आदर सनमान ।।

(तुम्ही जर खरे अध्यायी असाल, तर टीका करण्याची ऊर्मी सोडून द्या; जेव्हा टीकाकार तुमच्याजवळ येतो, तेव्हा तो जे करतो त्यासाठी त्याचा आदर करा.)

शब्दातीत असलेल्या गोष्टी बोलून आपल्याला स्वच्छ करणाऱ्या टीकाकाराला धुडकावून लावू नये. आपल्याला जे ऐकण्य ची इच्छा नाही किंवा धैर्य नाही तेच तो बोलतो म्हणून त्याला टाळणं योग्य नाही. टीकाकार जे काही बोलतो त्यासाठी त्याचा आदर केला गेला पाहिजे. त्याने आपल्याला जी मदत केलेली असते, त्यासाठी त्याच्याप्रति आदरभावच असायला हवा. त्याच्या औद्धत्यपूर्ण बोलण्याचा उलट मान राखला गेला पाहिजे.

कॉर्पोरेट विश्वही संदर्भाच्या बाबतीत अमिबासारखे आपला आकार बदलत असते; त्यामुळे सतत संदर्भ बदलत राहणाऱ्या, या चैतन्यपूर्ण विश्वाशी जुळवून घेण्याची तुमची क्षमता असावी लागते. क्वचितच एखाद्याला या खेळात सतत पुढे राहणे जमते. बहुतेकजण लवकरच हार मानतात. त्या वेळी टीकाकार किंवा अभिप्राय देणारे आपला हात धरतात. ते आपल्याला वास्तवाचं दर्शन करून देत असतात; त्यामुळे ज्याचा परतावा फारसा चांगला नाही असं आपल्याला कळतं, तत्क्षणी आपण बदल करू शकतो आणि आपल्याला शक्य होणार नाही अशी किंमत मोजण्यापासून स्वतःला वाचवू शकतो.

तंत्रांच्या खूपच आहारी गेलेले व्यवस्थापक आपल्याला माहीत असतात. ते लोकांप्रति इतके असंवेदनशील असतात की, कोणालाही त्यांच्या सोबत काम करावेसे वाटत नाही. सतत चंचल असणारे, कोणताही निर्णयच न घेणारे नेतेही आपल्याला माहीत असतात. अचानकपणे संतापाचा भडका उडून आपले सगळे चांगले गुण झाकोळून टाकणारेही आपल्याला माहीत असतात. पक्षपाती, एखाद्यावर विशेष मेहेरनजर ठेवणारे नेते आपल्याल माहीत असतात. 'हो साहेब', 'हांजी हांजी' करणाऱ्या माणसांचा गराडा त्यांना आपल्या बाजूला हवा असतो.

त्यांच्या या दोषांविषयी कोणीच त्यांना कसं काही सांगत नाही याचे एखाद्याला नवल वाटेल. त्यांच्यातील हे दोष जर दूर झाले तर ते किती श्रीमंत होतील, त्यांना

काम करताना किती मजा येईल आणि ते खूप प्रभावी पद्धतीने काम करू शकतील.

निन्दक हमरा जनि मरो, जीवो आदि जुगादि ।
कबीर सतगुरू पाइया, निन्दक के परसादि ।।

(अरे निंदका, मरू नकोस; सदासर्वकाळ जिवंत राहा. समीक्षा आणि टीकेच्या भेटीतूनच कबीराला मोक्षप्राप्ती झाली.)

जे लोक आपलं मन वाचतात, जी गोष्ट आपल्यासाठी फारशी सुखावह नसते अशी गोष्ट बोलून दाखविणाऱ्या लोकांपासून शक्यतोवर दूर राहण्याकडे आपला कल असतो. आपल्याला कोणत्या प्रकारच्या लोकांबरोबर राहायला आवडतं हे जाणून घेणं फार कठीण नसतं. जे आपल्याला 'हो साहेब' म्हणतात किंवा आपल्याला ऐकायला आवडतील अशा फक्त चांगल्याच गोष्टी बोलतात, त्यांच्या सहवासात आपल्याला छान वाटतं. आयुष्यात अशा काही भूल पाडणाऱ्या गोष्टी असतातच आणि आपल्या हो ला हो म्हणणाऱ्यांची आपल्याला खूप गरज वाटत असते, इथपर्यंत मी याबाबत बोलेन. त्यापायी आपल्याशी खरं ते बोलणाऱ्या आणि आपल्या मताच्या विरुद्ध मत देणाऱ्या आपल्या परममित्रांना आणि सहकाऱ्यांनाही आपण टाळायला सुरुवात करतो. माणसं वैधतेच्या शोधात असतात - ओळखण्यासाठी आणि त्याहून जास्त मत व्यक्त करण्यासाठी कठीण अशी ही अंतःप्रेरणा असते. टीकाकारांचा सामना करणे ही म्हणायला खूप आकर्षक गोष्ट आहे; पण प्रत्यक्षात कृतीत आणायला ती खूप अवघड आहे. याचे कारण ती गोष्ट मानवी सहजप्रवृत्तीच्या विरुद्ध जाणारी आहे. एखाद्याला आपले मत पटू नये, त्याने त्यावर प्रश्न उपस्थित करावा आणि आपल्याच मताला, दृष्टिकोनाला खिंडार पाडावं असं कोणाला का वाटेल? भर चौकात उभं करून आपल्याला कोणी दगड मारावेत असं एखाद्याला का वाटेल? असं वाटणारी व्यक्ती विरळाच म्हणायला हवी. अशी मानसिकता असणं ही सोपी गोष्ट नाही- कॉर्पोरेट विश्वात तर जाणीव निर्माण करणं म्हणजे तत्काळ व्यावसायिक लाभात योगदान दिल्यासारखे मानत नाहीत. जी व्यक्ती टीकाकाराचा सामना करेल तिने आपल्या स्वतःच्या क्षमतेइतके ज्ञान संपादन केलेले असते. स्वतःची कातडी वाचविण्याइतपत सुरक्षितता प्राप्त केलेली असते. त्यांच्यावर करण्यात आलेली टीका म्हणजे त्यांच्या क्षमतेवर किंवा गुणवत्तेवर उभे करण्यात आलेले प्रश्नचिन्ह नाही, असा अर्थ लावता येईल एवढी सुरक्षितता ते मिळवतात. खुल्या मनाने तो प्रतिसादाचा स्वीकार करतो, कारण सुधारणा करणे ही त्याची इच्छा असते. परिणाम आणि पद्धती यामध्ये अधिक चांगलं बनण्याची इच्छा असते. जर त्याच्यावर टीका झाली, तर तो काही लगेच कुचकामी ठरत नाही. उलट या पापक्षालनाच्या कृतीतून त्याला स्वतःची अधिक चांगली, स्वच्छ प्रतिमा गवसते.

त्यामुळे विद्वत्तापूर्वक कबीर आपल्या टीकाकारांना दीर्घायुष्य चिंततो आणि असे

करताना सत्य शोधण्याच्या त्याच्या आकांक्षेत असणाऱ्या त्यांच्या योगदानाचे मोल जाणतो.

कबीर निंदक मर गया, अब क्या कहिए जाए ।
ऐसा कोई न मिले, बीड़ा ले उठाए ।।

(अरेरे, टीकाकारच गेला – आता मी काय बोलणार? मला सुधारण्याची जबाबदारी आपल्या खांद्यावर घेणारा आता कोणीच उरला नाही.)

किती मोठं ओझं वाहत असतो टीकाकार! आपल्याला अधिक चांगलं बनविण्याचं जड ओझं त्याच्या खांद्यावर असतं. कुटुंब आणि मित्रमंडळींच्या पलीकडे जाऊन कोणी आपल्याला सुधारण्याचा प्रयत्न का बरे करेल? हे खरंच किती दुर्मिळ आहे; त्यामुळे जेव्हा असा माणूस आपल्याला दिसेल, तेव्हा त्याला जवळ घ्या, त्याच्यावर लोभ ठेवा आणि त्याला आपल्यापासून दूर लोटू नका. चांगल्या टीकाकाराचं महत्त्व प्रत्यक्षातल्या पेक्षा तो गेल्यानंतरच जास्त जाणवतं. जेव्हा टीकाकार त्याचं काम करत असतो- म्हणजेच तुमच्यावर टीकेची झोड उठवत असतो, बोलून बोलून तुम्हाला आकार देत असतो, तेव्हा खरंतर तुम्ही त्याचा द्वेष करत असता हे सांगितलं तर आश्चर्य वाटायला नको. पोलादाला मारून घ्यायला आणि दगडाला छिन्नीने फोडून घ्यायला आवडेल का? मी ही जी सुधारणेची कल्पना मांडली, ती आपल्या डोक्यात सर्वांत शेवटी येते, कारण आपल्या मनात नेहमी फक्त आत्ताच्या अस्तित्वाचा विचार असतो आणि मारण्याच्या, फोडण्याच्या प्रतिसादाच्या वेदनेने आपल्या जाणिवा बधिर केलेल्या असतात. अधिक चांगलं बनणं ही आपल्यासाठी आता सर्वाधिक प्राधान्याची गोष्ट नसते. प्रतिसादाची वेदना इतकी खरी आणि जवळची असते की, भविष्यात सुधारणा करण्याच्या कोणत्याही गोष्टीवर ती मात करते. भविष्यात होऊ शकतील असे उपयोग आणि लाभ समजून घेण्याच्या प्रक्रियेचे कौतुक करण्याइतपत माणसे निपुण नसतात.

सुधारणा ही गोष्ट प्रक्रिया म्हणून नाही तर केवळ अनुभवण्याचा, शोधण्याचा परिणाम म्हणून समजून घेता येते. प्रतिसादाच्या माध्यमातून अधिक चांगलं बनण्याची प्रक्रिया ही वास्तविक काही काळानेच जाणवणारी गोष्ट आहे. काही वर्षांनंतरच खऱ्या टीकाकाराचा आपल्यावर काय परिणाम झाला हे आपल्याला जाणवते. जेव्हा आपल्यावर प्रत्यक्षात टीका होत होती, तेव्हापासूनच आपली अधिक चांगलं बनण्याची प्रक्रिया सुरू झाली हे आपल्याला काही वर्षांनंतर कळतं, तेव्हा आपल्याला ते सगळं नकोसं वाटत असतं. आत्मचिंतन केले तरच सुधारणा दिसून येते. टीकाकाराचे लाभसुद्धा आत्मचिंतनातच दिसून येतात.

दोष पराया देख कर, चले हसंत हसंत ।
अपना याद न आवई, जाका आदि न अंत ।।

(इतरांचे दोष बघून तुम्हाला अगदी हसू येतं आणि कसलाही धरबंध नसलेल्या तुमच्या उणिवा मात्र तुम्हाला आठवतही नाहीत.)

सर्वसाधारणपणे बोलायचं झालं तर, माणसं आपल्या स्वतःच्या उणिवा आणि आपल्यातील जमेच्या बाजूबद्दल पक्षपाती असतात. कॉर्पोरेट विश्वात तर ही गोष्ट प्रभावीपणे आणि ठामपणे मांडली जाते. एखाद्या क्रूर पशूच्या स्वभावधर्माप्रमाणे कायदेशीर फसवणूक, नजरबंदी आणि फसवण्यासाठीची भाषा सहेतूक वापरली जाते. ज्या तीक्ष्ण नजरेने दुसऱ्यांमधील छोट्यातल्या छोट्या उणिवा ठळकपणे दिसतात, तितक्याच तीव्रतेने स्वतःमधील उणिवा नाकारल्या जातात. कंपनीत व्हरांड्यात किंवा पाणी प्यायला गेल्यावर बोलताना आपली भाषा कशी असते याचा फक्त विचार करा. दुसऱ्यांचे दोष शोधण्यातच आपण व्यग्र नसतो का? ज्या अकार्यक्षमतेला आपण नावं ठेवत असतो, त्यासाठी आपण स्वतःही थोडेफार जबाबदार आहोत याची आपल्याला किती वेळा जाणीव होते? किमान मनातल्या मनात तरी 'माझा निष्काळजीपणा झाला', 'माझं चुकलं' किंवा 'माझ्यात काही उणिवा आहेत' असं आपण म्हणतो का?

दुसऱ्यांमधील दोष काढणं आणि त्यावर टिप्पणी करणं हेच फक्त सोपं असतं असं नाही तर त्यांना उपाय सुचविणं, सल्ला देणंही सोपं असतं; पण त्याच वेळी स्वतःमधील दोष दिसणं, त्यांचं निरीक्षण करणं आणि ते काढून सुधारणा करणं मात्र अवघड असतं. आपल्यामधील चुका सुधारणं हे खरंतर कधीच न संपणारं काम असतं. मग दुसऱ्यांमधील दोष काढण्यापेक्षा आपण स्वतःपासूनच का सुरुवात करू नये?

आपन को न सराहिये, पर निन्दिये नहि कोय ।
चढ़ना लम्बा धौहरा, ना जानै क्या होय ।।

(स्वतःचं गुणगान आणि दुसऱ्यांवर टीका करण्याआधी, स्वतःच्या क्षमतांचा विचार करून स्वतःच्या वागणुकीत सुधारणा करावी.)

स्वतःचे कौतुक करण्याची आणि दुसऱ्यांना नावं ठेवण्याची आपल्याला खूप घाई झालेली असते.

आपण अशी घाई करता कामा नये आणि शांतपणे विचार केला पाहिजे असा सल्ला आपल्याला कबीर देतो. याचे कारण आपल्यावर तशी परिस्थिती उद्‌भवलेली नसते; त्यामुळे तशा परिस्थितीत आपले वर्तन कसे असू शकेल याचा अंदाज

आपण लावू शकत नाही.

थोडं अधिक आणि पूर्वसूचनेसह ही गोष्ट समजून घेऊ या. याचा अर्थ असा होत नाही की, जेव्हा काही चुकीचं घडतं किंवा चुकीचा निर्णय घेतला जातो, तेव्हा उद्या कदाचित आपल्यावरही ही परिस्थिती उद्भवेल या भीतीने टीकाच करायची नाही. थोडक्यात, आज आपण सुपात आहोत; पण उद्या जात्यात असू शकतो असे वाटून घेऊ नये. 'तू मला काही बोलू नकोस, मी तुला काही बोलत नाही' असा दुहेरी विचार करणारा हा दोहा नाही.

ज्या मार्गाने एखादी व्यक्ती गेल्यावर आपण टीका केलेली असते, त्या मार्गावर आपण सदाचार आणि निष्पक्षपातीपणा यांचा अंगीकार करतो का? तेवढी आपली क्षमता आहे का? असा प्रश्न हा दोहा उपस्थित करतो. आपण स्वतःच्या भूतकाळाकडे आरसा घेऊन बघितलं पाहिजे. आपण जर तशाच परिस्थितीत असतो तर कसे वागलो असतो, ज्या आदर्शांची भाषा दुसऱ्यांवर टीका करताना वापरली ते आदर्श आपण पाळले असते का? याकडे लक्ष द्यायला हवे. या आत्मचिंतनातून आपल्या टीकेला नैतिक सदाचाराचे बळ मिळते. दुसऱ्यांसाठी उच्च वर्तनाचे पाठ समोर ठेवताना आपण त्या उच्च आदर्शांचे पालन करतो का हे बघावे. त्यासाठी आपण आपल्यातील उणिवांचा आणि दुट्टपी वागण्याचा सामना करतो का हे बघावे. दुसऱ्याला आरसा दाखविताना आपण स्वतःलाही आरसा दाखवावा.

कॉर्पोरेट विश्वातील अनेक व्यवस्थापक आणि नेत्यांना आज विश्वासार्हतेच्या प्रश्नाने ग्रासले आहे. याचे मुख्य कारण त्यांचे दुटप्पी वागणे. दुसऱ्यांनी जसे वागावे अशी त्यांची अपेक्षा असते आणि प्रत्यक्षात ते जसे वागत असतात, त्यात खूप फरक असतो. दैनंदिन कामकाजात इतरांनी आपल्याला समजून घेतलं पाहिजे, समोरचा माणूस नम्र, आदरणीय, प्रतिसाद आणि टीका खुल्या मनाने स्वीकारणारा असावा आणि कडक शिस्तीत सतत कठोरपणे काम करवून घेणारा असू नये, असे वाटत असते; पण त्यांचे स्वतःचे वर्तन याच्या बरोबर विरुद्ध असते. नेत्यांना ते जे बघू शकतात असा विश्वास वाटत असतो, त्यापेक्षा जास्त गोष्टी हाताखालची टीम बघत असते. 'बोले तैसा चाले, त्याची वंदावी पाऊले' हे टीमला बरोबर माहीत असते. त्यांच्या वाट्याला आपोआप आदर येतो; पण ज्यांचा स्वभाव दुट्टपी असतो, दुसऱ्यांकडून ज्या वर्तनाची अपेक्षा केली जाते, तसे जर त्यांचे स्वतःचे वर्तन नसेल तर त्यांच्या नेतृत्वाच्या विश्वासार्हतेला आतूनच तडा जातो.

निन्दा कीजै आपनी, बंदन सतगुरू रूप ।
औरन सों क्या काम है, देखो रंक न भूप ।।

(स्वतःवर टीका करा आणि तुमच्या गुरूचे गुणगान गा. राजा असो किंवा रंक,

इतरांचा काही संबंध नाही.)

कबीर परंपरेचा मुख्य भर स्वतःच्या आत डोकावून बघण्यावर आहे. स्व, स्वतः हे कबीराचे सर्वांत मूलभूत एकक आहे. सगळे बदल व्यक्तिगत पातळीवरूनच होत असतात. बहुसंख्य ज्योती उजळवण्याची क्षमता तिच्यात असते.

यश मिळवण्याच्या प्रयत्नांत दृष्टिकोन आणि समतोल यांची जाणीव गमावून बसणारे लोक शोधणं हे काही अवघड नाही. हे जणू काही कॉर्पोरेट आयुष्यासारखंच आहे. येथील व्यक्ती घरच्यापेक्षा अधिक काळ कामात व्यतीत करते. व्यक्तिगत पातळीपेक्षा कॉर्पोरेट कामात इतर व्यावसायिकांपेक्षा वेगळ्या वर्तणुकीचे दर्शन घडविते. व्यक्तिगत कक्षेत सद्भाव, सामूहिक विचार, सहानुभूती, समज, मदत, कोणताही हेतू मनात न बाळगता नातेसंबंधांवर भर या गोष्टींना अधिक प्राधान्य असते. स्पर्धेपेक्षा या गोष्टी अधिक पात्र मानल्या जातात.

पण जेव्हा कॉर्पोरेट विश्वाचा विचार होतो, तेव्हा हे गुण कुचकामी मानले जातात. प्रत्येकालाच यशस्वी व्हायचं असतं आणि त्यासाठी दुसऱ्याचे पाय खेचायलाही मागेपुढे पाहिले जात नाही. ही 'जीवघेणी स्पर्धा' मानवी मूल्यांनाच हरताळ फासते. जणू काही कामाच्या ठिकाणी मानवतेचा दुष्काळच पडलेला असतो. जी मूल्यं आपल्या व्यक्तिगत आयुष्यात महत्त्वाची असतात, ती कामाच्या ठिकाणी गेल्यावर का लागू पडत नाहीत? इतकी वर्षे अशा प्रकारच्या कामाच्या जागा निर्माण करण्यात काय चुकलं हे विचारणं म्हणूनच रास्त ठरेल. जोवर हा दुटप्पीपणा अस्तित्वात राहील तोवर मानवी मनाचे तुकडे होत राहतील; कर्मचारी मुखवटा घालून काम करतील आणि संस्था त्यांना 'प्रशिक्षण' देण्यात लाखो पैसे खर्च करत राहतील. अर्थात, त्याचा अपेक्षित परिणाम मिळणारच नाही.

आपण जर स्वतःवर टीका करायला सुरुवात केली, तर काय होईल? कामाच्या ठिकाणी नातेसंबंध टिकून न राहण्यात, चांगली कामगिरी करण्यात अपयशी ठरणाऱ्या टीममध्ये आणि विपरीत संस्कृतीत आपली भूमिका काय आहे याकडे आपण नीट बघायला सुरुवात केली तर? आपल्या आजूबाजूच्या लोकांनी अगदी आपल्याला हवं तसंच वागावं असा दिवस केव्हा उजाडेल याची वाट बघणं जर आपण सोडलं तर?

लोकांच्या वागण्यात होणारे बदल आणि त्यांचे योगदान यावर कोणाचेही नियंत्रण नसते हे सत्य आपण का समजून घेत नाही? आपल्याला वाटतं म्हणून कोणी व्यक्ती स्वतःमध्ये बदल घडवत नाही. ते फक्त त्यांना स्वतःला वाटलं तर स्वतःमध्ये बदल घडवतात हे आपल्याला का कळत नाही? आपल्याला वाटतं तसं लोकांना वागायला लावण्याची खूप कमी शक्ती आपल्याकडे असते हे आपल्याला

का कळत नाही? मग तो साहेब असो किंवा आपल्या टीममधले सदस्य. इतरांच्या कृतींवर आणि प्रेरणेवर आपण नियंत्रण ठेवू शकतो, असा काही नेत्यांचा समज असतो; पण लवकरच त्यांच्या भ्रमाचा भोपळा फुटतो आणि जेव्हा असं होतं तेव्हा त्याचे वाईट परिणाम मागे उरतात.

त्यामुळे कबीर आपल्याला स्वतःचाच टीकाकार होण्याचा आणि 'राजा असो किंवा रंक' कोणाचाही विचार न करण्याचा सल्ला देतो.

कंचन को तजबो सहल, सहल त्रिया को नेह ।
निन्दा केरो त्यागबो, बड़ा कठिन है येह ।।

(सोनं आणि प्रेम यांचा त्याग करणं सोपं असतं; पण टीका करण्याची आंतरिक प्रबळ इच्छा सोडून देणं खूप कठीण असतं.)

दुसऱ्यांवर टीका करण्याच्या आंतरिक ऊर्मीवर मात करणे खूप कमी लोकांना जमते. मी इथे प्रकल्प, काम किंवा लोक यांच्याबाबत अर्थपूर्ण प्रतिसाद देणाऱ्यांच्या कामाबद्दल बोलत नाही, तर केवळ दुसऱ्यामधील काळी बाजू पुढे आणण्यासाठी त्यांच्यामधले दोष काढणाऱ्या, त्यांच्या पाटीमागे त्यांना नावं ठेवणाऱ्या लोकांविषयी बोलत आहे. आपल्या रोजच्या कामाच्या ठिकाणी ही गोष्ट किती सर्वव्यापी पसरली आहे हे आपल्या लक्षात येईल. लोक बदलतात, विषय आणि प्रश्न बदलतात; पण सतत टीका करण्याची कृती मात्र बदलत नाही. ही गोष्ट इतकी व्यापक आहे की, दुसऱ्यावर टीका करणे या गोष्टीला आता समाजमान्यताच आहे असा एखाद्याचा समज होईल.

आपल्याभोवती असे खूपच कमी लोक असतात, ज्यांना अशी आंतरिक इच्छा होऊनही, आजूबाजूला तेच वातावरण असूनही ते या विनाकारण टीकेच्या जाळ्यात ओढले जाण्यापासून स्वतःला रोखतात. ही खरोखरच चांगली माणसं असतात. आपल्याभोवती ते सकारात्मक ऊर्जेचा स्रोत फुलवतात. सातत्याने जे योग्य आहे त्या गोष्टीचा किल्ला लढवतात.

या मूलभूत मानवी भावनेवर मात करणं अवघड असतं असं सांगतानाच त्यावर मात करा, असं कबीर आपल्याला कळकळीने सांगतो. आपण ज्या संस्थेत काम करत असतो तिथे जेव्हा व्यवस्थापक, नेते, संस्कृतीला आकार देणारे म्हणून आपल्याला संधी मिळते, तेव्हा योग्य कृतीद्वारे स्वतःशी असलेली लढाई जिंका.

कोणत्याही गोष्टीस प्रवृत्त होण्यासाठी, ती गोष्ट अमलात आणण्यासाठी आणि कठीण पण योग्य गोष्टीच्या आचरणासाठी एक पालुपद आपल्याला नेहमी ऐकवलं जातं. ते म्हणजे 'खरं आयुष्य वेगळं असत.' खरं आयुष्य वेगळं असतं, असं जेव्हा आपण म्हणतो, तेव्हा आपण स्वतःचा सर्वसाधारणपणा आणि काहीतरी अधिक

मोठं आणि अधिक चांगलं करण्याची आपली अकार्यक्षमताच जणू मान्य करतो. 'खऱ्या जगातील' आव्हानांना बळी पडून आणि जे योग्य आहे, ते आपण करू न शकण्यासाठी तीच कारणे पुढे करून, आपण महान टीम आणि महान संस्था निर्माण करण्यास सक्षम नाही हेच सिद्ध करत असतो.

रॉब मॅन्युअलचे शब्द आपण नेहमी लक्षात ठेवायला हवेत : 'द्वेष करणाऱ्यांना टाळण्यासाठी काही निश्चित तर्कशास्त्र नक्की असतं; पण एक धोरण म्हणून ते नक्कीच सदोष आहे. जेव्हा तुम्ही प्रतिसाद किंवा टीका ऐकणंच बंद करता, तेव्हा त्याचे फायदे आणि तोटे दोन्ही असतात. हे म्हणजे बोट दुखावल्यावर हातच तोडण्यासारखं आहे.'

यातून शिकण्यासारख्या गोष्टी

१. खऱ्या टीकेकडे बघण्याचा आपला दृष्टिकोन गुंतागुंतीचा असतो- आपल्या जडणघडणीतील वर्षांमधला अनुभव, आपल्या स्वप्रतिष्ठेची ताकद आणि आपली स्वतःविषयीची जाणीव यातून त्याला आकार मिळतो.

२. व्यक्तिगत सुधारणा आणि विकास हा फक्त दात्याच्या माहितीच्या गुणवत्तेवर आधारित नसतो, तर ग्रहणकर्त्याच्या खुलेपणावरही अवलंबून असतो. टीकाकार आपल्याला शुद्ध करतो. जे आपल्याला बघता येत नाही ते तो आपल्याला दाखवतो. आपल्यातील सर्वोत्तम गोष्टींचे कौतुक आणि सर्वाधिक वाईट गोष्टींची खरडपट्टी तो काढतो.

३. जेव्हा एखादी व्यक्ती आपल्या खूप जवळ असते, तेव्हा दृष्टी धूसर होते. ती नजर सुस्पष्ट करण्यासाठी टीकाकारच लागतो.

४. अभिप्राय मिळवण्यासाठी खूप समृद्ध आणि सुरक्षित व्यक्ती लागते आणि विशेष लक्षणीय गोष्ट म्हणजे या अभिप्राय किंवा प्रतिसादामुळे माणूस आणखी समृद्ध आणि सुरक्षित बनतो.

५. अधिक चांगलं बनणं त्याचबरोबर प्रतिसाद मिळवणं ही क्वचितच प्राधान्याची गोष्ट असते.

६. प्रतिसाद किंवा टीकेची वेदना इतकी खरी आणि टोचणारी असते की, त्यामुळे भविष्यामध्ये काहीतरी अधिक चांगलं घडेल या जाणिवेवर ती मात करते.

७. टीकेमुळे अधिक चांगलं बनण्याची प्रक्रिया कालांतराने त्याचे फळ दाखवून देते. आत्मचिंतन केले तरच सुधारणा दिसून येते.

१९

गुण

कथा : श्याम बक्षी यांचे करिअर वेगाने दौडत होते. वयाच्या ४५व्या वर्षी ते आघाडीच्या एफएमसीजी (FMCG) कंपनीत मोठ्या वितरण कार्यप्रणालीचे नेतृत्व करत होते. अभियंता आणि एमबीए दोन्ही असलेल्या बक्षी यांना सुरुवातीपासूनच सगळे काही मिळत गेले. भरपूर जोर लावून केलेले काम, खूप काळाचा प्रवास आणि खूप तास काम यामुळे त्यांची वेगात प्रगती झाली. ते त्यांच्या कामात हुशार होतेच; पण जोडीला वागण्या-बोलण्यातही सौम्य, मृदू स्वभावाचे होते. संस्थेतल्या तरुण शिलेदारांमध्ये त्यांची गणना व्हायची आणि आगामी वर्षात ते कंपनीचे सीईओ बनले असते तर यात काही नवल नव्हतं.

पण गेल्या काही वर्षांत त्यांचे आयुष्य ज्या पद्धतीने सुरू होते, त्याचा त्यांना काही प्रमाणात कंटाळा येऊ लागला होता. पदोन्नती झाल्यावर आधी त्यांना जो आनंद मिळायचा तो आता कमी व्हायला लागला होता. वार्षिक पुरस्कार जिंकल्यानंतर त्यांना जेवढं छान वाटायचं, नवीन काम करायची ऊर्मी मिळायची, ती आता पूर्वीसारखी राहिली नव्हती. आपल्या कुटुंबासमवेत अधिक चांगला वेळ घालवावा असं त्यांना वाटू लागलं. आपल्या सहकाऱ्यांबरोबर अधिक वेळ घालवावा आणि छान माणूस म्हणून, मित्र म्हणून त्यांच्याबरोबर राहावं असं त्यांना वाटू लागलं होतं, पण ते तेवढं सोपं नव्हतं याची जाणीव त्यांना होती. आजवर कधीही केलं नव्हतं इतकं श्याम प्रत्येक गोष्टीचा अर्थ विचारायला लागले होते. त्यांचा तल्लखपणा आजही तितकाच असला तरी रोजच्या दिवसानिशी यश कसे मिळवायचे यापेक्षा आनंद कसा मिळवायचा याचा ते अधिक विचार करायला लागले होते. नुकत्याच

डॉक्टरांनी केलेल्या तपासणीत रक्तदाबाच्या विकाराची सुरुवात झाल्याचं निदान झालं होतं. ही काय समस्या होती आणि कबीर ती सोडवू शकेल?

कॉर्पोरेट विश्वात 'हाव चांगली असते' हा मंत्र जेरी मॅगुअर यांनी हॉलीवूडच्या चित्रपटामधून प्रसिद्ध केला. मोठमोठ्या कंपनींच्या 'डीएनए'मध्येच प्रखर आर्थिक भेदभाव, आर्थिकतेच्या मुद्द्याकडे कल असतो. असे असले तरी, मोठे उद्दिष्ट, मूलभूत मूल्यं, दृष्टिकोन, सामाजिक जाणीव आणि सामाजिक जबाबदारी यांसारख्या महत्त्वाच्या विषयांबाबत गोंधळ वाढताना दिसत आहे. तरी रोजच्या कामाच्या कृतीत आणि वर्तनात नफ्याचा उद्देश हाच सर्वांत प्रबळ उद्देश राहिला आहे. साहजिकच हा डीएनए संस्थेच्या व्यक्तिमत्त्वात रूपांतरित होतो आणि त्यातून टीम आणि व्यक्तींमध्ये उतरतो. बहुतांश व्यावसायिक संस्था तडजोड न करता जास्तीतजास्त मागणी करण्याच्या एका ठरावीक दृष्टिकोनाला खतपाणी घालत असतात. ही प्रवृत्ती थोडी अधिक जाणून घेऊ या. प्रत्येक गोष्टीतील जसे की, बाजारपेठेतील हिस्सा, मूल्यांकन आणि नफा या सगळ्यांमधील अधिक काहीतरी मागणं आणि त्यासाठी धक्का देणं यामध्ये असतं. संस्थात्मक संस्कृतीमध्ये ही प्रवृत्ती वाढतानाच दिसत आहे. याचे कारण स्पष्टपणे सांगितले नाही तरी कोणत्याही परिस्थितीत, काय वाट्टेल ते झाले तरी जास्त मिळालेच पाहिजे, ही भावना वाढीस लागत आहे.

वैयक्तिक पातळीवर लोकांना अधिक काम करायला प्रोत्साहन दिले जाते. यंत्रं अधिक काळ चालवली जातात. उत्पादन सर्वोच्च पातळीवर नेऊन ठेवले जाते. तरीही हे सगळं अजून वाढवायचं असतं. नफा वाढायलाच हवा असतो. उत्पादकतेचा आलेख उंचावायचा असतो. विसाव्या शतकातील बहुतांश काळात संस्थांची बांधणी अशा रितीने झाली की, त्यातून अधिक काहीतरी हवं असलेल्या कर्मचाऱ्यांची पिढी उदयाला आली. संस्थेला जास्तीची हाव असते म्हणून कर्मचाऱ्यांनाही असते. संस्थेला जर एखादी गोष्ट कोणत्याही परिस्थितीत मिळवायची असेल तर कर्मचाऱ्यांनाही ती काहीही करून मिळवायचीच असते. काहीही करून मिळवण्याची आस कर्मचाऱ्याला व्यवस्थापनाचा, विश्लेषकांचा आणि बाजारपेठेचा लाडका बनवते. या अन्नसाखळीच्या तळाशी 'अधिक मागणी'चं रूपांतर कामाचे तास वाढण्यात होतं. त्यातूनच मग तीव्र महत्त्वाकांक्षा, गळचेपी स्पर्धा, अघोरी कार्यसंस्कृती, श्रेय लाटण्याचे प्रकार असल्या गोष्टी सुरू होतात. पुढे जाण्याच्या आणि सगळं काही मिळवण्याच्या नावाखाली कठोर आणि उद्धट असणं मान्य केलं जातं. ही तडजोड न करता सगळं काही मिळवण्याची संस्थेची प्रवृत्ती मग तिथे काम करणाऱ्या कर्मचाऱ्यांमध्येही झिरपत जाते.

गेल्या शतकाच्या अखेरपर्यंत, तडजोड न करता जास्तीतजास्त मागणी करण्याच्या तत्त्वज्ञानात काहीतरी चुकत असल्याचे स्पष्ट झाले होते. जवळपास

कोलमडलेल्या अमेरिकी अर्थव्यवस्थेमुळे मोठ्या प्रमाणावर दिवाळखोरी वाढली होती आणि जागतिक मंदीमुळे मोठ्या प्रमाणावर तडजोड न करता सगळं काही मिळवण्याच्या प्रवृत्तीचे तत्त्वज्ञान गंभीरपणे चुकले होते. अधिकाधिक तेल उपसा, नैसर्गिक स्रोतांसाठी अधिक उत्खनन आणि ताज्या पाण्याचा अधिकाधिक वापर यामुळे आपल्या अमूल्य पृथ्वीचा विनाश व्हायचा धोका निर्माण झाला आहे. कीटकनाशकांच्या अतिवापरामुळे आपण पिकवत असलेल्या अन्नाची गुणवत्ता खूप खालावत चालली आहे; त्यामुळे आरोग्याचे गंभीर प्रश्नही निर्माण होत आहेत. औषधांच्या अतिवापरामुळे जिवाणू आणि विषाणूंविरोधात लढा देण्याची ताकद कमी होत आहे. वर्तणुकीच्या पातळीवरही ताणतणाव वाढल्यामुळे, लोकांच्या प्रश्नाविषयीची आतुरता आणि एकूणच संस्थेत कमी झालेली मानवी मूल्यं यामुळे काम आणि जीवनाचा समतोल ढासळत आहे. या सगळ्याची कारणं प्रस्थापित करणं कदाचित एवढं सोपं नाही; पण जवळपास सगळ्या संस्था कर्मचाऱ्यांचे समाधान, आनंद आणि त्यांना गुंतवून ठेवणारे विषय या गोष्टी हाताळत आहेत.

अगदी सर्वत्र नसलं तरी किमान शैक्षणिक व्याख्यानं किंवा चर्चांमध्ये तरी आपल्याला आता अनुकूलता आणि सर्वोच्च प्रमाण यांच्याऐवजी शाश्वत, टिकाऊपणा या संकल्पना ऐकू यायला लागल्या आहेत. या संकल्पना नवीन असल्या तरी आणि सध्या केवळ तोंडदेखल्या असल्या तरी त्यांची चिन्हं सुस्पष्ट दिसू लागली आहेत. बेफिकीर हाव, बेफिकीरपणे जास्तीची मागणी ही केवळ संस्थात्मक पातळीवरच नाही तर वैयक्तिक पातळीवरही न टिकणारी आहे हे आता लक्षात येत आहे.

आपण नक्की कोणती भूमिका घ्यायची याबाबत सर्वसामान्य कर्मचाऱ्यांचा कदाचित गोंधळ उडू शकतो. एका बाजूला 'विजेते सर्वश्रेष्ठ असतात; त्यामुळे ते सगळं घेऊन जातात' हे विजेत्यांचे तत्त्वज्ञान बघत असतात. जेवढं जास्त तेवढं चांगलं अशी ही भूमिका असते. बक्षिसं आणि मान्यता व्यवस्था यातून तडजोड न करता जास्तीतजास्त गोष्टींची मागणी करण्याच्या वर्तणुकीला पुढे रेटले जात असते. दुसऱ्या बाजूला अनुकूलतेच्या मुद्द्यांवर चर्चा होत असतात. खरेतर समाधान, तृप्त वाटणे, कमी म्हणजे जास्त इत्यादी गोष्टींविषयी बोलणाऱ्या माणसांवर ताशेरे ओढले जातात. अशा वास्तववादी लोकांचे कदाचित वरिष्ठांकडून कौतुक होत नाही आणि लवकरच तुमच्यावर विचित्रपणाचा किंवा कोणत्याही गोष्टीवर विश्वास नसणारा माणूस असा शिक्का बसतो.

'तुमच्यातील सर्वोत्तम बाहेर येण्यासाठी तुम्हाला धक्का दिला जात आहे' या नावाखाली कॉर्पोरेट नेते अवास्तव उद्दिष्ट आणि अवास्तव डेडलाइन देत असतात. इंजिनाची क्षमता किती आहे हे नेत्यांना माहीत असावं आणि इंजिन धावू शकेल इतकेच ओझे त्याच्यावर ठेवावे अशी अपेक्षा असते. जर यंत्रणा अधिक मजबूत,

वेगवान आणि दीर्घकाळ चालू राहावी असं वाटत असेल तर या नव्या अपेक्षांना पुरे पडण्यासाठी त्यांनी आधी ही यंत्रणा सक्षम करण्यासाठी प्रयत्न करायला हवेत. कोणीतरी उभा राहतो आणि हा धक्का का मारला? असा प्रश्न विचारतो. आव्हानाला वास्तवाचं परिमाण जोडतो. तो स्वतःवर अखिलाडूपणाचा शिक्का मारून घ्यायलाही तयार होतो. त्याहून वाईट म्हणजे त्याच्यावर कामचुकारपणाचा शिक्काही बसतो. या सगळ्या समस्यांवर काही उपाय आहे का?

कबीर काही मदत करू शकतो का?

साांई इतना दीजिए, जामे कुटुंब समाय ।
मैं भी भुखा न रहूं, साधू न भूखा जाय ।।

(देवा, माझ्या विस्तारलेल्या कुटुंबासाठी पुरेसं मला द्या. त्यामुळे मीही भुकेलेला राहणार नाही आणि माझे पाहुणेही भुकेले राहणार नाहीत.)

आजच्या संदर्भात या दोह्याचा चुकीचा अर्थ न लावता तो व्यवस्थित समजून घेतला पाहिजे. अल्पसंतुष्टता किंवा थोडक्यात समाधान मानण्याच्या वृत्तीचे यात समर्थन केलेले नाही. मानवी क्षमतांचे खच्चीकरण अपेक्षित नाही.

माफक किंवा पुरेसे म्हणजे किती? एखाद्याने आपली सीमारेषा कुठे आखावी? विकास स्वीकारावा; पण किती किंमत चुकवून? आयुष्य म्हणजे निर्णय घेणं असेल तर मग कोणते निर्णय घेण्याची आपली इच्छा आहे? आणि त्या निर्णयांसाठी आपण किती किंमत चुकवायला तयार आहोत?

संस्थात्मक उतरंडीची मूलभूत रचना पिरॅमिडसारखी असते. याचा अर्थ पुढच्या पातळीवर भरपूर जागा उपलब्ध असतात. पुढच्या पातळीवर न पोहोचणाऱ्यांची संख्या तिथपर्यंत पोहोचणाऱ्यांच्या संख्येपेक्षा जास्त असते; पण ज्या पद्धतीने ही सुवर्ण रस्सीखेच सुरू असते, कोणालाच ती सोडायची नसते. थोडं अधिकची चटक हे व्यसनच बनतं आणि त्या सगळ्यातून बाहेर पडणं ही कॉर्पोरेट कर्मचाऱ्यांसाठीची सर्वांत वाईट गोष्ट असू शकते किंवा किमान त्याला तरी ते तसंच वाटतं; त्यामुळे हवीहवीशी वाटणारी पदोन्नती असो, वार्षिक मूल्यमापन आणि वाढ असो किंवा मूव्हर्स अँड शेकर्स गटात सामील व्हायची तीव्र आस असो किंवा शक्तिशाली आणि प्रभावी व्यक्तीसोबतची घसट असो; सर्वसाधारण कर्मचारी सतत धावत असतो, सतत कामाच्या पवित्र्यात असतो, सर्वकाळ सगळ्या जगाशी जोडलेला असतो – आपण मागे तर पडणार नाही ना या भीतीने सतत ग्रासलेला असतो. पुढच्या पातळीवर जाण्यासाठी अनेकजण असे आयुष्य जगतात आणि खूप कमी तिथपर्यंत पोहोचू शकतात.

आपण भलतेच मोठे आहोत अशा प्रकारची मानसिकताच पद्धतशीरपणे आपल्या यंत्रणेत तयार करण्याची कला संस्थांनी शिकून घेतली आहे; त्यामुळे एक वेळ अशी येते की, संपूर्ण यंत्रणाच या शर्यतीत पळायला लागते. जे लोक या वेडेपणाचा भाग व्हायला नकार देतात, त्यांच्याकडे कुत्सित नजरेने पाहिले जाते. जेव्हा प्रत्येकजण जीव खाऊन पळत असतो, तेव्हा यंत्रणेला त्यातील फायद्यांवर भरवसा असतो. कदाचित छोट्या शर्यतीसाठी असेल!

असे असले तरी, इथे एक नवा विचार मांडत आहे. आपण काय करू शकतो आणि काय करू शकत नाही हे आपल्या सगळ्यांना ठाऊक असते. आपल्या क्षमतांची आपल्याला व्यवस्थित कल्पना असते. महत्त्वाकांक्षा आणि इच्छा असणे ठीक आहे; पण जोडीला वास्तवाचे भान असणेही तितकेच महत्त्वाचे आहे. वास्तवदर्शीपणा आणि प्रारब्धवाद किंवा पराभूत मनोवृत्ती यांची गल्लत करू नका. वास्तव आपल्याला कधीच कमी काम करा असे सांगत नाही फक्त आपली भूक किती आहे आणि आज आपल्या पायात किती ताकद आहे याचा अंदाज घेऊन आपल्या महत्त्वाकांक्षा ठेवण्याचा प्रयत्न करते. तरीही आवश्यक असल्यास आपण पुढे त्या मार्गावरून चालू शकतो; पण त्यासाठी त्याची किती किंमत चुकवावी लागेल आणि केवळ आज नाही तर उद्यासुद्धा ती किंमत चुकवायची आपली तयारी आहे का याचा विचार करावा लागेल.

बेफिकीर कॉर्पोरेट महत्त्वाकांक्षेमुळे आपल्याला किती किंमत चुकवावी लागू शकते हे मी तुम्हाला सांगतो. आपल्याला जे आवडतं ते काम करताना आपल्याला मजा येते. जसे की कोड, जिंगल्स यांचे लिखाण, प्रशिक्षण किंवा विक्री असं काहीही! पण आपल्याला अधिकाची आस असते आणि पुढच्या पातळीवर, त्याच्या पुढच्या पातळीवर जाऊनच आपल्याला अधिक गोष्टी मिळू शकतात. तिथे गेल्यावर आपल्याला पद आणि पैसा मिळतो; पण आपल्याला ज्या कामातून खरोखर मजा येत होती, त्या कामापासून आपण अधिकाधिक दूर होतो. आपल्याला जे काम करायला आवडत आहे ते करत राहण्यासाठी जर आपण पदोन्नतीच्या अमिषाला विरोध केला तर? आणखी एक उदाहरण बघू या. समजा, तुम्हाला चित्रपट बघायला आवडत असतील, लेख लिहायला, प्रवास करायला, स्वयंसेवी संस्थांसोबत काम करायला आवडत असेल; पण तुम्ही जर ९ ते ९ अशा ठरलेल्या वेळेच्या कामात चिकटून राहिलेले असाल, तर रोजच्या जाणाऱ्या दिवसाबरोबर आनंदी जगण्यातला तुमचा उत्साहच लोप पावत आहे असं तुम्हाला वाटेल. आपल्याला जे आवडत नसतं ते आपण अधिकाधिक करत राहतो आणि ज्या गोष्टी आपल्याला मनापासून आवडतात, त्या करायलाच आपल्याला सर्वांत कमी वेळ मिळतो. आता तिसरं उदाहरण बघू या. आपण अखंड कामाच्या मागे पळत असतो, जास्तीतजास्त

काम करत असतो. याचाच अर्थ आपल्याकडे आरोग्य आणि कुटुंब यांच्यासाठी द्यायला वेळ नसतो. जोडीदाराशी किंवा वाढत्या वयाच्या मुलांशी आपली भावनिक जवळीकच राहिलेली नसते. सर्वांत शेवटी खोलीच्या एका कोपऱ्यात आपण एकटेच उरलेलो असतो. तुटलेले शरीर आणि तुटलेले कुटुंब यांचे चित्र दाखवण्यापुरते तरी किमान आपण उरलो याबद्दल ते स्वतःला भाग्यवान समजत असतात. ज्यांच्या वाट्याला तेवढंही येत नाही ते आणखी दुर्दैवी!

चला, कबीराला यावर काय म्हणायचं आहे हे बघू या. कबीर माफकता, नेमस्तपणाचा पुरस्कर्ता आहे. समतोल साधण्यावर त्याचा विश्वास आहे. आपल्या गरजा, आपल्या कुटुंबाच्या आणि मित्रमंडळींच्या गरजा भागवण्याइतपत इच्छा-आकांक्षांची आपण कास धरावी. पैसा, संपत्ती, नशीब आपल्याला एका क्षणापर्यंत आनंद देऊ शकतात; पण त्यानंतर त्यांचा प्रभाव ओसरतो. एखाद्या विशिष्ट हेतूसाठी संपत्तीचा संचय करणं ही गोष्ट संपत्ती उधळण्यापेक्षा वेगळी असते; पण त्यापेक्षा महत्त्वाचे म्हणजे श्रीमंतीच्या या पातळीपर्यंत पोहोचण्यासाठी किती किंमत मोजायची आपली तयारी आहे हे प्रत्येकाने माहीत करून घ्यायला हवे. जर एखाद्याला त्या जोडीला सामाजिक, वैयक्तिक आणि आरोग्यपूर्ण जीवन व्यतीत करायचे असेल तर मग आपल्या महत्त्वाकांक्षेसाठी ती व्यक्ती किती किंमत चुकवायला तयार होईल? अखेरीस, चाळिशीत किंवा साठीत किंवा ऐंशीव्या वर्षी आपण स्वतःची मोजदाद कशा पद्धतीने करू? असं म्हणतात की, सर्वांत वरच्या स्थानावर आपण एकटे असतो. सहकारी सोबत नसले तरी किमान कुटुंब आपल्याबरोबर असते; कुटुंबही नसेल तर किमान आरोग्याची साथ तरी असते.

हे ज्ञान काही नव्याने सांगितलेली गोष्ट नाही. आयुष्य पुन्हा नव्याने घडविण्यासाठी वाढत्या प्रमाणात प्रयत्न करावे लागतात. विरोधाभासाची गोष्ट म्हणजे या श्रीमंतांची, साठेबाजांची मुले मात्र बहुतेकदा तडजोड न करता अधिक मागणी करत राहण्याचे आयुष्य जगण्याचे तंत्र नाकारतात. कदाचित तसे आयुष्य जगण्याची मोठी किंमत त्यांनी चुकवलेली असते. आधीच्या पिढीपेक्षा ही नवी पिढी जे त्यांना करायला आवडतं ते करायला अधिक प्राधान्य देते. आता त्यांचे म्हणणे ऐकून घेण्याची वेळ आलेली असते. आनंदी, श्रीमंत आणि निरोगी असणे उत्तमच असते. आनंदी आणि श्रीमंत दोन्ही असणं केव्हाही चांगलं. जर या दोन्ही गोष्टी एकत्र शक्य नसतील तर माणसाने किमान आनंदी तरी असलेच पाहिजे.

कबीर चिन्ता क्या करे, चिन्ता सों क्या होय ।
चिन्ता तो हरि ही करे, चिन्ता करो न कोय ।।

(कबीर म्हणतो की, चिंता करू नये, चिंता करून काय हाती लागणार आहे? तुम्ही चिंता करू नका, जगाला तुमची चिंता करू द्या.)

कॉर्पोरेट जग सर्व प्रकारच्या चिंता आणि काळज्या निर्माण करते. सर्वेक्षणातून आपल्याला असे समजते की, अधिकतेच्या मागणीतून कर्मचाऱ्यांचे मानसिक आरोग्य बिघडते. एका पातळीवर हे उपरोधिकही आहे. मोठमोठ्या संस्था कर्मचाऱ्यांमधील गुंतवणूक बळकट करणे, संस्थात्मक वातावरण सुधारणे आणि आपली संस्था कामासाठी सर्वोत्तम जागा बनवणे यासाठी खूप प्रमाणात पैसा आणि लक्ष केंद्रित करतात. असे असले तरी त्याच संस्थेत कदाचित टोकाचे असुरक्षित वातावरण असू शकते. भीती, असुरक्षितता आणि चिंतेची भावना व्यापून राहिलेली असू शकते. स्पर्धात्मक जोश, गुणवत्ता जोखणे या नावाखाली अगदी नामांकित संस्थांमध्येही अशी परिस्थिती असते. तीव्र गळेकापू स्पर्धात्मक वृत्ती आणि सर्वोत्तमाची कास धरणारी वृत्ती यांच्यातील सीमारेषा अगदी बारीक असते. पहिला प्रकार भीतीला जन्माला घालतो, तर दुसरा उच्च कामगिरीला!

कॉर्पोरेट जगतातील सर्वसाधारण कर्मचाऱ्याला चिंता करण्यामधली निरर्थकता समजलीच पाहिजे. चांगली कामगिरी न करणारे, आळशी, काम टाळणारे, अकार्यक्षम कर्मचाऱ्यांनी बाहेर फेकले जाऊ नये म्हणून काळजी करायलाच हवी आणि तीही खूप उशीर झाल्यावर नाही तर आधीच करायला हवी. इतरांनी खरोखरच चिंता करू नये. हजारो लोकांचा आदर्श असलेल्या आणि निव्वळ स्वतःच्या क्षमतेवर यशाची शिखरे चढलेल्या एका तरुण सीईओला एकदा नवोदितांनी बुद्ध्यंक आणि भावनांक यावर त्याचा विश्वास आहे का असं विचारलं. त्यावर त्याचा भाग्यांकावर विश्वास असल्याचे त्याने सांगितले. योग्य वेळेत आपण योग्य ठिकाणी असल्याबद्दल तो स्वतःला भाग्यवान समजत होता. त्याचे हे उत्तर मला अगदी कबीराच्या विचाराप्रमाणे वाटते. बरेचदा असे होते की, एखादी व्यक्ती खूप हुशार असते, भरपूर कष्ट करते; पण मर्यादित यशच मिळवू शकते. तर अगदी सर्वसाधारण हुशारी असलेला माणूसही कधीकधी यशाच्या शिखरावर पोहोचतो. काही काही वेळा खूप चांगले निर्णय घेऊनही व्यवस्थित काम होत नाही, तर कधीकधी वरकरणी अगदी साधे वाटणारे निर्णयही मोठे बदल घडवून आणतात आणि लोकांची नशिबं बदलतात.

काही काही वेळा आपण मोठी भूमिका, महान नेता, महान संस्था आणि मोठ्या उद्योगक्षेत्रात काम करायला सुरुवात करतो आणि आपण कामाला सुरुवात केल्यावर लगेचच एकतर ती भूमिकाच राहत नाही, तो नेता राहत नाही, संस्थेत समस्या उद्‌भवतात किंवा त्याहून वाईट म्हणजे त्या उद्योगक्षेत्रालाच काहीतरी अनाकलनीय बदलांचा फटका बसतो. आपल्या नशिबापुढे किंवा दुःखासाठी काही विशिष्ट कारणच राहत नाही. पौर्वात्य तत्त्वज्ञान यालाच नशीब, विधिलिखित किंवा भाग्य म्हणते. वास्तववादी केवळ हे हसण्यावारी नेतात.

काही काही वेळा एखादा निर्णय किंवा निर्णयप्रक्रिया आपल्याला कल्पनेच्या

पलीकडे फायदा मिळवून देते, तर काही वेळा आपल्याला जबर धक्का देते. काही वर्षे आपण एकदम चमकणारे तारे असतो आणि काही वर्षांनी एकदम साधारण कामगिरी करणारे वाटतो. काही काही वेळा संस्था, विभाग आणि साहेब यांना आपली सर्वाधिक गरज असते, कारण केवळ आपणच ते काम करू शकू, असे त्यांना वाटत असते, आपल्याला पर्यायच नसतो आणि आपण सर्वोत्तम असल्याची पावती आपल्याला मिळते. पुढच्याच वर्षी त्यांना पर्याय मिळतो आणि अचानक आपले महत्त्व कमी होते आणि आपण 'सर्वोत्तम'वरून सर्वसाधारण बनतो. आहे ना हे आश्चर्यकारक!

जे लोक आपल्याला नेमून दिलेले काम प्रामाणिकपणे करतात, त्यांनी काळजी करू नये असं कबीर म्हणतो. काळजी केल्यामुळे केवळ आपल्याला त्रास होतो आणि आपली ऊर्जा कमी होते, आपल्यातील उत्साह मावळतो. आपल्या या अवस्थेवरच काळजीचे पोषण होत असते आणि लवकरच आपण निराशेच्या अंधाऱ्या जाळ्यात अडकतो. कबीर म्हणतो, जगाला किंवा धार्मिक बाबींविषयी बोलायचं झालं तर देवाला तुमची काळजी करू देत.

कबीराचे हे विचार सर्व प्रकारचे विश्वासकर्ते, आस्तिक खूप सहज स्वीकारतात; पण सच्च्या बुद्धिप्रामाण्यवादी लोकांना हे विचार स्वीकारणे खूप कठीण जाते. काही काही वेळा जेव्हा आपल्यावर कठीण प्रसंग गुदरतो किंवा आपण सहन करू शकणार नाही असा बदल घडत असतो, तेव्हा विरोध न करणे ही सर्वोत्तम गोष्ट असते. निसर्गाला त्याचे काम करून द्यावे. अज्ञात शक्तीला काम करून द्यावे. प्रवाहाबरोबर जात राहावे. काळ्या ढगाला रुपेरी किनार असते, हे लक्षात घ्यावे आणि त्या गोष्टीला महत्त्व द्यावे.

अखेरीस, काही विशिष्ट गोष्टींना दिलेले अवास्तव महत्त्व आणि त्यांचा दिसून येणारा परिणाम यातून चिंता, काळजी उदयाला येत असते. अर्थात, त्या घटनांचे परिणाम तसेच होणार का, हेही अनिश्चित असते. ते परिणाम भविष्यात होणारे असले तरी इतके भयानक असतात की, त्यांच्या केवळ विचारानेही आपल्याला आज घाम फुटतो. जर आपण हे विचार डोक्यातून झटकून या बदलामुळे आपल्या आयुष्यात होणारा एखादा जरी लाभ लिहिला तर? जर आपण त्या एका लाभाला प्रमाणाबाहेर महत्त्व द्यायला सुरुवात केली तर? त्यामुळे आपल्या भावनांमध्ये काही फरक पडेल का? मग आतापेक्षा आपल्या हातात अधिक नियंत्रण येईल का?

काहीतरी भलतेच दृष्टिकोन बाळगले, तर त्यातून चिंता वाढते. लक्षात घ्या, भविष्याला आपले स्वतःचे मन असते!

बहुत पसारा जनि करै, कर थोड़े की आस ।
बहुत पसारा जिन किया, तेई गए निरास ।।

(काही लोकांच्या अपेक्षा खूप अवास्तव असतात, अशांच्या पदरी सहसा निराशाच पडते; पण जे संयमित, माफक अपेक्षा ठेवतात आणि जास्त कृती करतात, त्यांचे निश्चित भले होते.)

एकदा एका हुशार डॉक्टरला शारीरिक, मानसिक आणि आध्यात्मिक अशा तिन्ही प्रकारच्या उत्तम आरोग्याचे स्रोत कोणते? असा प्रश्न विचारला गेला. काही वेळ विचार करून डॉक्टरने उत्तर दिले : 'संयम.' आपण ज्या प्रकारच्या संस्कृतीमध्ये वाढलोय तिथे हाव करणे हे पाप समजले जाते. त्याच वेळी जे खूप महत्त्वाकांक्षी असतात (किंवा दुसऱ्या शब्दांत खूप अपेक्षा ठेवतात) ते सर्व भौतिक सुख-संपत्तीने समृद्धही असल्याचे बघायला मिळते. अशा परिस्थितीत सर्वसामान्य व्यक्ती, कर्मचारी पार गोंधळून जातो, कारण एकीकडे त्याला नैतिकतेचे धडे मिळत असतात आणि दुसरीकडे कंपनीतर्फे ज्यासाठी प्रशंसा, पैसा दिला जातो त्या दोन्हीमध्ये खूप भिन्नता असते.

प्रत्येक कर्मचाऱ्याने स्वतःला काही प्रश्न विचारले पाहिजेत आणि सर्वांत शेवटी एक प्रश्न विचारला पाहिजे, तो म्हणजे 'किती पुरेसं आहे?' (कुठे थांबायला हवं?) मी नक्की कशाचा पाठलाग करतोय – यश, समाधान, लौकिक, प्रतिष्ठा, पद, पैसा, आनंद की उत्कृष्टता? यांपैकी प्रत्येक गोष्ट फक्त एक शब्द नाही, तर प्रत्येक गोष्ट आपला कामाकडे बघण्याचा दृष्टिकोन ठरविणारा घटक आहे. कठोर मेहनत करून संपलेल्या प्रत्येक दिवसाच्या अखेरीस आपली मनःस्थिती कशी असेल, हे यापैकी प्रत्येक घटक ठरवत असतो. प्रतिकूल परिस्थिती, टीका, विपरीत कामगिरी, मूल्यमापन, दोलायमान दैव आणि त्याप्रति असलेला आपला दृष्टिकोन, वाईट बॉस वाट्याला आल्यास त्याप्रति असलेली आपली प्रतिक्रिया आणि अशा अन्य कित्येक गोष्टी या सर्व घटकांवर अवलंबून असतात.

या सगळ्याच्या अखेरीस आपला कल एक तर पैसा, पदोन्नती, वेतनवाढ, बोनस, शेअर्स याकडे झुकतो किंवा मग समाधान, आनंद, अर्थपूर्णता, प्रतिष्ठा, लौकिक याकडे तरी; पण बहुसंख्य वेळा आपण सगळेचजण या दोन्हींच्या मधे झुलत राहतो. जे ठामपणे कोणत्यातरी एका बाजूची निवड करतात, त्यांना आपण जोखीम पत्करणारे, धाडसी म्हणतो; पण हे लोक खरोखर आनंदी असतात, कारण केवळ ते एक ठाम निर्णय घेतात एवढेच नव्हे तर, ते निर्णायक कृतीदेखील करू शकतात. हे लोक जबर महत्त्वाकांक्षी असतात, चिक्कार पैसा कमावणारे असतात आणि सहसा भावनांच्या आहारी जाणारे नसतात. कुठल्याही प्रकारे वागले तरी ते एक आरामदायी आयुष्य जगतात. जे लोक दोन्ही टोकांच्या मध्ये अडकून पडतात, त्यांच्या आयुष्यात अडचणी आणि समस्या निर्माण होतात. ते पैशांची गरज आणि

आपली आवड जपणे या दोन्हीच्या कात्रीत सापडतात आणि स्वतःला त्रास करून घेतात. ते जेव्हा पदोन्नती आणि वेतनवाढ यांच्यामागे लागतात, आनंद त्यांच्या मुठीतून निसटून जातो. जेव्हा ते ज्यातून आयुष्याला अर्थ मिळेल, समाधान मिळेल असे काहीतरी करायच्या मागे लागतात, तेव्हा त्यांना असुरक्षिततेची भावना ग्रासते कारण त्यातून अपेक्षित तेवढा पैसा मिळत नाही.

या दोलायमान लोकांना कबीर मदत करू शकेल. जे कोणताही एका बाजूचा निर्णय घेतात, त्यांना कबीराची गरज नाही. अर्थात, त्यांना जोवर आपल्या निर्णयाची किंमत चुकवावी लागत नाही तोवरच! आणि बहुतेकांना कधी ना कधी ती चुकवावी लागतेच. जगात कुठलीही गोष्ट विनामूल्य, विनासायास मिळतच नाही; पण जे मध्यावर लटकलेले आहेत, त्यांनी कबीराने सांगितलेला संयमाचा धडा कधी विसरता कामा नये. त्याला तुम्ही संयम – माफकता – नेमस्तपणा कशा प्रकारेही संबोधलं तरी चालेल. आपला जीवनगाडा सुरळीत सुरू ठेवण्यासाठी त्याची नितांत आवश्यकता असते. आनंद लुटता येण्याइतपतच मिळवणे आणि थांबणे म्हणजे संयम! जीवनातील विविध अंगांचा समतोल सांधणे म्हणजे संयम! एकाच एका गोष्टीच्या मागे बेभानपणे धावल्याने आपला वेळ वाया जातो आणि अन्य महत्त्वाच्या गोष्टींकडे लक्ष देता येत नाही.

माफक–अल्प या शब्दाचा अर्थ कबीराला संकुचित किंवा कमी असा अपेक्षित नाही. कबीर जेव्हा माफक असे म्हणतो, तेव्हा तुम्ही अल्पसंतुष्ट राहावे किंवा फार कष्ट न करता थोडक्यात समाधान मानावे असा अजिबात होत नाही. माफक म्हणजे जगातील अन्य कोणापेक्षाही कमी प्रमाणात असा घेऊ नये. माफक याचा अर्थ आपल्याला आनंद मिळेल एवढ्याच प्रमाणात! ज्यामधून अखेरीस आपल्या वाट्याला असमाधान येणार नाही इतपत. जीवनात महत्त्वाकांक्षा नसणे म्हणजे एका दुसऱ्याच संकटाला निमंत्रण देण्यासारखे असते. कॉर्पोरेट जगतातही सर्वाधिकतेची आस धरणारे असल्यामुळे कॉर्पोरेट जगतात कबीराचा हा विचार-संदेश थोडासा विरोधाभास निर्माण करणारा किंवा विवादास्पद होऊ शकतो.

मनुष्याने अल्पसंतुष्ट राहावे असे या संदेशातून सुचवायचे नाही, तर मनुष्याने समाधानी राहावे आणि ज्यातून अखेर असमाधान वाट्याला येईल एवढ्या अधिकतेची अपेक्षा करू नये, असे कबीर सांगतो.

आसन मारे कह भयो, मरी न मन की आस ।
तेली केरे बैल ज्यौ, घर ही कोस पचास ।।

(नुसती ध्यानधारणा आणि योगासाठी डोळे मिटून, मांडी घालून मनातील आकांक्षा, हाव नष्ट होत नाही. तेलाच्या घाण्याचा बैल जसा खुंट्याभोवती गोल गोल फिरत

राहता; पण अजिबात पुढे सरकत नाही, तशी आपली अवस्था होते.)

पुढील वाक्यांचं मनन करा, 'हे असंच होणार', 'दुसऱ्या कुठल्याच पद्धतीने आपण हे करू शकत नाही,' 'बाकी सर्व करून पाहिलं; पण हेच सगळ्यात चांगलं आहे.' 'हे इथे लागू पडणार नाही,' 'आपल्या लोकांना हे पटणार नाही,' 'हे उपयोगाचे होणार नाही,' 'आपले लोक फार बुरसटलेले/आधुनिक, म्हातारे/तरुण, फार जोखीम पत्करणारे /अजिबात जोखीम नको असणारे आहेत' इत्यादी. ही सर्व विधाने कोणत्याही संस्थेत एका विशिष्ट प्रकारे घडणाऱ्या गोष्टींचे द्योतक आहेत. कंपनीत कोणतीही गोष्ट नव्याने करताना किंवा आधीची सुधारताना प्रखर विरोधाला सामोरे जावे लागते. प्रत्येक यंत्रणा असेच म्हणते की, ही अमुक एक गोष्ट एकतर फार किरकोळ आहे किंवा फारच मोठी आहे.

अंतर्गत व्यवस्था, लोक, गोष्टी, कार्यपद्धती आणि प्रक्रिया यांच्यात बदल-सुधारणा घडवून आणण्यासाठी कंपन्या प्रचंड मोठा खर्च करत असतात; पण वस्तुस्थितीबाबत बोलायचं तर या सगळ्यातील सर्वांत लघुत्तम घटक जो असतो, तो म्हणजे मनुष्य (कर्मचारी) हा सर्व प्रकारचे बदल आणि सुधारणा घडवून आणण्यावर सर्वाधिक प्रभाव टाकणारा (बदल घडून येण्यासाठी सर्वाधिक जबाबदार) असतो; पण गंमत म्हणजे हा मनुष्य व्यक्तिगत पातळीवर स्वतः बदलायला फारसा तयार नसतो. तो वयाने, अनुभवाने आणि पदाने जेवढा ज्येष्ठ होत जाईल, तेवढा जास्त त्याच्यात बदल घडून येणं कठीण होत जातं. मनामध्ये, चर्चांमध्ये, बैठकांमध्ये, सादरीकरणामध्ये तो अधिकाधिक मोठ्याने बदल कसा घडून यायला हवा, याबद्दल आपले मत मांडतो; पण जर तुम्ही त्याच्यावर एखादी अवघड कामगिरी सोपवली की, तो 'ये रे माझ्या मागल्या' या भूमिकेत शिरतो आणि सगळं काही पूर्वीच्याच सोयीस्कर रीतीने करू लागतो. ते म्हणतात ना, (समजा, शक्य झालं तरी) 'बिबट्या कधीही स्वतःचे ठिपके बदलत नाही.'

ज्या कंपनीत कामे पारंपरिक 'तात्या पंतोजी' पद्धतीने, ठरावीक चाकोरीमध्येच घडून येत असतात, त्या कंपन्या लोकांना प्रशिक्षण देण्यासाठी लक्षावधी मनुष्य तास आणि अब्जावधी डॉलर्स खर्च करतातही; पण त्यातून हाती काहीच लागत नाही. या कंपन्या घाण्याच्या बैलाप्रमाणे एका ठरावीक चाकोरीत भलेही ५० मैल गोल गोल फिरतात; पण अखेरीस जिथून सुरुवात केली तिथेच थांबतात. जुन्या मानसिकतेतून राबवलेले नवे तंत्रज्ञान जुनेच परिणाम दर्शवते. जुन्या हातात दिलेले एखादे नवे साधन जुन्याच पद्धतीचे निकाल देणार.

प्रत्येक व्यक्तीला आपल्यातील त्रुटी ओळखता आल्याच पाहिजेत. लोक नवे प्रकल्प जुन्या कार्यपद्धतीने पार पाडू पाहतात. नवीन काम स्वीकारताना मानसिकता

आणि दृष्टिकोन पूर्वीचाच ठेवतात. लोक स्वतःला खऱ्या अर्थाने बंधनमुक्त कधीच करत नाहीत. लोक स्वतःलाच मर्यादांमध्ये बांधून घालतात आणि त्यामुळे स्वतःच स्वतःचे शत्रू बनतात. अशा लोकांना कंपनीमध्ये कुठल्याही प्रकारचे त्रासदायक अन्यायी वातावरण किंवा वरिष्ठ असण्याची गरजच भासत नाही. त्यांची स्वतःची बुरसटलेली वृत्तीच सारा उत्पात घडवून आणायला पुरेशी असते.

उदर सामाता अन्न ले, तनहि समाता चीर ।
अधिकहि संग्रह ना करै, तिसका नाम फकीर ।।

(पोट भरेल एवढे अन्न आणि शरीर झाकले जाईल एवढी वस्त्रे, हीच काय ती प्रत्येकाची गरज असते. या गरजेपेक्षा अधिक गोष्टींचा संग्रह जो करत नाही, त्याला फकीर म्हटले जाते.)

कंपन्या उगाचच विनाकारण उभ्या राहू शकत नाहीत. त्यांच्या स्थापनेमागे काही एक उद्देश, कारण असते. तसं बघायला गेलं, तर प्रत्येक कंपनी ही एक लघु स्वरूपातील समाजव्यवस्थाच असते; त्यामुळे अधिकाधिक भौतिक लाभ पदरात पाडून घेणे, हीच संस्कृती सगळीकडे रुजलेली आढळून येते. आपण जेवढी जास्त भौतिक संपत्ती गोळा करतो, त्यानुसार समाजातील आपला दर्जा, पत-प्रतिष्ठा, यश आणि स्वाभिमान यांचे मोजमाप ठरत जाते. कोणालाच मागे पडायचे नसते. आपल्याला शेजाऱ्या-सहकाऱ्यापेक्षा एक पाऊल पुढे जायचे असते आणि मग आपल्यापेक्षा आणखी एक पाऊल पुढे कसे जाता येईल याची खटपट तो शेजारी-सहकारी करतो. या रस्सीखेचीमध्ये दोघांपैकी कोणीच क्षणभरही विश्रांती घेत नाही आणि हा विचार करत नाही की, खरंच आपल्याला किती गरज आहे? खरंच मला आणखी किती हवे आहे? आपल्याला मिळणारे वेतन, पद, बढती, सोयी-सुविधा यांची तुलना आपण कायम सहकाऱ्यांसोबत करतो आणि मग त्यातून आपल्याला समाधान लाभणार की असमाधान वाट्याला येणार हे ठरते. एखाद्या व्यक्तीला २० टक्के वेतनवाढ मिळाली तर आनंद होण्याऐवजी त्याला हे सांगताना दुःख होते की, त्याच्या सहकाऱ्याला २१ टक्के वाढ मिळाली आहे!

मनात आकांक्षा जरूर असाव्यात. प्रगती, उन्नती, विकास यांची आकांक्षा! आपण काल जे होतो, त्यापेक्षा उद्या अधिक चांगल्या पदावर पोहोचण्याची, नवीन कौशल्ये अंगी बाणवण्याची आणि अधिक स्पर्धात्मक बनण्याची मनिषा जरूर असावी. भविष्यातील आव्हाने पेलण्यासाठी स्वतःला आतमधून सक्षम बनवण्याची, एक प्रगल्भ नेता म्हणून आकारास येण्याची आकांक्षा उरी बाळगायलाच हवी. केवळ तांत्रिक नव्हे, तर भावनिक पातळीवरदेखील प्रगल्भता यायला हवी. पदोन्नती मिळावी, वेतनवाढ मिळावी; पण त्याद्वारे आपल्या गरजेच्या प्रमाणातच पैसा

मिळावा असा संकल्प करा. लक्षात ठेवा, सरतेशेवटी भौतिक सुखाच्या आणि स्थैर्याच्या तुलनेत मानसिक आणि आध्यात्मिक स्थैर्यच अधिक महत्त्वाचे असते. पहिल्या प्रकारच्या स्थैर्यासाठी तुम्ही जेवढी धडपड कराल, तेवढीच किंबहुना काकणभर जास्तच मेहनत दुसऱ्या प्रकारासाठी अवश्य करा. आपल्याला असे अनेकजण माहिती असतील, जे भौतिकतेच्या तीव्र स्पर्धेत पुढे जाण्यासाठी वेड्यासारखे अविश्रांत धावत सुटतात आणि त्यापायी आरोग्य, कुटुंब, नातेसंबंध गमावून बसतात. कॉर्पोरेट जगतातील वर्चस्वाच्या स्पर्धेला 'रॅट रेस' अशी संज्ञा वापरतात, ती अतिशय चपखल आहे, कारण उंदरांच्या स्पर्धेत तुम्ही जिंकलात आणि अगदी पहिले आलात, तरी तुम्ही उंदीरच राहता.

एक खबरदारीची सूचना. कबीराकडे एक आत्मसंतुष्ट किंवा अल्पसंतुष्टपणाला प्रोत्साहन देणारी व्यक्ती म्हणून बघण्याचो चूक करू नका. हे शब्द कॉर्पोरेट जगतात पाप मानले जातात. कबीर तुम्हाला अल्पसंतुष्ट राहायला सांगत नाही, तर समतोल-प्रमाण-मर्यादा यांचे महत्त्व विशद करून सांगतो. शेवटी आपल्या सगळ्यांकडे जगण्यासाठी एकच तर आयुष्य आहे.

बोध

१. यशाची किंमत नक्की काय असावी आणि आपण ती किती प्रमाणात चुकती करायला तयार आहोत?
२. माफकता आणि समतोल यांच्यात खरा आनंद सामावलेला असतो.
३. तीव्र गळेकापू स्पर्धात्मक वृत्ती आणि सर्वोत्तमाची कास धरणारी वृत्ती यांच्यातील सीमारेषा अगदी बारीक असते. पहिला प्रकार भीतीला जन्माला घालतो, तर दुसरा उच्च कामगिरीला!
४. एखादी नवी कार्यपद्धती जर जुन्या हातात पडली, तर त्यातून जुन्याच प्रकारचे परिणाम दिसून येतात.

२०

अहंकार आणि स्वयंजागृती

गोष्ट : गौरव नुकतीच एक नेतृत्वविषयक कार्यशाळा पूर्ण करून परत आला आहे. तिथे त्याला एक सर्वांगीण अहवाल मिळाला आहे. गौरव अतिशय गोंधळून गेलाय, कारण त्या अहवालातील कित्येक मुद्दे त्याच्यासाठी खूप आश्चर्यजनक आहेत. त्याचे स्वतःबद्दल असलेले मत आणि अन्य लोकांचे त्याच्याबद्दल असलेले मत आणि अनुभव हे खूपच जास्त भिन्न आहेत. त्याने केलेली कृती आणि वापरलेल्या पद्धती त्याच्या स्वतःच्या दृष्टिकोनातून जशा दिसतात, त्यापेक्षा खूप वेगळ्या दृष्टीने अन्य लोकांनी त्याकडे पाहिले आहे. नक्की काय चुकले असावे?

अहंकार आणि स्वयंजागृतीचे अस्पष्ट जग जाणून घेण्याआधी, दीर्घ पल्ल्याच्या धावण्याच्या स्पर्धा आणि मॅरेथॉन स्पर्धांबद्दल जाणून घेऊ या. जर तुम्ही दोन्हीपैकी एखाद्याही स्पर्धेमध्ये आजवर कधी भाग घेतला नसेल तर हे प्रकरण तुमच्यासाठी एक उत्तम मार्गदर्शक ठरणार आहे.

अगदी प्राथमिक पातळीवर बोलायचे तर लांब अंतराच्या शर्यतीत धावणे हे सर्वस्वी शारीरिक तंदुरुस्तीशी निगडित असते. या शर्यतीत चांगली कामगिरी करण्यासाठी अनेक महिन्यांचा सराव, प्रशिक्षण, प्रमाणित आहार यांची गरज असते. कमी अंतराच्या स्पर्धेत तुमच्यातील ऊर्जा बहुतकरून कामी येते; परंतु इथे असे नसते. दीर्घ पल्ल्याचे अंतर गाठण्यासाठी व्यायाम करून शारीरिक तंदुरुस्ती कमवावी लागते. स्नायू, अवयव आणि फुफ्फुसे बळकट बनवावी लागतात. हजारोजण या सव्यापसव्यातून जातात, मेहनत करतात आणि आरंभरेषेपाशी उभे राहतात. लांब अंतराच्या शर्यतीचा पहिला पाव भाग हा अगदी सरधोपट असतो.

या टप्प्यात कोणीच वेगळे भासत नाही; कारण सगळेजण ताजेतवाने, नव्या उमेदीचे असतात. पुरेसे प्रशिक्षण घेऊन आलेले असतात.

शर्यतीच्या मधल्या टप्प्यात स्पर्धकांमधील फरक स्पष्ट व्हायला सुरुवात होते. काहीजण आघाडी घेतात; वेग आणि वेळ यानुसार आपसूक उरलेल्यांचे गट पडतात. पुन्हा त्यांपैकी साधारण समान वेग आणि वेळेचे गणित असलेले स्पर्धक गट आता अन्य गटांशी स्पर्धा सुरू करतात. मधला गट पुढे गेलेल्या आणि मागे राहिलेल्या गटांशी स्पर्धा करू लागतो. गटामध्ये धावणाऱ्या प्रत्येकाला मनोमन ही स्पर्धा एकमेकांशीही सुरू आहे, याची जाणीव असते.

पण अद्याप स्पर्धेचा पाव टप्पा बाकी असतो. स्पर्धा जेव्हा शेवटच्या टप्प्यात पोहोचते, तेव्हा या गटांचीदेखील विभागणी होऊन दोन किंवा तीनजणांचे घोळके तयार होतात. जेव्हा शेवटच्या टप्प्याला सुरुवात होते, तेव्हा विजेते दिसून येऊ लागतात. शेवटच्या कमी मीटर अंतरात मोजकेचजण असतात आणि मैदानावर पडणाऱ्या त्यांच्या पावलांच्या एका विशिष्ट तालातून प्रत्येक धावणाऱ्याच्या मनात नक्की काय घालमेल, कोणते विचार सुरू असतील याचा अजिबात अंदाज येऊ शकत नाही. सगळे अवयव दुखू लागलेले असतात, घामाच्या धारा वाहत असतात, हृदय प्रचंड वेगाने धडधडत असते, फुफ्फुसे हवा आत ओढून घेण्यासाठी लोहाराच्या भात्यासारखी धपापत असतात; पण तो क्षण तसाच असतो. हाच तो टप्पा असतो जिथे पुरुष आणि मुले (बच्चे) यांच्यातील फरक अधोरेखित होतो.

आजवरचे सगळे प्रशिक्षण, तयारी कुठेतरी मागे पडते. इथून पुढे प्रत्येक मैलामध्ये तुमचा दमसास, तंदुरुस्ती आणि क्षमता यांना काहीच महत्त्व उरत नाही. तुम्ही खरे कोण आहात? तुम्ही खेळत असलेल्या शर्यतीबद्दल तुमचे शरीर जे सांगते आहे त्याची तुम्हाला किती जाणीव आहे? केवळ हेच महत्त्वाचे ठरते. या वेळी तुम्ही स्वतःशी एका अतिशय अनोळखी पद्धतीने संवाद साधता. पुढे पडणाऱ्या एकेका पावलासोबत तुम्हाला ही जाणीव होते की, तुम्ही जिंकण्यासाठी नव्हे, तर शर्यत पूर्ण करण्यासाठी ही स्पर्धा आरंभली आहे. एकेक मीटर मागे पडताना तुम्हाला जाणीव होते की, धावणारा प्रत्येक प्रतिस्पर्धीसुद्धा आपल्याइतकाच प्रशिक्षित आणि सक्षम आहे.

प्रत्येक मैलावर तुम्ही स्वतःच्या मर्यादांशी टक्कर घेता, प्रत्येक मैलावर तुम्हाला जाणीव होते की, जर आपण ही स्पर्धा लढू शकतो, तर मग आपण शारीरिक मर्यादांच्या पलीकडे असलेल्या कशावर तरी मात करू शकतो. या क्षणी आपण किती दुबळे आणि असमर्थ आहोत; आपण आपल्या शारीरिक क्षमतांचा अंत पाहत आहोत याची जाणीव होत जाते; पण याच वेळी एक आतला आवाज असतो, जो तुम्हाला सांगतो पुढे जात राहा, तिथपर्यंत पोहोच, अर्ध्यात थांबू नको;

अजून थोडा धाव आणि मग अजून थोडासाच! ही शर्यत पूर्ण करणे म्हणजे स्वतःला दिलेले वचन पाळण्यासारखेच आहे.

अशा वेळी जेव्हा सगळे बोलून आणि करून झालेले असते आणि 'स्व'ला श्रेष्ठ मानणारा तो क्षण येऊन गेलेला असतो, तेव्हा हा धावणारा स्वतःला बाकीच्या सहकारी स्पर्धकांशी जोडून घेतो; स्वतःची घमेंड किंवा गर्विष्ठपणा आपसूक नाहीसा होतो आणि तो एकच विचार करू लागतो की या स्पर्धेत भाग घ्यायला मिळाला हेच माझे मोठे भाग्य आहे. आणि त्यासाठी मी आयोजकांचा तसेच सहकारी धावकांचा आभारी राहीन, कारण या स्पर्धेने माझ्यातील सर्वोत्तम क्षमता बाहेर काढली. ही शर्यत धावलो नसतो, सहकारी धावकांनी मला टक्कर दिली नसती तर हा 'स्व'वरील विजयाचा आनंद मिळवणे मला आयुष्यात शक्य झाले नसते.

कॉर्पोरेट जग हे खूपसे या लांब पल्ल्याच्या शर्यतीसारखे असते. शिक्षण, संधी, सुदैव इत्यादींमुळे आपण पहिला, दुसरा किंवा तिसरा यापैकी कुठला क्रमांक पटकावतो याबाबत फरक पडतो आणि हे केवळ आपल्या कार्यालयीन कामकाजाच्या शर्यतीपुरते नसून जीवनातील सगळ्या छोट्या छोट्या शर्यतींना लागू आहे. आपण चौथ्या टप्प्यात पोहोचतो, तेव्हा शिक्षण, संधी, सुदैव यापलीकडे जाऊन पडद्यामागचे काही घटक असतात, जे आपल्या यशापयशावर प्रभाव टाकतात.

आपली 'स्व'प्रतिमा काय आहे? आपण स्वतःला अन्य लोकांशी कसे जोडून घेतो; आपल्या टीममधील अन्य सहकारी किंवा आपले स्पर्धक यांच्याबाबत आपला दृष्टिकोन कसा आहे? या गोष्टींचा या टप्प्यावर खूप मोठा संबंध असतो. जेव्हा स्पर्धा शिगेला पोहोचलेली असते, तेव्हा आपल्या मनात नक्की काय सुरू असते? जेव्हा आपण गोष्टी मागे पडताना बघतो किंवा स्वतःला अंतिम रेषेजवळ पोहोचलेले पाहतो, त्या वेळी आपल्या मनात सर्वप्रथम कोणता विचार येतो? यश आणि अपयश यांचा स्वीकार आपण कसा करतो? मत्सर आणि असूया यांचा सामना आपण कसा करतो; आपल्यासारखे असलेले आणि आपल्यापेक्षा भिन्न असलेले लोक यांचा आपण कसा स्वीकार करतो? काही गोष्टी आपल्याला माहिती आहेत आणि काही आपल्या अपरोक्ष घडल्या आहेत (ज्या कदाचित नंतर कळतात) हे समजल्यानंतर आपली प्रतिक्रिया कशी असते? नैराश्याची स्थिती आपण कशी हाताळतो? चर्चा करायला अथवा काही एक निर्णय घ्यायला सगळेजण एकत्र जमतात. आपल्याला कळते की, रूममधील उर्वरित सगळेजण एका बाजूला आहेत आणि त्यांच्याकडे विचार-संदर्भांची बैठक आहे; पण त्याच वेळी आपला आतला आवाज त्या सगळ्यांच्या विरोधी मत मांडायला सांगतो, अशा वेळी आपण त्या परिस्थितीचा आणि उर्वरित लोकांचा सामना कसा करतो? आपण प्रश्न कसे विचारतो; आपण उत्तरे कशी देतो; लोकांना भेटून आपल्याला काय वाटते, आपल्याला भेटून लोकांना काय वाटते? आपण मदत कशी मागतो आणि कशा

प्रकारे देऊ करतो? आपण अन्य लोकांशी स्वतःला कसे जोडून घेतो आणि अन्य लोक त्यांना आपल्याशी कसे जोडतात? ही यादी अशी बरीच लांब होऊ शकेल.

लांब पल्ल्याच्या शर्यतीतील धावपटूप्रमाणेच कॉर्पोरेट शर्यतीचे निरीक्षकदेखील हेच सांगतील की, खऱ्याखुऱ्या दीर्घकालीन यशाबद्दल काहीतरी गोम आहे, जी शिक्षण आणि सुदैवाने मिळालेली संधी यांच्या पलीकडची आहे. या गोष्टींचा उपयोग नक्की होतो; परंतु नेहमी नाही. या गोष्टींना निश्चितपणे लक्षणीय अपवाद आहेत, जे आपल्याला या सगळ्याच्या पलीकडे पाहायला भाग पाडतात. एका टप्प्यानंतर नेतृत्वातील यश हे आपण स्वतःला किती चांगले ओळखतो यावर अवलंबून असते.

स्वतःला नीट ओळखणे, स्वतःच स्वतःचे प्रेरणास्थान बनणे, आजूबाजूला कोणीही साक्षीदार नसतानादेखील स्वतःशी प्रामाणिक संवाद साधणे – या सगळ्याला स्वयंजागृती असे म्हणतात; परंतु जेव्हा आपल्याला या कशाची जाणीव नसते आणि फक्त 'मी' किंवा 'स्व' मोठा होतो, तेव्हा त्याला अहंकार असे म्हणतात. मी काही मानसशास्त्रज्ञ नाही आणि अगदी अनौपचारिकपणे हे दोन्ही शब्द येथे वापरले आहेत; परंतु कबीराने मात्र या दोन्हींतील फरक कसा जोखावा आणि अहंकाराच्या राक्षसाला कशी वेसण घालावी याबद्दल मार्गदर्शक तत्त्वेच लिहून दिली आहेत. या दोन्हींतील फरक ओळखणे किंवा त्याची जाणीव होणे हीच वेसण घालण्याची पहिली पायरी आहे.

या विषयावर कबीराचे विचार उलगडून सांगण्यापूर्वी सध्या विविध साधने आणि मानसशास्त्रीय भूमिका याबद्दल कंपन्यांमध्ये जो प्रघात पडलेला दिसून येतो, त्याबद्दल मी माझे दोन शब्द सांगणार आहे. आपली संस्थेतील भूमिका ठरविण्यासाठी, आपल्याला विशिष्ट बिरुद लावण्यासाठी किंवा आपले वर्णन करण्यासाठी कंपन्यांमध्ये 'शास्त्रीय' प्रश्नावली उपयोगात आणली जाते. त्यानुसार आपली वैशिष्ट्ये, बलस्थाने काय आहेत? आपण अन्य लोकांशी कसे जुळवून घेतो? अन्य लोकांचे आपल्याबद्दलचे मत काय आहे? इत्यादी अहवाल आपल्याला सांगितला जातो. असे काही उपक्रम खरोखर खूप चांगले असतात आणि अनेक वर्षांचा अभ्यास तसेच संशोधनाचे पाठबळ त्यांना असते; परंतु काही उपक्रम निव्वळ मूर्खपणाचे असतात. तथापि, अशा प्रकारच्या पाहणी अभ्यास उपक्रमांचे वाढते प्रमाण पाहता, कर्मचारी आणि नेते यांच्यातील पडताळणी आणि स्वयंजागृतीबाबत कॉर्पोरेट जगतात किती तीव्र निकड निर्माण झाली आहे हे दिसून येते.

मधल्या आणि वरिष्ठ पातळीवरील व्यवस्थापकांचे अशा प्रकारे 'प्रोफाइलिंग' केले जाते आणि मग त्यांना उच्च पातळीवरील स्वयंजागृती, अहंकाराचा मुकाबला करणे आदीसाठी प्रशिक्षण दिले जाते. अलीकडे सर्व पातळ्यांवर क्षमता हा एकच निकष विभाजक घटक म्हणून कामाचा नाही, विशेषतः वरिष्ठ पातळीवर तर

अजिबातच नाही, याची जाणीव कॉर्पोरेट संस्थांना झालेली आहे. प्रत्येक कंपनीत दररोज कुठल्या ना कुठल्या विभागातील कर्मचारी सर्वोत्तम कामगिरी करून दाखविण्यात अपयशी ठरत आहेत आणि आपल्या नेत्याचे काहीतरी बिनसले असल्यामुळे असे होत असल्याचा दावा सारी टीम करत आहे. त्याच वेळी त्याच कंपनीतील कुठल्या तरी एका कोपऱ्यात काही नेते एकत्र येऊन तांत्रिक क्षमतेच्या पलीकडील मुद्द्यांची चर्चा करत आहेत. हा मुद्दा म्हणजेच जागरूकता!

कंपनी अंदाज बांधू शकेल किंवा मोजू शकेल यापेक्षा कितीतरी अधिक प्रकारे अहंकार आणि स्वयंजागृती हे नेतृत्वाच्या कार्यक्षमतेवर विविध परिणाम करत असतात. अहंकारी नेत्यामुळे साऱ्या टीमच्या आणि कंपनीच्याही गुणवत्तेला कसर लागते. हे एखाद्या कर्करोगाच्या लागणीसारखे असते. जो आपले शरीर आतून पोखरत असतो; पण वरकरणी त्याचे परिणाम लगेच दिसून येत नाहीत आणि जेव्हा त्याची जाणीव होते, तेव्हा फार उशीर झालेला असतो.

व्यवस्थापक आणि नेते यांच्यातील अहंकार म्हणजे त्यांच्या मनात 'मी'हा 'आपण'पेक्षा अधिक श्रेष्ठ असतो. तथापि, सांघिक कामाचे श्रेय नाकारून, व्यक्तिगत रुचीपेक्षा सांघिक आवडी न जपता आणि चांगल्या कामाला दाद न देता, कॉर्पोरेट क्षेत्रात कोणीच वाटचाल करू शकत नाही किंबहुना, आज सगळीकडे हीच ओरड ऐकू येते की, जर सांघिक कामगिरी ही वैयक्तिक कामापेक्षा जास्त महत्त्वाची असते. जर आपल्या कर्मचाऱ्यांमध्ये 'टीम स्पिरीट' रुजविण्यासाठी दरवर्षी लक्षावधी डॉलर्स खर्ची पडतात, तर मग प्रत्यक्षात तसे घडलेले दिसून का येत नाही? एवढे पैसे चुकीच्या कार्यपद्धतीसाठी व्यर्थ दवडले जात आहेत की, मुळात सामाजिकता किंवा संघभावना ही संकल्पनाच चुकीची आहे? सामाजिक एकात्मतेसाठी काम करताना आपल्याला मनातून हे माहिती असतेच की, कोणीतरी एक इतरांपेक्षा जास्त सरस कामगिरी करणारच आहे. मग ही वस्तुस्थिती सांघिक कामगिरी या संकल्पनेच्या मुळावरच घाव घालेल अशी शक्यता निर्माण होत नाही का? स्वयंजागृती किंवा स्व-जाणीव ही प्रगतीच्या इंजिनाला चालना देणारे इंधन असली तरी तिच्या गाभ्यात कुठेतरी अहंकारच दडलेला असतो. मग याचा अर्थ वैयक्तिक बुद्धिमत्ता किंवा अव्वलता ही कायमच सांघिक कामगिरीला दुबळी बनविणार का?

दुसरीकडे, नेत्यांना आपल्या धारणा, विश्वास, विचार आणि कृती यांचा मूलस्रोत माहिती असतो का? आपण उपलब्ध माहितीच्या आणि विश्लेषणाच्या आधारे जो वस्तुनिष्ठ निर्णय घेतो, त्याला आपल्याच मनातील पक्षपाती विचाराचा संसर्ग होतो की नाही, हे नेत्यांच्या लक्षात येतं का? मानवी मन अतिशय सभ्यपणे तोतया बनून वावरू शकतं आणि म्हणूनच कॉर्पोरेट जगतात काही वर्षे काढल्यानंतर माणसांना आपली खरी मते बेमालूमपणे लपवून ठेवणे सहज शक्य होते. काही

पक्षपाती विचार मनात एवढे खोलवर रुजलेले असतात की, त्या व्यक्तीला मुळात हा पक्षपात आहे याचाच विसर पडतो. ही अशी स्थिती असते, जिथे नेता हा त्याच्या स्वयंजागृतीच्या सर्वांत पडत्या काळात वावरत असतो. (इथून त्याची परिस्थिती खालावत जायला सुरुवात होते.) तो स्वतःसाठी असा एक खोल खड्डा खणत जातो, ज्यामध्ये केवळ तोच नव्हे, तर जिथे तो काम करतो ती कंपनीसुद्धा रसातळाला जाणार असते.

अशा स्थितीत कबीर मदत करू शकेल का?

पढ़ी गुनी पाठक भये, समुझाया संसार ।
आपण तो समुझै नहीं, वृथा गया अवतार ।।

(लोक चार पुस्तकं वाचून, लगेच जगाला समजावत बसतात; परंतु आपण स्वतः कोण आहोत हे समजून घेतलं नाही, तर सारं आयुष्य वाया जातं.)

आधुनिक नेते माहितीचा विस्फोट झालेल्या जगात वावरत आहेत. गेल्या दहा वर्षांत समजले नसेल एवढे ज्ञान सध्या दरवर्षी समोर येत आहे. तंत्रज्ञानामुळे निर्माण झालेली संपर्कव्यवस्था आणि जोडणी ही प्रत्यक्षात माणसांचे एकमेकांशी जोडले जाणे आणखी अवघड करून ठेवत आहे. पूर्वीच्या काळी नवीन प्रवाहाशी जोडले जाणे हे नेत्यासाठी आव्हान असायचे; सध्या प्रवाहांच्या लोंढ्यांपासून स्वतःला बचावून ठेवण्याचे आव्हान निर्माण झालेले आहे. आजचा काळ विवेकी आणि विचक्षण नेत्याचा आहे; जो नानाविध पर्यायांचा भडिमार असतानासुद्धा निर्णायक आणि करारी निर्णय घेऊ शकेल अशा नेत्याचा आहे.

आज आपण अभ्यास करू शकतो, साहित्याचा फडशा पाडू शकतो, सल्लामसलत करू शकतो, नेमका दोष शोधण्यासाठी संशोधन करू शकतो, विश्लेषण करू शकतो, इतिहासाचा धांडोळा घेऊ शकतो, सर्वोत्तम कार्यपद्धती निश्चित करू शकतो आणि त्यांचा अभ्यास करू शकतो. एक सुरुवात म्हणून हे सगळे खूप चांगले आहे. वर्तणुकीचा अभ्यास करणारे मानसशास्त्रज्ञ आपल्याला सांगतील की, आपल्या पालकांशी असलेले आपले नाते आणि आपण ज्या प्रकारे वाढलो, त्यानुसार आपले कंपनीतील वरिष्ठांशी नाते कसे निर्माण होईल, हे ठरत असते. आपण देत असलेले नकार आणि वाट्याला येणारी निराशा यांच्यावर आपल्या पूर्वानुभवांचा पगडा असतो. आपले कौटुंबिक, सांस्कृतिक आणि सामाजिक संदर्भ आपल्यातील नेत्याचे हेतू निश्चित करतात; त्यामुळे आपल्या प्रतिक्रिया, प्रतिसाद आणि निर्णय यांचा उगम नेमका काय आहे, ते नेत्यांना माहिती असायलाच पाहिजे.

एखादा नेता स्वतः बी-स्कूलमधून शिकल्यामुळे केवळ तिथलेच उमेदवार आपल्या कंपनीत भरती करू इच्छितो. हा एक सयुक्तिक आणि सारासार विचार

असू शकतो; पण दुसरीकडे, एखादा नेता स्वतः कधीच बी-स्कूलमध्ये न गेल्यामुळे तिथून शिकून आलेल्या उमेदवारांना केवळ न्यूनगंडापायी नाकारू शकतो. थोडक्यात काय तर जागरूकता महत्त्वाची!

पढ़ी गुनी बाह्मण भये, कीर्ती भई संसार ।
वस्तू की तो समुझ नहि, ज्युं खर चन्दन भार ।।

(नुसतं पुस्तक वाचून फक्त माहिती मिळते आणि जगात तुम्ही ज्ञानी म्हणून मिरवू लागता; पण तुमच्या अंतरंगातील खरे ज्ञान तुम्ही जाणून घेतले नाही, तर तुमची अवस्था चंदनाची मोळी वाहणाऱ्या गाढवापेक्षा काही वेगळी नसते.)

एखाद्या गोष्टीची बाजारातील किंमत माहिती असून उपयोग नाही, तिचे खरे मोल जाणता आले पाहिजे. सच्च्या नेतृत्वाची अगदी हीच शोककथा असते. एखादा नेता पुष्कळ वाचन करणारा, माहिती गोळा करणारा, बुद्धिमान, लोकप्रिय असेल; पण जर खरोखर काय आणि कोण महत्त्वाचे आहे, मौल्यवान आहे याची पारख त्याला करता येत नसेल, तर बाकी सगळं व्यर्थ ठरतं.

ही पारख करता येण्याच्या क्षमतेला खो घालणारे अनेक छोटे मुद्दे आहेत. पहिलं म्हणजे, आपण बऱ्याचदा आजूबाजूच्या गोष्टींकडे बघून निवड करतो, वस्तुस्थितीचा गाभा लक्षातच घेत नाही. आजकाल मूळ मुद्द्याभोवती एखाद्या अळंबीप्रमाणे (कुत्र्याच्या छत्रीप्रमाणे) अनेक उपमुद्दे फोफावलेले असतात; त्यामुळे महत्त्वाच्या परंतु तातडीच्या नसलेल्या मुद्द्याकडेच लक्ष जाणं आणि त्याची निवड होणं स्वाभाविक होऊन जातं. आजूबाजूच्या गोष्टींना फाटा देऊन मुद्द्याच्या गाभ्यापर्यंत पोहोचणं याला आपल्याकडे कधीच फार महत्त्व दिलं गेलं नाही आणि खरंतर तसं पोहोचणं अजिबात अवघडही नाही.

दुसरं म्हणजे, आपले पूर्वग्रह, व्यक्तिगत कल आणि पक्षपात यामुळे आपण एका दिशेला आपसूक झुकले जातो. *ज्या रंगाचा चश्मा आपण डोळ्यांवर चढवतो तशाच रंगाचं जग आपल्याला दिसतं. अशा स्थितीत आपली दृष्टी हीच सत्य आणि बाकीच्यांची दृष्टी ही पक्षपात होऊन जाते.*

तिसरं म्हणजे, आपल्याच यशामुळे नेत्यांच्या दृष्टीवर पडदा पडतो, डोळ्यांवर धुंदी चढते. मार्शल गोल्डस्मिथ यांनी या गोष्टीला 'यशाचा भ्रम' असं म्हटलं आहे. आपल्याला मिळालेलं यश, कीर्ती, गौरव यामुळे त्यांच्या भोवती अप्राप्यतेचं एक वलय निर्माण होतं आणि आपल्या धारणांबद्दल अगदी ठाम दृढ समज निर्माण होतो. आपला शब्द अखेरचा! असं ते मानून चालतात. अशा नेत्यांना खूप माहिती असतं; पण त्यांपैकी फार थोड्याचा ते प्रत्यक्ष उपयोग करतात. त्यांना बहुतेक सगळे सिद्धान्त समजलेले असतात, आवश्यक असलेल्या सगळ्या गोष्टी ठाऊक

झालेल्या असतात; परंतु अखेर ते तेवढीच कृती करतात, जेवढी आपल्याला करणं शक्य आहे, असं त्यांना वाटत असतं. ते जे काही शिकले आहेत किंवा ते जे काही उपदेश इतरांना देत फिरत असतात, त्यांपैकी कशाचीही ते स्वतः अंमलबजावणी करत नाहीत.

स्वतःमधील अहंगंड बाजूला ठेवून जेव्हा आपण पुन्हा एकदा नम्र विद्यार्थी होतो, तेव्हाच गोष्टी, विचार, ज्ञान, तत्त्वज्ञानातील मूल्ये इत्यादी अचूक टिपण्याची क्षमता आपल्यात येते. आपल्याला खूप काही माहिती असलं तरी काहीही माहिती नाही, या अडाणीपणाच्या भूमिकेतूनच ते साध्य होऊ शकतं. बाकीच्या लोकांमध्येदेखील सल्ले, सूचना आणि नवीन कल्पना देण्याची आपल्यापेक्षा जास्त नसली तरी आपल्याइतकीच क्षमता आहे, हे मान्य करण्यामधून ते साध्य होऊ शकतं आणि हे मान्य करण्याचा मोठेपणा मनाच्या चांगुलपणातून येतो. एक चांगला नेता होण्याआधी एक चांगली व्यक्ती बनणं अधिक गरजेचं असतं.

आपल्या मर्यादांना जर आपण स्वतःवर कुरघोडी करू दिली, वस्तुस्थितीकडे जर आपण डोळेझाक करू लागलो, तर आपल्या नेते असण्याला काहीच महत्त्व राहात नाही. अशा स्थितीत आपण सोने-चांदीची गाठोडी किंवा चंदनाच्या मोळ्या वाहून नेणाऱ्या गाढवासारखे बनतो. पाठीवरील वस्तूंचे मोल समजतच नाही. आपल्यासाठी ते फक्त ओझेच असते.

जब मैं था तब गुरू नहीं, अब गुरू है मैं नाहि ।
कबीर नगरी एक में, दो राजा न समांहि ।।

(जेव्हा मनात अहंकार होता, तेव्हा गुरूला तिथे जागा नव्हता आणि जेव्हा गुरू लाभला, तेव्हा अहंकार उरला नाही. त्याला जागा सोडून जावंच लागलं.)

जसे की, एका राज्यात कधीच दोन राजे कारभार करू शकत नाहीत. कोणतीही नवी गोष्ट शिकण्यासाठी आधी जुन्याचा त्याग करावा लागतो. चालायला शिकायचं म्हणजे आधी रांगायला विसरलं पाहिजे. आत्ता मी हे लिहीत असताना एकेकाळी भारताच्या कानाकोपऱ्यांत पसरलेली तार (टेलिग्राफ) ही संदेशवहनाची यंत्रणा आपल्या अखेरच्या घटका मोजत आहे; पण याचाच अर्थ असा आहे की, आपला निरोप दुसऱ्यापर्यंत पोहोचविण्यासाठी तार न पाठवता 'एसएमएस' आणि 'ई-मेल' पाठविणे लोकांनी शिकून घेण्याची गरज निर्माण झालेली आहे.

वस्तुनिष्ठ कौशल्य आत्मसात करणे आणि आपल्या क्षमतेचा प्रत्यक्ष उपयोग करणे यांच्या मधल्या प्रांतात वर्तणुकीचा भाग येतो, ज्यावरून मानवी संवाद निश्चित होत असतो. आपण लोकांशी कसा संवाद साधतो, त्यांच्याशी कसे वागतो, त्यांना कसे हाताळतो, त्यांचे नेतृत्व कसे करतो, नेतृत्वाच्या तत्त्वांबाबत

आपले काय समज आहेत, आपण ती तत्त्वे कशी अंगीकारतो आणि उपयोगात आणतो या सगळ्याचा समावेश त्यामध्ये होत असतो. नेतृत्वाची आपली व्याख्या नेमकी काय आहे? नेत्याने नक्की काय करायला हवे आणि काय करता कामा नये याबद्दलचा आपला दृष्टिकोन कसा आहे? हे प्रश्न यातून उपस्थित होतात. काही अगदी नेहमीची उदाहरणे आणि ती आपल्या दृष्टिकोनावर कसा परिणाम करतात ते आता पाहू या. लष्करी सेवेची पार्श्वभूमी असलेल्या कुटुंबात जर एखाद्याचा जन्म आणि पालनपोषण झाले, तर स्वाभाविकच त्या व्यक्तीमध्ये शिस्त, आत्मविश्वास, कठोरपणा, अधिकारवाणी इत्यादी गुण बाणवले जातात.

तसेच एखाद्या अगदी कट्टर धार्मिक वातावरण असलेल्या कुटुंबात आपला जन्म झाला, तर आपले विचार आणि दृष्टिकोनही आपसूक तसेच तयार होतात. तथापि, कोणत्याही प्रकारचा एकांगी आणि टोकाचा दृष्टिकोन कामाच्या ठिकाणी मारक असतो. या सगळ्याचे काय आणि किती परिणाम होतात याचा अंदाजदेखील मी बांधणार नाही; परंतु अशा प्रकारच्या दृष्टिकोनामुळे आपलं मन पूर्वग्रहदूषित होतं आणि त्याचे विपरीत परिणाम कामाच्या ठिकाणी अनुभवायला मिळतात, हे मात्र नक्की! तुमच्या मनाचा कल कोणत्या दिशेनं झुकतोय हे महत्त्वाचं नसून दैनंदिन आयुष्यात त्याचा काय आणि कसा प्रभाव पडू शकतो याची जाणीव नेत्याला आहे की नाही, हे खूप महत्त्वाचं असतं. आपल्या पूर्वग्रहांमुळे आपण पक्षपाती निर्णय घेतो की काय याकडे नेत्याने कटाक्षाने लक्ष ठेवले पाहिजे.

नेता बनण्यासाठी खरी शिकवण अशी असते की, त्याने गोष्टी सोडून द्यायला शिकलं पाहिजे. जगाकडे बघण्याचा आपला आजवरचा 'ठाम' दृष्टिकोन सोडून देता आला पाहिजे, आपली आजवरची कामाची पद्धत, संदर्भ जोडण्याची आणि समजून घेण्याची आपली चौकट, आपल्या ठाम धारणा, वास्तवाकडे बघण्याची आपली पद्धत हे सगळं सोडून देता आलं पाहिजे (अडून न बसता, या सगळ्यामध्ये कालानुरूप बदल करण्याची नेत्याची तयारी असायला हवी.)

स्वतःला येणाऱ्या अनुभवांतून नेता शिकत असतोच; पण त्याखेरीज नेत्याला नवीन गोष्टी प्रशिक्षक, मार्गदर्शक आणि शिक्षक यांच्याकडून शिकायला मिळतात. परिस्थिती, कामकाज आणि लोक यांचा अंदाज घेऊन दररोज एक नेता विविध निर्णय घेत असतो आणि मग यथावकाश लोकांना हे निर्णय कसे फलद्रूप होतात ते बघायला मिळतं. कोणाकडून शिकायला मिळतं हे महत्त्वाचं नसतं. आपण आजवरच्या जुन्या ठाम समजुती आणि धारणा बदलायला आणि नवीन शिकवण अंगीकारायला तयार होणं हेच सर्वाधिक महत्त्वाचं असतं. तथापि, कंपन्यांमध्ये व्यवस्थापक आणि नेते पूर्वीच्याच चौकटीला, निर्णय घेण्याच्या पद्धतीला चिकटून बसल्याचे आजही सर्रास दिसून येते. असे केल्याने आपण क्षमतेपेक्षा तसेच

गरजेपेक्षा अर्धेच काम करत आहोत किंब्हुना काम करतच नाही, हे त्यांच्या लक्षातच येत नाही. एक तर अजिबात नसलेली स्वयंजागृती किंवा मग खूपच जास्त असलेला अहंकार याची झळ नेत्यांना बसते आणि ते वाईटाच्या मागे चांगल्या गोष्टींचा अपव्यय करतच राहतात आणि अशा वृथा भ्रमात राहतात की, आलेलं वादळ आपोआप दिशा बदलून निघून जाईल.

कबीर म्हणतो, जेव्हा मनुष्यातील 'मी'पणा-अहंकार उफाळून आलेला असतो, तेव्हा तो काहीही नवीन शिकायला तयार नसतो आणि कोणत्याही गुरूला अजिबात जुमानत नाही; पण जेव्हा मनुष्य नवीन गोष्टी शिकण्याची तयारी दर्शवतो, गुरूला शरण जाऊन त्याला मार्ग दाखविण्याची मनीषा प्रकट करतो, तेव्हा त्याला जाणीव होते की, आपला 'अहं' शिल्लकच राहिलेला नाही.

हा 'दोहा' विविध प्रकारे स्पष्ट करून सांगता येईल. मी त्यांपैकी एका प्रकारे इथे तो सांगितला आहे आणि तुम्हाला माझे असे आवाहन आहे की, त्याचे रसग्रहण अन्य विविध प्रकारे अवश्य करावे.

कबीर जब हम गावते, तब जाना गुरू नांहि ।
आब गुरू दिल में देखिए, गावन को कुछ नाहि ।।

(जेव्हा मी गुरूला ओळखत नव्हतो, तेव्हा त्याचं खूप गुणगान करायचो; पण आता त्याची गरज पडत नाही, कारण गुरू माझ्या हृदयात समाविष्ट झाला आहे. तो आणि मी वेगळे उरलोच नाही.)

नेत्यांमध्ये स्वयंजागृती विकसित व्हावी आणि त्यायोगे त्यांनी निर्णयप्रक्रिया तसेच वर्तणुकीचे उत्तम प्रारूप शोधून काढावे यासाठी कंपन्या लक्षावधी डॉलर्स खर्च करतात. अहंकार आणि स्वयंजागृती हे मुद्दे नुसत्या आकलनाने समजण्यासारखे, तार्किक आणि वस्तुनिष्ठ नसतात. नुसत्या चर्चा, सिद्धान्त आणि विश्लेषण करून हे मुद्दे उभे राहू शकत नाहीत. त्यांची हाताळणी हुशारीने, मार्मिकपणेच करावी लागते; त्यामुळे संकल्पना समजून घेण्यास मदत होऊ शकते; परंतु खरी प्रगती ही स्वतःसोबत काम केल्यानेच होऊ शकते. हे सगळं एखाद्याला ध्यानधारणेसारखं वाटेल; पण ते तसंच आहे.

व्यवस्थापक आणि नेते यांनी पडसादांसाठी खूप वेळ द्यायला हवा; त्यामुळे आपल्याला 'स्व'ची जाणीव होते. फक्त आपण खरे कोण आहोत हेच नाही तर आपण नक्की कसे अन् काय आहोत, हे यामधून आपल्याला समजते. शिकणे म्हणजे केवळ अभ्यास करणे नव्हे! तर जे केले त्यामधून काय (पडसाद) वाट्याला आले ते समजणे म्हणजे शिक्षण! दुर्दैवाने, या गोष्टीला कधीच प्रोत्साहन दिले जात नाही किंबहुना अनेक कंपन्यांमध्ये हे अमलातदेखील आणले जात नाही. असे काहीतरी करणे हे फक्त आध्यात्मिक क्षेत्राशी संबंधित आहे, असा गैरसमज

कंपन्यांमध्ये असतो; पण काही प्रमाणात का होईना मनात आध्यात्मिक जाणीव असल्याखेरीज कोणीच चांगला आणि सच्चा नेता बनू शकत नाही.

अहंकार आणि स्वयंजागृती याबद्दल फक्त चर्चा करून, मनात त्यांची रुजवात होत नसते. उलट त्यांची चर्चा बंद करून त्यांचा स्वीकार सुरू करणेच अधिक महत्त्वाचे.

मैं लागा उस एक सों, एक भया सब माहिं ।
सब मेरा मैं सबन का, तहां दुसरा नांहि ।।

(जेव्हा आपण एक विशाल दृष्टिकोन ठेवून कामाला सुरुवात करतो, तेव्हा आपण त्याच्याशी एकरूप होऊन जातो आणि मग त्याच्याशी निगडित सारं काही आपल्यात सामावून जातं. तिथे आप-पर भाव उरतच नाही.)

जेव्हा अनेक लोकांची वैयक्तिक उद्दिष्टे एकत्र येऊन एक सामायिक ध्येय तयार होते आणि त्या दिशेने काम केले जाते, तेव्हा कंपन्या यशस्वी वाटचाल करू शकतात. फक्त त्या सगळ्या लोकांची एकत्रित मोट बांधायची कशी, हेच मोठे आव्हान असते. या व्यवस्थेत उदयाला येणारे नेते म्हणजे 'बोले तैसा चाले' या न्यायाने प्रत्यक्ष वागणारे कर्मचारीच असतात. व्यक्तिगत स्वरूपाच्या लक्षावधी गोष्टी पार पाडल्यानंतर एक वेळ अशी येते की, जेव्हा त्यांना ही धक्कादायक जाणीव होते की, आपण एकट्याने काहीच करू शकत नाही. या वास्तवाचा स्वीकार करण्यासाठी आणि त्यानुसार स्वतःला बदलण्यासाठी हर्क्युलसएवढं बळ अंगी असायला लागतं. काहीजणांना ते कधीच जमू शकत नाही; काहीजण कधीच तडजोड करत नाहीत. त्यांच्या डोक्यामध्ये, मनात, विचारामध्ये, स्वभावात, वृत्तीमध्ये आणि कृतीत ते कायमच एकांडे शिलेदार राहतात आणि मग त्यांच्या आजूबाजूच्या लोकांना या गोष्टीचं नवल वाटत राहतं की, अगदी अलीकडेपर्यंत एक अतिशय उत्तम काम करणारा आणि उदयोन्मुख सितारा म्हणावा, अशा या व्यक्तीला अचानक झालं तरी काय!

हा उपहास पुढेही सुरू राहतो, जेव्हा आजवर टीम लीडर म्हणून काम करणाऱ्या व्यवस्थापकाला कार्यप्रमुख (फंक्शनल हेड) म्हणून बढती दिली जाते. आता या व्यक्तीवर केवळ आपल्या टीममधील लोकांच्या कामगिरीची जबाबदारी नसते, तर त्या जोडीला बाकीच्या विभागांत होणाऱ्या कामगिरीशी नाळ जोडून ठेवणे आणि त्यांच्या यशापयशाचे उत्तरदायित्व स्वीकारणेही भाग असते. आजवर एकांडा राहिल्याने या व्यक्तीस केवळ स्वतःचं काम, स्वतःची कार्यपद्धती, स्वतःचं यशापयश एवढंच ठाऊक असतं; त्यामुळे नवीन जबाबदारी हाताळताना त्याच्या हातून अभूतपूर्व गडबड होते. संयुक्त बैठकांमध्ये ही व्यक्ती कायम अमुक एका

व्यक्तीने किंवा विभागाने कसं नीट काम केलं नाही म्हणून बाकीची गडबड झाली अशा प्रकारची भूमिका घेते. आजवर कायमच स्वतः काम करत राहायची सवय असल्याने, जेव्हा यांच्यासाठी दुसरे कोणी काम करू लागतात, तेव्हा त्याच्याशी आवश्यक असलेली जोडणी यांना कधीच साधता येत नाही.

पण जर नेत्यांना ही जाणीव झाली की, वैयक्तिक कामगिरीपेक्षा सामूहिक कामगिरी जास्त महत्त्वाची आहे, जर त्यांना ही स्वयंजागृती झाली की, कंपनीरूपी या विशाल चाकाच्या अनेक आऱ्यांपैकी आपण केवळ एक आरी आहोत? जर बिजागरीला ही जाणीव झाली की, आपण म्हणजे दरवाजा नाही; आपलं काम फक्त नजरेआड राहून दरवाजाचे काम सुरळीत चालू ठेवणे एवढेच आहे? तर चित्र नक्कीच पालटू शकते. एकांडे शिलेदार हे कंपनीच्या दृष्टीने अत्यंत धोकादायक असतात. एखाद्या सुट्या पेरलेल्या भू सुरुंगासारखेच!

प्रत्येक कर्मचाऱ्याला ही जाणीव असायलाच हवी की, आपण म्हणजे एका विशाल 'जिग्सॉ पझल' कोड्याचा एक छोटासा तुकडा आहोत. बाकीच्या प्रत्येक तुकड्याप्रमाणे आपणही आपल्या अचूक जागी बसून आपले नेमून दिलेले काम पार पाडले, तरच सगळे चित्र पूर्ण होऊन कोडे सुटणार आहे. आपलं यश हेच सगळ्यांचं यश आहे आणि इतरांचं यश तेच आपलं यश आहे, ही जाणीव प्रत्येक कर्मचाऱ्याच्या मनात ठाम रुजायला हवी; पण आजच्या या कपटी आणि मतलबी जगात जिथे यशाचं संपूर्ण श्रेय प्रत्येकाला एकट्याला हवं असतं, तिथे अशा प्रकारचा दैवी गुण मनात रुजणं फार कठीण होऊन बसतं.

जे कर्मचारी विनाकारण स्वतःचं महत्त्व खूप वाढवून ठेवतात आणि आपण जणू कंपनीचा अविभाज्य हिस्सा आहोत, अशा प्रकारे वागतात ते कंपनीची अंतर्गत वीण दुबळी करून तिला उसवत नेतात. दुर्दैवाने, अनेक कंपन्यांनी पूर्वीच्या काळामध्ये अशा वागणुकीला प्रोत्साहन दिले. परिणामी, त्यातून निर्माण झालेला सैतान कंपनीच्या डोक्यावर मिरे वाटू लागला.

कबीर सोई सुरमा, मन सों माड़ै जुझ ।
पांचो इन्द्री पकड़ि के, दूरि करै सब दूझ ।।

(जो स्वतःच्या मनाशी झुंज देतो आणि ताबा मिळवतो तोच सच्चा शूरवीर असतो. सर्व इंद्रिये आणि विकारांना एकदा ताब्यात ठेवलं की, मग बाकी सगळ्या विवंचना नाहीशा होतात.)

कबीर सोई सुरमा, जाके पांचो हाथ ।
जाके पांचो बस नहीं, तो हरि संग न साथ ।।

(जो आपल्या पंचेंद्रियांना ताब्यात ठेवतो, तोच खरा शूरवीर असतो. इंद्रियांवर नियंत्रण ठेवल्याखेरीज परमेश्वराची साथ लाभू शकत नाही.)

मी आता काही विधाने मांडतो आणि तुम्ही विचार करा ती तुम्हाला लागू पडतात किंवा नाही. तुम्ही छोट्याशा गोष्टीमुळे स्वतःची शांतता, संयम गमावता. तुम्ही इतरांच्या हेतूबद्दल शंका घेता. कोणी प्रश्न विचारला की, त्याला टीका समजता. क्षमतेपेक्षा निष्ठा श्रेष्ठ मानता. तुम्ही आवश्यक तिथे श्रेय देत नाही. चारचौघांत टीका-निंदा करता (वाभाडे काढता). सारं काही स्वतःच्या अंगावर घेता (मनाला लावून घेता.) आधी दुखावलं तरी नंतर गोड बोललं म्हणजे झालं, असं मानता. स्वतःचा ताणतणाव हाताखालच्या सहकाऱ्यांवर ढकलता.

यापैकी बहुतेक विधानांशी तुम्ही सहमत होणार नाही; पण तुमच्या बॉसला किंवा इतर लोकांना ती अगदी चपखल लागू पडतात असे तुम्ही नक्की म्हणाल. आता तुमच्या सहकाऱ्यांना विचारा की, ही विधाने तुमच्या व्यक्तिमत्त्वाचे वर्णन करणार आहेत किंवा नाही आणि तुमच्याकडे बघण्याचा इतरांचा दृष्टिकोन पाहून तुम्ही आश्चर्यचकित व्हाल. तुमच्याशी होणाऱ्या संवादातून बाकीच्यांनी आपापली मते बनवलेली असतात आणि म्हणूनच त्यांच्यासाठी तीच वस्तुस्थिती असते.

स्वयंजागृती झालेल्या माणसाला कबीर शूरवीर असे संबोधतो. कबीर हा बहुधा एकमेवच असावा जो उच्च स्वयंजागृती आणि शौर्य-वीरता हे एकसमान मानतो. स्वतःच्या मनावर ताबा मिळवण्यासाठी प्रचंड मोठे धैर्य अंगी असावे लागते, याची कबीराला जाणीव आहे. सगळं काही आपल्याला हवं तसं आणि तशाच पद्धतीने घडणार नाही ही भावनिकता स्वीकारण्यासाठी प्रचंड मोठ्या प्रमाणावर धैर्य असावे लागते.

आपण चुकीचे होतो, हे मान्य करायला खूप मोठे धैर्य लागते. आपल्याला काही समजत नाही, हे मान्य करायला खूप मोठे धैर्य लागते. बाकीच्यांना त्यांच्या मर्जीनुसार वागू देण्यासाठी खूप मोठे धैर्य लागते. चर्चा सुरू असताना आपले पद मध्ये न आणता खुल्या दिलाने चूक मान्य करायला आणि केवळ विरोधासाठी विरोध न करायलाही खूप मोठे धैर्य लागते.

कॉर्पोरेट जगतात हे असले धैर्य फार दुर्मिळ असते. त्याची अनेकविध कारणे आहेत. कर्मचाऱ्यांना त्यांच्या उन्नतीच्या कालावधीदरम्यान अहवाल आणि सूचना देऊ शकतील, अशा सुसूत्र यंत्रणा आणि कार्यपद्धतीच व्यावसायिक जगतात अस्तित्वात नसतात. खरेतर, जर असे होऊ शकले तर बाकीची सगळी दुखणी, अडचणी आपसूक मार्गातून दूर होतील किंवा दुर्लक्षिल्या जातील.

सिर राखै सिर जात है, सिर काटै सिर सोय ।
जैसे बाती दीप की, कटि उजियारा होय ।।

(मनात अहंकार बाळगल्याने साऱ्या जीवनाचे नुकसान होते; पण तो दूर सारला तर सारे काही भले होते. जसे की, दिव्याच्या वातीवर जमलेली काजळी दूर करून ती स्वच्छ केली तरच दिवा सुंदर, शांत प्रकाश देऊ शकतो.)

किती सुरेख रूपक आहे हे! वादविवाद, चर्चा आणि विरोधात्मक चर्चा करताना अनेक वेळा व्यवस्थापक, नेते आपला विवेक गमावून बसतात आणि ते त्यांच्या लक्षातही येत नाही. मी मोठा आहे. मला सगळं माहिती आहे, मी जे सांगतोय तेच बरोबर आहे, इतरांपेक्षा मला जास्त चांगलं कळतं हा अहंकार साऱ्या बैठकीचा, चर्चेचा सत्यानाश करतो. असे अहंकारी व्यवस्थापक, नेते किंवा अगदी कर्मचारीसुद्धा बाकीच्या सहकाऱ्यांसाठी त्रासदायक ठरतात. बाकीच्यांना मोकळेपणाने व्यक्त होऊ देण्यातील मोठा अडसर बनतात. आता कोणी असाही प्रतिवाद करेल की, हे म्हणणे काही बरोबर नाही. प्रत्येक कर्मचाऱ्याने आपापली जबाबदारी आणि भूमिका स्वतःच नीट पार पाडली पाहिजे. कसलंही दडपण किंवा भीड न बाळगता आपले विचार परखडपणे मांडलेच पाहिजेत आणि ती त्याची व्यक्तिगत जबाबदारी आहे, त्यासाठी दुसऱ्याला दोषी ठरवणे योग्य नाही; पण असा प्रतिवाद करणाऱ्यांनी हे लक्षात घ्यावे की, जिथे प्रत्येकाला मोकळेपणा वाटेल, भीड न बाळगता, दडपण न घेता मनातील विचार मोकळेपणाने मांडावेसे वाटतील; असे वातावरण तयार करणे, ते जपणे ही एका व्यवस्थापकाची-नेत्याची जबाबदारी असते.

अहंकाराने ग्रस्त असलेले लोक दुसऱ्यांना व्यक्त होण्याची संधीच देत नाहीत. आपलं तेच खरं करण्यात त्यांना सार्थक वाटतं; पण कालांतराने असं होतं की, धोक्याच्या सूचना, महत्त्वाच्या नोंदी किंवा मते आणि वाईट बातम्या त्यांच्यापर्यंत पोहोचतच नाहीत. मग हळूहळू हे लोक नवीन विचार, संकल्पना, सर्जनशीलता, कल्पकता, बहुआयामी विचार आणि सारासार विचार या सगळ्यांपासून तुटत जातात; त्यामुळे मग लवकरच कंपनीच्या दृष्टीने हे लोक दुढ्ढाचार्य, एकसुरी आणि नुसत्या खुशामतीचे किंवा लांगूलचालनाचे भुकेले बनून जातात. त्यांची टीम, सहकारी, हाताखालचे लोक त्यांना कंटाळतात. त्यांच्या सहवासात इतर लोकांना घुसमटून जायला होतं. मग हे लोक अगदी जेवढं गरजेचं आहे, तेवढंच काम करू लागतात. त्यांच्यातील चेतना, कामाची तळमळ, झपाटा सारं काही मावळून गेल्याने त्यांच्या कामात काही चमक किंवा उत्साह उरत नाही.

तथापि, जे लोक आपल्या अहंकाराला लीलया दूर सारू शकतात, त्यांच्या भोवती सतत ताज्या दमाचे, सर्जनशील, नवीन टवटवीत विचार खेळत राहतात.

त्यांच्या सभोवतीचे वातावरण कायम ताजेतवाने, चैतन्याने रसरसलेले राहते. हे लोक इतरांना मान देतात, त्यांच्यातील 'स्व' जपतात, त्यांच्या विचार आणि कल्पनांचा आदर करतात. अगदी वादविवाद किंवा विरोधाच्या प्रसंगीदेखील हे लोक इतरांच्या विचारांना मान देऊन समजून घेतात. त्यांना खुलेपणाने व्यक्त होऊ देतात. लक्षात ठेवा, बाकीचे लोक आपल्याला यश मिळावे म्हणून तेव्हाच काम करतात, जेव्हा आपण त्यांना आपल्यासाठी काम करावेसे वाटू देतो.

प्रत्येक वेळी आपण दिव्याच्या वातीवर साचलेली काजळी दूर केली की, तो दिवा अजून जास्त उजळून निघतो. तद्वत, प्रत्येक वेळी आपण अहंकार दूर सारला की, आपल्या अंतरात्म्याचा प्रकाश अधिक उजळतो.

भीतर तो भेदा नहीं, बाहर कथै अनेक ।
जो पै भीतर लखि परे, भीतर बाहिर एक ।।

(आपण शक्यतो वरवरच्या किंवा बाह्य गोष्टींचाच काथ्याकूट करत बसतो; पण आपल्या आत काय आहे त्याचा ऊहापोह करायची तयारी नसते. जर आपण अंतःकरणात काय आहे याचा नीट धांडोळा घेतला, तर आत-बाहेर असा भेदच नाहीसा होतो. दोन्ही गोष्टी एकरूप होऊन जातात.)

आधुनिक कंपन्या सिद्धान्त, मीमांसा, विश्लेषण आणि प्रारूप यांनी बनलेल्या आणि पुरेपूर भरलेल्या असतात. विविध प्रकारचे आणि तऱ्हेचे नेते अगदी अधिकारवाणीने आणि मोठेपणाने सगळ्यांना काही एक प्रवचन देत असतात हे आपल्याला बहुतेक ठिकाणी अगदी सर्रास पाहायला मिळतं आणि जेव्हा कृतीची वेळ येते, तेव्हा हे नेते आपण आधी जे बोललो त्याच्या अगदी विरुद्ध वागतात, हेसुद्धा तेवढ्याच सर्रासपणे आढळून येतं.

आपल्या कल्पनेपेक्षा विचार आणि तत्त्वांमधील सातत्य संस्थांमध्ये दुर्मिळ असते. नजीकच्या काळातील फॅशन आणि तत्कालीन प्रवाह यांच्यानुसार व्यवस्थापक इकडून तिकडे झुलत असतात; पण जेव्हा ते नुसतीच लहर आली म्हणून भूमिकेत फेरफार करतात ते सर्वांत वाईट असते. सगळ्या संस्थांचे अशा विसंगतीकडे लक्ष असते आणि ते त्यांना लक्षात ठेवत असतात. काही अपवाद वगळता बरेचसे रिकामे क्षण सर्वसाधारण कर्मचाऱ्यांनी संस्थेच्या लिखित मूल्यांच्या काढलेल्या धिंडवड्याचे साक्षीदार असतात. संस्थेत वेगवेगळ्या पातळ्यांवर या मूल्यांचे पालन होताना दिसत नाही, त्यांच्या उपयोजनांत विसंगती आढळते. या गोष्टींबद्दल मोठी यंत्रणा उपहासात्मक दृष्टी ठेवते हे शोधणं काही असाधारण गोष्ट नाही. ज्या गोष्टीवर वरिष्ठ व्यवस्थापनाने इतका पैसा आणि शक्ती खर्च केली, त्या गोष्टीकडे कर्मचाऱ्यांनी इतक्या अविश्वासाने बघावे याचे एखाद्याला आश्चर्यच वाटेल. याचा अंदाज करणे

अवघड नाही–त्यांनी त्या गोष्टींचा अनुभव घेतलेला नसतो.

कल्पना किंवा अंदाज करणे खूप कठीण नसते. संस्थेच्या रोजच्या कामात तळातील कर्मचाऱ्याचे प्रतिनिधित्व करणारे टीम नेते आणि कार्यात्मक नेते कैवार घेतलेल्या आणि प्रत्यक्ष सादर केलेल्या मूल्यांमध्ये इतकीच तफावत दाखवतात की, ही मूल्यं त्यांचा अर्थच गमावून बसायला लागतात. नेत्यांनी बोले तसे चालले पाहिजे, ते जे शिकवतात त्याप्रमाणे स्वतः वागले पाहिजे, इतरांनी जसं वागावं असं ते सांगतात, तसं त्यांनी स्वतः वागलं पाहिजे आणि शब्द आणि कृती यांच्यात सुसंवाद निर्माण केला पाहिजे. कमी स्व-जाणीव असलेल्या नेत्यांना अशा प्रकारचा काही फरक, बदल असतो हेच ठाऊक नसते. आपल्या स्वतःच्या खेळातच ते मग्न झालेले असतात.

अशा प्रकारचे कृत्रिम नेतृत्व कुठे उभे राहते आणि त्यांना कसे टाळायचे याची काही उदाहरणे बघू या. आपण जर गुणवत्तेचा आग्रह धरावा असे शिकवणार असलो तर गुणवत्ता नसलेल्या एकालाही बक्षीस मिळणार नाही याची खबरदारी घ्यायला हवी. आपण जर खुलेपणाला मान्यता देत असलो तर आपल्या टीममधल्या सर्वांत कनिष्ठ सदस्याचे म्हणणेही ऐकून घेतले पाहिजे. मग तिथे केवळ आपली मते पुढे रेटणारी अधिकारवाणी नको. आपण जर पारदर्शकतेची शिकवण देत असू तर स्वतः स्वच्छ, शुद्ध असणे ही आपली सवय असायला हवी.

अनेक नेते गोड गोड भुलवणाऱ्या शब्दांत ढोंगीपणाने किंवा सरळसरळ खोटे बोलून आपले खरे रूप लपवितात. टीमच्या बैठकीमध्ये 'तुम्ही या पर्यायाचाही विचार करू शकता' असे म्हणून बोलायला सुरुवात करतात आणि बैठकीच्या शेवटी त्यांच्या सूचनांचे पालन कोण करणार असा प्रश्न विचारतात! त्यांच्या 'सूचनेचे' तीस मिनिटांत 'आदेशात' रूपांतर होते. त्यांच्या टीममधील सदस्यांच्या मनात किती द्विधा भाव आणि विसंवाद दाटून आला असेल याची कल्पना करा.

हरि गुन गावे हरषि के, हिरदय कपट न जाये ।
आपण तो समझे नहीं, औरहि ज्ञान सुनाये ।।

(जो तोंडाने परमेश्वराचे गुणगान गात असतो; पण त्याच्या मनात मात्र कारस्थान शिजत असतं, तो स्वतःलाच समजून घेऊ शकत नाही; पण जगाला शिकवायला निघालेला असतो.)

एकामागून एक दोह्यात कबीराने या विसंवादी वागण्यावर भाष्य केले आहे. तुमचे हृदय स्वच्छ नसेल तर धार्मिक बनण्यात काय अर्थ आहे? हा ढोंगीपणाचा कळस झाला.

जर आपण स्वतःच मूलभूत मानवी दोषांवर मात करू शकत नसलो तर

संस्थेतील एक नेता म्हणून मूल्य, गुण आणि तत्त्व याबद्दल बोलण्यात काही अर्थच नाही. हे म्हणजे सत्तेचा भुकेला असलेल्या नेत्याने संस्थात्मक बांधणीतील गुणवत्तेवर आणि लंडनच्या हवेपेक्षा लहरी असलेल्या नेत्याने सातत्य या विषयावर बोलण्यासारखे झाले. जो नेता स्वतः राजकारण खेळून आणि खुशामत करून वरच्या स्थानावर पोहोचला आहे, त्याने आता गुणवत्तेवर आधारित निकषांवर बोलण्यासारखे आहे. विक्रीचे आकडे फुगवून सांगणाऱ्या किंवा वाईट बातमी अर्धीच सांगणाऱ्या नेत्याने पारदर्शकतेबद्दल बोलण्यासारखे आहे. ज्या नेत्याने हाताखाली काम करणाऱ्या स्वतंत्र बाण्याच्या कर्मचाऱ्यांना एकतर कमी महत्त्वाच्या पदांवर ढकलले किंवा सरळ बाहेरचा रस्ता दाखविला, त्याने अभिव्यक्ती स्वातंत्र्यावर बोलण्यासारखे आहे. याला काही अर्थ नाही. हे एकदम निष्फळ आहे. संस्था आणि कर्मचारी हे दुहेरी वागणं बघू शकतात.

जो हंसा मोती चुगै, कांकर क्यु पतिताय ।
कांकर माथा न नवै, मोती मिले तो खाए ।।

(राजहंस फक्त मोती वेचतो, खडे नाही; ज्याला मोती वेचायची सवय लागली आहे, तो खडे उचलायला कधीच तयार होणार नाही.)

हंसा बगुला एक सा, मानसरोवर माहिं ।
बगा ढिंढोरे माछरी, हंसा मोती खाहिं ।।

(हंस आणि बगळा एकसारखेच दिसतात; बगळा मासे पकडतो, तर राजहंस मोती वेचतो.)

खरे नेते तडजोड करत नाहीत. छोट्या छोट्या कारणांसाठी बदलही करत नाहीत. ते त्यांची पत कमी करून घेत नाहीत. थोडक्या गोष्टीवर बळेबळे समाधान मानून घेत नाहीत. आपल्याकडे कोणाचे लक्ष नाही हे बघून डोळेझाक करत नाहीत. जसे की, राजहंस त्याच्या दैवात लिहिल्याप्रमाणे फक्त मोतीच वेचतो, तसे खरे नेतेही निव्वळ उपलब्ध आहे म्हणून खडे निवडून स्वस्थ बसत नाहीत.

कठीण प्रसंगीच मुले आणि पुरुष यांच्यातील फरक कळून येतो. कठीण समयीच नेत्याची खरी परीक्षा होत असते. हे सांगण्याचे अनेक मार्ग आहेत. पुढील कथेतून हे अगदी नीट कळते. एकदा एका गवंड्याला भिंतीवर उंचावर केलेल्या कामात एक चूक आढळली. तो ती चूक दुरुस्त करण्यात व्यग्र होता. एवढ्या उंचावरचं कुठे कोणाला दिसणार आहे असे म्हणून सुधारणा करत बसू नये असे त्याच्या मदतनिसाचे म्हणणे होते. 'कोणाला कळणार आहे?' असे त्या मदतनिसाने

विचारले. त्यावर 'मलाच कळेल' असे त्या गवंड्याचे उत्तर होते. कोणाचे लक्ष नसले तरी राजहंस खडे वेचत नाही.

संस्थांचे बक्षीस धोरण, प्रकटीकरण धोरण आणि गुंतलेल्या हितसंबंधांचे धोरण असते. मग योगायोगाने त्यांना त्यांचे जोडीदार, नातेवाईक यांना व्यावसायिक रस असल्याचे कळते. हे सगळे हितसंबंध राखणेच असते. प्रत्येकाला जाणूनबुजून केलेली ही गोष्ट माहीत असते; पण तांत्रिकदृष्ट्या सगळ्या गोष्टी इतक्या चोख असतात की, कोणी काही वाकडं करू शकत नाही. हुशारीने केलेला हा खटाटोप कर्मचाऱ्यांना मूर्ख बनवू शकत नाही हे नेत्यांनी लक्षात घेतले पाहिजे. यातून केवळ त्यांना त्यांच्या स्वतःच्या योजना निर्माण करायला बळ मिळते.

दोन संभाव्य नेत्यांमधील फरक कदाचित क्षमतेचा असू शकतो; पण त्याचबरोबर तो स्वभावप्रवृत्ती आणि मूलभूत प्रकृतीमधलाही असू शकतो. खऱ्या नेतेपणाचे गुण अंगी असलेला माणूस तडजोड होऊ शकते म्हणून उगाच तडजोड करत नाही. डोळेझाक केली तरी कोणाचे लक्ष नाही म्हणून उगाचच डोळेझाकही करत नाही. कोंडीत पकडता येत असले तरी तो तसे करत नाही. हे सगळे एखाद्या सामन्याबाबत नाही तर खेळाबद्दल आहे याची त्याला जाणीव असते. हाच खरा खिलाडूपणा आहे आणि हेच खरे नेतृत्व. हीच अशी गोष्ट असते जी जबाबदार पालकांना समोर वाहने दिसत नसली तरी सिग्नल तोडण्यापासून रोखून धरतात.

अनेकदा कठीण प्रसंग उभे राहतात. नोकरीत राहायचं की नोकरी सोडायची याचा निर्णय घेणे; अकार्यक्षम लोकांबरोबर काम करत राहायचं की सोडून निघून जायचं; स्वतःचे मत ठामपणे मांडून स्वतःवर वेडेपणाचा शिक्का मारून घ्यायचा की तोंड बंद ठेवून 'माकडांच्या झुंडीला' तसेच पुढे जाऊन द्यायचे... असे निर्णय घ्यायचे अनेक प्रसंग उभे राहतात. मग अशा वेळी तो काय करेल – खडे आणि मासे गोळा करून तो समाधान मानेल की, 'एकतर मोती किंवा मग काहीच नको' असा पर्याय निवडेल?

मेरा किया न कछु भया, तेरा कीया होय ।
तूं करता सब कुछ करै, करता और न कोय ।।

(मी एकट्याने काही केलेले नाही, तूच खरा कर्ता-करविता आहेस; केवळ तुझ्यामुळेच सगळ्या गोष्टी घडून आल्या आहेत.)

स्व-जाणीव असलेल्या नेत्यांना हे पक्के ठाऊक असते की, ते कोणतीही गोष्ट एकट्याने साध्य करू शकत नाहीत. आपण सगळ्या गोष्टींवर नियंत्रण ठेवू शकतो अशी खात्री असणे निष्फळ असते. विनयशीलता हा नेतृत्वाचा मुख्य गुणधर्म आहे. स्वतःविषयी खरी जाणीव असली तरच त्यातून विनयशीलता उदयाला येते. एकाच

नाण्याच्या या दोन बाजू आहेत. आपण केवळ आपल्या टीम सदस्यांइतकेच चांगले आहोत, याची पूर्ण जाणीव खऱ्या नेत्यांना असते. भल्या मोठ्या यंत्राचे काम व्यवस्थित सुरू राहण्यासाठी छोट्याशा 'पिन'ची भूमिकाही मोलाची असते हे त्यांना माहीत असते. सर्वांत महत्त्वाचे म्हणजे कामगिरीमध्ये स्वतःचे योगदान किती प्रचंड आहे असे काही त्यांना वाटत नसते.

अनेक पुरस्कार सोहळ्यांत आणि निरोप समारंभांच्या वेळी काही नेते उभे राहून त्यांच्या टीमला अभिवादन करताना आपण अनेकदा बघतो; पण तो तोंडाने जी बडबड करत असतो त्यातला एक कण भावही त्याच्या अंतरंगात नसतो याची अनेकांना जाणीव असते. वैयक्तिक कामगिरी साध्य करून सगळे यश केवळ त्याच्यामुळेच मिळाल्याप्रमाणे तो अगदी शेखी मिरवत असतो. बाकीचे अगदी कमी महत्त्वाचे आणि जाता जाता चुकूनच तिथे असल्यासारखे त्याचे भाव असतात. खेदाची बाब म्हणजे त्याच्या सगळ्या टीमला हे अगदी स्पष्टपणे समजत असतं की, जरी हा मोठ्या शहाजोगपणे उदारतेचा आव आणून सगळ्यांचे आभार मानत आहे; तरी प्रत्यक्षात मनातून 'सगळं काही आपल्या एकट्यामुळेच झालं आहे', असा ठाम विश्वास तो बाळगून आहे. या दांभिकपणामुळे त्याच्या टीममध्ये आणि सहकाऱ्यांमध्ये केवळ तिटकाऱ्याची भावना निर्माण होते. अशा प्रकारची वतर्णूक समोरच्या व्यक्तीला अगदी लगेच समजूनही येत असते आणि बोचतही असते. तिच्यावर उदारपणाचं खोटं आवरण घालून ठेवता येत नाही.

तसेच खराखुरा विनम्रपणादेखील समोरच्याला लगेच कळून येतो. त्याचा खोटा आव आणता येत नाही. हे आपले भाग्य की, एक नेता म्हणून टीमला पुढे नेण्याची संधी मिळाली आहे; लोक त्यांचं जे काही सर्वोत्तम आहे ते आपल्याला देताहेत हे आपलं भाग्य आहे; वैयक्तिक आणि व्यावसायिक आयुष्यात काय वाट्टेल ती परिस्थिती उद्भवली तरी टीम सर्वोत्तम कामगिरी करून दाखवते आहे, यासाठी आपण त्यांचे ऋणी राहायला हवं; असे विचार करणे ही खरी विनम्रता! अशी जवळपास तत्त्वज्ञानपूर्ण आणि आध्यात्मिक म्हणावी अशी जाणीव होणे म्हणजे विनम्रता. जगाचे नियम-स्वभाव काय आहे आणि त्यामध्ये आपले स्थान काय आहे, याच्या नेमक्या जाणिवेतूनच खरीखुरी नम्रता अंगी बाणवता येते.

एक छोटीशी निरुपद्रवी पिन असते; पण जेव्हा ती बाजूला हटवली जाते, त्या क्षणी ग्रेनेडचा स्फोट होतो किंबहुना असं म्हणू या की, ती हटविल्याशिवाय ग्रेनेड फुटूच शकत नाही. एक छोटासा नट बाजूला झाला तर मोटारीचे आख्खे चाक निखळून पडते. जर प्रिंटरने त्याचे काम नीट केले नाही, तर आपण तयार केलेला अहवाल अस्पष्ट छापला जातो आणि केराच्या टोपलीत टाकावा लागतो. जर टेक्निशियनने प्रोजेक्टर व्यवस्थितपणे लावला नाही, तर आपल्या प्रेझेंटेशनची माती

होते – आणि या सगळ्या वस्तुस्थितीच्या पलीकडे जाऊन आपल्याला असं वाटतं की, मीच सगळ्यात महत्त्वाचा आहे. सारं काही माझ्याच भोवती एकवटलेलं आहे. मी म्हणजे साऱ्या विश्वाचे केंद्र आहे!

कबीर म्हणतो, जेव्हा प्रत्येकजण आपापले काम नीट करतो, तेव्हा सगळं काही एखाद्या सुरेल सुरावटीप्रमाणे जुळून येतं आणि साऱ्या गोष्टी अगदी यथास्थितपणे पार पडतात.

बोध

१. आपल्या स्वतःबाबत, आपल्या ध्येयांबाबत, आपले संवाद आणि धारणा, आपल्या प्रतिक्रिया, प्रतिसाद आणि जेव्हा बघणारे कोणी नसते, तेव्हा आपण केलेली कृती-घेतलेले निर्णय हे सारं काही समजून घेणे, त्यांची जाणीव होणे म्हणजेच स्वयंजागृती होय.

२. काही चुकीच्या धारणा आणि पक्षपात आपल्यात एवढे भिनलेले असतात की, मुळात त्यांच्यात काही चुकीचं आहे, हेच आपल्याला जाणवत नाही. आपण त्याला स्व-भाव किंवा स्थायिभाव मानून चालतो – अशा धारणा आणि पक्षपातापासून स्वतःचं रक्षण करा.

३. नेता बनण्यासाठी खरी शिकवण ही असते की, त्याने गोष्टी सोडून द्यायला शिकलं पाहिजे. जगाकडे बघण्याचा आपला आजवरचा 'ठाम' दृष्टिकोन सोडून देता आला पाहिजे, आजवरची आपली कामाची पद्धत, संदर्भ जोडण्याची आणि समजून घेण्याची आपली चौकट, आपल्या ठाम धारणा, वास्तवाकडे बघण्याची आपली पद्धत हे सगळं सोडून देता आलं पाहिजे. अडून न बसता, या सगळ्यामध्ये कालानुरूप बदल करण्याची नेत्याची तयारी असायला हवी.

४. 'स्व'ची जाणीव होणे म्हणजे केवळ अभ्यास करणे नव्हे! तर जे केले त्यामधून काय (पडसाद) वाट्याला आले ते समजणे म्हणजे शिक्षण होय. अहंकार आणि स्वयंजागृती याबद्दल फक्त चर्चा करून त्यांची मनात रुजवात होत नसते. उलट त्यांची चर्चा बंद करून त्यांचा स्वीकार सुरू करणेच अधिक महत्त्वाचे!

५. 'स्व'ची जाणीव होणे हे खूप हिमतीचे काम आहे. आपल्या मूलभूत धारणा, आपले विचार यांच्या विरोधात जाण्यासाठी अंगी खूप धैर्य असावे लागते. आपण चुकतो आहोत ही जाणीव होण्यासाठी, आपली चूक कबूल करण्यासाठी खूप मोठ्या धैर्याची आवश्यकता असते.

६. बाकीचे लोक आपल्याला यश मिळावे म्हणून तेव्हाच काम करतात, जेव्हा आपण त्यांना आपल्यासाठी काम करावेसे वाटू देतो.
७. अडचणीच्या वेळी, पेचप्रसंग उद्‌भवलेला असताना नेता नक्की काय कृती करतो, ती म्हणजे नेतृत्व!
८. खरी विनम्रता ही तत्त्वज्ञानपूर्ण आणि आध्यात्मिक जाणिवेतून येते; जिथे 'टीमचे नेतृत्व करायला मिळणे हे आपले भाग्य आहे', असा विचार नेता करतो. जगाचे नियम-स्वभाव काय आहेत आणि त्यामध्ये आपले स्थान काय, याच्या नेमक्या जाणिवेतूनच अंगी खरीखुरी नम्रता बाणवता येते.

२१

एकाग्रता आणि एकसंध विचार

कथा : अनिल मल्होत्रा यांना त्यांची कर्मचारी गुंतवणूक आणि समाधान या क्षेत्रात चांगला अभिप्राय मिळाला नाही. ते ज्या व्यवसायासाठी जबाबदार होते तिथला बाजारपेठेतील हिस्साही कमी झाला आहे. तांत्रिकदृष्ट्या त्याची स्थिती चांगली असली तरी वातावरणात बरेच बदल होत आहेत. त्या सगळ्यामुळे व्यवसायावर परिणाम होत आहे. अर्थात, परिस्थिती खूप भीषण आहे असे कोणी म्हणू शकले नसते. ग्राहकांच्या गरजा बदलत आहेत, विकसित होत आहेत; त्यामुळे आपल्याला काय साध्य करायचे आहे याबाबत टीममध्ये स्पष्टता असणे फार गरजेचे बनले आहे. सर्वेक्षणातील खुल्या उत्तरांसाठीच्या प्रश्नांमधून सूचनांमधील स्पष्टता आणि स्थैर्य यांच्या शोधात टीम असल्याचे लक्षात येते. जास्त वेळ काम करत राहण्याच्या प्रश्नाचाही त्यांना सामना करावा लागत आहे. नक्की खरे काय चुकत आहे हे शोधून काढण्यासाठी अनिलला मदत हवी आहे.

एका गोष्टीवरून दुसऱ्या गोष्टीवर हिंदोळे घेणाऱ्या व्यवस्थापकापेक्षा दुसरी त्रासदायक गोष्ट सर्वसाधारण कर्मचाऱ्यासाठी नसते. ज्या सुपरवायझरला स्वतःचं मन माहीत नसतं किंवा ज्याला काहीही तत्त्विक बैठक नसते, त्याच्यापेक्षा जास्त कर्मचाऱ्याच्या परिणामकारकतेवर कोणीच बाधा आणू शकत नाही. सर्वसाधारण कर्मचाऱ्याला त्याच्या सुपरवायझरकडून अपेक्षित प्रतिसाद, विचारसरणी आणि तत्त्वांची आस असते. एकसंध आणि सातत्यपूर्ण विचार हवे असतात. या स्पष्टतेमुळे कर्मचाऱ्यांना खात्री आणि दिशा या दोन्ही गोष्टी मिळतात. तसे झाले नाही तर बॉसरूपी देवाला नक्की काय हवंय हेच न कळल्यामुळे त्यांना जंगलात हरवल्यासारखे

वाटेल. ही अस्वस्थता किती प्रमाणात आहे हे बघण्यासाठी एखाद्याने टीम सदस्यांचे सर्वेक्षणच करायला हवे.

पतिबरता को सुख घना, जाके पति है एक ।
मन मैली व्यभिचारिनी, ताके खसम अनेक ।।

(प्रामाणिकपणा व एकनिष्ठतेतून आनंद वाढतो. एकनिष्ठता नसलेले मन पापांचे जाळे बनते.)

कबीराने ज्या रूपकाचा उपयोग केला आहे त्याच्या पलीकडे जाऊन बघू. या दोह्यातून कदाचित लिंगभेद करत असल्याचा गैरसमज होऊ शकतो. त्याने त्याच्या दोह्यामध्ये जरी स्त्रीलिंगी उल्लेख केलेला असला तरी हे एकनिष्ठतेचे निकष स्त्री-पुरुष दोघांसाठी आहेत याची मला खात्री आहे. कबीराला खरंतर असे म्हणायचे आहे की, जो माणूस एका व्यक्तीशी एकनिष्ठ असतो तो आनंदी जगाचा अनुभव घेतो आणि ज्या व्यक्तीचे अनेक 'जोडीदार' (लिंगभेद न करता) असतात, त्यांचे मन कलुषित असते. त्यांच्या वाट्याला दुःख येते.

या रूपकामागचा अर्थ कॉर्पोरेट विश्वाच्या संदर्भात कसा लागू पडतो हे बघू या. व्यवस्थापकाचे एक निश्चित मत असले पाहिजे आणि त्याने निर्णयात्मक कृती केली पाहिजे अशी त्याच्याकडून अपेक्षा असते. कृती करायला संकोच करणारा, अळंटळं करणारा व्यवस्थापक असेल किंवा प्रत्यक्षात बाण सोडण्यापेक्षा निशाणा साधण्यातच प्रचंड वेळ खाणारा नेता असेल, तर ती खूप वाईट गोष्ट असते; पण त्याहून वाईट म्हणजे जो नेता एका भूमिकेवरून दुसऱ्या भूमिकेवर घूमजाव करत असेल, तर तो कामासाठीचा शापच असतो. अनिर्णीत अवस्थेची किंमत संस्थेला अनेक मार्गांनी चुकवावी लागते; त्यामुळे मौल्यवान वेळ वाया जातो, कर्मचारी गोंधळून जातात आणि वाईट अंमलबजावणीच्या चांगल्या धोरणापेक्षा चांगली अंमलबजावणी झाली तर साधारण धोरणही खूप सरस ठरते.

व्यवस्थापकाने केवळ समस्या सोडवणे आणि दिशा दाखविणे अपेक्षित नसते, तर त्याला जे अपेक्षित आहे, त्याबाबत स्पष्ट असणेही गरजेचे असते. कोणतीही अनिश्चितता न ठेवता, स्पष्टपणे आपले म्हणणे मांडून आणि कृती करून टीम सदस्यांच्या मनातील गोंधळ दूर करणे गरजेचे असते. आपल्या नेत्याच्या मनात नक्की काय सुरू आहे, आपण जी कृती करणार आहोत त्याचा मूलभूत आराखडा जेव्हा कर्मचाऱ्यांना माहीत असतो, तेव्हा त्यांना एकदम सक्षम झाल्यासारखे वाटते. जगात स्पष्टता हा मोठा गुण मानला जातो, कारण तिथे प्रत्येक गोष्ट केवळ संदिग्धताच वाढवत असते.

साधारण कामाच्या ठिकाणी पुनरावृत्ती, अधिकाधिक कामाची ओझी, पुनःपुन्हा

तेच ते काम या गोष्टी घडत असतात. त्याकडे पद्धतशीर दुर्लक्ष केले जाते. जास्त वेळ काम करायला लावणाऱ्या साहेबापेक्षाही जो साहेब दिलेले काम सतत बदलत राहतो, त्या माणसाचा सर्वसाधारण कर्मचाऱ्याला जास्त राग येतो असे ते तुम्हाला सांगतील आणि याचे कारण कामात सुधारणेची गरज असते हे नसून पहिल्या वेळेला सांगितलेल्या कामामध्ये साहेबालाच स्पष्टता नसणे हे असते, हेही ते तुम्हाला सांगतील.

कामाला कुठून सुरुवात करायची याची व्यवस्थापकीय तत्त्वंच व्यवस्थापकाला माहीत नसणे, हा गुन्हा ठरावा इतका आणखी एक वाईट प्रकार आहे. तो आज एका गोष्टीचा पुरस्कार करतो आणि उद्या दुसऱ्याच गोष्टीचा पुनरुच्चार करतो, यालाच 'सोयीचे व्यवस्थापन' असे म्हणतात. काही वेळा त्याला आपल्याकडून थोडक्यात हवे असते, तर कधी सविस्तर विस्ताराने – पण हे सगळे तो काम सादर केल्यानंतरच सांगतो. लोकांशी व्यवहार करताना पदोन्नती, विकास या बाबतीतील मते, कौशल्य व्यवस्थापन, पुनर्पाहणी प्रक्रिया, टीम हाताळणी अशा कोणत्याच गोष्टीत सुसंगत स्पष्टपणा नसतो. सोयीच्या तत्त्वावर तो इकडून तिकडे हेलखावे खात असतो आणि लवकरच ही गोष्ट सगळ्यांना कळते. निराशेच्या भरात स्वतःचेच केस उपटून घ्यावेत आणि अगतिक होऊन हात वर करून 'सर, तुम्ही नक्की कुठे उभे आहात?' असे विचारावेसे वाटते आणि त्यावर कदाचित तुम्हाला 'खरंतर मी माझ्या दोन पायांवरही नाही!' असे उत्तर मिळू शकते.

पतिबरता पति को भजै, पतिभज घर विश्वास ।
आन दिसा चितवै नहीं, सदा पीव की आस ।।

(निष्ठावान व्यक्ती आपल्या जोडीदाराच्या विश्वासात खंबीरपणे उभी असते, एकाप्रति असलेली निष्ठा कधीच हेलखावे खात नाही, मागेपुढे होत नाही.)

या दोह्यामध्येसुद्धा सातत्याचा विचारच केंद्रस्थानी राहिला आहे. धोरण, आराखडा, उद्दिष्टं, ध्येय किंवा दृष्टिकोन, जादा वेळ य सगळ्या बाबतीत सातत्य असणे, हा संस्थात्मक गोष्टींच्या संदर्भात आणखी एक समर्पक घटक आहे. थोड्याच दिवसांपूर्वी; त्याहून वाईट स्थिती म्हणजे अगदी आदल्य दिवशीसुद्धा आपण काय ठरवले याचे भान अनेक नेत्यांना राहत नाही. रोज सकाळी कर्मचारी आजचे धोरण काय, आज काय आणखी नवीन अशा विचारात अडकतात. अगदी आदल्या दिवशी आपण जे ठरवले किंवा ज्या सूचना दिल्या, ते विसरून किंवा त्याकडे बेमालूम दुर्लक्ष करून व्यवस्थापक आत्तापर्यंत झालेले सगळे काम रद्दबातल ठरवतात; त्यामुळे हाताखालच्या लोकांमध्ये गोंधळ वाढतो आणि त्यांचा कामाचा उत्साह मावळतो. अशा प्रकारे काम करणारी टीम कशी प्रगती करणार याचे चित्र रंगवणे काही अवघड नाही. खूप

गाजावाजा करून, सुरू केलेल्या आणि कधीही योग्य शेवटाला न गेलेल्या, अर्धेमुर्धे झालेल्या उपक्रमांनी ते अख्खे वर्ष वाया जाऊ शकते.

विचार, योजना आणि धोरणाप्रति असलेली निष्ठा हीसुद्धा अनेकदा बहराचा काळ येईपर्यंतच असते. आज आंब्याचे बी पेरले आणि उद्या फळाची अपेक्षा केली तर यात काही अर्थ नसतो. निसर्ग अशा प्रकारे काम करत नाही आणि संस्थासुद्धा अशा प्रकारे काम करत नाहीत. आपल्या कल्पनेपेक्षा ही आंदोलनं अधिक मातलेली, ऊत आलेली असतात.

ढोल दमामा बाजिया, शब्द सुना सब कोय ।
जो सर देखी सति भगै, दोउ कुल हांसी होय ।।

(ढोल-ताशांचा आवाज आणि गोंगाट ऐकून, जर तुम्ही स्वतःच्या कर्तव्याकडे पाठ फिरवली, तर सगळीकडे तुमचे हसे होईल.)

कबीराने येथे सतीचे रूपक वापरले आहे. सतीच्या प्रथेला आजच्या काळात बंदी आहे. असे असले तरी, त्याला जो मुद्दा मांडायचा आहे तो समजून घ्या आणि सतीच्या प्रथेला जेव्हा समाजमान्यता होती, त्या काळात त्याने हा विचार मांडला आहे हे लक्षात घ्या. एखाद्या गोष्टीची जेव्हा पूर्ण तयारी झालेली असते आणि तुम्ही मागे फिरता किंवा तुमचे पाय भीतीने गारठतात, तेव्हा त्यामुळे तुमच्या नावलौकिकाला बाधा पोहोचते आणि तुम्ही टीकेचे धनी होता. जेव्हा सत्याचा क्षण उभा ठाकतो, तेव्हा आपण आपले कर्तव्य पार पाडले पाहिजे, यावर कबीराचा भर आहे. जेव्हा असे अनेक सत्याचे क्षण एकत्र दिसतात, तेव्हा आणखी काहीतरी मूलभूत गोष्टींची निर्मिती होते – त्यालाच नावलौकिक असे म्हणतात.

आपल्याला खरेही वाटणार नाही इतके कॉर्पोरेट विश्व जोडलेले आहे. नावलौकिक वेगाने पसरतो. कितीही वरिष्ठ असला तरी नवीन नेता कंपनीत रुजू होण्याआधीच त्याच्याविषयीची माहिती पसरलेली असते. मी यालाच नावलौकिक म्हणतो. इतर कोणत्याही गोष्टीपेक्षा तो अधिक वेगाने पसरतो आणि खूप काळ चिकटून राहतो. आपल्याविषयीचे मत जेव्हा एका संस्थेतून दुसऱ्या संस्थेत पसरते, तेव्हा त्यात बदल, सुधारणा करण्याची काही सोय नसते. एखाद्या संस्थेत प्रदीर्घ काळ काम केले, मोठी भूमिका निभावली तरी आपण नक्की काय काम केले, कोणती भूमिका पार पाडली, काय कामे केली किंवा आपण काय म्हणालो, या गोष्टी लोकांच्या फारशा लक्षात नसतात. आपण त्यांच्याशी कसे वागलो, त्यांना आपल्यामुळे काय वाटले हेच फक्त त्यांच्या लक्षात असते. तुम्ही त्याचं नेतृत्व कसं केलंत आणि तुमच्या नेतृत्वाविषयी त्यांना काय वाटायचं, एवढंच ते लक्षात ठेवतात. या मागे राहिलेल्या आठवणींनाच नावलौकिक असं म्हणतात.

आपण केलेले काम लोकांकडून विसरले जाऊन त्या व्यतिरिक्त आपल्याविषयी मागे राहिलेल्या आठवणी म्हणजे नावलौकिक होय. आपल्यामुळे त्यांच्या मनात काय भावना आल्या, व्यावसायिक पातळीवर किंवा भावनिक पातळीवर त्यांना कसं वाटलं याची ती आठवण असते. आपण त्यांचे म्हणणे लक्ष देऊन ऐकले का? त्यांच्या इच्छा-आकांक्षा, त्यांची भीती, निराशा, काळजी या सगळ्यांची बूज राखली का? की नेहमी अधिकारपदावरून हुकूमच सोडले याची ते आठवण ठेवतात?

आपल्या संवादामुळे त्यांना उल्हसित वाटले का, आपण त्यांच्या जीवनात आनंद फुलवला का? कामाच्या ठिकाणी सतत एक द्विधा स्थिती असल्याचे मी ऐकले आहे. आपण एकतर चांगले असतो किंवा प्रभावी, आपण एकतर चांगले असतो किंवा लोकांकडून काम करवून घेणारे असतो. एक नेता म्हणून अर्थातच काम पूर्ण होणे आणि त्यासाठी लागेल ते सगळे करणे हे आपले कर्तव्य असते. फक्त परिणामांची कास धरताना मर्यादेची रेषा पार न करणे महत्त्वाचे असते. जिथे दर आठवड्याला नशिबं बदलतात अशा सतत घडामोडींनी भरलेल्या व्यावसायिक जगात उद्दिष्टप्राप्तीसाठी मानवी प्रतिष्ठेला मूठमाती द्यायचीच का, हा मोठा प्रश्न असतो. लोकांविषयी आदर ठेवण्याच्या बदल्यात त्यांना पुढे ढकलण्याची काहीच गरज नाही. स्वतःचा आवाज कमी ठेवूनही आपले म्हणणे मांडणे शक्य असते. आवाज चढवून बोलणे, नावाने हाका मारून बोलणे, आक्रमकपणे हुकूम सोडल्याच्या थाटात बोलणे, हा भावना व्यक्त करण्याचा सोपा मार्ग असतो.

एवढंच काय, चांगल्या नेत्यांना हे शक्य आहे हे माहीत असते; पण आपल्या हाताखालच्या लोकांची प्रतिष्ठा जपत त्यांच्याकडून सर्वोत्तम काम करून घेऊन आपला प्रभाव टिकवणे कठीण असते; त्यामुळे जेव्हा काम व्यवस्थित होत नाही, कोणती तरी वाईट बातमी येऊन धडकते किंवा काम पूर्ण झालेले नसते, तेव्हा नेत्याचा प्रतिसाद कसा असतो हा मोठा प्रश्न असतो.

नेतृत्व हे निर्णय घेण्याच्या संदर्भात असते आणि निर्णय घेणे म्हणजे दोनपैकी एका पर्यायाची निवड करणे. व्यवस्थापकोय निर्णय घेण्याच्या क्षेत्रात नेत्यांना अनेकविध पर्यायांचा सामना करावा लागतो आणि काही वेळा हे पर्याय खरोखर बंद झालेले असतात. या निर्णयाचा पाया काय असतो – तो निर्णय तर्कशुद्ध, वास्तवाला धरून, निष्पक्ष, आगाऊ कल्पना आणि मतांनी बाधित नसलेला असतो का? लोकांचे त्या कठीण क्षणांकडे लक्ष असते आणि नेत्यांना याची कल्पना नसली तरी त्यांनी अशा प्रसंगी काय निर्णय घेतला हे लोकांच्या लक्षात असते. कालांतराने, कोणत्याही निर्णयप्रक्रियेनंतर संस्थेतील लोकांना कदाचित तुमचे निर्णय लक्षात राहणार नाहीत; पण एक गोष्ट ते नेहमी लक्षात ठेवतात– ती म्हणजे या सगळ्या निर्णयांमधून तो नेता माणूस म्हणून कसा समोर आला? आणि या

सगळ्या गोष्टींची गोळाबेरीज म्हणजे नावलौकिक.

अशा अधिकाधिक उदाहरणांत जर आपण मानवी प्रतिष्ठा जपली, तर चांगला नेता असा आपला नावलौकिक होतो; पण त्याऐवजी जर आपण लोकांवर ओरडत असलो, त्यांना खाली खेचत असलो तर छळवाद करणारा माणूस असा आपला नावलौकिक बनतो. आपण जर लोकांना त्यांचे स्वातंत्र्य जपून दिले नाही, तर आपली प्रतिमा जेलरची बनते; आपण जर लोकांचे श्रेय, ऊर्जा आणि प्रेरणाच हिरावून घेतली, तर दुसऱ्याच्या श्रमांवर जगणारे बांडगूळ अशी आपली प्रतिमा तयार होते; छोट्यातल्या छोट्या गोष्टीवरून जर आपला भडका उडत असेल आणि आपण खरी अडचण समजूनच घेतली नाही तर आपण म्हणजे ज्वालामुखीचा अवतार असल्यासारखी आपली प्रतिमा तयार होते. आपण लोकांच्या भावनांशी ज्या प्रकारे खेळतो, ज्या तऱ्हेने परिस्थिती हाताळतो त्यावरून जुलमी राजा, मूर्ख, चक्रम, क्रूर, मनाला लागेल असे बोलणारा इत्यादी शेलक्या विशेषणांनी आपली प्रतिमा तयार होते.

सती डिगै तो नीच घर, सूर डिगे तो कूर ।
सती डिगै तो सिखरते, गिरि भय चकनाचूर ।।

(जेव्हा सती तिच्या कर्तव्यापासून ढळते, तेव्हा तिचा पुनर्जन्म नीच कुळात होतो; शूर माणूस जेव्हा स्वतःच्या कर्तव्यापासून दूर पळतो, तेव्हा त्याला कुत्र्याचा जन्म येतो; ज्ञानी, थोर पुरुष जेव्हा स्वतःच्या कर्तव्यापासून ढळतो, तेव्हा कृपेच्या डोंगरावरून खाली पडून त्याची शकले होतात.)

सत्य प्रसंगी नेत्यांच्या भूमिकेकडे सर्वांचे लक्ष असते. आपण किती प्रमाणात दोष काढतो किंवा किती छोट्या-मोठ्या परिस्थितीचा सामना करतो, याने काही फरक पडत नाही. आपल्याकडे सगळ्यांचे लक्ष असते ही गोष्ट खरी असते. अगदी कोणाचेही आपल्याकडे लक्ष नाही असे आपल्याला वाटत असतानासुद्धा कोणीतरी आपल्याकडे बघतच असते. कालांतराने जेव्हा अनेकदा त्यांचे आपल्यावर लक्ष ठेवून झालेले असते, तेव्हा आपली प्रतिमा तयार झालेली असते. सगळ्यात वाईट गोष्ट म्हणजे आपल्याबाबत ठाम मत ठरविण्याच्या निष्कर्षाप्रत येण्याआधी कोणीही आपल्याशी येऊन बोलण्याची तसदी घेत नाही.

त्या सत्य प्रसंगांच्या क्षणी, विशेषकरून जेव्हा विषय निराशाजनक असतो, तेव्हा आपल्या कर्तव्यापासून ढळणे परवडूच शकत नाही. आपल्या स्वतःसाठी, आपल्या भविष्यासाठी, विकास आणि पदोन्नतीसारख्या नावलौकिकाला अगदी नाजूकपणे चिकटलेल्या गोष्टींसाठी कर्तव्यापासून ढळणे परवडूच शकत नाही. अशा काही ठिकाणी आपला तोल ढळला, तर नावलौकिक बुडालाच म्हणून

समजा. अगदी ठळकपणे काळे पांढरे म्हणजेच चांगले – वाईट ठरवण्यासारखे आणि फरक करायला सोपे असे हे महत्त्वाचे प्रसंग असतात असे नाही. छोट्या छोट्या प्रसंगातच दोरीवरून चालण्यासारखी अवघड परिस्थिती निर्माण होते. कोणाला पदोन्नती द्यायची हे आपण कसे ठरविणार? टीमच्या अपयशाची जबाबदारी कोणाची हे आपण कसे ठरविणार? टीममधील सदस्यांची प्रशंसा, टीका, एखाद्याला जास्त किंवा कमी किंमत देणे हे आपण कसे ठरविणार? आपण कोणाबरोबर जास्त मोकळेपणाने राहतो आणि त्या मोकळेपणाच्या आधारावर आपण टीम सदस्यांना कुठपर्यंत स्वातंत्र्य देणार? एकाच मोजपट्टीने आपण सगळ्यांची कामगिरी मोजणार की प्रत्येकासाठी वेगळी मोजपट्टी वापरणार? आपल्या हाताखाली काम करणाऱ्या कर्मचाऱ्यांसमोर आपण कंपनीचे पैसे कसे खर्च करणार? ही यादी अशी कितीही वाढू शकते; पण मला खात्री आहे की, काय म्हणायचे आहे हे तुम्हाला नक्की कळले असेल. आपल्याकडे कोणाचेही लक्ष नाही या भ्रमात राहण्याची चूक कधीही करू नका. असा एखादा तरी असतोच ज्याचे तुमच्याकडे लक्ष असते! तुम्ही दुर्दैवी असलात तर अशी तोल ढळण्याची एखादी घटनाही तुमचा नावलौकिक धुळीला मिळवू शकते. तुम्ही नशीबवान असाल, तर तुम्हाला थोड्या संधी मिळू शकतात.

याबाबत कबीराचे काय म्हणणे आहे हे लक्षात घ्या – जेव्हा थोर व्यक्ती स्वतःच्या कर्तव्यापासून पळ काढते, तेव्हा नीच कुळात जन्म मिळण्याचे समाधानही त्याच्या वाट्याला येऊ शकत नाही – त्याची शकलेच होतात.

तोल ढळणाऱ्या नेत्याच्या वाट्यालाही हेच प्राक्तन येते.

साधु सती औ सूरमा, कबहूं न फेरे पीठ ।
तीनों निकसी बाहुरै, तिनका मुख नहि दीठ ।।

(साधू पुरुष, सती आणि शूर कधीही पाठ फिरवून पळ काढत नाहीत आणि जर त्यांनी तसे केले तर त्यांची गय करू नये.)

साधु सती औ सूरमा, इन पटतर कोय नांहि ।
अगम पंथ को पग धरै, गिरि तो कहां समाहि ।।

(साधू पुरुष, सती आणि शूर यांची कधीही तुलना होऊ शकत नाही; ते कठीण मार्गावरून जात असतात; तेथून पडले तर त्यांना जायला दुसरा मार्गच नसतो.)

ये तीनो उलटे बुरे, साधु सती औ सूर ।
जग में हांसी होयगी, मुख पर रहेन नूर ।।

(साधू पुरुष, सती आणि शूर व्यक्तीच्या हातून चूक घडली, ते सन्मार्गापासून दूर

गेले, तर ते त्यांचे तेज गमावून बसतात आणि जगात त्यांचे हसे होते.)

काही विशिष्ट भूमिकांशी काही विशिष्ट गुण जोडले गेलेले असतात. व्यवस्थापक आणि नेत्यांशीही काही गुणधर्म जोडले गेलेले असतात. टीममधील सदस्य, हाताखाली काम करणारे कर्मचारी, सहकारी आणि सुपरवायझर यांचा त्यांच्याशी संबंध येत असतो. त्यांपैकी एक म्हणजे चिकाटी आणि दृढता. कर्तव्य बजावत असताना योग्य गोष्टीची बाजू घेण्याचा गुण!

कठीण प्रसंगी, छोट्या घटनांच्या बाबतीत, दोन योग्य गोष्टींमधील एकाची निवड करण्याचा अवघड पेचप्रसंग किंवा आपल्या कर्तव्यावर ठाम राहण्याची गरज असणारी कठीण परिस्थिती, अशा सगळ्या वेळी नेत्याने स्वतःच्या कर्तव्यापासून ढळून चालत नाही आणि जर समजा, तसे झाले तर त्याच्या नावलौकिकाला धक्का बसणार याची त्याने तयारी ठेवावी.

संस्थेतील नेत्यांनी निर्णय घेण्याच्या प्रक्रियेत उच्च मूल्यांचे तसेच निष्पक्षपातीपणा आणि समजूतदारपणा, शहाणपणा यांचे दर्शन घडवावे अशी अपेक्षा असते. कोणत्याही प्रकारच्या पक्षपाती हेतूपासून अलिप्त असावे अशी अपेक्षा असते. निर्णयप्रक्रियेत, लोकांशी व्यवहार करताना अशा प्रकारे उच्च मूल्यांचे दर्शन झाले तर संस्थेत चांगले वातावरण तयार होते. मग सर्व प्रकारचे लोक आनंदाने संस्थेत काम करण्यासाठी आणि स्वतःमधील सर्वोत्तम देण्यासाठी प्रयत्न करतात. अशा स्वच्छ वातावरणात काम करताना कामगिरीही सुधारते. शेवटी संस्थात्मक कामगिरी हा संस्थेतल्या वातावरणाचाच परिपाक असतो. या वातावरणालाच संस्कृती असे म्हणतात आणि या संस्कृतीचा मूलभूत पक्का पाया म्हणजेच आपण ज्याविषयी आधी बोललो ते म्हणजे नावलौकिक.

कड़ी है धारा राम की, काचा टिकै न कोय ।
सिर सौपै सीधा लड़ै, सूरा कहिये सोय ।।

(सदाचाराचा मार्ग कठीण असतो; हौशी, वरवर काम करणाऱ्यांसाठी नाही. जो प्रामाणिकपणे, सन्मार्गाने लढा देतो, त्यालाच खरा शूरवीर असं म्हणतात.)

आधुनिक कॉर्पोरेट जगतात हे परिणाम इतके पणाला लागलेले असतात की, अगदी भल्या भल्या व्यवस्थापक आणि नेत्यांनाही शॉर्टकट, राजकारण खेळण्याचा किंवा कमीतकमी स्वतःच्या भूमिका आणि पद यांचा दुरुपयोग करून घेण्याचा मोह टाळता येत नाही. ते जितक्या उच्चस्थानी काम करतात, तितक्या चांगल्या पद्धतीने ते ढोंग वटवतात. स्वतःचा सांभाळ, स्वहित जपणे, स्वतःचा मार्ग निवडणे आणि स्वतःची उन्नती करणे यांची आस फक्त माणसाला असते. या काही मूलभूत मानवी

आकांक्षा आहेत आणि लोकांकडे त्या असण्याबद्दल त्यांना दोषही देता येणार नाही; पण होतं असं की, दुर्दैवाने हे लोक नेतेही असतात. असे लोक नेते झाले आणि आपल्याला माहीत आहे की, प्रत्येक संस्थेत असे काही लोक असतातच तर मग भ्रष्टाचाराचा धोका हा राहतोच. आपल्या मुलांसाठी असेच शिक्षक असतील तरीही तो धोका राहतोच.

कॉर्पोरेट जगात नव्याने प्रवेश करणारे तरुणही अशा व्यवस्थापक आणि नेत्यांकडे केवळ मार्गदर्शक म्हणून बघतात असे नाही तर गुरू आणि आदर्श म्हणूनही बघतात. कोणत्याही परिस्थितीत स्वतःचे हित सांभाळायचे, स्वतःची कातडी वाचविण्यासाठी घाणेरडे राजकारण खेळायचे किंवा संस्थेच्या हिताच्या बदल्यात वैयक्तिक स्वार्थ साधायचा अशाच गोष्टी जर त्यांनी पाहिल्या तर त्यांच्यामधून केवळ दुबळी टीम तयार होईल असे नाही तर संस्थाही दुबळी, कमकुवत बनेल. अशा नकली व्यवस्थापकांच्या पिढीतून मग चुकीच्या गोष्टी शिकणारी, चुकीचे गुणधर्म आणि चुकीच्या वर्तणुकी अंगी बाळगणारी पिढी पुढे येईल.

वर नमूद केलेली वर्तणूक असणाऱ्या पिढीतून अशाच चुकीच्या वर्तणुकीचे फळ असणारी पिढी उदयाला येते. चुकीच्या मार्गांनी उच्चस्थानी पोहोचलेल्या थोड्या लोकांमुळे मग पुढची सगळी पिढी भ्रष्ट होते. लहान मुलाला त्याच्या सुरुवातीच्या शिक्षणासाठी जर चुकीचे शिक्षक मिळाले, तर जसे त्याचे जन्मभराचे नुकसान होते तसेच हे आहे.

त्यामुळे नेत्यांना त्यांच्यावर असलेल्य प्रचंड जबाबदारीची जाणीव असलीच पाहिजे. संस्थेची व्यावसायिक उद्दिष्टं पार पाडण्याची जबाबदारी नेत्यावर असतेच; पण त्याहीपेक्षा महत्त्वाचे म्हणजे तो गुण वाहून नेणारा असतो. पुढच्या पिढीला तो या गुणांचा वारसा सुपूर्द करत असतो. म्हणूनच नेतृत्व हे इतके जड, कठीण का असते यात नवल वाटू नये.

कबीर म्हणतो, सदाचाराचा मार्ग हा उगाचच येऱ्यागबाळ्या हौशी माणसासाठी नसतो – खरंतर नेतृत्वसुद्धा त्याच्यासाठी नसते.

यातून शिकण्यासारख्या गोष्टी

१. व्यवस्थापकाचे एक निश्चित मत असले पाहिजे आणि त्याने निर्णयात्मक कृती केली पाहिजे अशी त्याच्याकडून अपेक्षा असते.

२. अनिर्णीत अवस्थेची किंमत संस्थेला अनेक मार्गांनी चुकवावी लागते; त्यामुळे मौल्यवान वेळ वाया जातो. कर्मचारी गोंधळून जातात. वाईट अंमलबजावणीच्या चांगल्या धोरणापेक्षा चांगली अंमलबजावणी झाली तर साधारण धोरणही खूप सरस ठरते.

३. बाजारपेठेत स्पष्टता हा मोठा गुण मानला जातो, कारण तिथे प्रत्येक गोष्ट केवळ संदिग्धताच वाढवत असते.

४. अनेक नेते त्यांच्या निर्णयाविषयी संयम बाळगत नाहीत.

५. लोकांना तुम्ही कसं वाटायला लावलं एवढंच ते लक्षात ठेवतात. तुम्ही त्यांचं नेतृत्व कसं केलंत आणि तुमच्या नेतृत्वाविषयी त्यांना काय वाटायचं एवढंच ते लक्षात ठेवतात. या मागे राहिलेल्या आठवणींनाच नावलौकिक असं म्हणतात.

६. नेतृत्वाची निर्णयक्षमता ही तर्कशास्त्र, कारणमीमांसा, निष्पक्षपातीपणा यावर आधारित असायला हवी. आगाऊ कल्पना आणि मतांनी ती बाधित असू नये.

७. हाताखाली काम करणारे कर्मचारी नेतृत्वाचे निर्णय बघत असतात आणि नेत्यांनी घेतलेले निर्णय त्यांच्या लक्षात असतात.

८. कोणाचेही आपल्याकडे लक्ष नाही असे जरी नेत्यांना वाटत असले, तरी प्रत्यक्षात नेत्यांकडे सगळ्यांचे लक्ष असते.

२२

कामकाज आणि व्यवहारचातुर्य

कबीराची रूपकं समजून घेतली की, कबीर चांगला समजतो. त्याच्या काळात प्रचलित असलेल्या रूपकांचा त्याने यथार्थ उपयोग केला होता; त्यामुळेच आपण आता त्या रूपकांचा शब्दशः अर्थ घेण्याची गरज नाही. जेव्हा आपण त्या रूपकांचा भावार्थ आताच्या काळाशी आणि त्यातही या पुस्तकाचा मुख्य भाग असणाऱ्या कॉर्पोरेट जगाशी जोडू, तेव्हा कबीराच्या विचारातील जादू अनेकपटींनी वाढेल. कदाचित त्याची काही रूपकं आताच्या काळाशी सुसंगत असणार नाहीत; पण त्या रूपकांच्या शब्दशः अर्थाच्या पलीकडे जाऊन त्यातील खोल मथितार्थ समजून घेण्याची विनंती मी तुम्हाला करत आहे.

अ. श्रेय लाटणे

पर नारी का राचना, ज्यू लहसुन की खान ।
कोने बैठे खाइये, परगट होय निदान ।।

(परस्त्रीची अभिलाषा धरणं हे लसूण खाण्यासारखं असतं; जरी तुम्ही तो कोपऱ्यात बसून खाल्लात तरी त्याचा वास पसरतोच.)

पर नारी पैनी छुरी, विरला बांचै कोय ।
कबहू छेड़ि न देखिये, हंसि खावे रोये ।।

(परस्त्री ही धारदार सुरीसारखी असते, क्वचितच तुमची इजा न होता सुटका होते;

कधीही तिच्याबरोबर धुंदीत राहू नका, हसू आणि आसू यामध्ये तुमचा सर्वनाश होईल.)

श्रेय लाटण्याची वृत्ती कॉर्पोरेट जगतात सर्रास आढळते. एखाद्या व्यक्तीने दुसऱ्या माणसाच्या कामाचे श्रेय लाटण्याचा प्रयत्न करणे किंवा एखादी टीम दुसऱ्या टीमचे श्रेय लाटण्यासाठी प्रयत्नशील असणे, या गोष्टी क्वचितच घडतात असे काही नाही. अगदी यातले दोन्ही गट कष्टाचे फळ मिळण्यासाठी खूप प्रयत्न करत असले तरी! जेव्हा सत्ता बळकावणारा हा सामर्थ्यस्थानी असणारा सुपरवायझर, साहेब किंवा नेता असतो, तेव्हा ही गोष्ट अधिक दुःखदायी बनते. जेव्हा संपूर्ण प्रकल्पच त्याचा स्वतःचा असल्यासारखा त्याच्याकडे जातो, तेव्हा श्रेय लाटणे दिखाऊ आणि लज्जास्पद बनते; पण बहुतेक वेळा ते छुप्या आणि सूक्ष्म रीतीने होत असते आणि म्हणून अधिक धोकादायक असते. काही काही वेळाच श्रेय लाटण्याचे प्रकार सगळ्यांसमोर होतात; पण बहुतेक वेळा ते गुप्तच असतात, खरे काम करणाऱ्यांच्या पाठीमागून होतात आणि बहुतांश वेळा ज्यांना फरक पडतो, अशा लोकांच्या उपस्थितीत होतात.

या गोष्टींचे श्रेय बळकावणाऱ्याला विसर पडलेला असतो की, या पद्धतीचे आयुष्य कमी असते. त्याची कटकारस्थानं सगळ्यांना माहीत झालेली असतात आणि त्याबद्दल चर्चा होत असते. आपल्या टीमने केलेल्या कामावरच ज्याचे उदरभरण होते आणि तरी जो टीमला श्रेय देण्याचे विसरतो, अशा व्यवस्थापकाचा कल सहज ओळखता येतो. कदाचित काही मोजक्या लोकांसमोर तो स्वतःची फुशारकी मारूही शकतो; पण मोठ्या समुदायाला त्याच्याविषयी पुरेपूर कल्पना असते. 'लसणाचा वास' लपवणे अवघड असते. कायद्याच्या बडग्यापेक्षा काळाचा बडगा जास्त मोठा असतो हेही आपल्याला ठाऊक आहे. लगेच किंवा थोड्या काळाने तरी का होईना; पण फुगा फुटतो आणि सत्य बाहेर येतेच. सत्ता, श्रेय बळकावणाऱ्याचा आनंद फार काळ टिकू शकत नाही. थोड्या काळासाठी मिळालेल्या आनंदी क्षणाचा उपभोग तो कदाचित घेईल; पण ते हसू संपल्यानंतर त्याच्या वाट्याला जे आसू येतात, ते खूप जास्त काळासाठी असतात.

श्रेय बळकावणारा पोकळ असल्याचे सिद्ध होते आणि जितका जास्त काळ तो इतरांचे श्रेय लाटत राहतो, तितकी अधिक आणि तीव्रतेने त्याची घसरण सुरू होते. कॉर्पोरेट जगात एक गोष्ट तुम्ही कधीही गमावून चालत नाही – ती गोष्ट म्हणजे विश्वासार्हता! आणि जेव्हा तो ही विश्वासार्हता गमावतो, तेव्हा एका क्षणी त्याला जबरदस्त धडा मिळतो.

श्रेय बळकावण्याबाबतचा अंतिम शब्द म्हणजे – त्यासाठी उच्च जाणीव आणि

नैतिक मूल्यांची चाड असलेला माणूस लागतो. जे फक्त आपले नाही त्याचे श्रेय कदाचित आपल्याकडून लाटले जात आहे याची जाणीव व्हायला सुरुवात होते. मूलभूत मानवी गरज माहीत असते व ओळखली जाते आणि म्हणूनच या मानवी आकांक्षेचा, गरजेचा श्रेय सगळ्यांमध्ये वाटून घेण्याच्या नैतिक गरजेशी खेळ सुरू होतो. मानवी गरज अंगभूत भिनलेलीच असते – नंतरची गरज रुजवावी लागते.

हॅरी टुमन म्हणतात त्याप्रमाणे, 'जी गोष्ट तुम्ही साध्य करता त्याचे श्रेय कोणाला मिळेल याची फिकीर तुम्हाला नसेल तर ते फारच विस्मयकारक आहे.'

जो कुछ किया सो तुम किया, मैं कुछ किया नांहि ।
कहूं कही जो मैं किया, तुमही थे मुझ मांहि ।।

(जे काही मिळालं, ते सगळं तुमच्यामुळे – माझ्यामुळे नाही; मी जे काही केलं, ते तुम्ही माझ्यामध्ये होता म्हणूनच ना?)

कबीर केवळ समस्या सोडवण्यासाठी स्पष्टीकरण देत नाही, अनपेक्षित संकटाची केवळ कल्पना देत नाही, तर उपायही सुचवितो. मग अशा परिस्थितीत कॉर्पोरेट जगाच्या खवळलेल्या पाण्यातील श्रेय लाटण्याच्या वृत्तीच्या विरोधात आपले रक्षण करण्यासाठी आपल्याला कसे मार्गदर्शन मिळेल?

कष्टाच्या फळाची वाटणी करण्याची ज्वेव्हा वेळ येते, तेव्हा स्वतःला संपूर्णपणे समूहात विलीन करण्याच्या विचारावर आधारित कृती असायला हवी. कृतीची जबाबदारी कदाचित स्वतःपासून सुरू होईल; पण समूहाने मात्र कृतीसाठीच्या श्रेयाची मजा लुटायला हवी.

एकत्र आलेल्या काही लोकांनी मिळून जर एखादी गोष्ट साध्य केली असेल, तर ती गोष्ट साऱ्या समूहाची असते – अगदी काहींनी इतरांपेक्षा थोडी अधिक मोठी भूमिका निभावलेली असली तरी! बऱ्याचदा, टीममधील छोट्या भूमिका करणाऱ्यांना जसे की एमआयएस भूमिका, साहाय्यक भूमिका, तात्पुरते कर्मचारी इत्यादींना योग्य ते श्रेय दिले जात नाही. अर्थात, त्यांनीही प्रचंड मोठ्या यंत्राला वंगण लावण्याचे आणि त्याचे सगळे भाग हलते ठेवण्याचे तितकेच महत्त्वाचे काम केलेले असते. कदाचित त्यांची भूमिका खूप चमकदार नसेल; पण त्यांनी स्वतःला नेमून दिलेले काम तर योग्य प्रकारेच केले होते ना?

आपल्यातील सर्वोत्तम बाहेर येण्यासाठी आपण एकमेकांना प्रेरणा देत असतो, परस्परांवर प्रभाव टाकत असतो. आपण बऱ्याचदा बघतो की, एखादा माणूस कामाच्या ठिकाणी खरोखर जादू वाटावी असा चमत्कार करून दाखवितो; पण ज्या क्षणी त्या माणसाची टीम बदलते, त्याच्यातील जादू हरवते? आपल्यातील सर्वोत्तम बाहेर येण्यासाठी आपल्या आजूबाजूचे टीम सदस्य कारणीभूत ठरत

असतात. काही एकत्रित स्त्रोत एकमेकांना अधिक उंचीवर नेत असतात. परिसंस्थेला हे काम माहीतही नसतं, कारण प्रत्येकजण त्याच्या किंवा तिच्या पद्धतीने प्रेरणादायी काम करत असतो. एखाद्याला पुढे ढकलताना टीममधील प्रत्येकजण दुसऱ्याला पुढे रेटत असतो. दुसऱ्या बाजूला, काही टीम अशा असतात जिथे प्रत्येक सदस्य फक्त कामचलाऊ पातळीवर काम करत असतो. त्यातून सामान्य प्रतीच्या कामाची संस्कृतीच निर्माण होते. प्रत्येक व्यक्तीचा दुसऱ्यावरील प्रभाव सर्वोत्तम सरासरीएवढा असतो; त्यामुळे व्यक्तिगत पातळीवर जरी एखाद्याने सर्वोत्तमता मिळवली तरी एकूण समूहाची भूमिका कधीच कमी लेखू नये, अगदी ती फारशी दिसली नाही किंवा वर्णन करता आली नाही तरीही! थोर सादरकर्त्यांना हे ओळखता येते आणि दुसऱ्यांना श्रेय देताना ते मागेपुढे पाहत नाहीत.

ब. गोष्टींची क्षणभंगुरता

हम जाये तो भी मुआ, हम भी चालनहार ।
हमरे पीछे पूंगरा, तिन भी बांधा भार ।।

(आपले तारणहार निर्माते गेले, मग आपणही जाऊ या; रांगेत आपल्या मागे असलेल्यांनीही जाण्याची तयारी सुरू केलेली आहे.)

साथी हमरे चलि गये, हम भी चालनहार ।
कागद में बाकी रही, ताते लागी बार ।।

(आपले सहकारी गेले, आता आपणही जाऊ या; काहीतरी करायचे तेवढे बाकी राहिले आहे; तेवढाच विलंब आहे.)

माझ्या मतानुसार, कदाचित राजकारण्यांचा अपवाद वगळता कॉर्पोरेटवाले स्वतःला सर्वाधिक गंभीरपणे घेतात. व्यवस्थापक आणि नेते यांनी स्वतःभोवती जे भव्यदिव्य वलय निर्माण केलेले असते, ते जर भयानक नसेल तर जवळपास हास्यास्पदच असते. भारताच्या काही भागांत, अगदी कॉर्पोरेट विश्वातही सरंजामी मनोवृत्तीचा मागमूस दिसून येतोच. टीमचे पुढारी त्यांच्या प्रदेशातील राजे असल्यासारखे वागतात. पूर्वीच्या काळातील जमीनदारांप्रमाणे; टीम सदस्यांनी आपल्याला विशेष वागणूक द्यावी अशी त्यांची अपेक्षा असते. त्यासाठी छद्मवेशीपणा करायलाही ते मागेपुढे बघत नाहीत. ज्या गांभीर्याने ते स्वतःचे पद, त्याची शक्ती व हाताखाली काम करणाऱ्यांची संख्या याकडे बघतात, त्यावरून जुन्या काळातील सरंजामांचीच आठवण येते. अखेरीस, जर एखाद्याने सत्तेच्या या घाणेरड्या प्रवाहात स्वतःला झोकून दिले तर गोष्टी आणखी बिघडतात. सर्व प्रकारचे नियंत्रण स्वतःकडे ठेवणे,

निर्णयप्रक्रियेचे केंद्रीकरण, मतभेद समजून न घेणे, दुसऱ्यांच्या मताविषयी अनादर, घाणेरडे राजकारण आणि अशा अनेक मार्गांनी नेत्यांमधील सत्तेची गरज दिसून येते.

काही बुद्धिवादी प्रकारचे नेतेही असतात. आपले महत्त्व आणि अनिवार्यता अनन्यसाधारण आहे असा त्यांचा समज असतो आणि त्या समजातूनच ते त्यांचे महत्त्व अधोरेखित करत असतात. ते जसे काम करतात, त्याप्रमाणे कोणीच काम करू शकणार नाही; विभाग, संस्था चालवू शकणार नाही, अशी त्यांची मनोमन धारणा असते. आपण सोडून गेलो तर संस्थेचे काही खरे नाही आणि आपण काम सोडून जात नाही यात संस्थेचेच भले आहे असे त्यांच्या डोक्यात ठाम असते. टीममध्ये ते स्वतःचे महत्त्व अतोनात वाढवून ठेवतात आणि वेगळी वाट चोखाळण्याचा एखाद्याचा प्रयत्न निंदनीय मानला जातो. या सगळ्या गोष्टी इतक्या पद्धतशीर आणि उत्साहात मांडल्या जातात की, एखाद्याला दोष शोधणंसुद्धा कठीण होऊ शकेल – आणि कदाचित हीच गोष्ट अधिक धोकादायक आहे.

कॉर्पोरेटवाल्यांचा ज्यावर विश्वास असतो, अशा एखाद्या गोष्टीचे अवास्तव महत्त्व थोडे बाजूला ठेवले तरी आयुष्याप्रमाणे एक तथ्य उरतेच. ते म्हणजे संस्थात्मक गोष्टीही खूप क्षणभंगुर, तात्पुरत्या आणि अस्थिर असतात. मार्क ट्वेन म्हणतात त्याप्रमाणे, 'आयुष्याबद्दलचा त्रास असा असतो की, तो चालूच राहतो.'

एखादी व्यक्ती सोडून गेली म्हणून कोणताही विभाग, काम किंवा संस्था बंद पडत नाही. फार फार तर त्यांपैकी काही थोड्या काळ डळमळीत होतात. ज्या टीम सदस्यांनी त्या व्यक्तीविषयी अगदी शपथेवर निष्ठा दाखवलेली असते आणि त्याच्या विशिष्ट मार्गातून स्वतःची प्रतिमा जोपासलेली असते, तेसुद्धा पुढे चालत राहतात आणि नवीन आदर्श शोधतात. सुपरवायझरला माहीत होईपर्यंत आणि तो मान्य करायच्या आधीच हाताखालचे काम करणारे फाजील वेगाने पुढे होतात. असे स्त्री-पुरुष कबीराने वरच्या दोन दोह्यांमध्ये जे सांगितले आहे, ते चांगल्या प्रकारे लक्षात ठेवतील.

ज्यांनी आपल्याला जन्म दिला, घडविले; ते गेले आणि आता आपणही जाण्याच्या मार्गावर आहोत. जे आपल्या मागे आहेत, आपले विस्तारित कुटुंब आहेत, त्यांनीही जायची तयारी सुरू केली आहे.

आपल्या आधीचे असणारे आपले व्यवस्थापक आणि नेते निघून जातात, विस्मरणामध्ये जातात किंवा केवळ कर्तव्यच्युती आणि बिनकामासाठी लक्षात राहतात. त्यांचे टीम सदस्य त्यांच्याशिवाय जगायला, मजा करायला लागतात; पुढे होऊन शिकतात. आपणही तसेच करतो आणि निघून जातो. मात्र, व्यवस्था पुढे सुरूच राहते आणि जशी त्यांच्याशिवायही संस्थेची भरभराट होत होती तशी ती आपल्याशिवायही होत राहील. सगळीकडेच जुन्या पिढीची जागा घ्यायला नवी पिढी

तयार होत असते आणि एकदा का त्यांची भूमिका पार पाडून झाली की, तेसुद्धा पुढे निघून जातील. आपण फक्त एवढीच इच्छा धरू शकतो की, सगळीकडेच क्षणभंगुरतेचे पुरावे दिसत असताना कॉर्पोरेटवाल्यांनी स्वतःला खूप गांभीर्याने घेणे सोडून द्यावे.

हाड़ जले लकड़ी जले, जले जलावन हार ।
कौतिकहारा भि जले, कासों करूं पुकार ।।

(हाडे जळतात, लाकूड जळते, त्या लाकडाच्या ढिगाला अग्नी देणाराही जळून जातो. जो हे सगळे बघत असतो, तोही जळतो – आता मी कोणाबद्दल बोलू?)

आए है ते जाएंगे, राजा रंक फकीर ।
एक सिंघासन चढ़ि चले, एक बांधे जात जंजीर ।।

(जे इथे आले आहेत, त्यांना एक दिवस जायचेच आहे – मग तो राजा असो किंवा रंक. कोणी सिंहासनावर बसलेला आहे, तर कोणाच्या हातात बेड्या आहेत.)

कबीराने मृत्यूचाही उत्सव केला. कधी ना कधी मृत्यू येणारच हे माहीत असल्यामुळे त्याला त्या गोष्टीचे भय वाटले नाही; त्यामुळे त्याने अगदी व्यावहारिक पातळीवर वेळ, संधी आणि आयुष्य या गोष्टींचा आदर राखण्याची कळकळीची विनंती आपल्याला केली. (त्या सूत्राच्या अनुषंगाने असलेले दोहे आहेत.) जीवन आणि मरण यांच्या सार्वत्रिकतेची कबीराला पुरेपूर जाणीव आहे; त्यामुळे प्रगती आणि अधोगती, दारिद्र्य आणि संपत्ती, आनंद आणि दुःख, कौतुक आणि शोक अशा भावनांमधून रूपकात्मक भाषेतून तो याबद्दल बोलतो. कबीरासाठी आणि कबीराच्या माध्यमातून आपल्याकरिता या तात्त्विक जाणिवेचे हे यश आहे. आयुष्यातील सामान्य ऐहिक गोष्टींच्या जाळ्यात अडकण्याऐवजी जीवनातील साऱ्या अर्काचा उत्सव साजरा करण्यासाठी आपण तयार होऊ. अशा प्रकारच्या तात्त्विक स्पष्टतेसाठी कॉर्पोरेटवाल्यांची गरज कधीच मोठी नव्हती.

मूलभूत गोष्ट नसेल तर संस्थांमधील दैवाचे कालचक्रीय रूप व्यापक असते. असे असले, तरी स्थायिभाव आणि नियंत्रण याबाबतच्या भ्रामक समजुती निर्माण करण्यापासून कॉर्पोरेटवाले नाउमेद होताना दिसत नाहीत. राजकारण आणि गुप्त खलबतं खेळण्यामागे अशी समजूत असते की, खेळाचे सगळे नियंत्रण जणू काही ते खेळणाऱ्यांच्या हातात आहे आणि त्यांच्या फायद्याचे आहे. लवकरच असे खेळ खेळणाऱ्यांनाच गिळंकृत करतात. जो हा खेळ खेळतो तो जळतो, जो या खेळाला बाहेरून पाठिंबा देतो तो जळतो आणि नुसते प्रेक्षक म्हणून उभे राहिलो तर आपण वाचू असे ज्याला वाटत असते त्याचाही हिरमोड होतो आणि तो खेळ त्या

प्रेक्षकालाही जाळतो. हा फक्त काळाचा महिमा आहे.

एका रात्रीत शक्तिमान सत्ताकेंद्रे मध्यवर्ती स्थानापासून दूर फेकली जातात. प्रमुख नेता, तत्त्वज्ञान, व्यावसायिक प्रारूप किंवा बाजारपेठ बदलली की, आत्तापर्यंत सामान्य वाटणारे खेळाडूसुद्धा एकदम सामर्थ्यशाली बनतात. उद्योगक्षेत्राच्या जीवनचक्रात बदल झाला की, कार्याचे महत्त्वही कमी-जास्त होते. सीईओ बदलला की, कार्यप्रमुखांचे दैव बदलते, संचालक मंडळाच्या मर्जीवर सीईओ एकतर सर्वशक्तिशाली बनतात किंवा मौनीबाबा आणि काळाचा ओघ, प्रवाह बघून मंडळं त्यांची भूमिका बदलतात. कोणतीच गोष्ट कायमस्वरूपी नसते!

आपण कॉर्पोरेट जगातील क्षणभंगुरतेचे स्वरूप स्वीकारायला शिकले पाहिजे, याचे कारण मला असे वाटते की, आपण आपल्या करिअरबद्दल दैवावर अवलंबून राहता कामा नये किंवा आपल्या महत्त्वाकांक्षेची पूर्तता करताना निराश आणि स्वतःला कमजोर समजता कामा नये. उलट आपल्या परिस्थितीची आपल्याला थोडी फार जाणीव असायला हवी आणि आजूबाजूच्या लोकांविषयी आपण संवेदनशील असायला हवे. सरतेशेवटी व्यवस्थापन हे सगळे लोकांच्या बाबतीत असते असे म्हणायचे आणि लोकांशीच असंवेदनशीलपणे वागून आपले स्थान आणि सत्ता कायमस्वरूपी असल्याचा दावा करण्यात काय हशील आहे? खात्री, वैभवाची उंचावलेली जाणीव आणि अनिवार्यता किंवा अजिंक्यपणाची भव्य कल्पना हे व्यक्तिगत, टीम आणि संस्था यांच्या घसरणीचे पक्के घटक असतात.

क. कामाच्या ठिकाणी मिळणारे समाधान

रुखा सुखा खाय के, ठंडा पानी पीव ।
देखि पराई चूपड़ी, मत ललचावै जीव ।।

(जे तुमच्यापाशी आहे ते खा आणि थंड पाण्याची मजा घ्या; इतरांच्या लोणी लावलेल्या पावाचा लोभ धरू नका.)

आधी औ रुखी भली, सारी सोग संताप ।
जो चाहेगा चूपड़ी, बहुत करेगा पाप ।।

(कोरड्या पावाची अर्धी लादीही अधिक चांगली असते; त्याहून अधिकची इच्छा दुःख निर्माण करते. जो लोणी लावलेल्या पावाची अभिलाषा धरतो, तो तर खूपच पाप करेल.)

कबीर साई मुझ को, सुखी रोटी देय ।
चुपड़ी मांगत मैं डरू, मत रुखी छिन लेय ।।

(अरे देवा, मला फक्त सुक्या पावाची इच्छा आहे. मी जर लोणीवाल्या पावाची इच्छा धरली, तर सुका पावही गमावून बसेन अशी मला भीती वाटते.)

पगारवाढ, पदोन्नती आणि मान्यता या इतरांना मिळणाऱ्या गोष्टींनी कार्यालयातील दुःखी वातावरणात बरीच वाढ होत असते. इतरांना काय मिळालं हे जर आपल्याला ठाऊक नसेल तरच आपलं दुःख थोड्याफार प्रमाणात कमी होतं.

आपण स्वतःसाठी जे निर्माण केलं, त्यामुळे दुःखी होण्यापेक्षा दुसऱ्यांबरोबर आपली तुलना न करणे, कबीराचा समाधानाचा मुद्दा या बाबीशी अधिक संबंधित आहे. आपल्याकडे काय आहे आणि दुसऱ्याकडे काय आहे याची तुलना करणे हे दुःखाचे सर्वांत मोठे कारण आहे. आपल्याला असमाधानीच राहायचे असेल तर ते आपल्या कामाविषयी, आपण दाखवू न शकलेल्या कौशल्याविषयी, आपल्या सध्याच्या मर्यादेच्या पलीकडे स्वतःची क्षमता वाढवू न शकल्याबद्दल आणि आपल्यातील अमर्याद क्षमतेला जखडून ठेवल्याबद्दल असमाधानी राहायला पाहिजे.

इतरांकडे जे असते, तो परिणाम असतो. जे 'लोणीवाले पाव' बघून आपण दुःखी होतो ते कष्टसाध्य प्रयत्नांतून त्यांना मिळालेले असतात. इतरांनी काय निर्माण केलं याच्याशी तुलना करून आपल्या पात्रतेला, लाभाला सुरुवात करता कामा नये, तर ते निर्माण करण्यासाठी इतरांनी काय केले याच्याशी तुलना करायला हवी. दुसऱ्या माणसाला हवी ती गोष्ट मिळविण्यासाठी जी किंमत चुकवावी लागते ती बऱ्याचदा आपल्याला दिसत नाही.

ज्या क्षणापासून आपण त्या किमतीकडे लक्ष देत नाही, तेव्हापासून तुलना वाईट बनते. कदाचित ती किंमत चुकवायची आपली इच्छा नसते; त्यामुळे ज्या क्षणी आपल्याला त्या किमतीबद्दल कळते, त्या क्षणापासून ती गोष्ट, तो परिणाम आपल्याला कमी आकर्षक वाटू लागतो. आंधळी महत्त्वाकांक्षा नेहमीच खूप गोष्टींचा त्याग करायला लावते. आपल्याला जे हवे आहे, त्यासाठी काय किंमत चुकवायची आपली इच्छा आहे – आरोग्य, मनःशांती, नातेसंबंध की विश्वासार्हता?

अखेरीस सांगायचे झाले तर, कॉर्पोरेट नशीब हे आपल्याला कल्पनाही करता येणार नाही इतके बेभरवशाचे असते. कोणताही इशारा न मिळता इथे नशिबं बदलतात. अचानक एखाद्याला एखादी गोष्ट मिळाली म्हणेस्तोवर त्याच्याकडे न राहिल्यामुळे मौल्यवान बनते. जे आपल्याकडे आहे त्याचा आनंद घ्यायला शिका; मग भले ती गोष्ट कोणतीही का असेना. ते म्हणतात ना, 'खेळाच्या शेवटी अखेरीस, राजा आणि प्यादे एकाच पेटीत बंद होतात.'

ड. बोलण्याआधी विचार करा

कबीर देखी परखि ले, परखी के मुंह खोल ।
साधु असाधु जानि ले, सुनि सुनि मुख का बोल ।।

(विचार आणि निरीक्षणानंतर तुमचे दृष्टिकोन तयार करा आणि मग त्यानंतर तुमची मते मांडा; माणसांच्या बोलण्यातूनच ते विद्वान आहेत की मूर्ख हे उघड होते.)

बोलल्या जाणाऱ्या शब्दांची जादू किती महत्त्वाची आहे हे ठसविणारी कबीराची परंपरा आहे. त्याच्या काळात आणि कदाचित आजच्या काळातही माणसाची योग्यता तो जे बोलतो, त्यावरून ठरते. त्याच्या चारित्र्याची खोली किंवा त्याच्या योग्यतेतला उथळपणा तो जे बोलतो, त्यातून उघड होतो. कार्यालयात इकडे तिकडे फिरताना लोक जे बोलतात, जसे बोलतात आणि जेव्हा बोलतात या गोष्टी त्यांचा नावलौकिक ठरवत असतात.

आपण मत मांडण्याची घाई करता कामा नये; विशेषकरून जेव्हा आपण टीममध्ये किंवा संस्थेत नवीन असतो, तेव्हा तर असे अजिबात करू नये, असे कबीर सांगतो. प्रत्येक ठिकाणाचा एक इतिहास असतो. तो इतिहास आणि 'त्या' ठिकाणाचा गंध समजून न घेताच खूप लवकर काही मत किंवा सूचना देणं नवीन येणाऱ्यासाठी सोपं; पण मूर्खपणाचं असतं. बहुतांश वेळा बोलण्यामधूनच विद्वान कोण आणि मूर्ख कोण हे उघड होतं. आपली मतं तयार करण्याआधी व्यवस्था किंवा परिस्थिती समजून घेण्यासाठी पुरेसा वेळ देणं आणि प्रयत्न करणं गरजेचंच असतं.

आपण म्हणजे काहीतरी मत असलेलीच व्यक्ती दिसलं पाहिजे, असा कामाच्या ठिकाणाचा दबाव असतो. शक्यतो काहीतरी ठाम मत असलेली व्यक्ती. या दबावातून आपण एकतर काहीतरी मूर्खासारखे बरळतो किंवा मग उगाचच बोलायचे म्हणून बोलतो. आपल्या नावलौकिकासाठी यातली कोणतीच गोष्ट चांगली नसते. समजून घेण्यासाठी आणि निष्कर्षाप्रत येण्यासाठी जर पुरेसा वेळ आणि लक्ष दिले तरच मांडलेले मत चांगले असल्याचा निर्वाळा मिळू शकतो. एका प्रसिद्ध वचनात म्हटल्याप्रमाणे, 'तोंड उघडून स्वतःला मूर्ख सिद्ध करण्याची कोणतीच शंका बाकी न ठेवण्यापेक्षा कधीकधी तोंड बंद ठेवून मूर्ख वाटण्याचा धोका पत्करलेला परवडतो.'

कबीर देखि परखि ले, परखि के मुखा बुलाय ।
जैसी अन्तर होयगी, मुख निकसैगी आय ।।

(विचार आणि निरीक्षण यांच्यानंतर तुमची मते तयार करा आणि मग दृष्टिकोन

बनवा; जे आत आहे तेवढंच शब्दांतून उघड होईल.)

हा भाग आधीच्या दोह्याशी मिळताजुळता आहे. माणूस मूर्ख आहे की विद्वान, हे तो जे बोलतो त्यावरून उघड होते, हे आधीच्या दोह्यात सांगितले आहे. या दोह्यामध्ये कबीराने आपण कोणाकडून मत मागवतो, त्याबद्दल जागरूक राहायला सांगितले आहे. आपण जर मूर्खाकडून मत मागवलं तर शहाणपणाच्या विचारांशी आपला परिचय न होण्याचीच शक्यता असते. 'जे काही आत दडलेले असते ते आपोआप उघड होईल.'

पहिले शब्द पिछानिये, पीछे कीजै मोल ।
पारख परखे रतन को, शब्द का मोल न तोल ।।

(प्रथम, बोलणाऱ्याचे शब्द समजून घेण्याचा प्रयत्न करा, मगच त्याविषयी मत बनवा. दगडांचे वजन करता येऊ शकते आणि ते मोजता येतात; पण शब्दांचे तसे होऊ शकत नाही.)

व्यवस्थापनविषयक साहित्य आणि संस्था सोडून बाहेर पडणाऱ्यांच्या मुलाखतींचा ढीग पडलेला असतो. व्यवस्थापक आपल्या मताचा आदर ठेवत नाही, आपली मतं धुडकावून लावली जातात आणि सहभागाचा प्रयत्न असतो असे त्यातून आपल्याला बऱ्याचदा समजते. आपले म्हणणे ऐकून घ्यावे आणि ऐकून घेण्याच्या प्रक्रियेत आपला आदर राखला जावा ही मूलभूत मानवी गरज असते. जेव्हा आपण कॉर्पोरेट क्षेत्रातल्या सुशिक्षित आणि वाङ्मयचतुर लोकांशी संवाद साधत असतो, तेव्हा तर ही गरज प्रकर्षाने जाणवते.

असे असले तरी, कधीकधी थोड्याशा पुराव्याच्या आधारावर आणि बहुतेक वेळा कोणत्याही कारणाशिवाय माणसे स्वाभाविक मत ठरवत असतात. कालपरत्वे, टीम सदस्यांना योग्य किंवा अयोग्य मतांचे असा शिक्का बसला, तर नवल वाटायला नको. त्यातही जर व्यवस्थापकाचा स्वतःचा दृष्टिकोन पक्षपाती असेल आणि टीममधील एखाद्या व्यक्तीची मतं किंवा सूचना योग्य आहेत आणि एखाद्याच्या नाहीत असे त्याने सांगितले, तर त्यातून गंभीर प्रश्न निर्माण होऊ शकतो. जो माणूस मागे पडतो, ज्याला स्वतःचे मत मांडायला पुरेशी जागाच मिळालेली नसते, ज्याच्या मतांचा आदर राखला जात नाही किंवा ज्याच्या म्हणण्याकडे पुरेसे लक्षच दिले जात नाही, तो माणूस या सगळ्यातून बाजूला आणि दूर राहतो. या सगळ्या प्रक्रियेत कामासाठी प्रमुख योगदान देणारा माणूसच आपण गमावून बसण्याचा धोका असतो. ऐकून घेण्याची संधी मिळणं आणि कोणत्याही पूर्वग्रहाशिवाय ऐकणं हा कर्मचाऱ्यांचा मूलभूत अधिकार आहे; पण आपल्याला कल्पनाही येणार नाही

इतक्या प्रमाणात या अधिकाराची पायमल्ली होते.

लोकांविषयी मत बनविण्याआधी आणि त्यांची योग्यता ठरविण्याआधी लोकांचे म्हणणे ऐकून घ्या असे कबीराचे सांगणे आहे. दगडाला नुसते बघून, निरीक्षण करून किंवा वजन करून भौतिक पातळीवर त्याची पारख करणे सोपे असते; पण माणसाची पारख करण्यासाठी आपण त्याचे म्हणणे ऐकून घ्यावे लागते. आपले म्हणणे संपूर्णपणे ऐकून घेतले जावे, हा माणसाचा हिरावून घेता न येणारा असा अधिकार आहे.

हीरा तहां न खोलिए, जहं खोटी है हाट ।
कसि करि बांधो गांठरी, उठि करि चालो बाट ।।

(बनावट, फसव्या बाजारपेठेत हिरा उघड करून दाखवूच नका; पुन्हा तुमच्या पिशवीमध्ये ठेवून टाका आणि तुमच्या मार्गावर चालू लागा.)

अखेरीस, कबीरही खूप व्यावहारिक आहे. मूर्खांच्या संगतीत शहाणपणाचे बोल उच्चारूच नयेत असा कबीराचा सल्ला आहे. तुमचे विचार आणि कल्पना जरी अगदी हिऱ्यासारख्या मौल्यवान असल्या, तरी खरेदीदार जर बनावट असतील तर त्या कल्पनांना त्यांच्या योग्यतेप्रमाणे आदर आणि मान्यता मिळणार नाही. ढोंगी आणि बेगडी व्यापाऱ्यांच्या बाजारपेठेमध्ये खऱ्या, शुद्ध गोष्टी ओळखणं शक्यच होत नाही.

जरी त्यांना त्या गोष्टीची योग्यता कळली तरी त्यामुळे त्यांना भय वाटेल आणि कदाचित असुरक्षिततेमुळे ते तुम्हाला दूर करतील.

तुम्ही तुमचे सामान आवरावे आणि तिथून चालू लागावे, असा व्यवहारचातुर्याचा सल्ला कबीर तुम्हाला देतो.

साकट का मुख बिंब है, निकसत वचन भुवंग ।
ताकी औषधि मौन है, विष नहिं व्यापै अंग ।।

(कोणतीही मूल्यं नसणारे एखाद्याचे तोंड हे सापाच्या तोंडासारखे असते, त्यातून फक्त विष बाहेर येते; मौन हाच त्यावरील उतारा असतो.)

कॉर्पोरेट जगात स्पर्धात्मक दृष्टिकोन बाळगणे कबीराच्या व्यवहारवादाला योग्य वाटते. चुकीच्या लढायांमध्ये सहभागी झाल्याच्या अनेक घटना असतील. त्या आपले लक्ष विचलित करतात आणि लवकरच आपली ऊर्जा कमी करतात. मला खात्री आहे की, तुम्हाला असे टीममधील सदस्य, नेते नक्की ठाऊक असतील जे स्वतः सक्षम असूनसुद्धा उगाचच कामाचे वातावरण नकारात्मक बनवितात. त्यांच्याकडे दुर्लक्ष करणे हाच कदाचित त्यांच्याबरोबर वागण्याचा सर्वोत्तम मार्ग असतो.

त्यांच्याशी वाद घालणे म्हणजे स्वतःला आणखी आणखी खड्ड्यात घालण्यासारखे होईल आणि सरतेशेवटी जरी आपण त्या वादात जिंकलो तरी त्यात काही मजा उरणार नाही.

अंधेरे को हाथी ज्यों, सब कहू को ज्ञान ।
अपनी अपनी कहत है, काको धरिये ध्यान ।।

(अंधारात असलेला हत्ती कोणालाच माहीत नसतो; जेव्हा प्रत्येकाचे काहीतरी स्वतःचे मत असते, तेव्हा तुम्ही कोणाचे ऐकणार?)

अन्धे मिलि हाथी छुआ, अपने अपने ज्ञान ।
अपनी अपनी सब कहै, किसको दीजै कान ।।

(आंधळ्या व्यक्तींनी हत्तीला स्पर्श केला आणि प्रत्येकाला स्वतःला काही ज्ञान मिळाले. प्रत्येकाची कल्पना वेगळी आहे, तर मग तुम्ही कोणाच्या म्हणण्यावर विश्वास ठेवणार?)

सहा आंधळे आणि हत्ती यांची एक प्राचीन भारतीय बोधकथा आहे. कबीराने त्याचा संबंध कसा लावला असेल या उत्सुकतेपोटी केवळ मी हे दोन दोहे निवडले. आजवर कायम मी हे गोष्टीरूपात वाचले होते; पण कधीच काव्यरूपात वाचले नव्हते. हा दोहा स्पष्ट करण्याची गरज नाही याची मला खात्री आहे.

चोर भरोसें साहु के, लाया वस्तु चोराय ।
पहिले बांधो साहु को, चोर आप बंधि जाय ।।

(आपल्या रक्षकाकडून धैर्य मिळालेल्या चोराने चोरी केलेली असते; प्रथम रक्षकाला पकडा, चोर आपोआप पकडला जाईल.)

संस्थात्मक राजकारण खरे असते. एखाद्याला इच्छा असली तरी तो ते दूर लोटून देऊ शकत नाही. चार लोक एकत्र येऊन काम करतात, तेव्हा काहींचा कंपू तयार होतो, चांडाळचौकडी तयार होते, गट तयार होतात. आपल्यासारखे असणारे आणि आपल्यासारख्याच गोष्टीत रस असणाऱ्या मंडळींबरोबर आनंदाने एकत्र राहायला आवडणे खूपच स्वाभाविक असते.

असे असले, तरी कधीकधी या गटांना चुकीचा रंग प्राप्त होतो. चांगली कामगिरी केली नाही, दुर्लक्ष केले, कामात हलगर्जीपणा करून कर्तव्यच्युतीचा प्रमाद केला तरी टीममधील काही सदस्यांना मोकळे सोडले जाते. कॉर्पोरेट जंजाळात अशा लोकांना 'मर्यादेच्या, बंधनांच्या पलीकडे' असणारे असे म्हटले जाते. वरिष्ठांच्या वरदहस्तामुळे त्यांचा वारू असा मोकाट सुटलेला असतो!

आपल्याला कोणीच हात लावू शकत नाही अशी खात्री त्या झिंगलेल्या आणि बेभान झालेल्या माणसाला वाटू लागते. त्याच्या कृती दिवसेंदिवस अधिकच धीट होत जातात आणि कार्यालयाचा दुरुपयोग होण्याचे प्रमाण निर्लज्जपणे वाढतच जाते. संस्थाभर सगळीकडे असमाधान असते. सगळ्यांच्या मनात राग धुमसत असतो. चांगुलपणाच्या भावनेशी तडजोड सुरू असते; पण हा प्रश्न कसा सोडवायचा हे कोणालाच ठाऊक नसते.

तसेच, जेव्हा प्रामाणिकपणाचा भंग होण्यासारखे प्रश्न समोर येतात, विशेषकरून जेव्हा मोठ्या टीम त्यात सहभागी असतात, तेव्हा साधारणपणे तळापासून सुधारणा करायला सुरुवात होते. घाव घालायला सर्वाधिक सोपा आणि त्यामुळेच सर्वाधिक अनावश्यक वाटणाऱ्या घटकाला याची सर्वाधिक झळ बसते. चांगली कामगिरी झाली नाही तरी परत तळाच्या शिलेदारांच्या खांद्यावरच बंदूक ठेवली जाते. ते म्हणतात ना की, खरी अडचण ही खरेतर वरच्या भागातच असते. कबीर म्हणतो, रक्षकाला पकडा. जो मुख्य आहे, गोष्टी बदलण्याची शक्ती त्याच्याकडे होती; पण त्याने जाणूनबुजून सगळ्या गोष्टींकडे दुर्लक्ष केले, त्याच्यामुळेच संकट ओढवले; त्यामुळे त्याला पकडा. सगळ्या चुकीच्या गोष्टींच्या जबाबदारीसाठी टीममधील सर्वांत वरिष्ठाला जाब विचारायला हवा, कारण बहुतांश घटनांमध्ये त्याला माहीत असल्याशिवाय, त्याच्या परवानगीशिवाय अशा चुकीच्या गोष्टी घडणे निव्वळ कल्पनातीत, अतर्क्य असते.

इ. चालढकल किंवा दिरंगाई न करता वेळेवर काम करणे आणि आपल्याकडे जे आहे, त्याचा आदर राखणे

भक्ती निसानी मुक्ति की, संत चढ़े सब धाय ।
जिन जिन मन आलस किया, जनम जनम पछिताय ।।

(भक्तिमार्गातून मुक्ती लाभते, संत सज्जन या भक्तिमार्गाचा अवलंब करतात; तर आळशी माणूस दुःख आणि पश्चात्तापात अनेक जन्म घालवतो.)

लूटि सकै तो लूटि ले, राम नाम की लूट ।
फिर पाछे पछिताहुगे, प्राण जाहिगे छूट ।।

(जर तुम्हाला शक्य असेल तर मुक्तहस्ताने रामाने दिलेले मुबलक औदार्य लुटा, अन्यथा नुसतेच पश्चात्तापाचे अश्रू गाळत मराल.)

वेळेवर काम करणे हा कबीराचा प्रिय विषय आहे. तो सगळ्या कॉर्पोरेटवाल्यांचाही असायलाच हवा. समस्त मनुष्यप्राण्यांचे अंतिम उद्दिष्ट असलेल्या मोक्ष या रूपकाचा

त्याने उपयोग केला आहे. आळशी आणि काम लांबणीवर टाकणाऱ्या माणसावर संधी आणि वेळ निघून गेल्यानंतर केवळ रडण्याची वेळ येईल असा इशारा तो देतो.

कामातील दिरंगाई हे विष आहे. ज्यांनी चालढकल या विषयावर संशोधन केलेलं असेल, त्यांना दिरंगाई करण्यातील धोक्यांची जाणीव असूनही माणसे दिरंगाई का करतात याची अनेक कारणे सापडतील, याची मला खात्री आहे. आपण शेवटपर्यंत कठीण निर्णय राखून ठेवतो. तातडीच्या गोष्टी महत्त्वाच्या गोष्टींवर कुरघोडी करतात आणि लवकरच त्या तातडीच्या गोष्टी आपल्या आयुष्यावर राज्य करतात. छोट्या खड्यांच्या कंपनासाठी मोठ्या खडकांकडे दुर्लक्ष केले जाते. छोट्या आणि मामुली, क्षुल्लक गोष्टी मोठ्या आणि महत्त्वाच्या गोष्टींना वेठीला धरतात. एकच गोष्ट सांगण्याच्या या वेगवेगळ्या तऱ्हा आहेत.

आता माझा या गोष्टींवर विश्वास बसला आहे की, महान, थोर लोक आणि यशस्वी व्यक्ती यांच्याकडे एक क्षमता, गुण असतो – तो म्हणजे वेळेवर काम करणे – कोणाहीपेक्षा जास्त. यातली चांगली गोष्ट म्हणजे नैसर्गिक बुद्धिमत्ता किंवा हुशारी ही प्रत्येकाची वेगळी असते आणि त्याची पुनरावृत्ती करता येत नाही; पण वेळेवर काम करण्याचा गुण आपण कोणाकडूनही, कधीही आत्मसात करू शकतो. अर्थात, काय करण्याची गरज आहे, केव्हा करायला पाहिजे हे कळण्याच्या क्षमतेसाठी हुशारी, कौशल्य किंवा साधनाची गरज लागत नाही, तर केवळ कृती करण्याची गरज असते.

काल करे सो आज कर, आज करे सो अब्ब ।
पल में परलय होयगो, बहुरि करेगा कब्ब ।।

(जे तुम्ही उद्या करणार होतात, ते आज करा आणि आज करणार होतात ते आत्ता; कदाचित एका क्षणात आपत्ती येऊन तुमच्या सगळ्या संधी हिरावून घेऊन जाईल.)

वेळ आणि आयुष्य या गोष्टींचा कबीर आदर ठेवतो. या अशा मौल्यवान गोष्टी आहेत, ज्या कधीही वाया घालवता कामा नये याची त्याला जाणीव आहे. प्रत्येक दोह्यातून तो आपल्याला ही कळकळीची विनंती करत आहे की, आपल्या वेळेचा आणि आपल्या आयुष्याचा सदुपयोग करा. आपल्यातील क्षमतांची जाणीव ठेवा आणि अर्थपूर्णतेचा शोध घ्या.

नियोजन हे प्राथमिक व्यवस्थापनात शिकवले जाणारे महत्त्वाचे व्यवस्थापकीय काम आहे. असे असले, तरी जेव्हा पाहणी करताना, निकाल देताना प्रतिसाद द्यायची वेळ येते, तेव्हा नियोजनाचा अभाव हे कारण वरिष्ठांकडून त्यांच्या हाताखाली काम करणाऱ्यांना सर्वाधिक वेळा दिले जाते. नियोजनाविषयीची व्याख्या प्रत्येक पातळीवर वेगळी असते. आघाडीवरील व्यवस्थापकापेक्षा कार्यात्मक प्रमुखाची

नियोजनाची व्याख्या वेगळी असू शकते; पण नियोजनाचा अभाव हेच कारण मुळाशी असते आणि सर्व प्रकारच्या अंमलबजावणीच्या अपयशाच्या केंद्रस्थानी वेळेचे व्यवस्थापनच असते. जे अवघड आणि महत्त्वाचे आहे ते आत्ताच करायला हवे हे जाणण्याची क्षमता, ते करण्यासाठी पुढे सरसावणे आणि ते काम वेळेत पूर्ण करणे हे वाटते तितके सर्वसाधारण काम नाही.

आपण ख्रिस्तोफर पार्कर यांचे बोल लक्षात ठेवायला हवेत, 'चालढकल किंवा दिरंगाई ही क्रेडिट कार्डसारखी असते : बिल येईपर्यंत तुम्ही एकदम आनंद लुटत असता.'

रात गंवाई सोये कर, दिवस गंवायो खाय ।
हीरा जनम अमोल था, कौड़ी बदले जाय ।।

(रात्र झोपण्यात घालवली, दिवस खाण्यात वाया घालवला; आयुष्य हिऱ्यासारखे अनमोल आहे, त्याचे मोल जपायला हवे.)

वेळेचा, आयुष्याचा आदर राखायला हवा. तात्त्विक पातळीवर, प्रत्येक आयुष्य एकमेवाद्वितीय आणि मौल्यवान असते म्हणून आयुष्याला निश्चित ध्येय असायलाच हवे. असे असले तरी, या ध्येयासाठी जे गांभीर्य असावे लागते, ते क्वचितच दिसून येते. आजूबाजूला बघा आणि तुमच्या लक्षात येईल की, अर्थपूर्ण जगणे हा काही खरा निकष नाही. केवळ आनंदाची आणि मानसिक युद्ध संपण्याची सामान्य इच्छा ही खूप सर्वसाधारण गोष्ट आहे. हेतू किंवा उद्दिष्ट याकडे खूपच वरवरच्या अर्थाने पाहिले जाते. गहन विचार हा एकतर खूप तात्त्विक, विलक्षण किंवा जुन्या गोष्टीची आस या अर्थाने समजला जातो.

आयुष्याला काही अर्थ नसणे हे विचित्र मार्गांनी प्रकट होते आहे – मध्यवयीन प्रश्न, पौगंडावस्थेतील प्रश्न, दुरावलेपण, तरुणांची गुन्हेगारी, आनंद न मिळता नाइलाजाने काम करणारी यंत्रणा. अनेक लोकांना ते आता जे करत आहेत, त्यापेक्षा 'काहीतरी वेगळे' करण्याची इच्छा असते. जर अधिकाधिक लोकांना ते आता जे काम करत आहेत, त्यापेक्षा वेगळे काम ते अधिक चांगले करू शकतील असे जर वाटत असेल तर संस्थात्मक कामाच्या रचनेत आणि यंत्रणेत नक्की काहीतरी बिघाड असला पाहिजे.

'खाणे आणि झोपणे' ही रूपकं निरुद्देश जीवनासाठी वापरलेली असली तरी त्यातून कबीराला आळशीपणा सूचित करायचा आहे. जर आपण आपल्याला अजिबात आनंद न मिळवून देणारं काम करत असू, तर ते म्हणजे खरंतर आयुष्य वाया घालवण्यासारखंच आहे; आळशीपणासारखंच आहे. याचे कारण आनंद किंवा अर्थपूर्ण गोष्टींशिवाय आयुष्य व्यतीत केलं, तर त्यातून फक्त रिकामपण आणि

भ्रमनिरास यांचीच निर्मिती होते किंबहुना हिऱ्यासारखे अनमोल आयुष्य कवडीमोल झाल्यासारखे होते.

सांस सांस पर नाम ले, वृथा सांस मति खोय ।
ना जाने इस सांस को, आवन होय न होय ।।

(तुमच्या प्रत्येक श्वासात त्या सर्व शक्तिमान परमेश्वराला आठवा, एकही श्वास वाया घालवू नका; कोणास ठाऊक की, तुम्हाला आणखी एखादा श्वास मिळणार तरी आहे की नाही.)

चांगला काळ आता कायमस्वरूपी राहणार अशी कॉर्पोरेटवाल्यांची जवळपास खात्री असते. भूमिका, पद, सत्ता आणि महत्त्व सगळे चिरकालीन आहे, असे ते मानतात. केबिनमध्ये बसणाऱ्यांचा तोरा बघण्यासारखा असतो. अनेकजण इतरांशी बेफिकिरीने आणि उर्मटपणे वागतात. त्यांना यशाची धुंदी चढल्यासारखे म्हणजेच यश त्यांच्या डोक्यात गेल्यासारखे ते वागतात. वृथा अभिमान आणि उर्मटपणा हातात हात घालून चालत असतात.

आपल्याला माहीत असल्याप्रमाणे सीईओवर दररोज आरोप होतात, प्रत्येक महिन्याला मंडळं बरखास्त होतात, वरिष्ठ पातळीवरील व्यवस्थापनात बदल हा तर नित्याचाच भाग असतो, कार्यात्मक प्रमुखांचा कार्यात्मक कालखंड तर कमीकमीच होत जातो, मधल्या फळीतील व्यवस्थापनाचे मधल्यामध्ये हाल होतात आणि तरीही अनेक केबिनवाले आणि अगदी क्युबिकलवालेसुद्धा फाजील आत्मविश्वास, सत्ता आणि आपले खोटे महत्त्व टिकवण्याच्या नादात असतात.

आपल्या दैवाचा थोडा आणखी आदर राखू या. आपण जे साध्य केले, त्याचा अभिमान नक्की असावा; पण त्याच वेळी आज आपण जिथे आहोत तिथपर्यंत पोहोचण्यासाठी आपल्याला खूपजणांचे मोलाचे सहकार्य लाभले याची जाणीव ठेवून कृतज्ञ राहू या. आपण आज ज्या पदावर आहोत, ते पद आपल्याबरोबरच अनेकांचेही असते. आपल्या यशात त्यांनी पार पाडलेल्या भूमिकेचे स्मरण ठेवा.

दुख में सुमिरन सब करै, सुख में करै न कोय ।
जो सुख में सुमिरन करै, दुःख काहे को होय ।।

(प्रत्येकजण दुःखाच्या वेळी परमेश्वराचे स्मरण करतो, आनंदाच्या वेळी नाही; आनंदाच्या प्रसंगीही त्याचे स्मरण ठेवले, तर दुःखाला जागाच राहणार नाही.)

आपण या पुस्तकात सांगितलेल्यापैकी कबीराच्या असंख्य दोह्यांमध्ये हा दोहा खूप प्रसिद्ध आहे. फक्त दुःखाचा डोंगर कोसळेल, तेव्हाच नाही तर आपल्या चांगल्या काळातही आपण सतत परमेश्वराचे स्मरण ठेवले पाहिजे, असे या

दोह्यातून सांगितले आहे.

या गोष्टीला मला एक कॉर्पोरेट वळण देऊ देत. आपण आपले कॉर्पोरेट भाग्य गृहीतच धरलेले असते. जेव्हा सगळे चांगले चाललेले असते, तेव्हा चांगल्या काळातल्या चुकीच्या गोष्टींचे एकत्रीकरण होते. यश आणि सत्ता चुकीच्या गोष्टींचा पायंडा पाडू शकतात. त्यातून अनेक गोष्टी आकाराला येतात. यशाची धुंदी चढली की, माणूस त्याच्या मित्र आणि सहकाऱ्यांसोबत चुकीचे वागू लागतो. उर्मटपणातून ताशेरे ओढले जातात. यश त्याला आंधळे बनवते. कदाचित चांगला काळ त्याला सगळ्या जाणिवा विसरायला लावतो. इतका काळ जपलेले नातेसंबंध दुरावू लागतात. सगळे चांगले चाललेले असताना खरेतर यातले काहीच घडण्याची आवश्यकता नसते. खरेतर चांगला काळ यातली अनेक संकटे लपवू शकतो.

जेव्हा कठीण काळ सुरू होता, तेव्हा खरंतर वर सांगितलेल्या सगळ्यांची गरज भासते. मित्र, सहकारी, क्षमता, चांगले नातेसंबंध सगळे काही लागते; पण जेव्हा याची जाणीव होते, तेव्हा खूप उशीर झालेला असतो. वॉरेन बफे यांचे एक विधान मला खूप आवडते, 'भरतीचे पाणी जेव्हा बाहेर फेकले, जाते तेव्हाच कोण उघडे पोहत आहे हे कळते.'

कबीर म्हणतो, चांगल्या काळात करण्याच्या सगळ्या गोष्टी आपण केल्या, तर मग वाईट काळ असे काही उरणारच नाही. जेव्हा आपल्याला गरज नसते, तेव्हाच योग्य गोष्टी करा म्हणजे मग जेव्हा आपल्याला त्यांची गरज पडेल, तेव्हा त्या आपल्याकडे असतील.

एक ही बार परखिए, ना वा वारम्वार ।
बालू तौहू किरकिरी, जो छाने सौ बार ।।

(एकदाच पारखून घ्या, वारंवार बघायची गरज नाही; शंभरदा चाळली तरी वाळूतली कचकच राहतेच.)

कौशल्याची पारख करण्याची क्षमता हा महत्त्वाचा व्यवस्थापकीय आणि नेतृत्वविषयक गुण असतो. शिक्षणाची पातळी वाढली तरी चांगल्या प्रकारे कौशल्याचा शोध घेण्यात जग कमी पडते असे दिसते. अनेकांमधून बरोबर व योग्य व्यक्तींची निवड योग्य त्या कामासाठी करणे यासाठी केवळ कौशल्य आणि ज्ञान यांच्या चाचणीपेक्षाही योग्य निवाडा करण्याची जाण असावी लागते. अगदी भल्या भल्या निवड करणाऱ्यांच्या हातूनही बरेचदा चुका घडतात. याची कारणे समजायला कठीण नसतात. सुरुवात करायची झाल्यास, दृष्टिकोन मोजायला सोपा नसतो. दुसरे म्हणजे, मुलाखतीच्या वेळचे उमेदवाराचे वागणे वेगळे असते. तिसरी गोष्ट म्हणजे अमलात आणण्यासाठी एखाद्याच्या क्षमतेला वाजवीपेक्षा अधिक किंमत

देणे ही पद्धतच बनली आहे.

जरी आपण आपल्याच टीम सदस्याबरोबर काम करत असलो, तरी अनेक वेळा एखादी व्यक्ती कितीही संधी दिल्या, सुधारणा आणि प्रतिसाद दिले तरी त्या कामाला किंवा गुणवत्तेला टिकून राहत नाही. शहाणपणा खूप लवकर सोडून देऊन चालत नाही. लोकांना विकासमार्गात धरून ठेवावे लागते. अर्थात, माणूस जेव्हा त्या कामात समरस होत नाही, तेव्हा त्याची लक्षणे नेत्याला ओळखता आलीच पाहिजेत. खूप लवकर सोडून देण्याप्रमाणेच कार्यवाही होण्यासाठी खूप जास्त वाट बघणे हेसुद्धा हानिकारक असते. चुकीच्या व्यक्तीवर पैसे उधळत राहणे कधीही योग्य नाहीच.

काम उंचावण्यासाठी पुरेशा प्रमाणात संधी दिल्यानंतरदेखील गोष्टी केव्हा पुढे जात नाहीत, हे चांगल्या नेत्याला चाणाक्षपणे कळले पाहिजे. त्या घडीला दोर कापून टाकण्याचा शहाणपणा आणि धैर्य त्याच्याकडे असायला हवे. कबीर म्हणतो त्याप्रमाणे, तुम्ही कितीही वेळा वाळू चाळत बसलात, तरी ती शेवटी वाळूच राहणार.

हीरा का कछु न घटा, घटा जु बेचनहार ।
जनम गंवायो आपनो, अन्धे पसू गंवार ।।

(जेव्हा हिऱ्याची विक्री होते, तेव्हा हिरा काहीच गमावत नाही; जो या आयुष्याची संधी गमावतो तो आंधळा आणि अज्ञानी असतो.)

रंक कनक चुनता फिरे, वस्तू आई हाथ ।
ताका मरम न जानिया, ले देखाया हाट ।।

(रंक व्यक्तीला वाळू चाळताना काहीतरी मौल्यवान गोष्ट हाती लागते; पण त्याला त्याचे मोल माहीत नसते, तो तसाच पुढे जातो आणि ती गोष्ट स्वस्तात विकून टाकतो.)

काय कामाला येत नाही हे ओळखण्याची क्षमता महत्त्वाची असतेच; पण कौशल्य, हुशारी टिपणे हे तर त्याहून कठीण असते. वाईट पद्धतीच्या कामाला जपून ठेवण्यापेक्षासुद्धा चांगल्या कौशल्याला जाऊ देणे यामुळे अधिक नुकसान होते. चांगल्या कौशल्याला जाऊ देण्याची अनेक कारणे असू शकतात आणि त्यांपैकी काही तर नेत्याच्या दृष्टीनेही कठोर असतात. चांगल्या कौशल्याला जपावेही लागते. संस्थात्मक चौकटीच्या मर्यादेत त्यांच्या गरजांकडे विशेष लक्ष द्यावे लागते. चांगल्या कौशल्याला स्वतःच्या हुशारीची, बुद्धिमत्तेची चुणूक दाखविण्यासाठी स्वतःची स्पेस लागते. त्यांच्या कामात खूप ढवळाढवळ केली तर कदाचित त्यांची

हुशारी गुदमरू शकते. त्यांना खूप सारा प्रतिसाद, सुधारणा, मार्गदर्शन नको असते तर संवाद हवा असतो.

जेव्हा हिऱ्याची विक्री होते, तेव्हा त्याचे मूल्य कमी होत नाही – खरेतर जितक्या जास्त वेळा त्याची विक्री होते, तेव्ढे त्याचे मूल्यही वाढत जाते. काहीतरी मौल्यवान गमावून बसणारा विक्रेता असतो. जो नेता आपल्याकडील चांगले, कुशल मनुष्यबळ हातचे जाऊ देतो, तो जास्त गोष्टी गमावून बसतो.

योगायोगाने भाग्योदय घडविणाऱ्या गोष्टींचा शोध लावणाऱ्या ईश्वरदत्त देणगीचा लाभ एखाद्याला झाला; पण जर त्याला त्या हुशारीची कदर नसेल, जाण नसेल, तर आपल्याला काय गवसले आहे याचा त्याला पत्ताच लागणार नाही. ते कौशल्य सांभाळून ठेवण्याची त्याची क्षमताच नसेल आणि आपल्या हातातून हे कौशल्य त्याने निसटू दिले तर आता किंवा नंतर त्याला त्रासच भोगावा लागेल. स्वतःला सामर्थ्यशाली वाटावे म्हणून मेंढ्यांच्या गराड्यात राहणारा सिंह शिकार करण्याची आणि जंगलावर राज्य करण्याची स्वतःची क्षमताच गमावून बसेल.

यातून शिकण्यासारख्या गोष्टी

१. श्रेय लाटणारे लवकरच लक्षात येतात आणि त्यांना टाळावेच.
२. श्रेय बळकावणाऱ्यांसाठी, ते जितक्या उच्च स्थानी असतात, तितकी त्यांची घसरण लज्जास्पद असते. त्यांच्याबद्दलची विश्वासार्हताच लोप पावते.
३. खात्री, वैभवाची उंचावलेली जाणीव आणि अनिवार्यता किंवा अजिंक्यपणाची भव्य कल्पना हे व्यक्तिगत, टीम आणि संस्था यांच्या घसरणीचे पक्के घटक असतात.
४. जे लोक यशासाठी शॉर्टकटचा पर्याय निवडतात, त्यांनी खरंतर स्वतःच्या उतरंडीलाच शॉर्टकट लावलेला असतो याची जाणीव त्यांना होते.
५. तुमच्या लढायांची योग्य निवड करा. ज्यासाठी लढणंच योग्य नव्हतं अशी लढाई जिंकण्यात काहीच अर्थ नसतो.
६. वेळेचा आदर राखणे हे स्वाभाविक बहिर्वेषण आहे – या जीवनाचा आदर राखा.
७. आनंदाशिवाय आणि निरर्थक काम करणे यातून केवळ वेळेचा अपव्यय आणि भ्रमनिरास होतो.

८. अनन्यसाधारण महत्त्व दाखविताना केलेली चूक म्हणजे फाजील धीटपणा असतो आणि त्यामुळे टीममधील मानवतावाद कमकुवत होतो.
९. चांगल्या गोष्टी जेव्हा निघून जातात, तेव्हा चांगला काळ, यश आणि सत्ता यांच्या हेकेखोर मिश्रणाचे दुष्परिणाम दिसतात.
१०. चांगल्या कौशल्याला केवळ अभिप्रायापेक्षाही संवादाची अधिक गरज असते.

२३

जीवनातील व्यवहारचातुर्य

गोष्ट : जहांगीर याची व्यावसायिक कारकीर्द फारच उल्लेखनीय म्हणावी अशी आहे. त्याने अगदी छोट्या पदावर कामाला सुरुवात केली; पण कठोर मेहनत आणि चिकाटी यांच्या जोरावर तो कंपनीत मोठ्या हुद्द्यावर पोहोचला. वयाच्या चाळिशीत असलेला तो सध्या एका संपूर्ण विभागाचे नेतृत्व करतो. त्याची कंपनी, सहकारी, वरिष्ठ आणि कनिष्ठ सर्वांचा तो लाडका आहे. गेल्या काही वर्षांपासून कामाच्या ठिकाणी उद्‌भवणाऱ्या अडचणी आणि समस्या सोडविण्यामध्ये एक अनिश्चितता येत चालली असल्याचे त्याला जाणवत आहे. मीटिंगमध्ये निर्माण होणारे वाद आता त्याच्या डोक्यात जाऊ लागले. आपल्या टीममधील पूर्वी अगदी आनंदी असणारे आणि उत्साहाने काम करणारे सहकारी तसेच कनिष्ठ अलीकडे तेवढे प्रभावी आणि उल्हसित नसतात हे त्याला जाणवू लागले आहे. त्यांपैकी काहीजणांच्या वैयक्तिक आयुष्यात काही समस्या असल्याचे त्याला ठाऊक आहे; परंतु कोणाच्या वैयक्तिक आयुष्यात आपण हस्तक्षेप करावा की नाही हे त्याला कळत नाही, कारण या दोन गोष्टी नेहमी वेगळ्या ठेवाव्यात असेच त्याला आजवर शिकवले गेले आहे. गेले काही महिने प्रत्येक मीटिंग अत्यंत तणावपूर्ण होत असल्याचे जहांगीरच्या लक्षात आले आहे. सर्वसाधारणपणे सगळीकडेच असलेली मंदी, कंपनीची नियोजित उद्दिष्टे पूर्ण न होणे, याच्याशी या सगळ्याचा नक्कीच संबंध आहे; पण आपल्या मीटिंगमध्ये होणारी अशा प्रकारची परस्पर चिखलफेक – दोषारोप त्याला नवीन आहेत. जिथे त्याचा उत्कर्ष झाला, ती एक अतिशय आनंदी संस्था होती.

तर मग अशा परिस्थितीत जहांगीरसाठी कबीराकडे काय उपाययोजना किंवा उत्तर आहे?

हे एक असे गणित आहे, जे आपल्या सगळ्यांनाच सतावणारे आहे. कॉर्पोरेट जगाबद्दल कायमच असे बोलले जाते की, ते खूप निर्दय, आपमतलबी असते; काम करणाऱ्यांची कायमच कुतरओढ सुरू असते; हे जग सदैव निकाल, परिणाम आणि फायदे यांच्या विचारांनी पछाडलेले असते. असाही एक प्रवाद आहे की, या जगात दया, सहानुभूती, सह-अनुभूती, समजूतदारपणा आदी मृदू भावनांना अजिबात थारा नसतो किंबहुना या भावना व्यक्तीला दुबळे, पंगू बनवितात असेच इथे समजले जाते. कॉर्पोरेट कंपन्यांमध्ये आणि कर्मचाऱ्यांच्या मनामध्ये हे ज्ञान एवढे खोलवर रुजत चालले आहे की, त्यामुळे संपूर्ण वर्तनशास्त्राचे आयाम बदलत जाऊ लागले आहेत. कामातून अपेक्षित परिणाम आणि निकाल मिळविण्याच्या नावाखाली आपण किती गंभीर प्रवृत्तीचे आहोत, कठोर मेहनत करणारे आहोत, निष्ठूर आणि व्यवहारी आहोत, काम पूर्ण न होण्यासाठी कुठलेही कारण ऐकून घेऊ शकत नाही, हे दाखविणे व्यवस्थापकांना खूप आवडते.

आता जे लोक कामचुकारपणा करतात, टंगळमंगळ करतात, पूर्ण क्षमता वापरत नाहीत, चांगली कामगिरी करून दाखवत नाहीत, पुरेसे प्रयत्नही करताना दिसून येत नाही, अशांबद्दल सहानुभूतीची भावना असायला हवी असे कोणीच म्हणणार नाही. तथापि, नेहमी असेच नसते. अनेक वेळा अपेक्षित परिणाम न मिळण्याची अनेक बाह्य कारणे असू शकतात, जी मानवी कक्षेच्या आणि नियंत्रणाच्या पार पलीकडची असतात किंबहुना काही वेळा नियोजित उद्दिष्ट हेच मुळात अवास्तव असू शकते.

काहीही करून निकाल साध्य करायचा किंवा 'मला आत्ताच्या आत्ता निकाल हवा आहे' ही प्रवृत्ती सध्या खूप वाढीस लागलेली असून त्यामुळे सारासार विचार, व्यावहारिक शहाणपण हे गुण झाकोळले जात आहेत. कोणत्याही नेत्याला आपल्या टीमने किंवा वरिष्ठांनी आपल्याकडे संवेदनशील म्हणून बघावे असे वाटत नाही; त्यामुळे कामकाजाच्या ठिकाणी अगदी तळापासूनच असंवेदनशीलपणाची शर्यत सुरू होते. या अलिप्तपणाचे दूरगामी परिणाम फार अनिष्ट असतात.

जेव्हा आपल्या लक्षात येते की, हाच मनुष्य वैयक्तिक जीवनामध्ये मात्र सह-अनुभूतीला खूप महत्त्व देतो आणि दैवी गुण मानतो, तेव्हा त्याचे आणि आपले नातेसंबंध बिघडण्याची दाट शक्यता असते. हा एक असा मनुष्य असतो, जो घरी संवेदनशील असतो; पण कामाच्या जागी फार निष्ठूरपणे वागतो. घरच्यांनी समजूतदारपणे वागावे असे त्याला वाटते; परंतु कामाच्या ठिकाणी तो इतरांशी अजिबात समजुतीने वागत नाही.

अशा परिस्थितीत कितीही उत्तम योजना राबविल्या तरीदेखील त्यातून उत्कर्ष होण्याऐवजी अधिकाधिक नव्या पद्धतीने आणि नव्या पातळ्यांवर कंपन्यांची अधोगतीच होताना दिसून येते यात नवल नाही. तेव्हा कंपन्यांतील सर्वोच्च अधिकाऱ्यांनी सर्वप्रथम आपल्या संस्थेमध्ये ही मानवता कशी रुजेल याकडे लक्ष द्यायला हवे. बाकी काहीही करायच्या आधी आपले व्यवस्थापक आणि मानवता यांचा समन्वय साधण्यासाठी प्रयत्न करायला हवेत.

जा दिन ते जिव जनमिया, कबहुं न पाया सूख ।
डालै डालै मैं फिरा, पातै पातै दूख ।।

(ज्या दिवशी जीव जन्माला येतो, त्याला सुख म्हणजे काय ते माहिती नसते; पण जसा तो दुनियेचा अनुभव घेतो, त्याला दुःख म्हणजे काय हे समजते.)

जाके आगे इक कहूं, सो कहबे इकबीस ।
एक एक ते दाझिया, कहां ते काढू बीस ।।

(मी ज्याला एक व्यथा सांगायला जातो, तेव्हा तो स्वतःच्या एकवीस व्यथा मला ऐकवतो. माझी एक व्यथा मी शमविली; पण त्याच्या उरलेल्या वीस कशा निवारायच्या?)

प्रत्येक कर्मचारी हा रडतराऊ, दुःखी आणि आनंदाची ॲलर्जी असलेला असतो असे चित्र निर्माण करण्याचा उद्देश या पंक्ती नमूद करण्यामागे मुळीच नाही. जेथे लोक एखाद्या रोबोप्रमाणे दिलेले काम निर्विकारपणे पार पाडतील अशा मानवी भावनारहित आणि यांत्रिक जागा कंपन्यांनो निर्माण होऊ देऊ नये, याकडे लक्ष वेधण्याचा हा प्रयत्न आहे. काम आणि अपेक्षित परिणाम याच्या हव्यासापोटी कंपन्यांनी मानवतेला कमी लेखता कामा नये. कंपनीमध्ये रोज येणारे कर्मचारी हे केवळ काम पार पडण्याची साधने आहेत, गाडीच्या चाकातील आरे (स्पोक्स) आहेत, ज्यांना नियमित वंगण दिले की, न कुरकुरता काम सुरू राहते, अशी भावना कुठल्याही कंपनीने कधीही आपल्या विचारातून, संदेशातून, कृतीतून किंवा धोरणांतून व्यक्त होऊ देता कामा नये.

प्रत्येक मनुष्याला काही समस्या असतात. काही वेळा या अडचणी कामाशी संबंधित नसतात, काही वेळा व्यवस्थापकाच्या नियंत्रणापलीकडच्या असतात, ही जाणीव कंपनीच्या वरिष्ठांच्या मनात रुजायलाच हवी. काही अडचणी मनुष्याचे नीतिधैर्य, उत्पादकता, कार्यशक्ती आणि एकंदर जीवनातील आनंद यावर विपरीत परिणाम करणाऱ्या असतात. नेता अशा समस्या सोडवू शकत नसेल, तरी त्याने किमान त्या समस्येबाबत अनुकंपा तरी अवश्य दर्शवावी. कामाच्या ठिकाणी

मानवतेचे वातावरण निर्माण करायचे असेल, तर नेत्याने कर्मचाऱ्यांच्या वैयक्तिक अडी-अडचणींबाबत सह-अनुभूती दर्शविणे अत्यावश्यक आहे. वैयक्तिक समस्यांचा संस्थेच्या कामकाजाशी काहीही संबंध नाही, ही धारणा माझ्या मते नुसती चुकीचीच नाही तर ती एका प्रखर वास्तवाकडे दुर्लक्ष करणारी आहे आणि ते वास्तव म्हणजे, जरी व्यवस्थापकाने किंवा कंपनीने आमचा संबंध नाही असे म्हणून दुर्लक्ष केले तरी त्यामुळे त्या व्यक्तीच्या आयुष्यात असलेला समस्येचा प्रभाव आणि प्रादुर्भाव अजिबात कमी होत नसतो. व्यवस्थापकाने किंवा कंपनीने कर्मचाऱ्यांच्या व्यक्तिगत अडचणींत लक्ष घालायला हवे आणि त्या सोडवायलाच हव्यात, असे मी येथे सुचवत नाही; परंतु त्यांनी किमान अशा अडचणी तसेच त्यांचा कर्मचाऱ्याच्या जीवनावर आणि कामगिरीवर होणारा विपरीत परिणाम समजून घ्यावा आणि त्यांच्या प्रति सहानुभूतीचा दृष्टिकोन अनुसरावा असे माझे म्हणणे आहे. अखेर, कर्मचाऱ्याने स्वतःच या समस्या सोडविणे अपेक्षित असते, कर्मचारीच त्या सोडवू शकतो; पण समजूतदार व्यवस्थापक आणि संस्था जर या दरम्यान सातत्याने त्या कर्मचाऱ्याला सहवेदना दर्शवीत राहिले, तर कर्मचाऱ्याला जलद आणि प्रभावी पद्धतीने समस्या निवारण करण्यास मोलाचे साहाय्य मिळते.

अशा परिस्थितीत तो कर्मचारी निश्चितपणे कंपनी आणि कामाप्रति अधिक निष्ठावान बनतो, आणखी झोकून देऊन काम करू पाहतो. अन्य कोणत्याही प्रकारच्या बक्षीस, पारितोषिक, पदोन्नतीमुळे जे झाले नसते, ते केवळ अडचणीच्या काळात मिळालेल्या अनुकंपेमुळे सहज घडून येते.

ऐसी वानी बोलिए, मन का आया खोय ।
औरन को सीतल करै, आपहु सीतल होय ।।

(बोलताना नेहमी मन शांत आणि प्रसन्न करणारे शब्द वापरावेत; त्यामुळे केवळ समोरच्याला नाही तर आपल्यालाही शांतता आणि समाधान लाभते.)

जिभ्या जिन बस में करी, तिन बस कियो जहान ।
नाहिं तो औगुन ऊपजे, काहि सब संत सुजान ।।

(ज्याने जिभेवर ताबा मिळविला, त्याला सारे जग ताब्यात ठेवता येते. अन्यथा केवळ अवगुण निर्माण होऊन अवनती होते, असे संत सांगतात.)

कॉर्पोरेट जगातील दैनंदिन काम हे भाषा-संवाद-बोलाचाली यावर आधारलेले असते. भाषा ही संवादाची प्रवाहक असल्याने आपसूकच तिच्यावर संवादाची गुणवत्ता अवलंबून असते. काही वेळा केवळ चुकीची भाषा किंवा शब्द वापरले म्हणून कित्येक महान आणि सुरेख प्रसंग मातीमोल होतात. व्यक्ती आणि टीम

यांच्यातील दैनंदिन संवादांतूनच एखादे काम उत्तमरीत्या मार्गी लागते किंवा सगळ्याचा बट्ट्याबोळ होऊन बसतो. केवळ कशा आणि कोणत्या भाषेत हा संवाद घडतो, त्यानुसार सारे चित्र बदलते.

एरवी उत्तम प्रभावी असणारे काही नेते भाषेच्या बाबतीत अतिशय तोंडाळ असतात. बोलताना अतिशय अवमानकारक, निंदनीय, आक्षेपार्ह, प्रसंगी अर्वाच्य भाषा वापरतात. यामुळे हळूहळू टीमच्या मनात नाराजी आणि परकेपणाची भावना निर्माण होते. दोन टीममध्ये निर्माण होणारी तेढ किंवा समन्वयाचा अभाव ही बहुतेक वेळा दुबळ्या संवादाचीच परिणती असते; त्यामुळे सुज्ञ लोक नेहमी असा सल्ला देतात की, 'साध्या वादासाठी कठोर भाषा वापरण्याऐवजी, सौम्य भाषा वापरून कठोर वादविवाद करा.'

संवाद साधताना नेते कशी भाषा वापरतात याकडे कोणाचेही सर्वप्रथम लक्ष वेधले जाते. टीम मीटिंग, दोन विभागांमधील कामकाज आणि कंपनीचे एकूण कामकाजी यश हे सारे काही व्यवस्थापक आणि नेते यांच्यातर्फे वापरल्या जाणाऱ्या भाषेवर अवलंबून असते; त्यामुळे आपण संवादाचे वाहक साधन असलेल्या भाषेवर काटेकोर नियंत्रण ठेवायलाच हवे. भाषा नेहमी स्नेहपूर्ण, शांत, सुयोग्य आणि चपखल असावी. ज्यामुळे समोरच्याचा अवमान होऊ शकेल, त्याच्या भावना दुखावल्या जाऊ शकतील, आपल्या नातेसंबंधांमध्ये बाधा निर्माण होईल अशी भाषा – शब्द वापरणे अजिबात योग्य नाही. कित्येक वेळा आपण अयोग्य भाषेचा उपयोग करतो आहोत आणि त्याचे अनिष्ट परिणाम होतील हे जाणवेपर्यंत खूप उशीर झालेला असतो. चुकीच्या भाषेमुळे तुमच्याबद्दल आणि तुमच्या हेतूंबद्दल समोरच्याच्या मनात वाईट प्रतिमा तयार होते. एरवी तुमच्या बाजूचे असलेले लोक, सहकारीदेखील दुरावतात. आपल्या जीभेवरील ताबा सुटल्याचे परिणाम कदाचित आपल्याला लगेच त्या क्षणी, त्या प्रसंगी कळणारदेखील नाहीत; परंतु कालांतराने जेव्हा कधी तुम्हाला खऱ्या मदतीची, सहकाऱ्याची गरज भासते, तेव्हा आपण काय आणि कसे गमावून बसलो ते कळून येते.

आया एकहि देश ते, उतरा एक ही घाट ।
बिच में दुबिधा हो गई, हो गये बारह बाट ।।

(सगळेजण एकाच ठिकाणाहून आले आणि एकाच ठिकाणी गोळा झाले; पण मध्येच पेच निर्माण झाला आणि सगळेजण विखुरले गेले.)

फेर पड़ा नहि अंग में, नहि इन्द्रियन के मांहि ।
फेर पड़ा कछु बूझ में, सो निरुवारै नांहि ।।

(देवाने दिलेल्या मनुष्याच्या देहामध्ये किंवा इंद्रियांमध्ये काही बदल नसतो. त्याचे विचार आणि वाचा यामुळे बदल घडतो आणि तो कधी निस्तरला जात नाही.)

कबीर आदू एक है, कहन सुनन कूं दोय ।
जल से पाला होत है, पाला से जल होय ।।

(कबीर म्हणतो, सगळ्यांचा मूळ स्रोत एकच असतो. केवळ म्हणण्यापुरते ते वेगळे असतात. जसे की, पाण्याचाच बर्फ बनतो आणि बर्फाचेच पाणी होते.)

वरील तीनही दोहे एकात्मता, एकीकरण यांचे महत्त्व अधोरेखित करणारे आहेत. त्यांचा गर्भितार्थ असा आहे की, मनुष्याच्या मूळ प्रारूपामध्ये किंवा रचनेत काही फरक नसतो. त्याच्या मूलभूत जाणिवादेखील एकसमान असतात; पण त्याचे विचार आणि वाणी यामुळे भिन्नता निर्माण होते. आयुष्यात मनुष्याला हवा असलेला आनंद, शांतता, उल्हास आणि यश यांच्या आसक्तीनुसार आणि हे सारे प्राप्त करण्यासाठी अनुसरलेल्या मार्गानुसार व्यक्तीव्यक्तींत फरक निर्माण होतो.

कॉर्पोरेट जगतात विभिन्न प्रकारचे लोक एकत्र येतात. एकच सामायिक उद्दिष्ट साध्य करण्यासाठी विभिन्न विचारसरणीचे लोक विभिन्न कार्यपद्धती अनुसरतात. कंपनीची रचना गुंतागुंतीची असल्याने विशिष्ट कामे पार पाडण्यासाठी म्हणून विशिष्ट विभाग तयार करावे लागतात. संस्थेचे सामायिक उद्दिष्ट साध्य करण्यासाठी या प्रत्येक विभागाची आपापली भूमिका मोलाची असते. तथापि, कालांतराने या प्रत्येक विभागाचे स्वतःचे असे एक 'जीवनचक्र' तयार होते. एक स्वतंत्र कार्यपद्धती तयार होते आणि मग स्वतःचे वेगळे आणि महत्त्वाचे अस्तित्व राखण्यासाठी विभागात्मक ध्येय-उद्दिष्ट डोळ्यांसमोर ठेवून काम सुरू होते. ज्या अंतिम उद्दिष्टाच्या पूर्तीसाठी विभाग स्थापन करण्यात आला होता, ते संस्थेचे मूळ उद्दिष्ट, ध्येय कुठच्या कुठे मागे पडते किंवा प्रभावहीन होऊन जाते.

विभिन्न विभागांच्या एकत्रित बैठका या पाहण्यासारख्या असतात. प्रत्येक विभाग दुसऱ्याच्या तुलनेत आपले काम कसे आणि किती वेगळे, महत्त्वाचे, मोठे तसेच सयुक्तिक आहे हे ठसविण्यासाठी धडपडत असतो. 'विजयाचे पितृत्व स्वीकारायला अनेकजण पुढे येतात; पराभव मात्र कायमच पोरका असतो.' एखादा प्रकल्प अपयशी ठरला असेल तर त्यावरून दोषारोपांची जी काही धुमश्चक्री सुरू होते, ती वर्णनापलीकडची असते. त्यातही विशेषतः जो विभाग तुलनेने कमी सक्रिय होता आणि ज्याचे काम मुख्य विभागाला साहाय्यक स्वरूपाचे होते, त्याच्याच खांद्यावर अपयशाचे ओझे हमखास येऊन पडते. प्रत्येक उद्योगाचे पायाभूत विभाग विभिन्न असतात. एखाद्या अभियांत्रिकी कंपनीत आरेखन विभाग

सर्वांत कळीचा असेल, तर जाहिरात कंपनीत क्रिएटिव्ह विभाग सर्वाधिक महत्त्वाचा असतो. ज्या विभागाचा कंपनीत वरचश्मा असेल त्याची वर्तणूक अतिशय तोऱ्याची असते. ते त्यांच्या वर्चस्वाची जणू दहशत निर्माण करतात. खरेतर त्यांचे स्वतःचे काम पार पडण्यासाठी सगळ्याच विभागांचे एकत्रित सहकार्य गरजेचे असते हेच पडद्यामागील सत्य असते किंबहुना म्हणूनच हे लोक अरेरावी करून सारखे बाकीच्या विभागांना पुढे ढकलत असतात. जेणेकरून त्यांनी त्यांचे काम व्यवस्थित केले की, यांचे काम आपसूकच पार पडेल, किमान नक्की पुढे तरी सरकेल. तथापि, यामध्ये एक धोका असतो. तो म्हणजे 'विभागीय अरेरावी'चे रूपांतर 'व्यक्तिगत अरेरावी'मध्ये कधी होते हे यांना कळतही नाही. या सगळ्याची परिणती अखेर बाकीच्या विभागांच्या नाराजीत आणि त्यांनी आपले अंग काढून घेण्यात होते, कारण आपण कितीही केले, तरी जर चांगले झाले तर त्याचे श्रेय यांना मिळेल आणि चूक झाली तर खापर फक्त आपल्याच माथ्यावर फुटेल हे त्यांना कळून चुकते. अगदी अनुभवी आणि वरिष्ठ अधिकारीसुद्धा अनेक वेळा या सापळ्यात अडकतात. अस्तित्वाच्या लढाईत कधी ना कधी शुचितेचा बळी जातोच. सगळे विभाग, सगळ्या व्यक्ती अखेरीस एकाच ग्राहकासाठी किंवा एकाच उद्दिष्टाच्या पूर्तीसाठी काम करत आहेत आणि आपण केवळ प्रसंगवशात किंवा सोयीसाठी वेगवेगळे बसून काम करत आहोत, हे तथ्य अलगदपणे विसरले जाते.

जसे कामकाजाच्या तणावामुळे विभागांतर्गत मतभेद निर्माण होतात, तशी वैयक्तिक पातळीवरील मतभेदांची परिणती ही व्यक्तिगत वितुष्टात होते. एखाद्या गोष्टीकडे बघण्याचा प्रत्येकाचा दृष्टिकोन वेगवेगळा असतो आणि म्हणूनच प्रत्येकजण आपापल्या पद्धतीने परिस्थिती, माहिती किंवा समस्येचा अर्थ लावत असतो. आकलनातील भिन्नता जी खरेतर टीमची शक्ती असायला हवी; पण तीच मोठी समस्या बनते, जी सोडविणे नेत्यासाठी अत्यावश्यक आणि टीमसाठी वाटाघाटींची बनून जाते. मुख्य समस्या सोडविण्यापेक्षा ही आकलन भिन्नतेमुळे उद्‌भवलेली परिस्थिती निस्तरण्यात अधिक वेळ आणि क्रयशक्ती वाया जाते. इथे टेबलाभोवती जमलेला प्रत्येकजण मुख्य समस्येचे निराकरण करायलाच आलेला आहे; परंतु समस्येकडे स्वतःच्या दृष्टिकोनातून बघत आहे, ही एकच बाब जर आपण या संदर्भात चर्चा, वाटाघाटी करायला आणि संवाद साधायला बसल्यावर समजून घेतली, तर समस्येचे निवारण आणि तोडगा काढणे अतिशय सुकर बनेल.

जर आपण गोष्टी आणि घटनांकडे सर्वव्यापक नजरेने पाहू लागलो, तर काम करणे खूप सोपे आणि आनंददायी होऊन जाते. परंतु कॉर्पोरेट जगतातील उंच सखल मार्गावर प्रवास करताना व्यापक दृष्टिकोन बाळगणे वाटते तेवढे सोपे नसते, हेही तितकेच खरे.

खाला नाला हीम जल, सो फिर पानी होय ।
जो पानी मोती भया, सो फिर नीर न होय ।।

(नदी, नाले, समुद्र, वाफ असा स्रोत कुठलाही असला, तरी पाणी हे पाणीच असते. अगदी बर्फसुद्धा वितळला की, पुन्हा त्याचे पाणीच होते; पण ज्या पाण्याच्या थेंबाचे मोत्यात रूपांतर होते, त्याचे पुन्हा पाणी बनत नाही.)

जो जाकै गुन जानता, सो ताको गुन लेत ।
कोयल आमहि खात है, काग लिंबोरी लेत ।।

(ज्याचा जसा गुणधर्म किंवा स्थायिभाव असतो, तो तशाच गोष्टी पसंत करतो. जसे की, कोकीळ नेहमी फक्त आंबेच खातो, तर कावळ्याला निंबोणीच आवडते.) (निंबोणी हा कःपदार्थ या अर्थी.)

आपण ज्याचा स्वीकार करतो तसे बनतो आणि आपण जसे असतो तशाच गोष्टींचा स्वीकार करतो. सरळमार्गी मनुष्य सरळसोट गोष्टींभोवती फिरतो, कार्यक्षम मनुष्य अन्य कार्यक्षम आणि सक्षम लोकांच्या संगतीत राहतो; कुचाळक्या करणारी व्यक्ती अन्य कुचाळक्या करणाऱ्या लोकांच्याच संगतीत राहते. पडद्याआड राहून बिनबोभाट काम करणाऱ्या लोकांना तशाच प्रकारचे लोक सोबत हवे असतात. एका थव्यातील सारे पक्षी एकाच दिशेने उडतात. टीममधील ज्या सहकाऱ्यांना चांगले काम करण्याची इच्छा असते, ते एकत्र येऊन सतत काम आणि ते सुधारण्याचे मार्ग याविषयी चर्चा करतात. 'मागे' किंवा 'इकडेतिकडे' काय सुरू आहे, त्यामध्ये भोचकपणा करण्यात त्यांना रस नसतो. आपली कामगिरी अधिक कशी सुधारता येईल, यातच त्यांना रुची असते. नव्या कल्पना, नवीन सुधारणा, नवीन प्रकल्प यांचीच चर्चा करण्यात त्यांना आनंद मिळतो. अशा वेळी लवकरच अन्य सहकाऱ्यांच्या तुलनेत यांची प्रगती पटकन आणि चांगली झाली, तर त्यात नवल नाही. त्यांना जे हवे असते, तेच ते स्वीकारतात आणि ते जे स्वीकारतात, तेच ते बनतात.

तेव्हा, आपण स्वतःलाच विचारले पाहिजे की, आपला मूळ स्वभाव कसा आहे आणि आपल्याला कशाचा स्वीकार करायला आवडेल? गेली अनेक वर्षे आपण जे स्वीकारत आलो तसेच बनून गेलो आहोत आणि आगामी काळामध्ये आपल्याला जर कोणी वेगळे बनायचे असेल तर आपण शारीरिक – मानसिक – भावनिक आणि बौद्धिक सर्व पातळ्यांवर जे काही स्वीकारतो आहोत, त्यामध्ये बदल घडवून आणायला हवा.

कहता हूं कहि जात हूँ, कहा जु मान हमारा ।
जाका गला तुम काटि हो, सो फिर काटि तुम्हारा ।।

(कबीर म्हणतो, 'मी जे सतत सांगत आलो आहे आणि सांगत राहीन, ते ऐका आणि लक्षात घ्या. जर तुम्ही एखाद्याचा घात केलात, तर पुढे कधीतरी तो तुमचा घात करणार हे नक्की!)

कॉर्पोरेट जगतात तीव्र स्पर्धा असते आणि येथे टिकून राहण्यासाठी करावी लागणारी धडपड लोकांना अनेक प्रकारच्या विपरीत गोष्टी करायला भाग पाडते. पाठीत खंजीर खुपसणे, श्रेय लुबाडणे, कृतघ्नपणा करणे, दुष्ट बुद्धीने वागणे, सूड उगवणे, वशिलेबाजी आणि अशा कित्येक गोष्टी ज्या आपल्याला सुशिक्षित, सभ्य लोकांकडून अपेक्षितही नसतील. तथापि, अनुभव हेच सांगतो की, शिक्षण, उत्कर्ष आणि पदोन्नती जेवढी अधिक तेवढे या गोष्टींचे प्रमाणही अधिक असते.

कबीराने या संदर्भात सांगितलेला एक सोपा संदेश कॉर्पोरेट अवलिया कधीच लक्षात घेत नाहीत. तो म्हणजे – जो दुसऱ्या प्रति अन्यायाने, दुष्टाव्याने वागला, त्याचे पांग सव्याज फेडण्यासाठी समोरची व्यक्ती सदैव संधीच्या शोधात असते. मानवी मनाचा हा कंगोरा समजून घेण्यास अजिबात कठीण नाही. तरीही आपण डोळ्यांवर कातडे ओढून घेतो आणि कॉर्पोरेट शिडीवर जसजसे वर सरकू लागतो, तसतसे जास्तीतजास्त वाममार्गाचा अवलंब करतो; अशा भ्रमात राहतो की, जणू काही ही लाट पुन्हा उसळून आपल्या अंगावर उलटी येणारच नाही.

बोध

१. कर्मचाऱ्यांना अशा अडचणीही असू शकतात, ज्यांचा कामाशी काही संबंध नाही; पण त्यामुळे कामावर मात्र विपरीत परिणाम होतो. अशा वेळी सह-अनुभूती दाखवा. समजूतदारपणे वागा.
२. कर्मचाऱ्यांच्या जीवनात मनापासून रस घेतल्यानेच खरी आणि दीर्घकालीन व्यावसायिक नाती निर्माण होतात.
३. भाषेवरून संभाषणाची गुणवत्ता ठरते किंवा दर्जा ठरतो.
४. कामकाजाच्या तणावामुळे विभागांतर्गत मतभेद निर्माण होत असतील, तर वैयक्तिक पातळावरील मतभेदांची परिणती व्यक्तिगत वितुष्टात होते – सर्वव्यापक नजरेने गोष्टींकडे पाहायला शिका.
५. अस्तिवाची आदिम प्रेरणा क्वचित आपल्याला चुकीचे निर्णय घ्यायला, चुकीची कृती करायला भाग पाडते, तेव्हा आपल्या अस्तिवाची प्रेरणा काय असावी याबाबत सजग राहा.

समारोप

कॉर्पोरेट जगतात काम करताना प्रत्येकाला अनेक प्रकारच्या द्विधावस्थांचा सामना करावा लागतो. एकीकडे अमूर्त जगातील सिद्धान्त आणि संकल्पना त्याने समजून घ्याव्यात अशी अपेक्षा असते, तर त्याच वेळी दुसरीकडे वास्तव जगातील अपेक्षित परिणाम साध्य करावेत, अशीही अपेक्षा त्याला पूर्ण करावी लागते. या सगळ्यामध्ये कुठेही थांबा किंवा विसावा लाभत नाही. वेगाने धावणाऱ्या गाडीमध्ये बसूनच तिचे टायर बदलण्याचे काम करावे लागते. तर्कशास्त्र, विवेक आणि निष्पक्षता राखणे याची कितीही जबरदस्त निकड असली तरीही वस्तुस्थिती एकच असते, ती म्हणजे या सगळ्याशी संबंधित निर्णय घेणारे मानव असतात आणि त्यामुळे मानवाकडून होऊ शकणाऱ्या सर्व अपरिहार्य चुका, गफलती या सगळ्याला लागू पडतात.

काही वेळा हे सगळे फारच अति किंवा डोक्याच्या बाहेर जाणारे असे वाटू शकते, तेव्हा या सगळ्याचा सामना करण्यासाठी नुसती माहिती आणि कौशल्य असून चालत नाही, तर त्यापेक्षा अधिक कशाची तरी गरज भासत आणि ते म्हणजे व्यवहारचातुर्य. कबीर हा अशा प्रकारच्या चातुर्याचा एक स्रोत आहे. असे आणखी कित्येक स्रोत आपल्याला सापडू शकतील.

गोंधळाच्या किंवा पेचप्रसंगाच्या क्षणी कबीराचा हा अभ्यास एखाद्या दीपस्तंभाप्रमाणे तुम्हाला दिशा दाखवेलच; पण जहाजाच्या नांगरासारखा तुम्हाला खंबीरपणे न डगमगता उभे राहायला मदतदेखील करेल. व्यवहारचातुर्याचे विविध स्रोत शोधण्याच्या आणि अनुकरणाच्या प्रवासाचे हे पुस्तक म्हणजे सुरुवात आहे असे म्हणता येईल.

जर वाचकाच्या एखाद्या प्रश्नाचे उत्तर देण्यास हे पुस्तक असमर्थ ठरले तर ते न्यून सर्वस्वी लेखकाच्या सादरीकरणातील आहे, मूळ स्रोतातील नव्हे. कबीराने कायमच टीका आणि समीक्षेचा खुल्या दिलाने स्वीकार केला आहे. एखाद्या मुद्द्याशी असहमत होण्याचा हक्क प्रत्येकाला आहे, हे त्याने कुठल्याही असहमतीशिवाय मान्य केले होते.

एका मूलभूत प्रश्नाची उकल करण्याच्या ओढीतून या पुस्तकाची निर्मिती झाली. तो प्रश्न म्हणजे : आजच्या काळात बाजारपेठेत आपले स्थान पटकावण्यासाठी अत्यंत कठोर अहमहमिकेतून, हिंस्र स्पर्धा सुरू असतानादेखील कामकाजाच्या ठिकाणी मानवता प्रस्थापित करता येईल का?

ही द्विधावस्था दूर करण्याच्या कामी कबीराची मला मोठ्या प्रमाणावर मदत झाली. माझ्या वाचकांनादेखील तोच अनुभव येईल अशी अपेक्षा करतो.

कबीराचे आशीर्वाद!!

Please contact us at **Mehta Publishing House,** Pune 411030.
Email : production@mehtapublishinghouse.com
Website : www.mehtapublishinghouse.com